AF758742

പാലക്കടവ് ദേശം

Palakkadavu Desham

Novel

Moli P K

CHINTHA PUBLISHERS
Thiruvananthapuram

First Edition
March 2025

Published & Typesetting
Chintha Publishers, Thiruvananthapuram

Printed at
Print Express, Kochi

Cover Design
Vinod Mangoes

ISBN : 978-81-975233-5-9

CO - 3604 / 7342

₹ 310

Email: chinthapublishers@gmail. com
Website: www. chinthapublishers. com

A version is available at National Libraries
Kolkata, Mumbai, Chennai and Delhi

Distribution
DESHABHIMANI BOOKHOUSE
H O Thiruvananthapuram 695035

Branches & Agencies
Head Office Kunnukuzhi • Statue Thiruvananthapuram
Saphalyam Complex Thiruvananthapuram
Machingal Lane Thrissur • IG Road Kozhikode
Mavoor Road Kozhikode • NGO Union Building Kannur
Central Bus Terminal Complex Thavakkara Kannur
Revenue Tower Ernakulam • Sulthanpetta Palakkad
Postoffice Road Kottaym • Hospital Road Nilamboor
Old Municipal Bus Stand Kalpatta

പാലക്കടവ് ദേശം

മോളി പി കെ

ചിന്ത പബ്ലിഷേഴ്സ്
തിരുവനന്തപുരം 695 035
വില : ₹ 310

മോളി പി കെ

കൊല്ലം ജില്ലയിൽ നിലമേൽ ജനിച്ചു.
പിതാവ് : എൻ കുഞ്ഞിരാമൻ, മാതാവ് : പ്രസന്ന ഐ.
വിദ്യാഭ്യാസം : പാലക്കാട് കുനിശ്ശേരി ഗവ. ഹൈസ്കൂൾ. നിലമേൽ എൻ എസ് എസ് കോളേജിൽനിന്നും ബിരുദം. കേരള സർവകലാശാല വിദൂരവിദ്യാഭ്യാസ കേന്ദ്രത്തിൽനിന്ന് ബിരുദാനന്തരബിരുദം. ഇപ്പോൾ ചടയമംഗലത്ത് വെള്ളുപ്പാറ ഗവ. യു പി എസിൽ അധ്യാപിക.
കൃതികൾ : *കൈത പൂത്തകാലം, തീരംതേടുന്ന പക്ഷികൾ, മരീചികക്കപ്പുറം.*

ഭർത്താവ്	:	സുബാഷ്ബോസ് കെ കെ (റിട്ട. ട്രാൻസ്പോർട്ട് വകുപ്പ്)
മക്കൾ	:	നയന, ആരോമൽ, (വിദ്യാർത്ഥികൾ)
വിലാസം	:	മോളി പി കെ മൈനാകം അയിത്തില പാട്ടം കുരിയോട് പി ഒ ചടയമംഗലം
ഫോൺ	:	9995554935

പ്രസാധകക്കുറിപ്പ്

സർവ്വസാധാരണ മനുഷ്യരാണ് മല്ലികയും തേവിയും ശിവനും നീലനുമൊക്കെ. കാടായിരുന്ന ഇടങ്ങളിൽ വേരറ്റു പോകാതിരിക്കാൻ പെടാപ്പാടുപെടുന്നവർ. ജന്മിത്തം പടി കടന്നിട്ടും ആശയമണ്ഡലത്തിൽ അത് ഇന്നും സ്വാധീനം ചെലുത്തുന്നു. അതിന്റെ ഉഗ്രശാസനക്കാലം കഴിഞ്ഞുപോയി. എങ്കിലും ബ്യൂറോക്രസിയുടെയും നിയമപരിപാലനത്തി ന്റെയും മണ്ഡലത്തിൽ പുത്തൻ തമ്പുരാക്കന്മാർ തഴച്ചുനി ല്പുണ്ട്. അത്തരം തഴപ്പുകൾക്കു നേരെ വീശുന്ന ശക്തമായ ആയുധമാണ് *പാലക്കടവ് ദേശം.* തെക്കൻ തിരുവിതാം കൂറിന്റെ വനാതിർത്തികളിലെ സവിശേഷമായ ഭാഷയെ അടയാളപ്പെടുത്തുന്നു ഈ നോവൽ. മാനക ഭാഷയിൽ ഇടം കിട്ടാതെപോയ സാധാരണ മനുഷ്യരുടെ വ്യവഹാര ഭാഷയുടെ ശക്തി അടിത്തട്ടു മനുഷ്യരുടെ വികാരംപോലെ തീവ്രവും കരുത്തുറ്റതുമാണ്. ആഖ്യാനമികവുകൊണ്ടും സൂക്ഷ്മ മായ ജീവിതനിരീക്ഷണംകൊണ്ടും ശ്രദ്ധേയമായ നോവൽ.

ചിന്ത പബ്ലിഷേഴ്സ്

ഒന്ന്

അവൾ സുഖം മറന്നു...

പ്രത്യാശയും അവളിൽനിന്നും അകന്നുപോയി.

അവളുടെ സകല തെറ്റുകുറ്റങ്ങൾക്കും ഉത്തരവാദി അവൾതന്നെ...

അതിനവൾക്ക് ആരോടും പരാതി പറയാനും ആവില്ല. ആരോടും എന്ന വാക്ക് മൂലം ശിവനെ അതിൽനിന്നും ഒഴിവാക്കാനും അവൾക്കാവില്ല.

അവൾ അവനെ വിശ്വസിച്ചു...

അവനാണല്ലോ അവളുടെ ഹൃദയത്തിൽ പ്രണയം നിറച്ചതും, അവളുടെ മാംസത്തെയും അസ്ഥികളെയും കാമത്താൽ ജ്വലിപ്പിച്ചതും..

അവൻ അവളുടെ വിശുദ്ധിയെ ഭക്ഷിച്ചു. അവളിൽ പാപത്തിന്റെ വിത്ത് വിതച്ചു..

ഇന്ന്അവളുടെ ജീവിതം കഷ്ടതയും അരിഷ്ടതയും കാഞ്ഞിരത്തിന്റെ കയ്പ്പും ഉള്ളതായി...

അവൾ സർവ്വ ജനങ്ങളാലും അപഹാസ്യയായി...

അവളുടെ പ്രാണൻ താൻ ചെയ്ത പാപങ്ങളെ ഓർത്ത് നെടുവീർപ്പിടുന്നു...

നിദ്രയും അവളെ വിട്ടകന്നു...

അവൾ ഇമകൾ പൂട്ടിയാൽ പേക്കിനാവുകളുടെ ഘോഷയാത്രയായി...

"മല്ലികേ..."

പരിചിത സ്വരം കേട്ട് അവൾ മിഴികൾ തുറന്നു.

മുന്നിൽ നിറപുഞ്ചിരിയോടെ തേവിയമ്മൂമ്മ.

സത്യമോ? മിഥ്യയോ...?

അവിശ്വസനീയതയോടെ അവൾ അമ്മൂമ്മയെ നോക്കിക്കിടന്നു...

"മല്ലികേ... എണീക്ക്... ദാഹിക്കണ്. കുടിക്കാനക്കൊണ്ട് ഇറ്റ് വെള്ളം തായോ..."

അമ്മൂമ്മ പരദാഹത്താൽ വരണ്ട തൊണ്ട നനയ്ക്കാൻ ഇറ്റു വെള്ള ത്തിനായി യാചിക്കുന്നു... ആ അപേക്ഷ മല്ലികയെ തളർത്തി. അവൾ എഴുന്നേൽക്കുവാൻ ശ്രമിച്ചു. പറ്റുന്നില്ല.. ശരീരം അനക്കാൻ ശ്രമിച്ചു. കൈകാലുകളും മരവിച്ചപോലെ.

"അമ്മൂമ്മേ എണീക്കാൻ ആവണില്ല." മല്ലിക തല തല്ലിക്കരഞ്ഞു..

"പൊന്നുമോളേ നെനക്കീ ഗതിവന്നല്ലോടീ..." തേവി പതം പറഞ്ഞു തലയിൽ കൈവച്ചു പൊട്ടിക്കരഞ്ഞു...

തേവിയുടെ കണ്ണിൽ കനിവ് നിറഞ്ഞു.

അവർ തോട്ടിരുപ്പിലെ കൈതക്കുഴിയിൽ ഇറങ്ങി മുങ്ങിക്കയറി..

ശുഭ്രവസ്ത്രം ധരിച്ചു. നെറ്റിയിൽ ഭസ്മക്കുറി വരച്ചു...

ചിമ്മിനി വിളക്കിന്റെ തിരി തെളിഞ്ഞു..

അയിണിത്തറ വീട് പ്രകാശപൂർണ്ണമായി...

പലകയിലെ കളങ്ങളിൽ കവടിയും നെല്ലും ചിതറിത്തെറിച്ചു.. രാവിൽ രാരക്കത്തിന്റെ മൂളൽ ഉയർന്നു...

"തകല തോയങ്ങളും മാറ്റി വഴി നടത്തേണേ... എന്റെ കാവില മ്മേ.."

മല്ലിക തേങ്ങി...

ആഞ്ഞടിച്ച കിഴക്കൻ കാറ്റിൽ വിളക്കു കെട്ടു..

"കർമ്മതോയം.." തേവി പരിതപിച്ചു, പഴിച്ചു..

"മകളേ എണീറ്റു വാങ്കോ, നമ്മുക്കു പോകാം..."

മല്ലിക എഴുന്നേൽക്കാൻ ശ്രമിച്ചു നോക്കി. കഴിയുന്നില്ല..

അവളുടെ മിഴികൾ നിറഞ്ഞൊഴുകി..

തേവിയുടെ കണ്ണുകളിൽ കനലെരിഞ്ഞു... ഇരുളിൽ അരിവാൾ ഉയ ർന്നുപൊങ്ങി.. മല്ലികയുടെ കൺകളിൽ ഭീതിനിറഞ്ഞു...

"അമ്മൂമ്മേ.. മാപ്പാക്കണേ, പറ്റിപ്പോയി.. ഏൻ ചതിക്കപ്പെട്ടു..."

"നീ പഴമ മറന്നു... കുടുംബത്തിന്റെ മാനം കളഞ്ഞു.. വഴിപെഴച്ചവൾ, കുടുംബത്തിന് പൊറത്ത്. നീ വീട്ടു മുടിച്ച്, കാവ് മുടിച്ച്, നാട്ടു മുടിച്ച്... പിഴച്ച വളെ നെനക്ക് ഒരു നാളും മാപ്പില്ല.." മല്ലികയുടെ മിഴികൾ അരുവിയാ യി...

പേരക്കിടാവിന്റെ കണ്ണീരിൽ തേവിയുടെ മനസ്സ് അലിഞ്ഞു..

കോപമടങ്ങി... അനുതാപത്തോടെ തേവി ചോദിച്ചു.

"മകളേ പോരുന്നോ ഏൻക്കൂടെ..?"

"ഒറ്റക്കിടപ്പായി... മലവും മൂത്രവുമെടുത്ത് അമ്മ മടുത്തു. മേലാകെ പൊട്ടിയടർന്നു... തീനില്ല.. കുടിയില്ല... ഉറക്കമില്ല..

പെണ്ണായിപ്പിറന്നാൽ മണ്ണാകുവോളം വേദന തിന്നാനാണോ യോഗം...? മേലാസകലം വേദന മാത്രം.. അടർന്നു പൊട്ടിയ പുണ്ണിൽ പുഴുവരിച്ച് അഴുന്താനിനി വയ്യ.. ഞാനും വരുന്നു കൂടെ.. ഈ ലോകത്തെ പൊറുപ്പെനിക്കു മതിയായി..." തേവി കൈയിലെ ചൂലും മുറവും അകലേക്കു വലിച്ചെറിഞ്ഞു. ഇരുളിൽ അരിവാൾ ഉയർന്നു പൊങ്ങി. അയിണിത്തറയിലെ കാവിലമ്മയ്ക്കു തേവിയമ്മൂമ്മയുടെ അതേ മുഖഛായ.

മല്ലികയുടെ മെയ്യനങ്ങി, കൈയനങ്ങി... കാലനങ്ങി..

ബന്ധനങ്ങളൊന്നൊന്നായി അഴിഞ്ഞു നീങ്ങി..

രാവിൽ ചന്ദ്രബിംബം പ്രകാശം ചൊരിഞ്ഞു. കിഴക്കൻ മലയിൽ നീലിമ പടർന്നു... കിഴക്കൻ മലയിലേക്കു തെന്നിനീങ്ങുന്ന അമ്മൂമ്മയ്ക്കു പിന്നാലെ അവൾ ഓടി..

അമ്മൂമ്മ ഓടുകയല്ല, പായുകയാണ്.

അമ്മൂമ്മയ്ക്ക് ഒപ്പം ഓടി എത്താൻ അവൾക്കായില്ല.

നോക്കിനിൽക്കേ തേവി അമ്മൂമ്മ നേർത്ത വെള്ളപ്പൊട്ടായി അകലെ പറന്നു മാഞ്ഞുപോയി.

"മല്ലികേ.. എടീ മല്ലികേ.." "എന്തോ.." ഭയപ്പാടോടെ മല്ലിക ഉറക്കത്തിൽനിന്നും ഉണർന്നു ചുറ്റിനും നോക്കി.

"മലർന്നടിച്ച് കെടന്നൊറങ്ങാതെ എണീക്കെടീ എരണം കെട്ടവളേ. പട്ടാപ്പകല് ഒറങ്ങിയാല് പെറാന്നേരം കൊറെ കെടന്നു മോങ്ങും നീ കണ്ടോ..."

അമ്മയുടെ ശകാരം മല്ലികയെ ഖിന്നയാക്കി, അവൾ പായയിൽ എണീറ്റിരുന്നു. അഴിഞ്ഞുലഞ്ഞ മുടി നെറുകയിൽ കെട്ടിവച്ചു. അപ്പോഴും പേക്കിനാവിന്റെ ഞെട്ടലിൽനിന്നും അവൾ മുക്തയായിരുന്നില്ല. പെണ്ണ് കല്യാണത്തിനു മുന്നേ വയറ്റിലൊണ്ടാക്കിയാൽ അവൾ പെഴച്ചവളായി. കല്യാണം കഴിഞ്ഞു വയറ്റിലൊണ്ടായാൽ തെറ്റില്ല. എന്നാൽ ആണിനോ...?

അയിണിത്തറയിലെ കാവിലമ്മപോലും എന്നോടു കോപിച്ചിരിക്കുന്നു. എങ്ങനെ കോപിക്കാണ്ടിരിക്കും.

എന്റെ തെറ്റ് അടിവയറ്റിൽ കനക്കണ്..

പെറ്റമ്മയുടെ നെഞ്ചുരുകി. അവരുടെ അമർഷം പള്ളുവിളികളായി കാതിൽ തുളച്ചുകയറുന്നു... നെഞ്ചം തകർക്കുന്നു...

അപ്പന്റെ പൊന്നുമോൾ വഴിപെഴച്ചുപോയി. മുന്നിൽ കാണുമ്പൊഴെല്ലാം അപ്പൻ മുഖം തിരിച്ചു നടക്കുന്നു.

കൂടെപ്പിറന്ന കൂടപ്പിറപ്പുകൾ തറപ്പിച്ചുനോക്കുന്നു. ഒറ്റപ്പെടുത്തുന്നു.

തൊട്ടതിനും പിടിച്ചതിനും കുറ്റപ്പെടുത്തുന്നു.

വയറ്റിക്കണ്ണി ചത്തുകെട്ടു പോയ അമ്മൂമ്മയെ സ്വപ്നം കണ്ടു...

അതു നല്ലതോ..? തീയതോ...? അറിയത്തില്ല..

ഒരു രൂപത്തുട്ട് കിട്ടിയിരുന്നേൽ തലയ്ക്കുഴിഞ്ഞു കാവിലിടാമായിരുന്നു..

തേവിയമ്മൂമ്മ എന്റെ അപ്പന്റെ അമ്മയാണ്.

കേട്ടറിവേയൊള്ള്. കണ്ടിട്ടില്ല.

കറുപ്പാണെങ്കിലും എന്തൊരു തേജസ്സാണ് ആ മുഖത്ത്.

അയിണിത്തറയിലെ കാവിലമ്മയെപ്പോലെ...

കുറവൻകോണത്തെ കാവിലമ്മയെപ്പോലെ..

അമ്മൂമ്മയുടെ കൈയിലെ അരിവാളിന്റെ വായ്ത്തല കൊണ്ട് മുറിഞ്ഞത് എന്റെ നെഞ്ചകം തന്നെയല്ലെ...?

ശിവയണ്ണാ... നിങ്ങളെന്റെ സങ്കടം കാണുന്നുണ്ടോ..? അറിയുന്നുണ്ടോ..?

എന്റെ നെഞ്ചം തകരുന്നു... പൊരിയുന്നു.

ചാഞ്ചാടി ഒഴുകുന്ന കുറവന്തിപ്പുഴയാണ് ഇപ്പോഴെന്റെ മനസ്സ്. കുറവന്തിപ്പുഴ.

അയിണിക്കുഴിയുടെ പുണ്യം.

കിഴക്കൻ മലയ്ക്കു മീതെ വെള്ളിടിവെട്ടി. മിന്നലടിച്ചു. ആർത്തലച്ചു പെയ്യണ പേമാരിയെ സ്വന്തം മാറിലൊതുക്കിയവൾ കുറവന്തിപ്പുഴ.

കുന്നും മലനിരകളും കടന്ന് ആറ്റുപുല്ലും കൈതക്കാടും വള്ളിപ്പടർപ്പും മറപിടിച്ച് പലദേശങ്ങൾ താണ്ടി തുള്ളിക്കുതിച്ചവൾ പായും.

കിഴക്കൻ മലയുടെ മകൾ. അവൾ താഴ്വരകളിൽ തേനരുവിയായി പിറവിയെടുത്തു..

കാട്ടുചോലയായി, തോടായി, കാട്ടാറായി നുര ചിതറി പതഞ്ഞൊഴുകി അയിണിക്കുഴിയുടെ ജീവജലധാരയായി...

മാലോകർക്ക് അലക്കാനും നീന്തിത്തുടിക്കാനും മുങ്ങാംകുഴിയിട്ടു രസിക്കാനും പ്രകൃതി നൽകിയ വരദാനം..

പ്രകൃതിയുടെ മഹാവിസ്മയം..

പൂമണവും പേറി കിതച്ചെത്തുന്ന കിഴക്കൻ കാറ്റിനെ ആർക്കാണു തടഞ്ഞുനിർത്താൻ കഴിയുക. കുറവന്തിപ്പുഴയ്ക്കാവുമോ..?

ഓർമ്മകളെ തടയിടാനാകാത്ത അടക്കമില്ലാത്ത എന്റെ മനസ്സ്. അവിടേയ്ക്ക് ഓണം വരവായി.

കിഴക്കൻ മലനിരകൾ പുൽനാമ്പുകളിലും വസന്തം വാരിവിതറി. പൂക്കൾ കുറവന്തിപ്പുഴയുടെ ഇരുകരകൾക്കും ആഭരണങ്ങളായി. പ്രകൃതി അതിസുന്ദരിയായി.

ഓണം, അവളെന്നും മധുരപ്പതിനേഴിലെത്തിയ നാടൻപെണ്ണു തന്നെ.

കാലം പുത്തൻ തലമുറയ്ക്കു നൽകിയ വരപ്രസാദം.

മധുരപ്പതിനാറിൽ ഞാനും ഓണം കൂടാൻ കുറവൻകോണത്ത് എത്തിച്ചേർന്നു...

എന്നും കാണംവിറ്റും ഓണം ഉണ്ണുന്നവരാണ് കുറവൻകോണത്തു കാർ..

അവർ കറ്റകൊയ്തു, അറകളിൽ നെല്ല് നിറച്ചു.

പുന്നെല്ലുകുത്തി, കലങ്ങളിൽ അരി നിറച്ചു.

പച്ചരി പൊടിച്ചു, കുടങ്ങളിൽ മാവു നിറച്ചു.

അവർ അവലു കുത്തി.

മുളകു പൊടിച്ചു.

മല്ലി പൊടിച്ചു.

ചാണകം കൊണ്ടു പൊരയ്ക്കകം ചന്തത്തിൽ മെഴുകി.. മുറ്റവും നടവഴിയും ചെത്തി ഒരുക്കി തൂത്തുവാരി. അങ്ങനെ നിറവിന്റെ തമ്പുരാനായ മാതേവരെ എതിരേൽക്കാൻ കുറവൻകോണം ഒരുങ്ങിനിന്നു.

കുറവൻകോണത്ത് കുന്നിൻപുറത്തു വീട്ടിലാണ് എന്റെ അമ്മാവൻ ഗോപാലന്റെ വാസം.

തിരുവോണനാളിൽ അമ്മാവൻ ധൃതിയിൽ കുളി കഴിഞ്ഞുവന്നു. അടച്ചിട്ട കിഴക്കേ മുറിക്കുമുന്നിൽ ഒരു നിമിഷം അയാൾ ചിന്തിച്ചുനിന്നു. പിന്നെ ധൃതിയിൽ നീണ്ട വരാന്തയുടെ അറ്റത്തേയ്ക്കു നടന്നു...

അവിടെയാണ് അടുക്കള..

മണിയമ്മായി ഇരുമ്പുചട്ടിയിലെ തിളയ്ക്കുന്ന എണ്ണയിൽ പപ്പടം ചുട്ടെടുക്കുന്ന തിരക്കിലാണ്.

“എടി മണിയേ...” ഗോപാലനമ്മാവൻ അമ്മായിയെ വിളിച്ചു.

“ഓ.. എന്തരന്നേ...?” നിവർന്നു നോക്കാതെ അമ്മായി വിളി കേൾക്കുകയും ചോദ്യം ഉന്നയിക്കുകയും ചെയ്തു.

“ഇതുവരെയായിട്ടും നിന്റെ പരുവാറ്റം കഴിഞ്ഞില്ലിയോടീ..?” ഭർത്താവിന്റെ ചോദ്യം ഭാര്യയ്ക്കു തീരെ പിടിച്ചില്ല.

എങ്ങനെ പിടിക്കാനാണ്. വെളുപ്പിന് ഉണർന്നു. കുളികഴിഞ്ഞു അടുക്കളേക്കയറി പരിവാറ്റം തുടങ്ങിയതാണ്. പ്രാതലിന് പുട്ടും പയറും പപ്പടവും. തൊണ്ട നനയ്ക്കാൻ ഒരു കലം കാപ്പിയും തിളപ്പിച്ചു. അതുകഴിഞ്ഞു ഉച്ചക്കലത്തേയ്ക്കു ചോറും ഏഴെട്ടുകൂട്ടം കൂട്ടാനും ഒണ്ടാക്കി. കൂടാതെ ശർക്കരപ്പായസവും ഒണ്ടാക്കി വച്ചു. ഇതിന് ഇടയ്ക്കു മൂട്ടൂന്നിയിരിക്കാൻ എവിടാ നേരം. ഇന്നലെ രാത്രി വൈകിയാണ് ഉറങ്ങിയത്. കടുമാങ്ങയച്ചാറും നാരങ്ങയച്ചാറും ആദ്യം ഉണ്ടാക്കി. പിന്നെ ഇഞ്ചിക്കറിവച്ചു. ശർക്കര

വരട്ടിയും കാവറുത്തതും ആലങ്ങയും ഉണ്ടാക്കിക്കഴിഞ്ഞപ്പോൾ തന്നെ നേരമൊരു നേരമായി. ഇത്രയൊക്കെ ചെയ്തിട്ടും അവരുടെ ഒരു പരുവം പറച്ചില് കേക്കുമ്പോഴാ കൊണം വന്നു കേറുന്നേ...

"എടീ... നിന്റെ ചെവിയ്ക്കകത്ത് എന്തുവാ... ഞാൻ ചോദിച്ചത് കേട്ടില്ലേ നീയ്.." "നിങ്ങക്കിപ്പം എന്തേരു വേണമെന്നേ... ഈ പപ്പടം കൂടൊന്നു മൊരിച്ചെട്ടുത്തോട്ട്..." ഉള്ളിലെ നീരസം മുഖത്തു പ്രകടിപ്പിക്കാതെ അവർ മറുപടി പറഞ്ഞു.

"നീയാ കെഴക്കേപൊരയുടെ താക്കോലിങ്ങെടുക്ക്..." "എന്തിരനെന്നേ നിങ്ങക്കിപ്പം താക്കോല്?" അടുപ്പിനു ചോട്ടിൽ കുത്തിയിരുന്നു പപ്പടം ചുട്ടുകൊണ്ടിരുന്ന അമ്മായി മുട്ടിനു കൈകൊടുത്തു. പതിയെ എണീറ്റു. നിവർന്നുനിന്നു കൊണ്ട് അമ്മാവനോടു ചോദിച്ചു.

"എന്തിരനെക്കൊണ്ടെന്ന് അറിഞ്ഞാലേ നീ താക്കോല് തരത്തൊള്ളാടീ..? നല്ല കാര്യങ്ങളിന് താക്കോല് ചോദിക്കുമ്പം അവക്കടെ അമ്മച്ചീടെ ഓരോരോ സംശയങ്ങളും ചോദിയങ്ങളും. നല്ലൊരു ദെവസമായിട്ട് എല്ലാം വെച്ചു പറക്കി അവനോന്റെ അണ്ടയടച്ചാ മതീയോടീ..? വെച്ചു പറേണ്ടേടീ..? സാമാനങ്ങളെല്ലാം പൊരയ്ക്കകത്തു വാങ്ങിവെച്ചു പൂട്ടിക്കെട്ടി താക്കോല്യ നെന്റെ കോണാത്തീ തിരുകിവെച്ചോണ്ടിരുന്നാ മതിയോടീ...? വാല്യം വർക്കത്തുംകെട്ട നിന്റെയൊക്കെ ഓരോരോ പാവോം പടുതികളും കണ്ടാ... അടിച്ചവളുടെ കരണക്കുറ്റി തെറുപ്പിക്കാനാ തോന്നണത്..."

അമ്മാവന്റെ പുലഭ്യംപറച്ചിൽ അമ്മായിക്കു തീരെ ദഹിച്ചില്ല. അവർ ഭർത്താവിനുനേരെ ശക്തമായി പ്രതികരിക്കുകതന്നെ ചെയ്തു. "നല്ലൊരു ദെവസമായിട്ട് എന്തരന്നേ നിങ്ങൾക്ക് കൊഴപ്പം. കാര്യങ്ങള് പറഞ്ഞാപ്പോരെ...? വെറുതെ കെടന്ന് പോഴത്തം പറയണത് എന്തിന്...? വായില് വരണ കന്നന്തിരുവുകള് എന്നോടു പറയരുത്.. പറഞ്ഞേക്കാം. നിങ്ങളു ചാരായം മോന്തിട്ടൊണ്ടങ്കി നിങ്ങടെ വയറ്റിക്കെടക്കണം.."

"ഓഹോ... അവളിപ്പം കെടന്നു നെരങ്ങിത്തൊലിക്കുമല്ലോ... അടങ്ങടീ... ഒന്നടങ്ങ് നീയ്.. ആരോടാടീ നീ കെടന്ന് എരപ്പിക്കണത്..? കൂടുതല്യ കെടന്നങ്ങു ചെലച്ചാല്യണ്ടല്ലോ... നെന്റെ കവാലക്കുറ്റി അടിച്ചു തെറിപ്പിക്കും ഞാൻ... ആണുങ്ങളായാൽ കുടിക്കും... പെടുക്കും.. നെന്റെ തന്ത ഒണ്ടാക്കിയ മെതലെടുത്ത് അല്ലെല്ലോ ഞാങ്കുടിക്കണത്. താടീ താക്കോല്..."

അമ്മാവന്റെ സ്വരം കടുത്തു.

അമ്മായി പെട്ടെന്നു നിശ്ശബ്ദയായി..

മുണ്ടിന്റെ കോന്തലിൽ ഭദ്രമായി കെട്ടിയിട്ട താക്കോൽ അവർ

ധൃതിയിൽ അഴിച്ചെടുത്തു. അത് ഭർത്താവിന്റെ കൈയിൽ വച്ചുകൊടുത്തു.. മുഖവും വീർപ്പിച്ച് തന്നെ തുറപ്പിച്ചു നോക്കി നിൽക്കുന്ന ഭാര്യയുടെ അരികിലേക്ക് അയാൾ നീങ്ങിനിന്നു. കൈയിലെ ചാവികൊണ്ട് ഭാര്യയുടെ കവിളിൽ മൃദുവായി ഒന്നു കുത്തി... "പോന്നേ..." കവിൾ തടവുന്നതിന് ഇടയിൽ അവർ പിറുപിറുത്തു.

"കണ്ണും തള്ളി നോക്കി നിക്കാതെ വെളമ്പടീ പാത്രങ്ങളില് ചോറും കറിയും. ഇപ്പത്തന്നെ നേരമൊരു നേരമായി..." ഇനിയും തർക്കുത്തരം പറഞ്ഞാൽ അടി ഉറപ്പായി കിട്ടുമെന്ന് അമ്മായിക്ക് അറിയാം... അതിനാൽ അവർ ഒന്നും മിണ്ടിയില്ല.

ഗോപാലനമ്മാവൻ തിടുക്കത്തിൽ കിഴക്കേ മുറിയിലേക്കു നടന്നു മുറി തുറന്നു... അകത്തു കടന്നു...

നിറം മങ്ങിയ ചെറിയ നിലവിളക്ക് കൊളുത്തിവച്ചു.. തറയിൽ നിരത്തിവച്ച തൂശനിലത്തുമ്പുകളിൽ മൂന്നുകൂട്ടം മുറുക്കാൻ നിരത്തിവച്ചു.

"വെളമ്പിക്കഴിഞ്ഞോടീ..."

"ഓ... കൊണ്ടുവരാം..."

"വെള്ളം കൊണ്ടുവാടീ..."

"ഓ..."

"ഗ്ലാസുകള് കൊണ്ടുവാടീ.."

"ഓ..." സദ്യ വിളമ്പിയ ഇലകൾ മൂന്നു നിരന്നു.."

ഗ്ലാസുകളിൽ വെള്ളവും ചാരായവും നിരന്നു

അമ്മാവൻ ഉടുമുണ്ട് അഴിച്ചു കുടഞ്ഞു താറുടുത്തു...

കിഴക്കോട്ടു നോക്കി തിരിഞ്ഞുനിന്നു. കുറവൻകോട്ടു കാവിലമ്മയെ തൊഴുതു വണങ്ങി...

പൊക്കം കുറഞ്ഞു കറുത്തു മെലിഞ്ഞ അമ്മാവന്റെ ശരീരം വില്ലു പോലെ വളഞ്ഞുകുനിഞ്ഞു.

മെലിഞ്ഞ കൈകൾ നെഞ്ചോടു ചേർത്തു പിടിച്ച് അയാൾ പ്രാർത്ഥനയിൽ മുഴുകി..

"എന്റെ കാവിലമ്മേ... അപ്പനപ്പൂപ്പന്മാരേ.. തേവതകളേ.. നാകദൈവങ്ങളേ.. ഞങ്ങടെ ഓണപ്പങ്കാണേയിത്.. കുറ്റങ്ങളും കൊറവുകളും ഏറെയുണ്ടേ.. മാപ്പാക്കി വന്നു സന്തോയത്തോടെ ഒള്ളതെല്ലാം കൈക്കൊണ്ട് തൃപ്തിപ്പെട്ട് ഞങ്ങടെ കുഞ്ഞുകുട്ടി പരാതീനങ്ങളെ കാത്തുകൊള്ളണേ.. എന്റപ്പാ.. പൊന്നപ്പാ.. ഹെന്റെ പൊന്നമ്മച്ചീ.." ചത്തു കെട്ടുപോയ പെറ്റമ്മയെക്കുറിച്ച് ഓർത്ത് അയാൾ ഒരു നിമിഷം വിങ്ങിപ്പൊട്ടി...

കറുത്ത് ഒട്ടിയ കവിളിലൂടെ ഒലിച്ചിറങ്ങിയ കണ്ണുനീർ തുടച്ചു. അയാൾ പ്രാർത്ഥനയിൽനിന്ന് ഉണർന്നു..

ഒഴിഞ്ഞ ഗ്ലാസ് കൈയിലെടുത്തു. കുപ്പിയിലെ ശേഷിച്ച മദ്യം ഗ്ലാസിൽ പകർന്നു. ഒറ്റവലിക്ക് ഗ്ലാസ് കാലിയാക്കി..

കണ്ണുകൾ ഇറുക്കി അടച്ചു. അയാൾ തല ശക്തിയിൽ കുടഞ്ഞു.

കൊച്ചിലയിൽ മാറ്റിവച്ച നാരങ്ങാ അച്ചാറിൽ ചൂണ്ടുവിരൽ കൊണ്ടു തോണ്ടിയെടുത്തു. നക്കി ഞൊട്ടിനുണഞ്ഞു...

അതോടെ അമ്മാവന്റെ മുഖം തെളിഞ്ഞു...

ദേഷ്യവും സങ്കടങ്ങളും എങ്ങോ പറന്നകന്നു..

ചോർന്നുപോയ ശക്തിയും ഊർജ്ജവും കൈവന്ന പ്രതീതി.

മനസ്സിൽ നുരഞ്ഞുപൊന്തുന്ന സന്തോഷം.. സംതൃപ്തി.

വീണ്ടും ഒരു ഗ്ലാസ് മദ്യംകൂടി ആസ്വദിച്ച് അകത്താക്കി..

അയാൾ താറുടുത്ത മുണ്ട് അഴിച്ചു കുടഞ്ഞുടുത്തു...

മുണ്ടിന്റെ തുമ്പുകൊണ്ട് ചുണ്ടുതുടച്ചു..

തുറന്നു കിടന്ന വാതിലിലൂടെ തല പുറത്തേയ്ക്കിട്ടു.

"മക്കളേ തങ്കം, എടാ ദാസാ.. മല്ലികേ.. വരിനടികളേ..." വിളികേട്ട് എല്ലാവരും കിടക്കമുറിയുടെ വാതിലിനു മുന്നിൽ വരാന്തയിലായി നിരന്നുനിന്നു.

ഗോപാലൻ തുരുമ്പുപിടിച്ചുതുടങ്ങിയ പഴയ ഇരുമ്പുപെട്ടി മലർക്കെ തുറന്നുവച്ചു. പൊതിഞ്ഞു വച്ചിരുന്ന കടലാസു പൊതികൾ കൈയിലെടുത്തു. അഴിച്ചു നോക്കി പുതുവസ്ത്രങ്ങൾ ആരുടേതാണെന്ന് ഉറപ്പു വരുത്തിയശേഷം എല്ലാവർക്കും ഓണക്കോടി നൽകി..

എല്ലാ ഓണത്തിനും മക്കൾക്ക് ഓണക്കോടി വാങ്ങിക്കൊടുക്കുന്നത് ഗോപാലന് ഏറെ ഇഷ്ടമുള്ള കാര്യമാണ്.

സ്വന്തം ദൗത്യം പൂർത്തീകരിച്ച അയാൾ മുറിവിട്ട് പുറത്തിറങ്ങി. വരാന്തയിൽ പുൽപ്പായ ചുമരിനോടു ചേർത്തു നിരത്തി വിരിച്ചു.

"ശിവൻ സദ്യയുണ്ണാൻ വരുമെന്ന് പറഞ്ഞിരുന്നു. ഇതുവരെയായിട്ടും അവൻ വന്നില്ലല്ലോ അപ്പാ..."

കുളികഴിഞ്ഞു തോർത്ത് മുറ്റത്തെ അയയിൽ നിവർത്തി വിരിച്ച ശേഷം വരാന്തയിലേക്കു കയറി വന്ന ദാസൻ അപ്പനോടായി പറഞ്ഞു.

"നല്ലൊരു തിരുവോണമായിട്ട് അവൻ വന്നപോലെതന്നെ. അവൻ വരാനൊന്നും പോണില്ല. നിങ്ങളുവന്നിരിക്കിൻ പിള്ളാരേ..."

"അവൻ കട്ടായം വരാമെന്ന് ഏറ്റതാണപ്പാ.. എന്തൊരായാലും കൊറച്ചൂടി ഒന്നു നോക്കാം..."

"ദാസേ.. എടാ ദാസേ.."

മുറ്റത്തുനിന്നും ശിവന്റെ ശബ്ദം ഉയർന്നു കേട്ടു..

"കയറി വാ ശിവാ.."

"ഞാനെത്തിയെടാ.."

മുറ്റത്തുനിന്നും വരാന്തയിലേക്കു കയറിക്കൊണ്ട് ശിവൻ വിളിച്ചു പറഞ്ഞു.

എല്ലാവരും പായയിൽ നിരന്നിരുന്നു. തങ്കവും മണിയമ്മയും സദ്യ വിളമ്പി. തൂശനിലകളിൽ സദ്യ നിരന്നു. വിളമ്പൽ അവസാനിച്ചപ്പോൾ തങ്കവും ഉണ്ണാനിരുന്നു.

ഭർത്താവും മക്കളും വിരുന്നുകാരും ആസ്വദിച്ച് സദ്യ ഉണ്ണുന്നത് ആത്മസംതൃപ്തിയോടെ മണിയമ്മ നോക്കിയിരുന്നു...

"അപ്പാ.."

തങ്കം അപ്പനെ വിളിച്ചു.

"എന്തെരു മക്കളേ..?"

"കാവിലിന്ന് ഓണപ്പരിവാടികള് ഒന്നുമില്ലെ...?"

"ഒണ്ടെടീ..." "ഓ അവളിപ്പം ഇങ്ങോട്ടു പൊട്ടിമൊളച്ചതേ ഒള്ള്... എന്തെരടീ നെനക്ക്...?"

ദാസൻ തങ്കത്തെ കളിയാക്കി.

"പോ അണ്ണാ.. ഞാനെന്റെ അപ്പനോടല്ലെ ചോദിച്ചത്. അതിന് അണ്ണനെന്ത്?" "ആണ്ടുതോറും കാവില് ഓണത്തിന് ഓണക്കളികള് ഒള്ളതാണെന്ന് അവക്കൊട്ടും അറിയത്തില്ല. ഇച്ചോദ്യം മല്ലിക ചോദിച്ചിരുന്നേൽ കൊള്ളാമായിരുന്നു. കാരണം അവളീ കൊറവൻകോണത്ത് ഓണം കൂടാൻ നടാടെ വരുവാ.. അവക്ക് ഇവിടുത്തെ ഒരു കാരിയവും അറിയത്തില്ല. എന്നാലക്കൊണ്ട് നീ അങ്ങനെയാന്നോടീ..?"

"കഴിഞ്ഞയാണ്ടില് കാവില് ഓണത്തിന് കാക്കാരിശ്ശി നാടകമാ കളിച്ചിരുന്നത്. എന്തെരു രസമായിരുന്നു അതു കണ്ടിരിക്കാൻ! ഈയാണ്ടിലും അതൊണ്ടോന്ന് അറിയാനാ ചോദിച്ചത്.."

"അന്തിക്കിന്നു കാവില് കുറത്തിയാട്ടം ഉണ്ടെന്നാ ഞാനറിഞ്ഞത്...."

ശിവൻ പറഞ്ഞു.

"കൊറത്തിയാട്ടോ... അതെന്തരണ്ണാ...?" അതിപ്പം എന്തെരാന്നു ചോദിച്ചാ കൊറത്തി ആടുന്ന ആട്ടം എന്നാ തോന്നണത്. ഞാനിന്ന് നല്ലപ്പോഴാ കൊറത്തിയാട്ടം കാണാനക്കൊണ്ട് പോണത്. ഇന്നു കണ്ടിട്ട് പറയാം അതെന്തരാന്ന്..."

"ഓ... ഈ ദാസണ്ണന് എന്തെരറിയാം..? ഒരു പുണ്ണാക്കുമറിയത്തില്ല. ഭാവോം പടുതിയുമൊക്കെ കണ്ടാ തോന്നും സർവ്വവിജ്ഞാനകോശമാണെന്ന്. കായിനും കർമ്മത്തിനും കൊള്ളത്തില്ലെന്നും വലിയ വായും വലിച്ചുകീറലും മാത്രെ ഒള്ളന്ന് എനിക്കല്ലെ അറിയൂ.. എനിക്കെന്റെ അപ്പൻ പറഞ്ഞുതരുമല്ലോ.. എല്ലാം അപ്പനറിയാം. പറയപ്പാ. എന്തരാണീ കൊറത്തിയാട്ടം..?" മകളുടെ ചോദ്യം കേട്ടു ഗോപാലൻ തീറ്റ മതി

യാക്കി. അയാൾ ഗൗരവത്തോടെ പെരയുടെ ഭിത്തിയിലേക്കു നോക്കി ചിന്തയിലാണ്ടു.

"ആഹാ... പഷ്ടായിപ്പോയീ.. നല്ലയാളോടാ അവള് ആശയം ചോയിച്ചത്. ഈച്ചും പേച്ചുമില്ലാത്ത ഇങ്ങേർക്ക് അല്ലെത്തന്നെ എന്തരറിയാം..? ഇപ്പരുവത്തില് എന്തെരു പറയാനാണവര്. അല്ലെന്നേ...?" മണിയമ്മ ചിരിയൊതുക്കി ഭർത്താവിനെ നോക്കി..

പൊടുന്നനെ ഗോപാലന്റെ മുഖത്തെ ചിരി മാഞ്ഞു.

മുഖത്ത് ഗൗരവം നിറഞ്ഞു. കണ്ണുകൾ കലങ്ങിച്ചുവന്നു....

ഭർത്താവിന്റെ ഭാവമാറ്റം മണിയമ്മയിലും ചലനങ്ങൾ സൃഷ്ടിച്ചു. ചുണ്ടിലെ ചിരിയും ഹാസ്യവും അപ്രത്യക്ഷമായി.

മക്കളുടെ മുന്നിൽ വച്ച് കെട്ടിയവനെ അത്രകണ്ട് കളിയാക്കിയത് ശരിയായില്ല എന്ന് അവർക്കു തോന്നി... വായിൽനിന്നും അറിയാതെ വീണുപോയി. കുടിച്ച് ലക്കുകെട്ടിരിക്കുവാണ്. വായിവരുന്നതായിരിക്കും ഇനി വിളിച്ചു പറയുന്നത്...

രംഗത്തിന്റെ ഗൗരവം മനസ്സിലാക്കിയ ശിവൻ എല്ലാവരുടെയും ശ്രദ്ധ തിരിക്കാനായി ഇപ്രകാരം പറഞ്ഞുതുടങ്ങി...

"അപ്പച്ചീ.. പായസം വിളമ്പ്..."

"ഓ... ആരിക്കെങ്കിലും എന്തെരെങ്കിലുമൊക്കെ വേണോങ്കി ചോതിക്കണേ..."

"പിന്നെ നിങ്ങളെന്തരിനന്നേ ഇവിടെ കുത്തിക്കൊണ്ടിരിക്കണെത്..?"

ദാസൻ അമ്മയെ ചോദ്യം ചെയ്തു. എന്നാൽ അതിനു മറുപടി പറഞ്ഞത് ഗോപാലനാണ്.

"അവള് കാഴ്ചകള് കാണാനക്കൊണ്ട് ഇരിക്കണ്..."

"നിങ്ങൾക്കിത് എന്തിന്റെ സോക്കേടാന്നേ..?"

"ഓ... നല്ലൊരു ദെവസായിട്ട് രണ്ടിന്റെയും നാവടങ്ങിക്കെടക്കുലാന്നുവെച്ചാ.. അപ്പനോ അടിച്ചു ഫിറ്റായി വെളിവുകെട്ട് കോൺ തിരിഞ്ഞിരിക്കുവാന്ന്.. നിങ്ങക്കിത് എന്തെരിന്റെ കൊഴപ്പമാണെന്റെ അമ്മച്ചീ..?"

"കെടന്നു ഞെളിയാതെ മൂഞ്ചീട്ടെണീറ്റു പോടാ... അവന്റെയൊരു ഞായം പറച്ചിലും പക്ഷം പിടിപ്പും..."

"ഓ തള്ളയും കലിപ്പായി... ഒന്നടങ്ങ് അമ്മച്ചീ... ഞാൻ നിങ്ങടെ കാല് പിടിക്കാം.. ഞങ്ങള് മനസ്സമാധാനത്തോടെ അല്പം ആഹാരം കഴിച്ചോട്ടെ..." ദാസ് അമ്മയെ നോക്കി തൊഴുത് അപേക്ഷിച്ചു. പൊടുന്നനെ മണിയമ്മയുടെ മുഖം തെളിഞ്ഞു. മകന്റെ മുഖത്തെ ദീനഭാവവും അവന്റെ അപേക്ഷയും അവരുടെ കോപത്തെ അകറ്റി. തികഞ്ഞ ശാന്തതയോടെ മണിയമ്മ മകനോടു ചോദിച്ചു.

"നെനക്കിനി എന്തൊരു വേണം...?"

"വെളമ്പിയത് തിന്നട്ട്. അതു കഴിഞ്ഞിട്ട് പറയാം എന്തെരു വേണമെന്ന്..." ദാസൻ ഭവ്യതയോടെ പറഞ്ഞു.

"മക്കളേ.. നീയിതൊന്നും കണ്ടു വെരളല്ലേ. പെങ്കോച്ചിക്കെ ഇതൊക്കെയിവിടെ പതിവാ... ശിവന് ഇതൊന്നും പുത്തരിയല്ല. മക്കളേ നീ പള്ളനെറച്ച തിന്നിട്ടു പതുക്കെ എണീറ്റാമതി കേട്ടോ..."

മല്ലിക പതുക്കെ മുഖമുയർത്തി മണിയമ്മയെ നോക്കി. ഹൃദ്യമായ ഒരു ചെറുമന്ദസ്മിതം അവൾ അമ്മായിക്കു സമ്മാനിച്ചു. പിന്നെ ആഹാരം കഴിക്കൽ തുടർന്നു...

"അപ്പച്ചിയേ..."

ശിവൻ മണിയമ്മയെ സ്നേഹത്തോടെ വിളിച്ചു.

"എന്തെരു മക്കളേ... വല്ലതും വേണോ?"

"വേണ്ടപ്പച്ചീ.. വയറു നിറഞ്ഞു. ഒപ്പം മനസ്സും. ഓണസദ്യ ഒന്നാന്തരം. കറികൾക്കെല്ലാം അപാര രുചിയാ. കേട്ടോ.. അസാദ്ധ്യ കൈപ്പുണ്യമാണെന്റെ അപ്പച്ചിക്ക്. ഒന്നും പറയാനില്ല..."

"ആണോടാ മക്കളേ..?"

"നേരാണപ്പച്ചീ.." ശിവന്റെ വാക്കുകൾ കേട്ട് മണിയമ്മയുടെ മുഖം തെളിഞ്ഞു. മനസ്സ് കുളിർത്തു.. തന്റെ പ്രയത്നത്തിനു കിട്ടിയ ആ അനുമോദനം അവരെ ഏറെ സന്തുഷ്ടയാക്കി. അല്ലെങ്കിൽത്തന്നെ അനുമോദനങ്ങൾ കേൾക്കാനും അംഗീകരിക്കപ്പെടാനും ആഗ്രഹിക്കാത്തവർ ആരാണുള്ളത്...

"ശിവയണ്ണാ..."

"എന്താ തങ്കം..?"

"എന്തെരണ്ണാ ഈ കൊറത്തിയാട്ടം...?"

"നെന്റെ തള്ള ഇത്രേന്നേരം ഇവടെക്കെടന്ന് ആടിയതാണ്. കൊറത്തിയാട്ടം..." ഗോപാലൻ ചിരിയോടെ പറഞ്ഞു.

"ഒന്നു മിണ്ടാണ്ടിരിയപ്പാ... അണ്ണൻ പറയട്ടെ..."

"കുറത്തിയാട്ടം..." ഗോപാലൻ ചിരിയോടെ പറഞ്ഞു.

"ഒന്നു മിണ്ടാണ്ടിരിയപ്പാ.. അണ്ണൻ പറയട്ട്..."

"കുറത്തിയാട്ടം അതിമനോഹരമായ ഒരു നാടൻ കലാരൂപമാണ്. പേരുപോലെതന്നെ കുറവന്റെയും കുറത്തിയുടെയും കഥകളാണിതിൽ പറയുന്നത്. ശരിക്കുമൊരു ബാലെ. കുറത്തിയാട്ടം തന്നെ രണ്ടുണ്ട്. സാധാരണക്കാരായ കുറവന്റെയും കുറത്തിയുടെയും കഥ പറയണ വടക്കൻ കുറത്തിയാട്ടം. പിന്നെ പുരാണകഥകള് പറയണ തെക്കൻ കുറത്തിയാട്ടവും. കാവിലിന്ന് തെക്കൻ കുറത്തിയാട്ടമാണ് കളിക്കുന്നതെന്നാ ഞാനറിഞ്ഞത്. കണ്ടിരിക്കാൻ നല്ല രസമാണ്..."

"കണ്ടാ... കണ്ടാ.. എന്റെ കൊച്ചൻ പറയണത് കേട്ടാ.. ഇപ്പൂമിമല യാളത്തില് അവനെന്തെര് അറിഞ്ഞൂടാത്തത്..?"

തെല്ല് അഭിമാനത്തോടെയാണ് മണിയമ്മ അത്ര പറഞ്ഞത്. തന്റെ സഹോദരന്റെ മകനോട് അത്രകണ്ട് മതിപ്പാണ് അവർക്കുള്ളതും. മതിപ്പ് മാത്രമല്ല ബഹുമാനവും ആരാധനയുമുണ്ട്. തങ്ങളുടെ കൂട്ടത്തിലെ ഏറ്റവും പഠിപ്പുള്ളവനാണ്. അറിവുള്ളവനാണ്. അവന്റെ ഓരോ വാക്കും വെറും വാക്കല്ലെന്നും അവർക്കറിയാം...

"നേരാ.. അവൻ പഠിത്തക്കാരനാ.. കാര്യവെവരമൊള്ളവൻ. അതിന് ചുക്കുംചുണ്ണാമ്പും തെരിയാത്ത എവളെന്തിനാ കെടന്നിത്ര നെഗളിക്കുന്നതെന്നാ എനിക്കറിഞ്ഞുകൂടാത്തെ... എടീ ആന മുക്കുന്നതുകണ്ട് ആട് മുക്കിയാല് എന്തോ സംഭവിക്കും...? അതോണ്ട് ഒന്നടങ്ങ് നീ ചാട്ടക്കാരി മണിയമ്മേ..."

"ഓഹോ... നിങ്ങളെന്തെരു വേലയെന്നേ ഇക്കാണിച്ചു കൂട്ടണത്. എന്തെരന്നേ നെങ്ങള് പൊടിപ്പുള്ള കളിക്കണാ. കൊറേനേരായി അവര് എല്ലാങ്കൂടി ഇളക്കിക്കൊഴച്ചോണ്ട് ഇരിക്കാൻ തൊടങ്ങീട്ട് കൊഴച്ച് മറിച്ചോണ്ടിരിക്കാണ്ട് വാരിയങ്ങോട്ട് തിന്നിനന്നേ..."

മണിയമ്മ ഭർത്താവിനെ ആഹാരം കഴിക്കാൻ പ്രോത്സാഹിപ്പിച്ചു. "എല്ലാം കൂടിയങ്ങ് കണ്ടുതന്നെ മട്ടമടാന്നു മട്ടത്തെടീ... തിന്നിട്ട് ഇറങ്ങണ്ടേയങ്ങോട്ട്."

"ഓ... പിന്നേ... മൂക്കുമുട്ടെ കണ്ട പീലാത്തടിപ്പു കേറ്റീട്ടല്ല അവരിക്ക് ഒന്നുമങ്ങോട്ടിറങ്ങാത്തേ..."

"പോടി പുല്ലെയെണീറ്റവിടുന്ന്... അവക്കടെയമ്മേടെ ഒരു കൊണവതികാരോം കൊണ്ടു വന്നേക്കുന്നു. ആരാടി കുടിച്ചത്..? കുടിച്ചുലെക്കുംലെകാനുമില്ലാത്തത് നിന്റെ തന്തയ്ക്കാടീ പൊലയാടിമോളേ..."

ഗോപാലൻ ഭാര്യയെ നോക്കി കണ്ണുരുട്ടി. പല്ലിറുമ്മി.. അടിക്കാനായി കൈയോങ്ങി..

"നല്ലോരു ദെവസായിട്ട് രണ്ടിനും പ്രാന്തായി... കഷ്ടം തന്നെ ഞങ്ങടെയൊരു വിധി..."

ദാസൻ ദൈന്യതയോടെ അമ്മയെ നോക്കി പറഞ്ഞു.

"നല്ലോരു ദെവസായിട്ട് നെനക്കെന്തോ പറ്റിയെടാ..? നിനക്കിപ്പോ എന്തെരു വേണമെടാ..?"

"ഇച്ചിരി പായസം വെളമ്പിത്താ.."

മണിയമ്മ മകന് ഇല നിറയെ പായസം വിളമ്പി.

"എന്തെരമ്മായിത്..? ഒന്നുകിലങ്ങേയറ്റം.. അല്ലെങ്കില് ഇങ്ങേയറ്റം..."

"കുടിക്കെടാ ദാസാ നീ കുടിക്ക്..." മണിയമ്മ മകനെ പായസം കുടിക്കാൻ പ്രോത്സാഹിപ്പിച്ചു.

"എല്ലാംകൂടിയോ..? ഇതെല്ലാംകൂടി തിന്നാപ്പെന്നെ വയറു പൊട്ടില്ലേ...?" "അമ്പലാക്കെട്ടുത്തു വയററിയാതെ എല്ലാം കൂടി വാരി കേറ്റല്ലെടാ.. അതെങ്ങനാ.. കൊച്ചന്റെ വയററിഞ്ഞ് വെളമ്പാനൊള്ളവള് തള്ളച്ചി. അവള് ഒന്നായിട്ട് കൊച്ച ചെറുക്കന് കുത്തിക്കേറ്റാനായിട്ടിരിക്കവാ.."

"നിങ്ങള് തിന്നിട്ടെണീറ്റ് പോവിനന്നേ. നിങ്ങക്ക് നല്ല തീവനമൊന്നും അങ്ങോട്ടിറങ്ങില്ലെന്നും വച്ച്. കൊച്ച ചെറുക്കനെങ്ങനാണോ...? അല്ലേത്തന്നെ നല്ലനാള് നോക്കിയ വായിപ്പൊരട്ടി വല്ലതുമൊക്കെ വച്ചൊണ്ടാക്കണത്. അല്ലാത്തപ്പം എന്നും ഉപ്പും കഞ്ഞീമല്ലിയോ...?"

"അമ്മച്ചി പറഞ്ഞതു നേരാ.. നമ്മക്കെന്നും ഓണമായിരിക്കണം. എന്നാലക്കൊണ്ട് നമ്മക്കെന്നും സദ്യയുണ്ണാമായിരുന്നു. അങ്ങനെയൊരു കാലം നമ്മക്കടെയൊക്കെ ജീവിതത്തില് എന്നെങ്കിലുമൊക്കെ ഒണ്ടാകുമോ..?" ഉണ്ടു നിറഞ്ഞ തങ്കം പിന്നിലെ മൺഭിത്തിയിലേക്കു ചാരിയിരുന്നു. വലതു കൈവിരലുകൾ ഓരോന്നായി നക്കിത്തുടച്ചു കൊണ്ട് എല്ലാവരോടുമായി ചോദിച്ചു.

"എന്തെരായാലും വരുന്ന ഒരാഴ്ച കുശാലാ.. അതിനൊള്ള വകകള് നമ്മള് കരുതി വച്ചിട്ടുണ്ട്.." മണിയമ്മ പറഞ്ഞു.

"എടിയേ... ഒന്നാമോണം നല്ലോണം. രണ്ടാമോണം കണ്ടോണം. മൂന്നാമോണം മുക്കിയും മൂളിയും. നാലാമോണം നക്കിയും തുടച്ചും. അഞ്ചാമോണം പിഞ്ചോണം എന്നാ പഴമക്കാര് ചൊല്ലണത്. പുരിഞ്ചിതാ..?"

ഇളക്കിക്കുഴച്ച ചോറിനുമുന്നിൽ തലകുമ്പിട്ടിരുന്ന് ആടിയാടി ഗോപാലൻ പറഞ്ഞു. ലഹരി തലയ്ക്കു പിടിച്ച അയാളുടെ സംസാരം കുഴഞ്ഞു. കണ്ണുകൾ അടഞ്ഞു.

ഇളക്കിക്കുഴച്ച ചോറ് ഇലയിലും പായിലും തറയിലുമായി ചിതറി വീണുകൊണ്ടിരുന്നു.

"തിന്നാനക്കൊണ്ടു വയ്യങ്കി എണീറ്റു പോന്നേ... നല്ലൊരു ദെവസായിട്ട് എന്തൊരൊക്കെ കോനാപീച്ചകളും പട്ടുതികളും കാണിച്ചോണ്ടിക്കണായെന്തോ..? കണ്ടിട്ടു മനംമറിക്കണ്..." മണിയമ്മ മുഖം ചുളിച്ച് ഭർത്താവിനെ തുറിച്ചു നോക്കിയിരുന്നു.

"അപ്പാ..വാ... എണീക്ക്..." "ഉം.." ഗോപാലൻ തങ്കത്തിന്റെ വിളിക്ക് മൂളുകമാത്രം ചെയ്തു. തങ്കം സ്വന്തം ഇലയിലേക്ക് അപ്പന്റെ ഇലയും എടുത്തുവച്ചു. തറയിലും പായിലും തെറിച്ചു വീണ ചോറ് അവൾ കൈകൊണ്ടു വാരിയെടുത്തു. കൈകഴുകാൻ മുറ്റത്തേയ്ക്കു നടന്നു. എച്ചിലിലകൾ പറമ്പിലെ തൈത്തെങ്ങിന്റെ തടത്തിലേക്ക് എറിഞ്ഞു കളഞ്ഞു. ധൃതിയിലവൾ കൈയും വായും കഴുകി. ചെറിയ ചരുവത്തിൽ അരച്ചരുവം വെള്ളവുമായാണ് അവൾ അപ്പനരികിൽ വന്നത്. ബോധമില്ലാതെ കിറുങ്ങിയിരുന്ന

അപ്പന്റെ കൈയും മുഖവും അവൾ കഴുകി. ഉണങ്ങിയ തോർത്തെടുത്തു തുടച്ചു. അപ്പനെ പതുക്കെ പായയിലേക്കു ചരിച്ചു കിടത്തി.

ദാസനും ശിവനും മല്ലികയും ഉണ്ടെണീറ്റു.

തങ്കം അമ്മയ്ക്കു മുന്നിൽ ഇലയിട്ടു. ചോറും കറികളും വിളമ്പി.

"വാദ്ധ്യാരിക്ക് ഓണക്കാലമായിട്ട് പോണസും ശമ്പളവുമൊന്നും കിട്ടീല്ലേ?"

ആഹാരം കഴിച്ചുകൊണ്ട് ഇരിക്കുന്നതിന് ഇടയിൽ മണിയമ്മ ശിവനോടു ചോദിച്ചു.

"കിട്ടിയപ്പച്ചീ..."

"ഓണം കൂടാനൊള്ളത് കിട്ടിയാ...?"

"ഒത്തിരിയൊന്നും കിട്ടിയില്ല..."

"വെറുതെ..."

"ഒള്ളതാണപ്പച്ചീ.. രാവിലേം വൈകിട്ടും അവധിദിവസങ്ങളിലും തൊള്ളകീറി പഠിപ്പിച്ചാ കിട്ടണത് മുക്കാച്ചക്രമാ.. പിന്നെ നാലക്ഷരം പഠിച്ചിട്ട് വെറുതെ വീട്ടിക്കേറി ചൊറിയുംകുത്തി ഇരിക്കണതിനേക്കാൾ നല്ലത് അല്ലേന്നു വച്ച് പോണു. അത്രതന്നെ..."

"നെനക്കൊരു തൊഴില് കിട്ടീരുന്നേല് അണ്ണന്റേം അക്കാടേം തലേല് പാലുകാച്ചിയാനേ... ഒടനേയെങ്ങാനും നെനക്ക് സർക്കാരുദ്യോഗം കിട്ടുമോടാ മക്കളെ... പഠിത്തമൊള്ള പാവത്തുങ്ങക്ക് തൊഴില് വഴിയേ കെടക്കുവാന്നാ മേലാൻമാരൊക്കെ പറയുന്നത്. എല്ലാവരും പൊളി പറയുവാന്ന എനിക്ക് തോന്നണത് മക്കളേ.."

"ജോലിയൊക്കെ ഇന്നല്ലങ്കില് നാളെ ഉറപ്പായിട്ടുംകിട്ടും. വേവുവോളം ഇരിക്കാമെങ്കില് പിന്നെ ആറുവോളമിരുന്നൂടെ അപ്പച്ചീ..."

"എന്നാലും മക്കളേ നാള് കൊറച്ചായില്ലെടാ നീയി കാത്തിരിപ്പ് തൊടങ്ങീട്ട്..."

"അപ്പച്ചീ, പഠിച്ച് ഇറങ്ങുമ്പോഴേ ജോലി കിട്ടാൻ നമ്മുടെ കുടുംബക്കാർക്കൊന്നും സ്വന്തമായിട്ട് സ്കൂളില്ല, കോളേജില്ല, ഫാക്ടറികളില്ല. പിന്നെ നമുക്കാരു ജോലി തരാനാ..? എല്ലാം വിധിപോലെ നടക്കട്ടെ. അല്ലാതെ എന്തു പറയാനാ..?"

"എടാ ശിവാ നീയി പറയണ പോലൊന്നുമല്ല കാര്യങ്ങള്. എടുകുടുക്കേ ചോറും കറീം എന്നു പറയുമ്പോ മുന്നില് ചോറും കറീം നിരത്തണ മാന്ത്രിക കുടുക്കയാണു സർക്കാർ ജോലിയെന്നാ എന്റെയമ്മച്ചീടെ വിചാരം. പിന്നെ നിനക്ക് അനുഭവയോഗമുണ്ടോ..? എങ്കി ഉറപ്പിച്ചോ നിനക്ക് ജോലി ഉറപ്പ്.."

"നീ വെഷമിക്കാതെടാ മക്കളേ.. ഏതു പട്ടിക്കുമുണ്ടൊരു നല്ലകാലം..."

"അപ്പച്ചീ നിങ്ങളിതെന്തര് പറയണത്...? ഞാൻ ചത്തുപോണതിനെക്കുറിച്ചാ..?"

"അല്ല മക്കളേ.. നെനക്കുമൊരു നല്ലകാലം വരുമെന്നാ ഞാൻ പറഞ്ഞത്."

"അങ്ങനെയോ...? ഞാൻ കരുതീ..." "എടാ അളിയാ, നല്ല നല്ല ജോലികളൊന്നും നമ്മടെ ജാതികൾക്ക് പറഞ്ഞിട്ടില്ല. അതൊക്കെ നല്ല നല്ല കുടുംബക്കാർക്ക് പറഞ്ഞിട്ടൊള്ളതാണ്. കൂലിപ്പണികളെ നമ്മക്ക് പറഞ്ഞിട്ടുള്ളത്. അതുകൊണ്ട് നീ വലിയ ഉദ്യോഗവും നോക്കിയിരിക്കാതെ ഒരു നാഴികയ്ക്കു മുമ്പ് എന്റെ കൂടെ വാ.. മെയ്യനങ്ങി പണി ചെയ്തു കാശൊണ്ടാക്കണത് എങ്ങനാന്ന് ഞാൻ പറഞ്ഞുതരാം..."

"ഓരോ ജോലിക്കും അതിന്റേതായ മഹത്വമുണ്ടളിയാ.. കൂലിപ്പണി മോശവുമല്ല. ഞാൻ കഷ്ടപ്പെട്ടു പഠിച്ചത് കൂലിപ്പണിക്കു പോകാനല്ല..." "ഉം... എടാ വാത്തീടെ മോൻ വാത്തിയാടാ... കൊല്ലന്റെ മോൻ കൊല്ലപ്പണി ചെയ്യും. കള്ളുചെത്താൻ പോണ വേലൂന്റെ മോൻ ആ തൊഴില് തന്നാ ചെയ്യുന്നേ... അല്ലാണ്ട് കളക്ടറു പണിയല്ല. അങ്ങനെയാവുമ്പോ കെളേക്കാരൻ രാമന്റെ മോൻ ശിവനാരാ..? അവനെങ്ങനെ ഉദ്യോഗക്കാരനാവും..? നീ തന്നെ പറ ശിവ.."

"ദാസണ്ണൻ പറയണതാ നേര്. പാവപ്പെട്ട നമ്മക്കൊക്കെ എന്തോന്ന് പാരമ്പര്യമിരിക്കണ്. നമ്മക്ക് കേറിക്കെടക്കാൻ മണിമാളികയോ പട്ടുമെത്തയോ ഒണ്ടോ...? കഷ്ടപ്പെടാണ്ട് ജീവിക്കാൻ പൊന്നോ പണമോ എന്തെങ്കിലുമൊണ്ടോ..? കേറിക്കിടക്കാൻ അഞ്ചുസെന്റു മണ്ണും അതിൽ ഓലമേഞ്ഞ് പൊത്തടിച്ചൊരു പൊരയും. ദുറുന്നതും പെടുക്കുന്നതും വല്ലോന്റെയും അയ്യത്ത്. കുടിക്കാൻ വെള്ളം കോരണത് മേലാന്റെ പൊയ്യേന്ന്. അന്നന്ന പോയി അവിച്ചോണ്ടുവന്ന കുടുംബം പൊലർത്തണവർക്ക് അല്ലെങ്കില് തന്നെ എന്തോന്ന പാരമ്പര്യമിരിക്കണ്..."

"തങ്കം നിനക്കിത്രയും അപകർഷതാബോധം വേണ്ട കേട്ടോ.. പിന്നെ വലിയ വീടും പൊന്നും പണവുമൊക്കെയാണോ നമ്മടെയെല്ലാം പാരമ്പര്യം നിശ്ചയിക്കുന്നത്...? പണ്ടുള്ള വലിയ വലിയ മുനിമാരെല്ലാം കാട്ടുവാസികളായിരുന്നു. എന്നിട്ട് അവരൊക്കെ നിസ്സാരക്കാര് ആയിരുന്നോ..?" "അണ്ണാ അതിനവര് നമ്മളെപോലെ താണജാതിക്കാര് ആയിരുന്നോ? അവര് കാട്ടില് താമസിച്ചിരുന്നത് പ്രാർത്ഥിച്ച് വരങ്ങള് നേടാനായിരുന്നു. അവരൊക്കെ കാമാർത്ഥമോക്ഷങ്ങൾ വെടിഞ്ഞവരും മനസ്സിനെ നിയന്ത്രിക്കാൻ കഴിവുള്ളവരും ആയിരുന്നു. അണ്ണനിനി എന്തൊക്കെ പറഞ്ഞാലും നമ്മളും മുനിമാരും ഒരുപോലെയല്ല..."

"തങ്കം, നീ എന്തെരുപെണ്ണേ പറയണത്. രാമായണം എഴുതിയ രത്നാകരൻ കാട്ടാളനായിരുന്നു. വേദങ്ങൾ രചിച്ച വ്യാസൻ മഹാഭാരതം

എന്ന മഹത്തായ കൃതി രചിച്ചു. അദ്ദേഹം ദലിതനാണ്. പറയസ്ത്രീയിൽ ജനിച്ച പരാശരമുനിക്ക് മുക്കുവസ്ത്രീയിൽ ജനിച്ച മകൻ. ഋഷീശ്വരന്മാരാണ് ഭാരതത്തിലെ നാല് വേദങ്ങളും ആറ് ശാസ്ത്രങ്ങളും പതിനെട്ട് പുരാണങ്ങളും രണ്ട് ഇതിഹാസങ്ങളും നമ്മൾക്ക് നൽകിയത്. ഇവരാരും തന്നെ സവർണ്ണർ ആയിരുന്നില്ല. പിന്നെ കുറവർക്ക് പാരമ്പര്യമില്ലെന്ന് നിന്നോട് ആരാ പറഞ്ഞേ..? പുരാണങ്ങളിൽപ്പോലും കുറവരെക്കുറിച്ച് പറയുന്നുണ്ട്. വള്ളിക്കുറത്തിയിൽ കുറവവേഷമെടുത്ത സുബ്രഹ്മണ്യനുണ്ടായ സന്തതി പരമ്പരകളാണ് കുറവരെന്ന് ചിലപ്പതികാരത്തിൽ ഇളംകോവടികൾ പറയുന്നുണ്ട്..." അപ്പോ പണ്ടേയിവിടെ ജാതീം മതോം ഒണ്ടായിരുന്നോടാ മക്കളേ?" മണിയമ്മ ശിവനോടു ചോദിച്ചു.

"പണ്ടിവിടെ ഒരു ജാതിയേ ഉണ്ടായിരുന്നുള്ളൂ.. മനുഷ്യജാതി. ഇടി, മിന്നൽ, തീ ഇവയൊക്കെ അവർക്കുപേടിയായിരുന്നു. ഭയമുള്ളതിനെയൊക്കെ അവർ ആരാധിച്ചു.."

"അപ്പോ ജാതീം മതേം ഒണ്ടായത് എന്നു മുതലാണ് അളിയാ..?"

"അതൊക്കെ വലിയ കഥകളാടാ ദാസ്സാ... നിങ്ങക്കതൊന്നും പറഞ്ഞാലക്കൊണ്ട് ദഹിക്കത്തില്ല..."

"നീ മലയാളത്തിലല്ലേ പറയണത്. എനിക്കും, തങ്കത്തിനും മല്ലികയ്ക്കും എഴുത്തും വായനയും അറിയാം. നല്ലതും ചീത്തയും എന്തെന്ന് അറിയാം... ഞങ്ങള് പത്തില് തോറ്റവരാണ്. എന്നാലും നീ കാര്യങ്ങള് പറഞ്ഞാല് അത് ഞങ്ങളുക്ക് മനസ്സിലാവും.."

"വഴക്കുവേണ്ട അളിയാ.. ഞാൻ പറയാം... സംഘകാലം. ജാതിടെ പേരില് തിരുവകളില്ലാത്ത കാലം. താമസിക്കുന്ന ഇടത്തിന്റെ അടിസ്ഥാനത്തില് അയർ, കുറവർ, വെള്ളാളർ, പരവര് എന്നീപേരുകളില് മനുഷ്യർ അറിയപ്പെട്ടകാലം. അന്ന് തമിഴരുടെ ഇടയില് പറ കൊട്ടുന്നവൻ പറയൻ, കർഷകൻ കടമ്പൻ, തടികൊട്ടുന്നവൻ തുടിയൻ, പാട്ടുപാടുന്നവൻ പാണൻ എന്നിങ്ങനെ മനുഷ്യരെ വിളിച്ചിരുന്നതായി തൊൾക്കാപ്പിയർ പറയുന്നുണ്ട്. ജാതിസമ്പ്രദായം തുടങ്ങിയത് ആര്യന്മാരുടെ വരവോടെയാണ്. അവർ കൂട്ടത്തോടെ വന്നു. ഇവിടുള്ളവരെ ചെറുത്തു തോൽപ്പിച്ചു. അവരെ എതിർത്തവരെയും അവർക്ക് ഭയമുള്ളവരെയും ദാസ്യക്കൾ എന്നു പറഞ്ഞവർ അകറ്റി നിർത്തി. അവർക്ക് കീഴ്പ്പെട്ടവരെയെല്ലാം അവർ അഭിമതരായ ജാതിക്കാരാക്കി കൂടെ നിർത്തി..."

"അല്ലളിയാ എന്താണീ ദാസ്യക്കൾ..?"

"അതോ, തൊട്ടുകൂടാത്തവർ, തങ്ങൾക്കു കീഴ്പ്പെടുത്താൻ പറ്റാത്തവരുടെമേൽ ആധിപത്യം സ്ഥാപിക്കാൻ അവർ കണ്ടെത്തിയ മാർഗ്ഗമാണ് ജാതിവ്യവസ്ഥ. ദ്രാവിഡരാജാക്കന്മാർക്ക് അവർ ക്ഷത്രിയപദവി നൽകി തങ്ങൾക്കു തൊട്ടുതാഴെയുള്ള പദവിയങ്ങു കല്പിച്ചുകൊടുത്തു.

രാജാക്കന്മാരുടെ കുലത്തെ മഹാഭാരതപരാമർശിതമായ സൂര്യ, ചന്ദ്ര, യദു വംശങ്ങളോടങ്ങു ബന്ധിപ്പിച്ചു. ഇത് അവരെ സംബന്ധിച്ചിടത്തോളം മഹത്തായ പാരമ്പര്യം ദാനമായി ലഭിക്കുന്നിനു തുല്യമായിരുന്നു. എന്തിന് അധികം പറയുന്നു. നമ്മുടെ ദൈവങ്ങളെപ്പോലും വേദപരിവർത്തനം വരുത്തി ആര്യദൈവങ്ങളാക്കി. നിങ്ങള് പറ കുറവരുടെ ദൈവം ആരാ...?"

ശിവന്റെ ചോദ്യം സർവ്വരുടെ ചുണ്ടുകളും ആവർത്തിച്ചു.. "അണ്ണൻ തന്നെ പറ. ആരാ നമ്മടെ ദൈവം...?"

ആകാംക്ഷ അടക്കാനാവാതെ അത്രനേരം മിണ്ടാതിരുന്ന മല്ലിക ചോദിച്ചു പോയി.

"മുരുകൻ... നമ്മുടെ ദൈവമായ മുരുകനെ അവര് കാർത്തികേയനാക്കി. മറവരുടെ ദൈവമായ കൊറ്റവയെ പാർവ്വതിയാക്കി. അയൻമാരുടെ ദൈവമായ മായനെ കൃഷ്ണനാക്കി. വെള്ളാളർമാരുടെ ഇന്ദ്രനെ ഇന്ദ്രദേവനും പരവരുടെ വരുണനെ വിഷ്ണുവുമാക്കി മാറ്റി... എപ്പടീ..?"

"അതെന്തരായാലും കൊള്ളാമളിയാ.. കാളികൂളി പിശാചുക്കളും മാടനും മറുതയും യക്ഷികളും ചാമുണ്ഡിക്കലിയും സർപ്പങ്ങളും ദേവതമാരുമൊക്കെയാണ് നമ്മടെ ദൈവങ്ങളെന്നാണ് ഞാൻ ഇത്രനാളും കരുതിയേ.. ഇപ്പോഴല്ലേ മനസ്സിലായത് കാര്യങ്ങടെയൊക്കെ ഒരു കെടപ്പേ... എന്തെരായാലും അട ആണ്ടവാ മുരുകാ കാപ്പാത്തുങ്കോ..."

"ഹ... ഹ... കഥയൊന്നും ആയില്ലെന്റെ അളിയാ.. കേരളത്തില് വന്ന നമ്പൂതിരിമാര് നായന്മാർക്ക് വിശേഷസ്ഥാനങ്ങൾ നൽകി. മൂത്ത ബ്രാഹ്മണൻമാത്രം സ്വജാതിയിൽനിന്നും വേളി കഴിക്കും. അവരുടെ സ്വത്തുവകകൾ വീതം വച്ച് അന്യാധീനപ്പെട്ട് പോകാതിരിക്കാനൊള്ള ഓരോരോ സൂത്രപ്പണികള്. താഴെയൊള്ള ബ്രാഹ്മണര് അമ്പലവാസി സ്ത്രീകളെയും ക്ഷത്രിയ, നായർ വിഭാഗത്തിലെ സ്ത്രീകളെയും സംബന്ധം ചെയ്യും. സാമൂഹിക അംഗീകാരത്തോടെ നിലനിന്ന ഒരു സ്ത്രീപുരുഷ ബന്ധമായിരുന്നു അന്നത്.

ബ്രാഹ്മണന്മാരുടെ ശക്തിസ്ഥലം ക്ഷേത്രങ്ങളായിരുന്നു. നായര് യുവാക്കളെയെല്ലാം അവർ സൈന്യത്തിൽ ചേർത്തു. തങ്ങളുടെ കാവൽക്കാരാക്കി.."

"അല്ല ശിവാ.. അപ്പോ ഈ നായന്മാരൊക്കെ എവിടുന്നു വന്നവരാണ്...?"

"അവര് ഇവിടെയുള്ളവര് തന്നെയാണ്. പണ്ട് രാജാധികാരം ഉണ്ടായിരുന്ന കാലത്ത്. 'നായകൻ' എന്നു നൽകപ്പെട്ട സ്ഥാനപ്പേരാണ് 'നായർ' എന്നായിട്ടങ്ങ് ചുരുങ്ങിയത്. കേരളത്തില് ജാതിവ്യവസ്ഥ വന്നപ്പോൾ ഉയർന്ന ശൂദ്രവിഭാഗങ്ങളെ വിശേഷിപ്പിക്കാൻ ഉയർന്ന വർണ്ണ

ത്തോട്ട കൂടിയ എന്ന് അർത്ഥം വരുന്ന സവർണ്ണരായ ഒരു സമുദായമാണ് നായർ..'

"അല്ലണ്ണാ... അപ്പോഴീ പിള്ളയും കുറുപ്പും ആരാണ്?" "തങ്കം അതെല്ലാം നായർ സമുദായത്തില് ഉള്ളവർ തന്നെ. മേനോൻ, പണിക്കർ, തമ്പി, ഉണ്ണിത്താൻ, വല്യത്താൻ, വെള്ളോടി, ഉണ്ണിത്തിരി, നായനാർ, അടിയോടി, നെടുങ്ങാടി, കർത്താ കൈമൾ തുടങ്ങിയ സ്ഥാനപ്പേരുകളും ഇവര് ചേർക്കാറുണ്ട്. ഇതെല്ലാം പുരുഷന്മാരുടെ സ്ഥാനപ്പേരുകളാണേ.. ഇവരുടെ സമുദായത്തിലെ സ്ത്രീകളെ അമ്മ, കെട്ടിലമ്മ, കൊച്ചമ്മ, വല്യ മ്മ, നേത്യരമ്മ, തമ്പുരാട്ടി, കുഞ്ഞമ്മ എന്നൊക്കയോ വിളിക്കാറ്.."

"അതുകൊള്ളാം അപ്പോ കുത്തഴിഞ്ഞ ജീവിതം നയിച്ചവരാണിവ രൊക്കെ. അല്ലെ അളിയാ..?"

"അതേന്ന്. അഞ്ചു തിണകളിൽ പല ജോലിചെയ്തു ജീവിച്ചവരെ തൊഴിലിന്റെ അടിസ്ഥാനത്തില് വിഭജിച്ചു. അങ്ങനെ രക്തബന്ധം ഉള്ള വർപോലും പല ജാതിക്കാരായി മാറി. ഈ ജാതികൾ തമ്മിൽ ഐക്യം ഉണ്ടാകാതിരിക്കാനായി ജാതികൾ താണജാതിക്കാരോട് തൊടീല്, തീണ്ടല് തുടങ്ങിയ അതിർവരമ്പുകൾ സൃഷ്ടിച്ചു. ഇത് സംഘടിതശക്തി കളെ ചെറുക്കാനുള്ള ജന്മിമേധാവിത്വത്തിന്റെ ഉറുപ്പുചീട്ടായിരുന്നു. ക്ഷേ ത്രങ്ങൾ സ്വന്തമാക്കിയ ബ്രാഹ്മണൻ ഭൂസ്വത്തുക്കളെല്ലാം സ്വന്തം പേരി ലാക്കി. അവർ ജന്മികളും കോടീശ്വരന്മാരുമായി.." "ഹെന്റെ കൊറവൻ കോണത്തു കാവിലമ്മേ കൊള്ളാലോയീ നമ്പൂരിമാര്..." മണിയമ്മ വി സ്മയത്തോടെ പറഞ്ഞു.

"അങ്ങനാ ചൊണയുള്ളോര്. അവര് നമ്മളെപ്പോലെ വെറും പുണ്ണാ ക്കൻമാരല്ല... ജീവിക്കാൻ പഠിച്ചവരാ..." "അന്നു നമ്മൾ അടിമകളായി രുന്നു. നമ്മൾക്കന്ന് വഴിനടക്കാനോ തുണി നേരാംവണ്ണം ഉടുക്കാനോ അവകാശമില്ലായിരുന്നു. പഠിക്കാനും പൊതു ഇടങ്ങളിൽ കടക്കാനും അനുവാദമില്ല. നമ്മള് കുഴിക്കുന്ന കിണറ്റിൽനിന്നും വെള്ളം കോരി കു ടിക്കാൻ അനുവാദമില്ല. തേവരുടെ നടയിൽ പൊയ്ക്കൂട. കുളത്തിലിറങ്ങി കുളിച്ചൂടാ. അഭിപ്രായസ്വാതന്ത്ര്യം ഇല്ലായിരുന്നു. മനുഷ്യരൂപമുണ്ടെ ങ്കിലും നമ്മൾ അസ്പർശരായിരുന്നു. നാവുണ്ടായിട്ടും ചലിപ്പിക്കാനാ വാതെ ഭൂമിയിലെ നികൃഷ്ടജന്മങ്ങളായി എത്രയോ കാലങ്ങൾ നമ്മൾ അലഞ്ഞു... നമുക്കു കേറിക്കിടക്കാൻ ഒരു തുണ്ടു മണ്ണ് ദാനമായി കിട്ടി യിട്ട് കാലം കുറച്ചേ ആയിട്ടുള്ളൂ. ആളുകളുടെ വെട്ടത്തിറങ്ങി നടക്കാനും പഠിക്കാനും തുണിയുടുക്കാനും സംസാരിക്കാനും സ്വാതന്ത്ര്യം കിട്ടിയത് അടുത്തകാലത്താണ്..."

"ശിവാ നമ്മക്ക് എത്ര സ്വാതന്ത്ര്യം കിട്ടിയെന്നു പറഞ്ഞാലും നമ്മു ടെയെല്ലാം നാവുകളിന്നും ഭയത്താലും വിധേയത്വത്താലും ചലനമറ്റവ യാണ്..."

"അതു നീ പറഞ്ഞതു നേരാ ദാസ. ഭയം നമ്മൾക്ക് പാരമ്പര്യമായിട്ടു കിട്ടിയതാണ്. നമ്മൾ വളരുമ്പോൾ ഭയവും നമ്മോടൊപ്പം വളരുന്നു. അതു മാറാൻ ശക്തമായ അനുഭവങ്ങൾ നമ്മുടെ ജീവിതത്തിൽ ഉണ്ടാവണം. മനസ്സ് ദൃഢമാവണം. വിശാലമാവണം. ഭയത്തിൽനിന്നു മുക്തനായവനെ തടയാൻ ഒരു ശക്തിക്കും സാദ്ധ്യവുമല്ല. ഇനിയെങ്കിലും ഭയം വെടിഞ്ഞ് നമ്മൾ മിണ്ടിത്തുടങ്ങണം. മിണ്ടാത്തവരുടെ പേരുകൾ ആരും എവിടേയും ഇന്നേവര അടയാളപ്പെടുത്തിയിട്ടില്ല. കാലം മിണ്ടുന്നവർക്ക് ഒപ്പമാണ്. നമ്മുടെ അവകാശങ്ങൾ നേടാൻ നമ്മള് മിണ്ടിക്കൊണ്ടേയിരിക്കണം. ബ്രാഹ്മണാധിപത്യത്തിനു മുൻപ് പുലയർ, കുറവർ, പറയർ ഒക്കെയായിരുന്നു ഭൂമിയിലെ അധികാരികൾ. ഇതാണ് അട്ടിമറിക്കപ്പെട്ടത്. ഒരുപക്ഷേ, ഈ വേദന നിറഞ്ഞ കഥ തന്നെയാണ് ഓണം എന്ന മിത്തിലും പ്രതിഫലിക്കുന്നത്..."

"അപ്പോൾ നമ്മളൊക്കെ കഥയുള്ളവരാണ് അല്ലേ അളിയാ?"

"അതെ.. നമ്മുടെ ആളുകളുതന്നെ നാലുകൂട്ടരൊണ്ട് അറിയാമോ നിനക്ക്..?"

"ആര്...? കൊറവരോ..?"

"അതേ... കാക്കക്കുറവര്, പാണ്ടിക്കൊറവര്, കുങ്കുറവര്, പൂങ്കുറവര്. പൂങ്കുറവരാണ് ഇന്നത്തെ വേലൻമാര്. കാക്കക്കുറവരാണ് കാക്കാലന്മാര്... പാണ്ടിക്കൊറവരെല്ലാം തമിഴരാണ്. കുലങ്കുറവരാണ് ഈ നമ്മള്. തെരിഞ്ചിതാ.."

"അപ്പിടിയാ... ചുരുക്കിപ്പറഞ്ഞാല് ഈ ഭൂമിയില് ആത്മാഭിമാനത്തോടെ ജീവിക്കാനൊള്ള അവകാശം ഈ നമ്മക്കുമുണ്ടെന്നു സാരം.. അല്ലേടാ..?"

"നേര്... പക്ഷേ, ഇന്ന് അറിവില്ലായ്മമൂലം നമ്മുടെയാളുകൾ നിരന്തരം ചൂഷണങ്ങൾക്ക് വിധേയരായിക്കൊണ്ടേയിരിക്കുന്നു."

"അതിനു നമ്മുക്കെന്താരു ചെയ്യാൻ പറ്റുമെടാ?"

"പഠിക്കണം, ധാരാളം വായിക്കണം, വാർത്തകൾ കേൾക്കണം, ആളുകളുമായി കൂടുതൽ ഇടപഴകണം, സഞ്ചരിക്കണം അങ്ങനെ അറിവു നേടണം. മറ്റുള്ളവരെപ്പോലെ നമ്മുടെ ജാതികളും സമൂഹത്തിന്റെ എല്ലാ മേഖലകളിലും എത്തണം...."

"ഓ... അതൊക്കെയിപ്പം നടന്നതുപോലെ തന്നെ.. നീ നടക്കണ കാര്യങ്ങള് പറ. നമ്മന്റെയൊക്കെ മക്കളുമാരെ പള്ളിക്കൂടത്തീ വിട്ടാലക്കൊണ്ട് അവര് പഠിക്കാനക്കൊണ്ട് പോകുമോ..? അവനൊക്കെ വല്ലോന്റെയും മാവിലെറിയാനും കണ്ട തോട്ടിലും കണ്ടത്തിലും കെടന്നു പൊത്തേനെം മാക്രീനേം പിടിച്ചു നടക്കും. തമ്മിത്തല്ലാനും ചീത്ത വിളിക്കാനും കക്കാനും കുടിക്കാനും വലിക്കാനുമൊന്നും അവന്മാരെ ആരും

പഠിപ്പിക്കണ്ട. ഓരോന്നിന്റെയും നെകത്തിനെടെല് കള്ളത്തരമിരിപ്പൊണ്ട്. ഒരുത്തനും ഒരു കാലത്തും നന്നാകാനും പോണില്ല. ഒരുത്തനേം നന്നാക്കാനും പോണില്ല.." ഉണ്ടുകഴിഞ്ഞ മണിയമ്മ ഇലമടക്കി. കൈകഴുകാൻ എണീറ്റ് ഇപ്രകാരം പറഞ്ഞുകൊണ്ടു മുറ്റത്തേക്കു നടന്നു.

ദാസൻ അമ്മ പറഞ്ഞതിനെ അനുകൂലിച്ചുകൊണ്ടു പറഞ്ഞുതുടങ്ങി...

"അമ്മച്ചി പറഞ്ഞതു നേരാ.. എന്നെയും തങ്കത്തിനെയും പഠിപ്പിച്ച് നല്ല നിലയ്ക്ക് ആക്കണമെന്ന് അപ്പനും അമ്മച്ചിയും ഒത്തിരി കൊതിച്ചതാ.. ഞങ്ങള് രണ്ടാളും മുക്കിയും മൂളിയുമാ പത്തുവരെ പോയതുതന്നെ. കെളേക്കാരൻ ഗോപാലന്റെ മോൻ ദാസൻ ഇന്ന് ഒന്നാന്തരം കെളേക്കാരനാടാ... ഇന്നാട്ടില് വെട്ടും കെളയും ഒള്ള കാലത്തോളം നമ്മളും ജീവിക്കും... അന്തസ്സായിട്ട്..."

"ദാസേ ആത്മവിശ്വാസം കൊള്ളാം. ഇപ്പോ ചെറുപ്പം.. ചോരത്തെളപ്പൊള്ള കാലം. ആരോഗ്യവും ആവതുംകെട്ട് വയ്യാക്കാലമായാൽ നീ എന്തു ചെയ്യുമെടാ ദാസേ...?"

"ഓ അതപ്പോഴല്ലെ.. കണ്ടപോലെ ജീവിക്കുമെടാ.. അത്രതന്നെ. കൊട്ടക്കണക്കിന് ഒണ്ടാക്കിവെച്ചിട്ടാണാ നമ്മടെയൊക്കെ തള്ളേം തന്തേം ജീവിച്ചതും നമ്മളെയൊക്കെ വളർത്തിയതും...?"

"നമ്മടെ അപ്പൻമാര് തോന്നിയപോലെ ജീവിച്ചിട്ടാ നമ്മക്കൊക്കെ ഒരു കാലത്തും പഞ്ഞത്തരം മാറാത്തതും. വേലചെയ്തുണ്ടാക്കണ കാശിന്റെ മുക്കാലും നമ്മടെ അപ്പൻമാർക്ക് ചാരായക്കടേല് അടച്ചു തീർക്കാനേ ഒള്ള്. അമ്മച്ചിമാർക്ക് കിട്ടണതിന്റെ പകുതിയും കെട്ടുകണക്കിന് മുറുക്കാത്തിന് കളയും. ചെറുപ്പക്കാരോ ചാരായത്തിന് പൊറമേ കൊറേ കഞ്ചാവുംകൂടി വലിച്ചു കേറ്റും. ഇതൊക്കെ എന്നു മാറുന്നവോ അന്നേ നമ്മുടെ കുടുംബങ്ങളു നന്നാവൂ..." "അതൊക്കെ എങ്ങനെ മാറാനാ അളിയാ.. ഇവിടം ഭരിക്കണവര് ചാരായം വിറ്റല്ലെ ഖജനാവ് നെറക്കണത്. അവര് നാടുനന്നാക്കണതും ചാരായം വിറ്റാ... പിന്നെ എങ്ങനെ നാട് നന്നാവും..? നാട്ടാര് നന്നാവും..? വികസനങ്ങളെല്ലാം ഇതിന്റെ പൊറത്താ... പാവപ്പെട്ട നമ്മക്കൊക്കെ വാ തൊറക്കാൻ പറ്റോ...? ഇതിനെതിരെ പ്രതികരിക്കാൻ പറ്റുമോ...?"

"ഈ ലോകവും ഇവിടുത്തെ മനുഷ്യരും ഇങ്ങനെയൊക്കെ ആണ് ദാസാ..." ശിവയണ്ണന്റെ ഹൃദ്യമായ സംസാരം..

ശാന്തമായ മുഖഭാവം. മാന്യമായ പെരുമാറ്റം.

എല്ലാം എനിക്ക് നന്നേ ബോധിച്ചു. പത്താംക്ലാസ് ബാലികേറാമലയായിരുന്ന എനിക്ക് അറിവിന്റെ അക്ഷയപാത്രമായ ശിവയണ്ണനോട് ആരാധന തോന്നി.

തന്നെ നോക്കി മന്ദഹസിക്കുന്ന ചെറുപ്പക്കാരിയെ ശിവനും ശ്രദ്ധിച്ചു.

"ദാസാ... ഇവളേതാ..?" ശിവൻ ചോദിച്ചു.

"അയിണിക്കുഴിലെ ചിന്നമ്മ അപ്പച്ചീടെ മൂത്തമോള് മല്ലിക.." "ഇവൾ പഠിക്കുന്നുണ്ടോ...?" ശിവയണ്ണന്റെ ചോദ്യം കേട്ട് അന്നാദ്യമായി ഞാൻ നാണിച്ചു മുഖം താഴ്ത്തി ഇരുന്നു.

"ഹാ.. പഷ്ട്... ഓള് പത്തില് തോറ്റു നിക്കുവ..." ദാസണ്ണന്റെ പരിഹാസം കേട്ടപ്പോൾ എന്റെ മുഖം കൂടുതൽ കുനിഞ്ഞു...

അപ്പോൾ അങ്ങ് ദൂരെ കുറവൻകോണത്തെ കാവു മൈതാനത്തു നിന്നും ആർപ്പുവിളികളും കുരവയും കേട്ടു തുടങ്ങി...

പെട്ടെന്ന് എല്ലാവരും നിശ്ശബ്ദരായി... ആരവങ്ങൾക്കു കാതോർത്തു..

ദാസണ്ണൻ ധൃതിയിൽ ചാടിയെണീറ്റു...

മുറി തുറന്നു.. പുത്തൻ ഷർട്ടും മുണ്ടും എടുത്ത് ഉടുത്തു വരാന്തയിലേക്ക് ഇറങ്ങിവന്നു...

"ശിവാ... വിട്ടാലോ...?" ചായ്ച്ചിറക്കിയ വരാന്തയിലെ മൺഭിത്തിയിൽ തൂക്കിയിട്ട ചെറിയ കണ്ണാടിയിൽ മുഖം നോക്കി ദാസണ്ണൻ വീണ്ടും. പറഞ്ഞു: "പോകാം..." ശിവൻ ഇരിപ്പിടം വിട്ട് എണീറ്റു.

ഇരുവരും മുറ്റം കടന്ന് പടികളിറങ്ങി നടന്ന് അകന്നു.. കുറവൻകോണം എനിക്കെന്നും അത്ഭുതങ്ങളുടെ ലോകമാണ്. അവിടുത്തെ കാവും കാട്ടാറും മഞ്ചാടിക്കുന്നുകളുംപോലെ എന്റെ ഹൃദയത്തിൽ ഇടം നേടി ശിവയണ്ണനും മറ്റൊരു വിസ്മയമായി..."

"അക്കാ..."

ഞാൻ തങ്കം അക്കയെ വിളിച്ചു..

സദ്യയുണ്ടു നിറഞ്ഞ അക്ക ഭിത്തിയിൽ ചാരിയിരുന്നു. പാതിമയക്കത്തിൽ ആയിരുന്നു. എന്റെ വിളികേട്ട് അക്ക ഞെട്ടി ഉണർന്നു.

"എന്താടീ..?"

"ശിവയണ്ണൻ വെറും പാവമാണ്. അല്ലെ അക്കാ?"

ഒരു നിമിഷം തങ്കം അക്കയുടെ കണ്ണുകൾ എന്റെമേൽ തറഞ്ഞു നിന്നു. എന്റെ ചോദ്യം അക്കയ്ക്കു ഇഷ്ടമായില്ലെ... ആശങ്കയോടെ ഞാൻ അക്കയെ നോക്കി ഇരുന്നു...

"ശിവയണ്ണൻ അത്ര പാവമൊന്നുമല്ല.. എന്റെ ദാസണ്ണനാടീ ഏറ്റവും പാവം. ശിവയണ്ണന് പഠിപ്പുള്ളോണ്ട് ഭാവോം പത്രാസ്സും ഇത്തിരി കൂടുതലാ.."

"അക്കച്ചിക്ക് കുശുമ്പൊട്ടുമില്ലല്ലോ.." ഞാൻ മനസ്സിലോർത്തു. ഒരു മനുഷ്യൻ നല്ലവനോ...? ചീത്തയോ...? എന്ന് ഒറ്റനോട്ടത്തിൽ തിരിച്ച

റിയുന്നത് എങ്ങനാ...? തങ്കം അക്കന് ശിവയണ്ണനെ അറിവായ കാലം തൊട്ടെ അറിയാം... എന്നാൽ എനിക്കോ...? മിനിറ്റുകളുടെ പരിചയം മാത്രം.

ദാസണ്ണൻ എന്റെ മുറച്ചെറുക്കനാണ്. ശിവയണ്ണനെക്കാൾ സുന്ദരൻ. കഠിനാദ്ധ്വാനി... കുടുംബസ്നേഹി, സൽസ്വഭാവി... എന്നിട്ടും ദാസണ്ണനോടു തോന്നാത്ത ഒരിഷ്ടക്കൂടുതൽ ശിവയണ്ണനോടു തോന്നുന്നു. ഒറ്റ നിമിഷം കൊണ്ട് മനസ്സിനുള്ളിൽ സ്ഥാനം പിടിച്ച ശിവയണ്ണൻ.. എന്തോ ഒരിഷ്ടക്കൂടുതൽപോലെ.. ഓർക്കുമ്പോൾത്തന്നെ മനസ്സിൽ വാഴത്തേനിന്റെ നറുമധുരം കിനിയുന്നു... ഉള്ളിൽ കുളിരു കോരുന്നു...

"മല്ലികേ.. എന്താടി ഒരാലോചന..?"

"ഒന്നുമില്ലക്കാ..."

ഭിത്തി ചാരിയിരുന്ന മണിയമ്മ മല്ലികയോടു പറഞ്ഞു.

"മല്ലികേ.. മാമീടെ മുത്തേ.. മാമിക്കു നടുവരച്ചു മുറീന്നെടീ... പെരയ്ക്കകത്തുന്ന് ഒരു പായിങ്ങ് എടുത്തേക്കെടീ..."

അമ്മായിയുടെ അപേക്ഷ കേൾക്കേണ്ട താമസം. പിന്നെ ഒട്ടും അമാന്തിച്ചില്ല. ഞാൻ ധൃതിയിൽ മുറിയിൽ കടന്നു. പായയുമായി ഇറങ്ങി വന്നു. പായ വരാന്തയിൽ വിരിച്ചിട്ടു.

അമ്മായി നീണ്ടുനിവർന്നു പായയിൽ കിടന്നു.

"അമ്മച്ചീ ഇത്തിരി നീങ്ങിക്കിടന്നാണീൻ. ഞാനൂടൊന്നു കെടന്നോട്ടെ."

"പെണ്ണ് പുല്ല് തമ്മതിക്കുല്ലാ..."

മണിയമ്മ പിറുപിറുപ്പോടെ പായയുടെ ഓരത്തേക്കു നീണ്ടുകിടന്നു.

തങ്കം പായയിൽ കിടന്നു..

സമീപത്തു കിടന്ന മകളെ മണിയമ്മ ഒന്നു നോക്കി.

മുഷിഞ്ഞ കുപ്പായത്തിന് ഇടയിലെ മകളുടെ ജ്വലിക്കുന്ന യൗവനം ആ മാതാവിനെ തെല്ല് അസ്വസ്ഥയാക്കിയോ..?

"പ്രായം തെകഞ്ഞ കൊമരികൾ ഇങ്ങനെ മലർന്നടിച്ചു കെടന്നൂടാ..?" അമ്മയുടെ അലിഖിതപ്രഖ്യാപനം മകളെ പ്രകോപിതയാക്കി..

"ഓ... തൊടങ്ങി. തള്ളയ്ക്കു പിച്ചും പേയും പറച്ചില്.. എന്തെരമ്മാ നിങ്ങക്ക്..?"

"ചെരിഞ്ഞു കെടക്കു പെണ്ണേ.."

"ഓ... എന്തെരു നരകമാണിത്..? ഒന്നു കൈകാൽ നിവർത്തി നേരെ ചൊവ്വേ കെടക്കാൻ പറ്റൂല്ലന്നുവച്ചാൽ കഷ്ടമാണമ്മേ.."

"നീ പെരയ്ക്കകത്തു കയറി മുണ്ടും കോണാനുമൊന്നുമില്ലാണ്ട് കെട. ആരും കാണാനും പോണില്ല. ഒരു വകേം പറയാനും പോണില്ല.."

"വെട്ടത്തു കെടന്നാലക്കൊണ്ട് എന്താ....?"

"കുടിച്ച ലവല്യകെട്ട് വരണത് ഒണ്ടാക്കിയ തവ്വപ്പനായാല്യം ശരി. ഓരോ വയറ്റീന്ന് എറങ്ങിവന്ന പൊന്നാങ്ങളമാരായാല്യം ശെരി. ആണാണോ. തനിക്കൊണം കാണിക്കും. കട്ടായം. ഇങ്ങനെയൊക്കെ കെടക്കണെ കണ്ടാൽ അവര് കേറിക്കെടന്ന് നെരങ്ങിയേച്ചങ്ങു പോകും. നമ്മള് ഉഷിച്ചാ.. നമ്മക്ക് കൊള്ളാം..."

"എന്റെയപ്പനും ആങ്ങളയും കാടരല്ല... വെവരക്കേട്ട കാണിക്കാൻ." അമ്മായി എന്തൊക്കെയാണീ പറയുന്നത്?

പ്രായം തെകഞ്ഞ പെണ്ണ് അട്ടയെപ്പോലെ ചുരുണ്ടുകൂടി കെടക്കണം. മലർന്നു നീണ്ടു നിവർന്നു കെടന്നാൽ അത് അയ്യം.

ഇതെനിക്ക് പുതിയ അറിവായിരുന്നു..

"അല്ലമ്മായി കൊറവൻകോണത്തെ ആണങ്ങളൊക്കെ അത്രയ്ക്കു നെറികെട്ടവരാണോ...?" എനിക്കു ചോദിക്കാതെ ഇരിക്കാനായില്ല..

"എല്ലായിടത്തും കൊറേ കെട്ടവരുമുണ്ട്. കൊറേ നല്ലവരുമുണ്ട്. ഇവിടെയും ദേഹമനങ്ങി പണിക്കിറങ്ങാത്ത അവന്മാര് കുറേ ഉണ്ട്. നമ്മക്കടെ പടിഞ്ഞാറേ കോങ്കലിലെ ആളൊഴിഞ്ഞ കോങ്കലില് എന്തൊരാണ് നടക്കണത്..? പയങ്കര വാറ്റല്ലേ... ഇത്തിരീം ഇമ്മിണീം ഒന്നുമല്ല അവമ്മാര് വാറ്റുന്നത്. ദെവസോം പാതിരാത്രിയില് മോളില് റോഡില് ജീപ്പും ലോറിയും വരുമെന്നാ എല്ലാവരും പറയണത്. വലിയ കന്നാസുകളില് ചാരായം കുഴീന്ന് ചൊമന്നു കേറ്റുവല്ലിയോ..."

"അമ്മാ ഞങ്ങടെ കുട്ടിക്കാലത്ത് ആ കൊങ്കലില് ഒരു കൂട്ടക്കാര് നമ്മടെ ആളുകള് താമസമില്ലായിരുന്നോ? അവരൊക്കെ ഇപ്പൊ എവിടെയാണന്നെങ്ങാനും അറിയാമോ...?"

"വേല്യ കൊച്ചേട്ടനും കുടുംബോമായിരുന്നു അവിടെ താമസിച്ചിരുന്നത്. അങ്ങേരുടെ കെട്ടിയോള് ഉമ്പിയും നാല്യ ആൺമക്കളുമാരും എന്തൊരു പൊറുപ്പായിരുന്നു അവിടെ...! വേല്യ കൊച്ചേട്ടൻ നേരം പരപരാന്നു വെളുക്കമ്പം തൊട്ട് അയ്യത്ത് പണിതൊടങ്ങും. ആ കൊച്ചന്മാരും എപ്പോഴും തവ്വപ്പന് ചുറ്റും കാണും. ഇന്നവിടം കാടുമൂടി കെടക്കുവാ.. പക്ഷേങ്കി പണ്ട് അങ്ങനെ അല്ലായിരുന്നു... പൂങ്കാവനം ആയിരുന്നു ഇവിടം.. ചക്കേം, മാങ്ങേം, തേങ്ങേം, മരിച്ചീനിയും ചേനയും ചേമ്പും എല്ലാം ഇഷ്ടംപോലെ പൂത്തുകായ്ച്ചു വാരിയിരുന്നു. പഞ്ഞമാസക്കാലത്ത് നമ്മക്കടെ ആളുകളെല്ലാം വേല്യ കൊച്ചേട്ടന്റെ പൊരയിലായിരുന്നു. ചോദിച്ചാല് എന്തെരും അങ്ങോരു കൊടുക്കുമായിരുന്നു. അത്രയ്ക്കു തങ്കപ്പെട്ട മനസ്സൊള്ള ഒരാളായിരുന്നു ആ കൊച്ചേട്ടൻ. അക്കയും അതുതന്നെ. വെശന്നു വലഞ്ഞു കയറിച്ചെന്നാ വിശപ്പ് മാറ്റിയിട്ടെ അവര് പറഞ്ഞുവിടത്തൊള്ളായിരുന്നു. ദാസിനെയും നിന്നെയും ഒക്കെ വയറ്റിലായിരുന്ന സമയത്ത് എപ്പോഴും ഞാനാ അക്കയുടെ അടുത്തു പോകുമായിരുന്നു.

അന്നെല്ലാം അവര് പള്ളനെറച്ചാ എനിക്ക് തിന്നാൻ തന്നിട്ടൊള്ളത്. അതൊന്നും ഞാനൊരു കാലത്തും മറക്കത്തുമില്ല. ആൺമക്കളും നാലും പെണ്ണു കെട്ടി. തമാതാനത്തില് ജീവിക്കുവായിരുന്നു അവര്.

ആയിടയ്ക്കാണു ജയദേവനങ്ങുത്തെ നാട്ടു നന്നാക്കാനക്കൊണ്ട് ഇന്നാട്ടില് വന്നത്. ഒരിക്കല് ആ കോങ്കലില് വന്ന അങ്ങേർക്ക് അവിടം അങ്ങു നന്നേ ബോധിച്ചു. ആശിച്ചതെല്ലാം സ്വന്തമാക്കുന്ന ആളാണ് അങ്ങത്തെന്നാ പറയണത്. ആയിടയ്ക്കാണ് വേലുകൊച്ചേട്ടനും ചത്തത്. നല്ലപോലെ നടന്ന കൊച്ചേട്ടൻ എങ്ങനെ ചത്തെന്ന് ആരിക്കും അറിഞ്ഞൂടാ.. വെഷം തീണ്ടി ചത്തുന്നാ അന്നൊക്കെ നാട്ടാര് പറഞ്ഞോണ്ടു നടന്നത്...

അവിടുത്തെ മൂത്തവന്റെ പെണ്ണ് കാണാനിത്തിരി ചൊവ്വും നെരപ്പും ഉള്ളവളായിരുന്നു. അങ്ങുത്തെ അവളെ കൊറച്ചുനാള് അവിടെയും ഇവിടെയും കൊണ്ടു നടന്നു പൊറപ്പിച്ചുന്ന നാട്ടാര് പറയണത്."

"അതിന് അവരുടെ കെട്ടിയോൻ അതിനൊക്കെ സമ്മതിച്ചോ..?"

"നീ എന്തെരു പെണ്ണേ പറയണത്? ജീവനില് കൊതിയൊള്ളോര് അങ്ങത്തെയോട് ഏറ്റുമുട്ടാൻ നിക്കുമോ...? പാവം പിടിച്ച ആ കൊച്ചൻ എന്തൊരു പറയാൻ.. കൊറച്ചുനാള് കഴിഞ്ഞപ്പം കേക്കണത് അവരെല്ലാം വാരിക്കെട്ടി അവിടം വിട്ട് എങ്ങോട്ടാ പോയെന്നാണ്. ഇനി അങ്ങത്തെ എല്ലാത്തിനേയും കൊന്നു കുഴിച്ചു മൂടിയോയെന്ന് ദൈവങ്ങളുക്ക് മാത്തറം അറിയാം...

ഇന്ന് ഈ നാടും പൊറന്നാടും പരിക്കണത് അങ്ങത്തെയാണെന്ന് അറിയാം. ഇന്നാടും നാട്ടാരും അങ്ങേർക്കെതിരെ നാവ് ചലിപ്പിക്കത്തില്ലല്ലോ..."

"ഈ കോങ്കല് മുഴുക്കെ ഇപ്പോ അങ്ങത്തയുടെ ആളുകളാ.. ഇന്നാട്ടിലെ മാനമൊള്ള ഒരു പെണ്ണും അവിടേക്കു തിരിഞ്ഞുപോലും നോക്കത്തില്ല. എന്നാല് ഇന്നാട്ടിലെ ആണുങ്ങളോ.. മൊട്ടേന്നു വിരിയാത്ത ആമ്പിള്ളാരടക്കം എപ്പോഴും അവിടെത്തന്നെയാ..

"നമ്മക്കൊള്ള ആണുങ്ങാക്ക് കുടിക്കാനക്കൊണ്ട് കിട്ടിയാ മതിയല്ലേ. വാറ്റാൻ പോണവർക്ക് കൈ നിറയെ കായും പള്ള നെറച്ച് ചാരായവും കിട്ടും. അവൻമാരിക്ക് പിന്നെന്തെരു വേണം. നാടിനെ മുടിപ്പിക്കാനായിട്ട്..."

"അക്കാ... ഇവിടെ ചോദിക്കാനും പറയാനുമൊന്നും ആരുമില്ലേ...?"

"നീയിത് എന്തെറിഞ്ഞിട്ടാ പെണ്ണേ... ജയദേവനങ്ങത്തെയെ ചോദ്യം ചെയ്യാനോ...? അതിനിവിടെ ഒരുത്തനും ധൈര്യപ്പെടില്ല. പണവും അധികാരവും ഒണ്ടെങ്കി അതിനുമണ്ടെ ഒരു പരുന്തും പറക്കത്തില്ല. മോളേ..."

"അക്കാ ആരായീ ജയദേവനങ്ങത്തെ..?"

"ഇന്നാട്ടിലെ പ്രമാണി, കോടീശ്വര പ്രഭു... വലിയ വലിയ നേതാക്കടെ നേതാവ്. ഇന്ന് അങ്ങത്തയുടെ പെരിയ മനസ്സുകൊണ്ടാ ഇന്നാട്ടിലെ സകല പാവത്തുങ്ങളും കഴിഞ്ഞു കൂടണത്. ഇക്കാണുന്ന മലകളുടെ നെറുകത്തൂക്കൂടി റോഡു വെട്ടിയതാരാ...? അങ്ങത്തെ... റോഡുകൾക്കെല്ലാം താറിട്ടതും അങ്ങത്തെ. റോഡുവഴി കറണ്ടു വന്നതും അങ്ങത്തയുടെ കരുണ. റോഡുവഴി വണ്ടികൾ ഓടുന്നതും അങ്ങത്തെ വിചാരിച്ചിട്ടാ.. അതോണ്ട് ഇന്നാട്ടുകാരാരും അങ്ങത്തയോട് നന്ദികേടു കാട്ടൂല്ലാ... ജയദേവനങ്ങത്തെ കൊറവൻനാട്ടിലെ പാവത്തുങ്ങടെ കൺകണ്ട ദൈവമാ... പക്ഷേങ്കീ എന്തെരാണെന്ന് അറിഞ്ഞൂടാ.. ദാസണ്ണനും ശിവയണ്ണനും അങ്ങത്തയെ കണ്ണെടുത്താ കണ്ടൂടാ..."

"നേരോ..?"

"അതേടീ... അങ്ങത്തയെ ചോദ്യം ചെയ്യുവരെയെല്ലാം വെട്ടിനുറുക്കിയങ്ങേര് നാട്ടുകാർക്ക് വാറ്റിക്കൊടുത്ത് കാശൊണ്ടാക്കുമെന്നാ കേൾവി..."

"എന്റെ കാവിലമ്മേ... അത്രയ്ക്കു ഭയങ്കരനാണോ അയ്യാൾ..? അക്കാ കാവിലെ തേവരെക്കാൾ വലിയ ദൈവങ്ങളാണോ ഈ അങ്ങത്തെ...?"

ഞാൻ ഭയപ്പാടോടെ തലയ്ക്കു കൈയും കൊടുത്തിരുന്നു പോയി... "ജീവിതത്തില് ഒരിക്കലും ഈ അങ്ങത്തയെ കണ്ടുമുട്ടരുതേ എന്റെ കാവിലമ്മേ..." ഞാൻ ഉള്ളുരുകി പ്രാർത്ഥിച്ചു പോയി. അകലെനിന്നും ഓണാഘോഷത്തിന്റെ ആർപ്പുവിളികളും വായ്ക്കുരവയും കേട്ടുതുടങ്ങി.

കിഴക്കൻ കാറ്റിനൊപ്പം ഒഴുകിവരുന്ന ഓണപ്പാട്ടിനായി ഞാൻ കാതോർത്തിരുന്നു...

അമ്മായി തിടുക്കത്തിൽ പായയിൽ എണീറ്റിരുന്നു...

മുറ്റത്തെ പോക്കുവെയിലിലേക്കു നോക്കിയിരുന്നുകൊണ്ടവർ പറഞ്ഞു.

"തങ്കം... എണീക്കടീ മതി കെടന്നത്. കാവീ പോണ്ടേ..?"

അമ്മായി ഇപ്രകാരം പറഞ്ഞതും അതുകേട്ട തങ്കംഅക്ക പായയിൽ എണീറ്റിരുന്നു. പിന്നെ ഒരുക്കം തുടങ്ങി...

അക്ക ചുവന്ന നിറത്തിലുള്ള ഓണക്കോടി ഉടുത്തു..

കണ്ണെഴുതി...

ഭംഗിയുള്ള നെറ്റിയിൽ ചുവന്ന പൊട്ടുതൊട്ടു.

ചുവന്നു തുടുത്ത അക്ക ചുവപ്പിൽ മുങ്ങിനിന്നു.

മാമൻ തന്ന ഓണക്കോടിയാണു ഞാനുമിട്ടത്...

പൂക്കളില്ലാത്ത കാട്ടുവള്ളിപോലെ അലങ്കാരങ്ങളില്ലാതെ എന്റെ കഴുത്തും കാതും കൈത്തണ്ടകളും ഒഴിഞ്ഞു കിടന്നു...

മണിയമ്മായി പുത്തൻ കൈലിമുണ്ട് ഉടുത്തു.

തിളക്കമുള്ള പച്ച ബ്ലൗസ് ധരിച്ചു.

കനമില്ലാത്ത കോലൻ മുടി എണ്ണതേച്ച് ചീകി മിനുസപ്പെടുത്തി.

മുടിക്ക് ഇടയിൽ മുടിത്തിരുപ്പൻ തിരുകി കൊണ്ടകെട്ടി...

പൗഡർ പൂശി..

എല്ലാവരുടെയും ചമഞ്ഞൊരുങ്ങൽ കഴിഞ്ഞു.

ഇനി പുറപ്പാടാണ്...

അതിനുമുന്നേ ബോധമില്ലാതെ വരാന്തയിൽ കിടക്കുന്ന അമ്മാവനെ അമ്മായി കുലുക്കി വിളിച്ചു...

"എന്നേ... എണീക്കിനെന്നേ..." അമ്മാവൻ പായയിൽ ഞെട്ടിപ്പിടഞ്ഞ് എണീറ്റിരുന്നു. ഭാര്യയെ തുറിച്ചു നോക്കിക്കൊണ്ട് ഒറ്റച്ചോദ്യം.

"ഒരുങ്ങിക്കെട്ടി എവിടെ പോണടീ കഴിവേറീടെ മോളേ...?" "കൊച്ചുങ്ങളേം കൊണ്ട് കാവീ പോണെന്നേ മയിരു കൊറയാ...

പോഡോം പൊക്കമോം വീണ്ടമ്പം എണീറ്റ് വരീൻ. അല്ലെങ്കില് ഇവിടെ തന്നെ കെടക്കിനെ..." ലഹരി വിട്ടുമാറാത്ത അമ്മാവൻ പാതി അടഞ്ഞ മിഴികൾ തുറക്കാൻ പ്രയാസപ്പെട്ടു. തല കുമ്പിട്ടു. വീണ്ടും അമ്മാവൻ പായയിൽ ചുരുണ്ടുകൂടിക്കിടന്നു....

ഞങ്ങൾ കുന്നിറങ്ങി. നടപ്പാതയിൽ എത്തി.

പാതയ്ക്ക് ഇരുവശത്തുമുള്ള വീട്ടുമുറ്റത്ത് കുട്ടികൾ ഊഞ്ഞാലാടി തിമിർക്കുന്നു...

കോതയമ്മായീടെ വീട്ടുമുറ്റത്താണ് ഞങ്ങടെ യാത്ര അവസാനിച്ചത്. മുറ്റത്തെ പ്ലാവിൽ കെട്ടിയ ഊഞ്ഞാലിന് അരികിൽ ഞങ്ങൾ വന്നു നിന്നു.

ഊഞ്ഞാലിനു ചുറ്റും കിടാങ്ങൾ ഒത്തുകൂടിയിട്ടുണ്ട്. അവിടെ ചെറിയ തോതിൽ ഉന്തും തള്ളുമായി. വലിയവർ ഇടപെട്ട് അത് ഒത്തുതീർപ്പാക്കി... ഊഞ്ഞാലിൽ കയറിയ കിടാങ്ങളെ ചുറ്റും നിന്നവർ ആട്ടിവിട്ടു. എങ്ങും പൂവിളികളും ഊഞ്ഞാൽപ്പാട്ടും ഉയർന്നു. ഞാനും അവരോടൊപ്പം ചേർന്നുപാടി...

"ഓണത്തപ്പാ കുടവയറാ..
ഊഞ്ഞാലേറി ആടാൻ വാ..
അത്തം പത്തിനു തിരുവോണം
തീരും വരെയും ആടാൻ വാ...

പൂക്കളിറുത്തും പൂക്കളം തീർത്തും
പുഞ്ചിരിയോടെ ആടാൻ വാ
തുമ്പിതുള്ളിയും പൂപ്പട കൂട്ടിയും
ചന്തത്തിലാടി രസിക്കാൻ വാ...

ഓണത്തപ്പാ കുടവയറാ..
ഊഞ്ഞാലേറി ആടാൻ വാ..
അത്തം പത്തിനു തിരുവോണം
തീരും വരെയും ആടാൻ വാ...
　　കോടിയുടുത്തും പാട്ടുപാടിയും
　　വേഗത്തിലാടി ഉയരാൻ വാ..
　　സദ്യയുണ്ടും കുംഭനിറച്ചും
　　താളത്തിലാടി രസിക്കാൻ വാ..
ഓണത്തപ്പാ കുടവയറാ..
ഊഞ്ഞാലേറി ആടാൻ വാ..
അത്തം പത്തിനു തിരുവോണം
തീരും വരെയും ആടാൻ വാ...
　　നിന്നാടിയും നീളത്തിലാടിയും
　　മേളത്തിലാടി രസിക്കാന് വാ..
　　ഇരുന്നാടിയും ചരിഞ്ഞാടിയും
　　ഊഞ്ഞാൽ പാട്ടുകൾ പാടാൻ വാ...

ഓണത്തപ്പാ കുടവയറാ..
ഊഞ്ഞാലേറി ആടാൻ വാ..
അത്തം പത്തിനു തിരുവോണം
തീരും വരെയും ആടാൻ വാ..."

പാട്ടിന് ഒടുവിൽ കിടാങ്ങൾ ആർത്തു കൂവി...
പെൺകൊടികൾ വായ്ക്കുരവയിട്ടു..
കോതയമ്മായിയുടെ വീട്ടിനപ്പു കാവ് മൈതാനം തുടങ്ങുകയായി.
ഞങ്ങൾ മൈതാനത്തേക്കു നടന്നു...
കുറവൻകോണത്തെ സർവ്വ ദളിതന്മാരും അവിടെ ഒത്തുകൂടിയിട്ടുണ്ട്.
ഓണക്കളികൾ കളിക്കുന്നവർക്കു ചുറ്റും എല്ലാവരും വട്ടംകൂടിനിന്നു.
തുമ്പിതുള്ളൽ കാണാൻ ഞങ്ങളും തിക്കിത്തിരക്കി.
കളി അവസാനിക്കാറായി...
വട്ടത്തിൽ ഇരിക്കുന്ന സ്ത്രീകൾ പാട്ടിനൊത്ത് മുടി അഴിച്ചിട്ട് തുള്ളുകയാണ്.
"പത്താം തുമ്പിയും അവൾപെറ്റ മക്കളും
ഓരി നിളന്തരം തുമ്പി തുള്ളാൻ.."
പാട്ടിന് വേഗത കൂടി...
സ്ത്രീകൾ മുടി വട്ടത്തിലാട്ടി തുള്ളിത്തിമിർത്തു.

പാട്ടും കൈയടിയും ഉച്ചത്തിലായി..

തുള്ളിത്തളർന്ന സ്ത്രീകൾ തളർച്ചയോടെ പിന്നോട്ടു ചരിഞ്ഞു.

അടുത്തിരുന്ന സ്ത്രീകൾ അവരെ താങ്ങി മടിയിൽ കിടത്തി..

അപ്പോഴേയ്ക്കും പുലികളിക്കായി സ്ത്രീപുരുഷന്മാർ മൈതാനിയിൽ നിരന്നു കഴിഞ്ഞിരുന്നു...

നേരം കടന്നു പോകവേ മൈതാനിയിൽ തിക്കും തിരക്കും കൂടി.

സന്ധ്യാനേരം.

കാവിലെ കൽവിളക്കുകളിൽ തിരി തെളിഞ്ഞു.

അമ്മാവിയോടൊപ്പം ഞങ്ങൾ കാവിലേക്കു നടന്നു.

കുറവൻകോണത്തിന്റെ ഹൃദയമാണ് കാവ്.

വിശ്വാസികൾക്ക് വേരുറച്ചതും ഇവിടെനിന്ന്.

കാവിലമ്മയായി കുറത്തിവേഷത്തിൽ അവതരിച്ച പാർവ്വതീദേവി കുടികൊള്ളുന്നു...

അമ്മയ്ക്കു കാവലിനായി നാഗദൈവങ്ങളും, മാടനും, മറുതയും, രക്ഷസ്സും, ചാവുകളും...

മനസ്സറിഞ്ഞ വിളികളുടെ അവസാനമാണ് ഇവിടം...

ദേശക്കാരുടെ പുണ്യസ്ഥലവും മോക്ഷസ്ഥാനവും ഇവിടം..

അന്തിത്തിരി പതിവായി വച്ചു തലകുമ്പിടുന്ന കാവ്...

പഴമ കൊണ്ടു പെരുമയേറുന്ന കാവിൽ ദേശത്തെ സകല ചാവുകളെയും കുടിയിരുത്തിയിരുന്നു.

അത്യപൂർവ്വങ്ങളായ ഒട്ടനവധി വൃക്ഷങ്ങൾ കാവിൽ ഇടതൂർന്നു വളർന്നു പന്തലിച്ചുനിന്നു..

തമ്പകം, വങ്കോട്ട, തൊണ്ടി, വംഗം, കാഞ്ഞിരം, ചുരുളി തുടങ്ങി പേരറിയാത്ത എത്രയെത്ര മരങ്ങൾ...

അവ വള്ളിപ്പടർപ്പു മൂടി ഇഴപിണഞ്ഞു തിങ്ങിനിന്നു..

കാലം നൽകിയ പുണ്യം..

ദേശത്തിനു തണൽവിരിച്ചു തണലേകി നിൽക്കുന്നു...

കാവിന്റെ തിരുമുറ്റത്ത് പുണ്യതീർത്ഥവും പേറി ഒരു മണിക്കിണർ കാവിന് അപ്പുറം..

മഴ മുഴുവൻ തന്നിലേക്ക് ഏറ്റുവാങ്ങി സദാ നിറഞ്ഞ് ഒഴുകുന്ന കുറവന്തിപ്പുഴ...

പച്ചപ്പട്ടു ചേലയുടെ അരികിൽ വെള്ളിക്കശവ് തുന്നിച്ചേർത്തതു പോലെ പുഴ നീണ്ടു കിടന്നു...

പാടശേഖരങ്ങൾ

പലതരം കൃഷിയിടങ്ങൾ...

അവയ്ക്കു നടുവിലൂടെയുള്ള നീണ്ട ടാറിട്ട റോഡ്..

അകലെ ആകാശത്തേക്കു തല ഉയർത്തി നിൽക്കുന്ന കിഴക്കൻ മലകൾ..

കുന്നുകളുടെ തലപ്പത്ത് അലഞ്ഞുനടക്കുന്ന വെൺമേഘങ്ങൾ..

ഭൂമി ഇത്രയും സുന്ദരിയോ... ഞാൻ വിസമ്മതിച്ചു..

“കാവിലമ്മേ... കാത്തു രക്ഷിക്കണേ...” പ്രാർത്ഥനയോടെ അമ്മായി ഒരു രൂപ നാണയം കൈയിലെടുത്തു.

ആദ്യം സ്വന്തം തലയ്ക്കു ചുറ്റും നാണയം മൂന്നുവട്ടം ഉഴിഞ്ഞു.

പിന്നെ അക്കയുടെയും എന്റെയും തലയ്ക്കുഴിഞ്ഞു. മറ്റാരും കാണുന്നില്ല എന്ന് ഉറപ്പുവരുത്തിയശേഷം ആ നാണയം അമ്മായി കാവിലമ്മ കുടികൊള്ളുന്ന മണൽ വിരിച്ച നനഞ്ഞ തറയിൽ താഴ്ത്തിവച്ചു...

പരശ്ശതം വർഷങ്ങൾ പഴക്കമുള്ള കാവ്.

കൽവിളക്കുകൾ ദീപങ്ങളാൽ ദീപ്തമായി...

കാവ് ആദിമജനതയുടെ ആവാഹനഭൂമിയായി മാറി...

കാവ് മൈതാനിയിൽ ഉയർത്തിക്കെട്ടിയ സ്റ്റേജിൽ ഇലക്ട്രിക് ബൾബുകൾ പ്രഭ ചൊരിഞ്ഞു.

കാവ് മൈതാനിക്കു ചുറ്റും കളർ ബൾബുകൾ കൺചിമ്മിനിന്നു...

കാവു മൈതാനത്തിനു നടുവിലായി ഉടുക്കിന്റെയും തകിലിന്റെയും മേളം തുടങ്ങി..

പുലികളി തുടങ്ങുകയായി...

അവിടവിടെ ചിതറിനിന്നവർ തറയ്ക്കു ചുറ്റിലുമായി വട്ടമിട്ട് ഇരുന്നു.. വേട്ടക്കാരന്റെ തോക്കിനു മുന്നിൽ ഭയമില്ലാതെ തുള്ളിക്കളിക്കുന്ന പുള്ളിപ്പുലികൾ.

മഞ്ഞയിൽ കറുപ്പു കുത്തിയ പുലികൾ കൊട്ടിനൊത്ത് ചുവടുവെച്ചു കളിച്ചു തുടങ്ങി...

ഉണങ്ങിയ വാഴയിലകൾ ദേഹമാസകലം വച്ചുകെട്ടിയ കരിയിലപ്പൊട്ടന്മാരുടെ വരവായി.

കാലിൽ പാളച്ചെരുപ്പണിഞ്ഞ്...

മുഖത്ത് കറുത്ത മുഖംമൂടി ധരിച്ച്...

കൈയിൽ കരിവടി ചുഴറ്റി ചുവടുവച്ചവർ നടന്നടുത്തു...

കരിയിലപ്പൊട്ടന്മാർ ആർത്തുവിളിച്ചു.

അവർ കൊട്ടിനൊത്തു നൃത്തം തുടങ്ങി..

കുറവന്തറയിലെ കുഞ്ഞുമക്കടെ കണ്ണിലെ ഭയം അകലുന്നു.

കുരുന്നു ചുണ്ടുകളിൽ പുഞ്ചിരി വിടർന്നു.

അവരുടെ കണ്ണുകൾ തിളങ്ങി.

എല്ലാവരിലും ആഹ്ലാദം തിരതല്ലി...

അമ്മമാരുടെ മടിത്തട്ടിൽനിന്നവർ നിലത്തിറങ്ങി..

അവർ കൊട്ടിനൊത്ത് പുലികൾക്കൊപ്പം ചുവടുവച്ചു...

കണ്ടുനിന്ന യുവാക്കളും വൃദ്ധരും ഉത്സാഹത്തോടെ അവർക്കൊപ്പം കൂടി...

സ്ത്രീജനങ്ങൾ അവർക്കു കളിക്കാനായി ദൂരേയ്ക്കു മാറിനിന്നു...

പ്രാകൃതമായ ചുവടുവയ്പ്പോടെ നൃത്തം തുടങ്ങി...

മേളം കൊഴുത്തു..

താളം മുറുകി..

കാവുണർന്നു...

സകല ജനത്തിന്റെയും താളബോധം ഒന്നായ നിമിഷങ്ങൾ...

മനസ്സ് ഒന്നായ നേരം..

ഒരുമയുടെ ചേതോഹരമായ വർണ്ണക്കാഴ്ച...

കട്ടുംനിറങ്ങൾ നരച്ച വെളിച്ചത്തിൽ നിറഞ്ഞാടിയ മുഹൂർത്തം...

കറുത്തു നീളം കുറഞ്ഞവർ, ചെറിയ വട്ടക്കണ്ണുകളും പതിഞ്ഞ മൂക്കും തടിച്ച ചുണ്ടുകളും ചുരുളൻ മുടിയുമുള്ളവർ... അവർ സ്വയം മറന്നാടി..

ആദി ദ്രാവിഡവംശത്തിലെ വിവിധ ഗോത്രത്തിൽ പിറന്ന സന്തതി പരമ്പരകള്..

തങ്ങളുടെ പാരമ്പര്യം അറിയാതെ പോയവർ...

പെരുമ പറയാൻ അറിയാത്തവർ...

അതില്പറ്റം കൊള്ളാനാകാത്തവർ..

എളിമയും സാഹോദര്യവും നിഷ്കളങ്കതയും മൂലധനമാക്കിയിട്ടുള്ളവർ...

തിരുവോണനാളിൽ ഒന്നായി അവർ ആനന്ദനർത്തനം തുടർന്നു... നിമിഷങ്ങൾ കടന്നുപോയി...

മൈതാനത്തുനിന്നും ധൂളിപടലം വാനിലേക്ക് ഉയരുകയായി... പൈതങ്ങൾ ആടിത്തളർന്നു.

കിതപ്പോടെ വിയർത്തുകുളിച്ചവർ അമ്മമാരുടെ മടിത്തട്ടിലേക്കു മടങ്ങി..

കൊട്ടുകാരും കളിക്കാരും തളർന്നു..

എല്ലാവരും മൈതാനത്ത് നിരന്നിരുന്നു.

കാവ് മൈതാനത്ത് ഉയർത്തിക്കെട്ടിയ സ്റ്റേജിൽ കുറത്തിയാട്ടം തുടങ്ങുകയായി...

താളമേളക്കൊഴുപ്പോടെ സുന്ദരിയായ കുറത്തി മുഖത്തു ചായം തേച്ചു വരവായി...

അവൾ പാട്ടുപാടി, ചുവടുവച്ചു..

ആനമല നീലൈ മല
എങ്ക മല നാട്..
വിഘ്നേശ്വരൻ വാഴവതും
എങ്കെ മലൈനാട്
കല്ലുമല മേല്പമല
എങ്ക മലനാട്
പരമശിവൻ വാഴ്വതും
എങ്കെ മലൈ നാട്
മുത്തുമലൈ പവിഴ മലൈ
എങ്ക മലൈ നാട്
ശിവപാർവ്വതി വാഴവതും
എങ്ക മലൈ നാട്
എങ്കെ മലൈ നാട്
കുട്ടിക്കുറത്തിയാണേ തമ്പുരാട്ടി
കുറ്റമതേറെയുണ്ടേ
നാടൻ കുറത്തിയാണേ തമ്പുരാട്ടി
നീളേ നീ കാത്തിടണേ...
തെക്കൻ കുറത്തിയാണേ തമ്പുരാട്ടി
കാത്തു വരം തരണേ
കുട്ടിക്കുറത്തിയാണേ തമ്പുരാട്ടി
കാത്തു വരം തരണേ...

കുറത്തിവേഷത്തിൽ വന്ന പാർവ്വതീദേവി സഭയെ വന്ദിച്ചു.

ലക്ഷ്മീദേവിയും സരസ്വതീദേവിയും കുറത്തിവേഷത്തിൽ രംഗത്തെത്തി. അവർ തങ്ങളുടെ ഭർത്താക്കന്മാരുടെ മേന്മകൾ പറഞ്ഞു തർക്കത്തിലായി...

കുറത്തിയമ്മ വന്നു തർക്കം പരിഹരിച്ചു. മുഖത്തു കറുപ്പടിച്ചു വെളുത്ത പുള്ളികളുമണിഞ്ഞ മുഖമെഴുത്തുമായി കാക്കാലൻ ചുടലനൃത്തമാടി ആൾക്കൂട്ടത്തിന് ഇടയിൽനിന്നും കടന്നുവന്നു.

താ... താ... തക... തീ തക.. തീതക... തെയ്യ്... തെയ്യ്
തെയ്തോം തക തീതക തെയ്യ്.... തെയ്യ്
താ... താ... തക തീതക തീതക തെയ്യ് തെയ്യ്
തക... തക.... തക... തകതകതക
കാക്കാലൻ ഉറക്കെ പാടീ..

കൈയിൽ കത്തുന്ന പന്തവും തോളിൽ പൊക്കണവും തൂക്കി കാക്കാലൻ വരുന്നു...

ശിവഭഗവാൻ കുറവന്റെ വേഷത്തിൽ നിറഞ്ഞാടി.

കാവും പരിസരവും കുറത്തിയാട്ടത്താൽ ഭക്തിസാന്ദ്രമായി.

പ്ലാമൂട്ടിൽ ദിനേശൻ. കുറത്തിയാട്ടത്തിന്റെ ആശാൻ.

കുറവൻകോണത്തിന്റെ സ്വന്തം കലാകാരൻ.

കാക്കാരിശ്ശി നാടകവും കുറത്തിയാട്ടവും അവതരിപ്പിക്കാൻ ആശാന്റെ കീഴിൽ പരിശീലനം നേടിയ കലാകാരന്മാർ ഏറെയുണ്ട്.

കാക്കാലന്റെ വേഷത്തിൽ ആശാൻ സ്റ്റേജിൽ നിറഞ്ഞാടിയപ്പോൾ സദസ്യർ ഒന്നാകെ കരഘോഷം മുഴക്കി.

തിക്കും തിരക്കും ഒട്ടും കുറഞ്ഞപ്പോൾ ഞങ്ങളും ഇരിപ്പിടം വിട്ട് എണീറ്റു. വീട്ടിലേയ്ക്കു നടന്നു...

തെരുവിന് ഇരുവശവും ഇലക്ട്രിക് ലൈറ്റുകൾ പ്രകാശം പരത്തി. ലൈറ്റിന്റെ വെളിച്ചത്തിൽ ആളൊഴിഞ്ഞ കടത്തിണ്ണയിൽ ഇരിക്കുന്ന അമ്മാവനെ ദൂരെനിന്നേ ഞങ്ങൾ കണ്ടു.

സംഘമായി നടന്നടുക്കുന്ന ആൾക്കൂട്ടം. അതിൽ സ്വന്തം കുടുംബ ത്തെ തിരയുകയാണ് അമ്മാവൻ..

അമ്മായി ആണ് അമ്മാവനെ ആദ്യം കണ്ടത്.

ഞങ്ങൾ അമ്മാവന്റെ അരികിലേയ്ക്കു നടന്നടുത്തു.

ഞങ്ങളെ കണ്ടതും അമ്മാവൻ ചാടിയെണീറ്റു.

ചെറുമന്ദഹാസത്തോടെ അരികിലേക്കു വന്നു.

അമ്മായി സ്നേഹത്തോടെ ശബ്ദം താഴ്ത്തി ഭർത്താവിനോടു ചോദിച്ചു:

"അല്ലന്നേ... നിങ്ങളു കാത്തിരിക്കാൻ തൊടങ്ങീട്ട് നേരം കൊറച്ചായോ..?" "ഇല്ലെടീ... ഇച്ചിരിനേരേ ആയോള്... എല്ലാരും മുന്നേ നടക്കിനേ..." ഇങ്ങനെ പറഞ്ഞുകൊണ്ട് അമ്മാവൻ ടോർച്ചും തെളിച്ചുകൊണ്ട് പിന്നിൽ നടന്നു.

മെയിൻ റോഡു കടന്ന് ഞങ്ങൾ വീതിയുള്ള തടത്തിലൂടെ നടന്നു. ഓണനിലാവിൽ കൈതക്കാട്ടുകൾക്ക് അരികിലുള്ള നടവഴി തെളിഞ്ഞു കിടന്നു.

ഇരുട്ടിന് കുളിരിന്റെ നനവുണ്ടായിരുന്നു.

പുൽനാമ്പുകളിലെ നനവ് പാദങ്ങളിലൊട്ടി.

തണുപ്പ് എല്ലാവരുടെയും ക്ഷീണം അകറ്റി.

പുരയെത്തുംവരെ ആരും ഒന്നും ഉരിയാടിയില്ല.

വീട്ടിലെത്തിയതും എല്ലാവരും പുത്തൻ കോടികൾ അഴിച്ചുമാറ്റി.

വീട്ടിലിടുന്ന വസ്ത്രങ്ങൾ എടുത്തണിഞ്ഞു.

അധികം വൈകാതെ ശിവയണ്ണനും ദാസണ്ണനും എത്തിച്ചേർന്നു.

എല്ലാവരും ഒത്ത് ഇരുന്ന് അത്താഴം കഴിച്ചു.

കൊച്ചുവർത്തമാനങ്ങൾക്കിടയിൽ അമ്മാവൻ അമ്മാവിയോടു പറഞ്ഞു:

"വെളുക്കവോളം കോവിന്ദന്റെ പൊരയില് ഓണക്കളികളാണ്...

നമ്മക്ക് കൊച്ചുങ്ങളേയും കൊണ്ടുപോയി കളികാണിക്കാടീ.."

"ഓ... പാതിരാമ്യക്ക് ഇരുട്ടും തള്ളിയിനി കൂത്തുകാണാൻ പോകാഞ്ഞിട്ടാ.. ഞാനിന്നലെ ഒരു പോള കണ്ണടച്ചിട്ടില്ല. എനിക്കൊന്നുറങ്ങണം. ആമ്പിള്ളേരു വേണേല് കൂത്തു കാണാൻ പോട്ട്. പൊങ്കൊച്ചുങ്ങളൊന്നും പാതിരാമ്യക്ക് എവിടേം പോണ്ടാ.."

അമ്മായിയുടെ ആ വാദത്തെ തങ്കംഅക്ക ശക്തിപൂർവ്വം വിമർശിച്ചു.

"അവർക്കു പോകാമെങ്കീ ഞങ്ങളു പോയാലെന്താ കൊഴപ്പം..? ആകാശമിടിഞ്ഞു വീഴോ..?"

"അതൊന്നുമില്ലാ.. തലേം മൊലേം വളർന്ന കൊമരികള് രാത്രീല് അടങ്ങിയൊതുങ്ങി പെരേ കെടന്നോണം. കൂരയ്ക്കു പൊറത്തേക്ക് ഇറങ്ങിയേക്കരുത്. ഇന്ന് കൊറവൻകോണത്തെ ഒരാണിനും വെളിവു കാണത്തില്ല. എല്ലാം കുടിച്ചു മറിഞ്ഞ് പിപ്പിരിയായിട്ട് എവിടെച്ചെന്നു കേറട്ടെന്ന് അറിയാതെ നടക്കുവാ.. പുലികളിക്ക് എല്ലാംകൂടി എന്തൊരു മറിച്ചിലായിരുന്നെന്റെ പഹവാനേ... അന്തകുന്തം ചാടിമറിഞ്ഞിട്ട് മുണ്ടും കോണാനുമില്ലാതെ ഓരോന്ന് വഴീല് വീണു കെടപ്പോണ്ടായിരുന്നു. അതിന്റെ ഏടേച്ചെന്നു കേറീല്ലെങ്കി ഒറക്കംവരത്തില്ല ചെറിക്ക്."

"ഓ പുല്ല് പെണ്ണാവണ്ടായിരുന്നു അല്ലേക്കാ.."

ഞാൻ അറിയാതെ പറഞ്ഞുപോയി. എന്നാൽ തങ്കം അക്ക അതിനെ അനുകൂലിക്കുകയാണ് ഉണ്ടായത്..

"നേരാടി ഇതു ആണുങ്ങടെ ലോകമാ.. ആണും പെണ്ണും ഒരു പോലാന്ന് പ്രസംഗിക്കാം. എഴുതിയും വച്ചിട്ടൊണ്ട്. പക്ഷേങ്കി ആണിന് രാത്രീം പകലും ഒന്നാ.. പെണ്ണിന് മാത്രേ രാത്രീം പകലും രണ്ടായിട്ടൊള്ള്. ആണുങ്ങക്ക് രാത്രിയായാലും പകലായാലും കുടിക്കണം. ബോധം പൊക്കണവുമില്ലാണ്ട് കെടന്നൊറങ്ങണം. കൊറവൻകോണത്തെ പെണ്ണുങ്ങളുടെ ശാപമാണ് കുടിയന്മാരായ കെട്ടിയോന്മാരും കോങ്കലിലെ വാറ്റും.

"അതിനിവിടെ ഏതു വീട്ടിലൊണ്ട് കുടിക്കാത്ത ആണുങ്ങള്. എടീ ആണുങ്ങളായ കുടിക്കണം. വലിക്കണം. അവര് കുടിച്ചു കഴിഞ്ഞ പല സ്വഭാവങ്ങളാ. നമ്മടെയപ്പൻ നല്ല ദെവസം നോക്കിയേ കുടിക്കു. കുടിച്ചു കഴിഞ്ഞാൽ കെട്ടിയോളെ വായിത്തോന്നണ പറയും. മക്കക്കു വല്ല്യ ശല്യവുമുണ്ടോ അപ്പനെക്കൊണ്ട്. ഇല്ല. പിന്നെ എവിടെങ്കിലും ചുരുണ്ടുകൂടിക്കെടന്ന് ഒറങ്ങിക്കൊള്ളും. ഇത്രേം ഡീസന്റായ ഒരപ്പൻ ഈ ദേശത്തെ ഏതു കുടിയിലൊണ്ടടീ... മല്ലികേട അപ്പൻ പിന്നെ കുടിക്കാ

ത്തോണ്ട് ആ വീട്ടിലെന്നും സമാധാനം കാണും അല്ലേടീ..” ദാസണ്ണന്റെ ചോദ്യത്തിന് തെല്ല് അഭിമാനത്തോടെയാണ് ഞാൻ മറുപടി പറഞ്ഞത്.

“നേരാ.. ദാസേണ്ണാ.. അപ്പന് കുടീല്ലാ. വലീല്ലാ... സ്വസ്ഥം, സമാധാനം..”

പെട്ടെന്നായിരുന്നു അമ്മാവന്റെ ചോദ്യം.

“നിന്റെയപ്പൻ കുടീം വലീം കൊറയ്ക്കാനെന്താ കാരിയം? അറിയോ നെനക്ക്...” “ആ എനിക്കറിയത്തില്ല..” “ഇവരുടെ കൂട്ടത്തില് കാണാനക്കൊണ്ട് ചൊവ്വും നെറപ്പുമൊള്ളത് ചിന്നമ്മയ്ക്കായിരുന്നു. അവക്കടെ കെട്ടിയോന് കുടീല്ലെ പെടപ്പുമില്ല. എന്നാ അക്കൂട്ടത്തില് ഒരെഴമ്പോറ്റോമില്ലാത്തതും അവക്കാ... നായ്ക്കളും പെറും ആണ്ടു തോറും അവളും പെറും.

പെറ്റു കൂട്ടിയാ കുടുംബത്തില് തിന്നാനും കുടിക്കാനും വല്ലതുമുണ്ടോ? നക്കിത്തിന്നാൻ നല്ലപ്പില്ലാത്തിടത്ത് പെണ്ണിനെ കെട്ടിയെടുത്ത് അവക്കടെ ജീവിതം തൊലച്ച്. അല്ലാണ്ട് എന്തിര് പറയാൻ..” അമ്മായി പറഞ്ഞത് നേരാണ്. പക്ഷേ, ശിവയണ്ണന്റെ മുന്നില് വെച്ച് അമ്മായി ഇപ്രകാരം എന്റെ അപ്പനമ്മമാരെ അധിക്ഷേപിക്കരുതായിരുന്നു.

“നീയിത് എന്തെറിഞ്ഞിട്ടാണിക്കെടന്ന് ചെലക്കണത്...? ചന്ദ്രനളിയന്റെ അപ്പൻ നീലൻ പണിക്കൻ ഒരു കാലത്ത് ആരായിരുന്നുവെന്ന് നിനക്കറിയാമോ..? അയിണിക്കുഴിയിലെ തമ്പിരാനാരുന്നെടീ.. പതിനഞ്ച് ഏക്കർ തറയുടെ ഉടമ..” അമ്മാവന്റെ വിശദീകരണം എനിക്കാശ്വാസം ഏകി. ഒപ്പം വിസ്മയവും.

“പിന്നെ തമ്പിരാനാ... ഒന്നു പോ അപ്പാ... വെറുതെയിരുന്നു പുളുവടിക്കാതെ..” ദാസയണ്ണൻ അപ്പനെ കളിയാക്കി ചിരിയോടെ പറഞ്ഞു. “പുളിവൊന്നുമല്ലെടാ... മാങ്ങാത്തൊലിയാ.. പെങ്ങളെ അളിയൻ കെട്ടിക്കൊണ്ടു പോകുമ്പം നീലൻ പണിക്കൻ അന്നാട്ടിലെ പ്രമാണിതന്നെയായിരുന്നു. മണ്ണില് പൊന്നു വിളയിക്കണെ കർഷകൻ. അളിയന്റെ അപ്പൻ നീല പണിക്കനെക്കുറിച്ച് എന്റെയപ്പൻ പറഞ്ഞ കഥകളും എനിക്കറിയാം..”

“അപ്പാ...”

തങ്കം അക്കൻ അമ്മാവനെ വിളിച്ചു.

“എന്തെടീ..?”

“അപ്പനാ നീലനപ്പൂപ്പന്റെ കഥ പറയ്..”

“പറയ് മാമാ... നമ്മുടെ കൂട്ടത്തില് പണ്ട് പ്രമാണിമാർ ഉണ്ടായിരുന്നു എന്ന് അമ്മ പറഞ്ഞ് ഞാനും കേട്ടിട്ടുണ്ട്...”

“നേരാടാ അവര് പറഞ്ഞത്. നീലൻ പണിക്കന്റെ കഥ പറയാനാണെങ്കി കോറേ ഒണ്ട്.”

"അപ്പനതങ്ങ് വിശദമായിത്തന്നെ പറയ്.. ഒന്നുമല്ലെങ്കിലും നമ്മുടെ അപ്പച്ചിയപ്പന്റെ കഥയല്ലേ..."

തങ്കം അക്ക അപ്പനെ കഥ പറയാൻ പ്രോത്സാഹിപ്പിച്ചുകൊണ്ടിരുന്നു. സത്യത്തിൽ എന്റെ അപ്പൂപ്പന്റെ കഥ കേൾക്കാൻ എനിക്കും ആഗ്രഹമുണ്ടായിരുന്നു. പഴയ കഥകൾ പലതും അപ്പൻ പറഞ്ഞുകേട്ടിട്ടുണ്ട്. അമ്മാവൻ കഥ പറയാൻ തയ്യാറെടുക്കുകയാണെന്നു മനസ്സിലായി.

ശിവയണ്ണന്റെ ഭാഷയിൽ പറഞ്ഞാൽ എന്റെ പാരമ്പര്യത്തിന്റെ കഥ.

ആ കഥകൾ കേൾക്കാൻ ഞാനും കാതോർത്തു.

അമ്മാവൻ മുണ്ടിന്റെ കോന്തല കൊണ്ട് മുഖം അമർത്തി തുടച്ചു. പിന്നെ മൺചുമരിലേക്കു ചാരി കാലും നീട്ടിയിരുന്നു.

ഓർമ്മകൾ എന്നും ഒരുപോലെയാണ്. അതിനുമാത്രം വാർദ്ധക്യമില്ല.

നീലൻ പണിക്കനെയും തേവിഅമ്മൂമ്മയെയും കാലം കൊണ്ടുപോയി. ചുളിവുകൾ വീണതും പ്രായമായതും തന്റെ തൊലിപ്പുറത്തിനു മാത്രമാണെന്ന് അയാൾക്കു തോന്നി... മനസ്സിലെ ഓർമ്മകൾക്കെന്നും ബാല്യമാണെന്ന് അയാൾ ഓർത്തു...

രണ്ട്

പാലക്കടവ് ദേശം.

അവിടെയാണ് പുത്തരിപ്പാടം..

പാടത്തിന്റെ ഓരത്തായി ഒരു മാടം.

ചെറ്റകൊണ്ടു മറച്ച മാടം..

ഒറ്റമുറി മാടം...

മാടത്തിന് ചുറ്റും കൈതോല വളർന്നു കിടന്നു.

അതിനാൽ കൂട്ടക്കാരെല്ലാം ആ വീടിന് കൈതക്കാട്ടുവീട് എന്നു പേരിട്ടു..

തുമ്പയും മുക്കുറ്റിയും പുഞ്ചിരി തൂകുന്ന വീട് മുറ്റം.

കൈതപ്പൂവിന്റെ പരിമളം നിറഞ്ഞുനിൽക്കുന്ന അന്തരീക്ഷം. മുന്നിൽ കണ്ണെത്താദൂരത്തോളം പരന്നുകിടക്കുന്ന പാടശേഖരം. പണിയെടുക്കുന്ന പാവങ്ങൾക്ക് അതൊന്നും സ്വന്തമല്ലായിരുന്നു. വലിയ മാടത്തിലെ തമ്പ്രാക്കളുടെ വകയായിരുന്നു ആ നീണ്ട വയലേലകൾ. നീലന്റെ അപ്പൻ നാണു. അയാൾ വലിയ മാടത്തിലെ തമ്പ്രാന്റെ കൂലിപ്പണിക്കാരൻ മാത്രമായിരുന്നു.

പാടശേഖരത്തിന്റെ കാവൽക്കാരായി ആ കുടുംബം അവിടെ താമസിക്കുന്നു.

നാണുവിന്റെ ഭാര്യ കാർത്തു... മകൻ നീലൻ. പുല്ലുമൂടിയ നടവഴികളിലേക്കു നോക്കി അമ്മയുടെ മടിയിൽ നീലൻ ഇരുന്നു.

നടവയലുകൾക്ക് ഇരുവശവും തല ഉയർത്തി നിൽക്കുന്ന തെങ്ങുകൾ. പാടത്തിന് ഇടയിലൂടെ നുരചിന്നി പതഞ്ഞൊഴുകുന്ന ചെറുതോട്. തെല്ല് അകലെ പലതരം കൃഷിയിടങ്ങൾ.

അതിനുമപ്പുറം പച്ചപുതച്ച കിഴക്കൻ മലനിരകൾ. പ്രപഞ്ചത്തിലെ വിസ്മയക്കാഴ്ചകൾ നീലനിൽ എന്നും കൗതുകം നിറച്ചുകൊണ്ടേയിരുന്നു.

കിഴക്കൻമല..

അത്ഭുതങ്ങളുടെ കാട്.

നിരവധി മൃഗങ്ങളുടെ വീട്.

പേരറിയാത്ത മരങ്ങളുള്ള വന്യമായ സൗന്ദര്യങ്ങൾക്ക് ഇരിപ്പിടം.

കാറ്റും മഴയും ഇടിയും മിന്നലും മഞ്ഞും വെയിലും കിഴക്കൻ മലയിൽ നിന്നു വരുന്നതാണെന്ന് നീലൻ വിശ്വസിച്ചു.

കിഴക്കൻമലയ്ക്ക് അപ്പുറം ഒരു ലോകമുണ്ടോ?

അവിടെ എന്താകും ഉള്ളത്. നീലന് സംശയമായി.

സംശയനിവൃത്തിക്കായി അവൻ അമ്മയോടു ചോദിച്ചു:

“ആ മലയ്ക്കപ്പുറത്ത് മനിസൻമാരുണ്ടോ അമ്മാ...?”

“ഒണ്ടെടാ... ഒണ്ട്....” അമ്മ പറഞ്ഞു.

പുത്തരിപ്പാടത്തിനു മീതേ തണുത്ത കാറ്റടിച്ചു.

പൂത്ത നെൽച്ചെടികൾ കാറ്റിനൊത്ത് ചാഞ്ചാടി.

വെള്ളക്കൊറ്റികൾ പറ്റം ചേർന്നു വയൽവരമ്പുകളിലേയ്ക്കു പാറിവന്നുകൊണ്ടിരുന്നു...

ഭൂമിയിൽ ഒരു സ്വർഗ്ഗമുണ്ടെങ്കിൽ അത് പുത്തരിപ്പാടത്താണെന്ന് അവനു തോന്നി.

അവനാ കാഴ്ചകളിൽ മയങ്ങിയിരുന്നു...

പെട്ടെന്നാണ് കാർത്തു തുമ്മാൻ തുടങ്ങിയത്.

നിർത്തില്ലാത്ത തുമ്മൽ.

നീലൻ അമ്മയുടെ മടിത്തട്ടിൽനിന്നും ചാടിയിറങ്ങി. അമ്പരപ്പോടെ നോക്കിനിന്നു.

തുമ്മിത്തുമ്മി കാർത്തു വലഞ്ഞു.

അവരുടെ നെഞ്ചിലെ കഫം കുറുകി.

ശ്വാസം എടുക്കാനാവാതെ വിമ്മിട്ടത്തോടെ പിന്നിലേക്കു കൈകൾ കുത്തി അവർ മലർന്നിരുന്നു.

ഇടയ്ക്കിടയ്ക്ക് അവർ നെഞ്ചിൽ അമർത്തി തടവി.

നിമിഷങ്ങൾ ഇഴഞ്ഞു നീങ്ങി.

കാർത്തു മുഖം ഉയർത്തിപ്പിടിച്ചു വായ മലർക്കെ തുറന്നുപിടിച്ചു. അവർ വിയർത്തു.

മെല്ലിച്ച ശരീരത്തിലെ നെഞ്ചിൻകൂട് ശ്വാസഗതിക്കനുസരിച്ച് ഉയർന്നും താണും കൊണ്ടിരുന്നു.

അവൻ കൂരയ്ക്ക് അകത്തേക്കോടി.

ഒഴിഞ്ഞ കഷായക്കുപ്പി കൈയിലെടുത്തു നോക്കി.

നിരാശയോടെ കുപ്പി യഥാസ്ഥാനത്തു വച്ചു. അവൻ അമ്മയുടെ അരികിലെത്തി.

അമ്മയുടെ പരവേശം മകനെ സങ്കടത്തിലാഴ്ത്തി.

അവൻ പാടവരമ്പത്തൂടെ വടക്കോട്ട് ഓടി.

അവിടെ, തമ്പുരാന്റെ പറമ്പിലെ മരച്ചീനിക്കു വളമിട്ടു ചിക്കിക്കിളച്ചു കൊണ്ടു നിക്കുവായിരുന്നു നാണു. താഴെ പാടവരമ്പിലൂടെ ഓടി അടുക്കുന്ന മകനെ നാണു കണ്ടു.

"ഏൻ നീലൻ ഓടി പാഞ്ഞു വരണ്. എന്തോ കാര്യമിരിക്ക്. ഏനിപ്പം വരാം..."

നാണു കൂട്ടുപണിക്കാരോട് ഇപ്രകാരം പറഞ്ഞുകൊണ്ടു മൺവെട്ടി താഴെ വച്ചു. ധൃതിയിൽ മകന് അരികിലേക്ക് ഓടി ഇറങ്ങി.

"എന്ത് മക്കളേ...?"

"അമ്മാവുക്കു തീനം കൂടി. അപ്പൻ വീട്ടിക്കു വായോ..."

"മക്കളേ അപ്പാവിന് ഇപ്പം വരാനക്കൊണ്ട് പറ്റത്തില്ല. നീയ് വീട്ടിക്ക് പൊയ്ക്കേ... എൻ തമ്പിരാനോട് കാരിയം പറഞ്ഞ് കായും വാങ്ങി കസായവും വാങ്ങി വീട്ടിക്കു വരാം..."

"അപ്പൻ ഇങ്ങനെ പറഞ്ഞാൽ നാൻ പകയില്ല. ഏൻ കൂടെ നീയും വരവേണം.."

മകന്റെ ശാഠ്യം നാണുവിനെ കുഴക്കി...

"ഏൻ മകൻ അപ്പാവ് പറയണത് കേക്ക്. വേല തീർത്ത് കേറാനക്കൊണ്ട് ഒള്ള നേരമായാച്ച്. അതുകൊണ്ടിട്ടും അപ്പാവുക്ക് ഇന്ത നേരത്ത് വീട്ടിക്ക് വരാനാകാത്. ഇപ്പം വന്നാലക്കൊണ്ട് അന്ത തമ്പിരാൻ അപ്പാവുക്ക് വേലക്കൂലി തരാത്. നിന്റെ അമ്മാവുക്ക് കസായം വാങ്ങ വേണ്ടായോ..?"

"വാങ്ങ വേണം..."

"അയിന് കായ് വേണ്ടായോ...?"

"വേണം.."

"എന്നാലക്കൊണ്ടു നീയ് വീട്ടിലേയ്ക്കു പോ...?"

"ഓ... അപ്പാനീയ് വേഗത്തില് അമ്മാവുക്ക് കസായവും വാങ്ങി വരോ..."

അവൻ അപ്പനോട് യാത്ര പറഞ്ഞു. തിരികെ വീട്ടിലേയ്ക്ക് ഓടി...

നാണു കൂട്ടുകാരോട് ഒപ്പം ചേർന്ന് തന്റെ ജോലി തുടർന്നു.

നാണുവിന്റെ ഉറ്റ ചങ്ങാതിയാണു വേലു. അയാൾ നാണുവിനോടു ചോദിച്ചു.

"നീലൻ എന്തെരിന് ചങ്ങാതീ ഓടിക്കെതച്ച് വന്നത്? കാർത്തൂന് തീനമായാ...?"

"ഓ അവ്യക്ക് വലിവെളകി... ഏൻ എന്നാ ചെയ്യുവേൻ...? അവക്കെന്നം സോക്കേടാണ്. മനതിന് സന്തിയോഷമേയില്ലെ. എല്ലാം ഏൻ വിതി..."

നാണു പരിതപിച്ചു.

"പണ്ട് കാർത്തു എന്ന അഴകാന പെണ്ണാരുന്നു. ഇന്ത കരയില് അന്തമാതിരി സുന്ദരിയെ വേറെ കാണാനെ ഇല്ലാർന്നു. ഇപ്പം അവളെ പാത്താല് കോലംകെട്ടു പോയാച്ച്. അവളെ കാണുമ്പം ഏന് കരച്ചിൽ വരും. നീ തന്നെ പറ. അവള് എപ്പടി ഇന്തമാതിരി ആയീന്ന്..?"

"ഏന് ഒന്നുമേ തിരിയാത്. അവള് കന്നിപെറ്റു. പെറ്റെണീറ്റ അവളെ നോക്കാനും കാണാനും ഏന് ആരുമേ ഇല്ലാർന്നു. അവക്കും ആരുമില്ലാർന്നു. കേശു അളിയൻ അവളെ ഒരു മാതം കൊണ്ടുപോയി നോക്കി. ഇന്ത കൈതക്കാട്ടു വീട്ടിൽ വന്ന് താമതം തൊടങ്ങിട്ട് അവക്ക് ഒരു എഴ മ്പേറ്റം ഒണ്ടായില്ല. അവക്കടെ ചന്തോം ചൊടീമെല്ലാം പോയാച്ച്. ഏൻ എന്തു ചെയ്യാൻ...? ഒന്നുമേ ഏനു തെരിയാത്. ഇപ്പം അവക്ക് വയത് ഇരുപത്തിമൂന്ന്. അവക്കടെ മൊകത്തെ പാത്താ കെളവി മാതിരിയായി. മുടീം പൊയിഞ്ഞ് കവിളുമൊട്ടി കറുത്തൊണങ്ങി ചുള്ളിക്കമ്പുമാതിരി ആയാച്ച്. അവക്കടെ മോന്തയെ പാത്താ മനം മറിക്കും. ഏനായതു കൊണ്ട് മാത്തിറം ഇന്തകാലത്തും വേല സെയ്തു അവളെ നോക്കണ്. എല്ലാതും ഏൻ സകിപ്പതു ഏൻ മകനു വേണ്ടിത്താൻ. അല്ലെയ്.."

"അപ്പടി ഒന്നുമേ പറയാതെ നാണുവേ... നീയവക്ക് കൊണമൊള്ള വകകള് വാങ്ങി തിൻമാന കൊണ്ടുകൊട്. അവക്കടെ എല്ലാ തീനവും മാറും മൂന്നരത്തരം..."

"അവക്ക് തിന്നാനും കുടിക്കാനുമൊക്കെ ഇട്ടംപോലെ ഏൻ വാങ്ങിക്കൊടുപ്പേൻ. ഇപ്പം അവക്കടെ തീനം മാററ്. വാക്കിയെല്ലാം പിന്നെത്താൻ..."

"വേല നാളേക്കും വേണം. അന്ത കെഴക്കൻ മലമേല് കോട ഇറങ്ങീ. അതുകൊണ്ടിട്ടും ഇപ്പോ വേല മതിയാക്കാം. എല്ലാവരും വായോ.. പോകാം..." കൂട്ടപണിക്കാർ പണി മതിയാക്കി. അവർ തമ്പുരാന്റെ മാളികയിലേക്കു പോകാൻ തിടുക്കം കൂട്ടി. എല്ലാവരും മൺവെട്ടിയും തോളിൽ തൂക്കി വലിയ മാടത്തിലേക്കു നടന്നു.

നടത്തത്തിന് ഇടയിൽ വേലു നാണുവിനോടു പറഞ്ഞു:

"എടാ നാണുവേ...?"

"പറയ് ചങ്ങായി..."

"നമ്മടെ കാർത്തുക്ക് കണ്ണുതോഷമോ സർപ്പതോഷമോയാണാ...? അതു മാറുവതുക്ക് അന്ത കണ്ണൻ ഊരാളിയെ വിളിച്ച് ഒന്ന് ഓതിക്ക്...."

"എടാ അന്ത കോമരത്തിക്ക് കായുകൊടുപ്പാൻ ഏന് പാങ്ങില്ല..

വേല ചെയ്താ കിട്ടണത് മുന്നാഴി നെല്ലാ. അതുകൊണ്ട് കഞ്ഞിവച്ച കു ടിക്കുമോ...? കണ്ണാവുക്ക കൊടുക്കുമോ? വാതേ നോക്കാനക്കൊണ്ട് കാലണ ഏൻ ചെലവാക്കുല.."

"എടാ നീ ഏന്റെ കുരയിലെ കെഴക്ക് വശത്ത് താമസിക്കണ അമ്മുവെ അറിയില്ലെ..."

"അറിയാൻ വയ്യാത്തതെന്ത്.."

"പണ്ട് അവള് എപ്പിടിത്താനിരുന്നത്? തെരിയുമാ നെനക്ക്? ഒണങ്കി പിരിഞ്ച് ചോരേം നീരും വറ്റി ഒരുമാതിരി ആയിരുന്നു. ഒരു കണക്കിന് കാർത്തുവും ഇപ്പം അന്തമാതിരി ആയാച്ച്.."

"അതു നീ പറഞ്ഞതു നേരാ.. ഏൻ ഓർക്കുണുണ്ട്. അവക്ക് ഏതോ പെരിയ ദീനം വന്ത് ചത്തുകെട്ടു പോകുമെന്ന് ദേശക്കാരെല്ലാമേ നിനച്ച്."

"അമ്മു അന്ത മരുതിമലയില് വെറക് പറക്കാൻ ഒറ്റക്ക് പോയി. വെറക് പറക്കി പറക്കി അവള് അറിയാണ്ട് കാവ് തീണ്ടി. മരുതമലയി ല് കുടികൊള്ളണ നാഗര് ദൈവത്തിക്ക് കോപം വന്താച്ച്. അവക്കടെ കനവിലും നിനവിലും വെഷ നാഗങ്ങള്. പെണ്ണുക്ക് നിക്കാനും വയ്യ. കെടക്കാനും വയ്യ. എവടെ നോക്കിയാലും പാമ്പുകള്. അവിള് തിന്ന ചോറും ചാറും അപ്പടി കക്കി. ഒടുവില് മരുതമലയ്ക്കാവിലെ ഊരാളി വന്തു. പൂസകള് നേർച്ചകള് കൊറേ ചെയ്തു. പിടിച്ച കെട്ടി അങ്ങാര്. അവക്ക ടെ ദെണ്ണവും മാറ്റി. അതുകൊണ്ടിട്ടും നാൻ നിന്നോടു പറയണത്. ഇപ്പം കണ്ണൻ ഊരാളിയാണ് കേമൻ. കൺകട്ടുവിദ്യയും കുട്ടിച്ചാത്തൻ സേവയു മൊക്കെ ഒണ്ടയ്യാൾക്ക്..."

"എല്ലാതുക്കും ആഗ്രികോണ്ട് നല്ലതാക്കാൻ. എത്തിന കസായം ഏനവക്കു വാങ്കിക്കൊടുത്തു. ഏൻ കഷ്ടപ്പെട്ടു വേല ചെയ്യണ കായ് മുഴു ക്കനെ അവക്കു മരുന്തിനു വേണ്ടിത്താൻ തൊലച്ചുകൊണ്ടേ ഇരിപ്പത്.. വേലുവേ ഏലാവെല്ലാം ഇരുണ്ടു. വെളക്കു വെക്കറുതുക്ക് മുന്നേ തമ്പിരാൻ മുമ്പില് ചെല്ലുവേണം. ഇന്നു അവക്ക് മരുന്നു വാങ്ങുവതുക്ക് വൈദ്യരെ കാണവേണം.."

"എല്ലാതും നേരാകും നാണുവേ..."

കേശു നാണുവിനെ ആശ്വസിപ്പിച്ചു.

പാലക്കടവ് നിവാസികളുടെ ഏക വൈദ്യനാണ് കമലൻപിള്ള. സർവ്വരും ആദരവോടെ കമലൻ വൈദ്യർ എന്നു വിളിക്കും. ദേശവാസി കളുടെ ആരാദ്ധ്യൻ.

അദ്ദേഹത്തിന്റെ തെളിഞ്ഞ മുഖവും സൗമ്യമായ സംഭാഷണവും കേൾക്കുമ്പോൾത്തന്നെ രോഗികളുടെ പാതി അസുഖവും പമ്പ കടക്കും എന്നാണ് നാട്ടുകാരുടെ അഭിപ്രായം.

കമലന്റെ മാതാപിതാക്കളും മറ്റ് കുടുംബക്കാരും വൈദ്യന്മാരാണ്.

അവര് വീട്ടിൽത്തന്നെ കഷായവും ഗുളികകളും ഉണ്ടാക്കും. തീണ്ടലും തൊടീലുമുള്ള അക്കാലത്ത് യാഥാസ്ഥിതികരല്ലാത്ത ആ കുടുംബം സാധു ക്കൾക്കും മരുന്നും ചികിത്സയും കൊടുത്തിരുന്നു. അടിയാള വർഗ്ഗത്തോട് ആ കുടുംബം മര്യാദയോടു പെരുമാറിയിരുന്നു. കമലൻപിള്ളയുടെ അടി യാളനായിരുന്ന കാർത്തുവിന്റെ നേരാങ്ങളയായ കേശു. കേശുവിന്റെ അപ്പനും അപ്പൂപ്പനും കാലങ്ങളായി കമലൻപിള്ളയുടെ കുടുംബത്തിലെ അടിയാളരായിരുന്നു.

നാണു വൈദ്യരുടെ പുരയുടെ പടിപ്പുരയ്ക്കു മുന്നിലെത്തി. കമലൻ വൈദ്യരുടെ പടിപ്പുരയിൽ ഒരു ഓട്ടുമണി കെട്ടിയിട്ടുണ്ട്. മരുന്നിനു വരു ന്നവർ ആ ഓട്ടുമണിയിൽ കെട്ടിയ കയറിൽ പിടിച്ച് ശബ്ദമുണ്ടാക്കും. മണിയൊച്ച കേട്ട് വീട്ടിലുള്ളവർ പടിപ്പുരയിൽ എത്തും. രോഗവിവരം അറിഞ്ഞശേഷം മരുന്നും നൽകും.. മണിയൊച്ച കേട്ട് വൈദ്യര് പടിപ്പുര യിൽ വന്നു പുറത്തേക്ക് എത്തിനോക്കി.

പടിപ്പുരയുടെ പുറത്തു നാണുവിനെ കണ്ടതും വൈദ്യർക്ക് സംഗതി മനസ്സിലായി.

“നിന്റെ കൊറത്തിക്ക് ദീനം കൂടിയോടാ നാണുവേ...?”

സൗമ്യതയോടെയാണ് വൈദ്യരതു ചോദിച്ചത്.

“ഓ... തമ്പ്രാ... പയങ്കര വലിവും സാസംമുട്ടും...”

“അവളെ കഷ്ടപ്പെടുത്താണ്ട നിനക്ക് തൊടക്കത്തിലേ വന്ന് മരുന്നു വാങ്ങി കൊടുത്തു കൂടെടാ കാട്ടാളാ..”

“തമ്പ്രാ... അടിയന് വേലേണ്ടാർന്നു. മരുന്ന് വാങ്ങുവതുക്ക് കാശ് വേണ്ടായോ തമ്പ്രാ...”

“അതു വേണം. എന്തായാലും നിന്റെ കാരിയം പരമകഷ്ടമാണു നാണുവേ. ഇപ്പം നീയ് ശടാന്ന് മരുന്നുകൊണ്ട് അവക്ക് കൊട്. അവ ക്കടെ ദീനം മാറട്ട്. ഇത് ഒരാഴ്ചത്തേയ്ക്ക് ഒണ്ട്. മരുന്നു കഴീമ്പം വന്നു വാങ്ങണം. കേട്ടോടാ വെവരദോഷി..”

“ഓ... തമ്പ്രാ.. കായ്...” കൂലിയായി കിട്ടിയ രണ്ട് അണ അയാൾ കമലൻ വൈദ്യർക്ക് വച്ചുനീട്ടി. “കാശൊന്നും വേണ്ടടാ. ആ കാശിന് അവക്ക് തിന്നാൻ വല്ലതും വാങ്ങിക്കൊട്.”

മരുന്നും കഷായവും വാങ്ങിയ നാണു ചന്തയിലേക്കു നടന്നു. രണ്ട് അണ അയാൾ മടിയിൽ ഭദ്രമായി കരുതിവച്ചു. ഇടങ്ങഴി നെല്ല് അയാൾ ചന്തയിൽ കൊണ്ടുപോയി വിറ്റു. അതിന് അരിയും കപ്പയും വാങ്ങി. തോ ർത്തിൽ കെട്ടി തിടുക്കത്തിൽ കുടിലിനെ ലക്ഷ്യമാക്കി നടന്നു.

ശ്വാസം വലിച്ചു വിടാൻ ആയാസപ്പെടുന്ന ഭാര്യയ്ക്കു മുന്നിൽ നാണു കഷായക്കുപ്പിയും ഗുളികയും വച്ചുകൊണ്ട് ഇപ്രകാരം പറഞ്ഞു:

“കഷായം കുടിക്ക്...”

അമ്മയുടെ സമീപത്ത് വേവലാതിയോടെ അപ്പനെ നോക്കി ഇരുന്ന മകനോട് നാണ പറഞ്ഞു.

“നീലോ... അമ്മാവുക്ക് മരുന്ന് കുടിക്കുവതുക്ക് കൊറച്ച് വെള്ളം എടുത്തുകൊടുക്ക്...”

അപ്പന്റെ നിർദ്ദേശം കേട്ടതും മകൻ വെള്ളം നിറച്ച മൺകുടത്തിനു സമീപത്തേക്ക് ഓടി. മൺചട്ടിയിൽ കുടത്തിൽനിന്നും വെള്ളം പകർന്നു. അവൻ അമ്മയ്ക്കു മുന്നിൽ വെള്ളം കൊണ്ടുവച്ചു.

കാർത്തു ഗുളിക തിന്നു. കഷായം കുടിച്ചു.

വൈദ്യരുടെ മരുന്നിന് ഫലം കണ്ടു. അത് കാർത്തുവിന്റെ നെഞ്ചിലെ കഫത്തെ അലിച്ചിറക്കി.

ഒറ്റയിരുപ്പിൽ അവൾ രണ്ടു ചിരട്ട കഫം തുപ്പി.

നാണ കഞ്ഞിവച്ചു, കപ്പ പുഴുങ്ങി.

ചിമ്മിനിവിളക്കിന്റെ തെളിച്ചത്തിൽ അവർ അത്താഴം കഴിച്ചു.

മഞ്ഞു പെയ്യുന്ന മകരത്തിലും മഴ ഇടിവെട്ടി പെയ്തൊഴിയണ ഇടവപ്പാതിയിലും, തുലാവർഷം കോരിച്ചൊരിയുമ്പോഴും അടുപ്പിന്റെ ചോട്ടീന്ന് കാർത്തു മാറില്ല.

അടുപ്പിലെ തീയും കാഞ്ഞ് അവർ പുതച്ചുമൂടിയിരിക്കും.

നേരവും കാലവും നോക്കി മാത്രം കുളി.

അതും ചൂടുവെള്ളത്തിൽ മാത്രം.

തണുപ്പടിച്ചാലും പൊടിയടിച്ചാലും കാർത്തു തുമ്മും.

തുമ്മി തുമ്മി വലിവ് ഇളകും.

കിഴക്കൻ മലയിൽ ഋതുഭേദങ്ങൾ പലതവണ വന്നു പോയി. പാലക്കടവ് ദേശത്തിനും പുത്തരിപ്പാടത്തിനും വലിയ മാറ്റങ്ങളൊന്നും ഉണ്ടായില്ല.

എന്നാൽ നാളുകൾ കഴിയുന്തോറും കാർത്തുന് അവശത കൂടിക്കൂടി വന്നു.

എപ്പോഴും അവൾ പായയിൽ ചുരുണ്ടു കൂടിക്കിടന്നു.

നീലന് വയസ്സ് പത്തു കഴിഞ്ഞു.

കാലം അവനിൽ മാറ്റത്തിന്റെ മായാജാലം സൃഷ്ടിച്ചു.

നാണ ദൃഢഗാത്രനും കാഴ്ചയ്ക്കു സുന്ദരനുമായിരുന്നു. അതുപോലെ നീലനും തേജസ്സും ഓജസ്സുമുള്ള ബാലനായി വളർന്നുവന്നു. വീട്ടുജോലികൾ എല്ലാം നീലൻ ചെയ്തു തുടങ്ങി...

കഞ്ഞി വയ്ക്കാനും കപ്പ പുഴുങ്ങാനും അവൻ പഠിച്ചു.

കൂരയും മുറ്റവും അടിച്ചുവാരി വൃത്തിയാക്കാൻ പഠിച്ചു.

അകലെ കൊയ്തൊഴിഞ്ഞ പാടത്ത് കരിമാടിക്കുട്ടന്മാർ ആർത്തു കളിക്കുമ്പോൾ കൂരയുടെ മുറ്റത്തുനിന്നും അവനത് നോക്കി നിൽക്കും. മറ്റു

കുട്ടികളോട് ഒത്തു ചേർന്നു കളിക്കാൻ അവന് ആഗ്രഹമുണ്ട്. അവരോടൊപ്പം കൂട്ടുകൂടാനും ആർത്തു വിളിക്കാനും അവന്റെ ഉള്ളം കൊതിച്ചു.

മാടത്തിന് അകത്തു ദീനം പിടിച്ചു കിടക്കുന്ന അമ്മയെ കാണുമ്പോൾ അവന്റെ ആഗ്രഹങ്ങളെല്ലാം അവൻ മനസ്സിലൊതുക്കും... തലപ്പൊക്കം വച്ച മകനെ നാണു അരികത്തു വിളിച്ച് ഇപ്രകാരം പറഞ്ഞു:

“നീലാ.. നീ ഏൻകൂടെ തമ്പിരാന്റെ പാടത്ത് വേലയ്ക്കു വരവേണം. ചിന്ന വയസ്സിലെ വേലകളെല്ലാം പഠിക്കവേണം. വേലുവിന്റെ മകനും നിനക്കും ഒരേ വയസ്സ്. അവൻ ഏങ്കളുടെ കൂടെ പണിക്കു വന്നുതൊടങ്ങി. നീയും വേലകളെല്ലാം ചെയ്തു പഠിക്കവേണം. നിനക്ക് വയസ്സ് പതിമൂന്നു കഴിഞ്ഞു....”

അന്നു രാത്രി നീലന് ഉറക്കം വന്നില്ല.

അവന്റെ ഉള്ളം സംഘർഷഭരിതമായിരുന്നു...

അമ്മയുടെ അസുഖമാണ് അവനെ അലട്ടിയത്..

അപ്പാനും ഞാനും പണിക്കുപോയാൽ അമ്മയെ ആര് നോക്കും...? ഒറ്റപ്പെട്ട കൂരയാണ്.

അയലുകളും ഇല്ല..

ചിന്തകൾക്ക് ഒടുവിൽ അവൻ ഒരു തീരുമാനത്തിൽ എത്തിച്ചേർന്നു.

വെളുപ്പിന് ഉണരുക.

അമ്മയ്ക്കു കുടിക്കാനുള്ള കഞ്ഞി അനത്തി വയ്ക്കുക..

അപ്പനും കൂട്ടുകാരും പാടത്തെ വേല ചെയ്യുന്നത് കുട്ടിക്കാലം മുതലേ അവൻ കാണുന്നതാണ്.

വരമ്പൊരുക്കൽ, പൂട്ടല്, ഞാറു പാവല്, ഞാറു നടീല്, കള പറിക്കൽ എല്ലാം ചെയ്യുന്നത് കൗതുകത്തോടെ നോക്കി നിന്നിട്ടുണ്ട്.

പുത്തരിപ്പാടത്തെ കൊയ്ത്തുകാലം ഉത്സവകാലമാണ്.

കൊയ്തൊഴിഞ്ഞ പാടത്തുനിന്നും കതിരുപറക്കണ കുട്ടികൾ.

അവർക്കൊപ്പം ഞാനും കൂടാറുണ്ട്.

അതെല്ലാം വറുത്തുകുട്ടി അവിലാക്കും.

തടി ഉരലിൽ അവിലിടിക്കുമ്പോൾ ഉമി നേരെ പോകാറുമില്ല.

എന്നിരുന്നാലും അവലിനോളം രുചികരമായ മറ്റൊരു ഭക്ഷണവും നീലൻ കഴിച്ചിട്ടില്ല.

നാളെ മുതൽ ഏനും പുത്തരിപ്പാടത്തെ പണിക്കാരൻ.

ഏനും ഇടങ്ങാഴി നെല്ലും മൂന്നു രൂപയും കൂലി കിട്ടും.

അന്ന് രാത്രി ഏറെ ചെന്നശേഷമാണ് നീലൻ ഉറങ്ങിയത്. നിലാവുള്ള രാത്രി അവന് ഒത്തിരി ഇഷ്ടമാണ്. തണുത്ത കുളിരു കോരുന്ന പ്രഭാതം... നീലൻ വെളുപ്പിന് ഉണർന്നു.

അമ്മയോടു യാത്ര പറഞ്ഞു വേലയ്ക്കു പോകാൻ അവൻ ഒരുങ്ങി..

നീലൻ പുത്തരിപ്പാടത്ത് പണിക്കിറങ്ങി.

നാണു വെറ്റിലയിൽ ഒരു രൂപ നാണയം വച്ച് മകന്റെ കൈയിൽ കൊടുത്തു. നീലൻ അത് അപ്പന്റെ കൈയിൽ കൊടുത്ത് അനുഗ്രഹം വാങ്ങി. നീലൻ മൺവെട്ടിയെ വണങ്ങി. മണ്ണിനെ വണങ്ങി. ജോലി തുടങ്ങി. ചുറുചുറുക്കോടെ നീലൻ പണിതുടങ്ങി.

തുടക്കത്തിലെ ഉത്സാഹം അധികനേരം നീണ്ടുനിന്നില്ല...

സൂര്യൻ കത്തിജ്വലിച്ചു.

നീലന് ക്ഷീണം അനുഭവപ്പെട്ടു തുടങ്ങി.

തലേന്ന് രാത്രി കുടിച്ച കഞ്ഞിയുടെ ഊർജ്ജം നഷ്ടമായിരിക്കുന്നു.

"കൊച്ചൻ മട്ടമടാന്നു മട്ടുത്തു പോയല്ലോ. കാലത്തവന് പള്ള നെറച്ച് തിന്നാനൊന്നും കൊടുത്തില്ലേ...?" വേലു നാണുവിനോടു ചോദിച്ചു.

"വെളുപ്പിന് അവൻ തള്ളയ്ക്കു കുടിക്കാൻ കഞ്ഞി ഒണ്ടാക്കിവച്ച്. അവനൊന്നും കുടിച്ചില്ല..."

"എന്നാലേ നീ കേള് നാണുവേ, ഏനും എൻമകനും ഒരു കറച്ചട്ടി നെറയെ പഴങ്കഞ്ഞി കുടിച്ചിട്ടാ പണിക്കുവന്നത്. എങ്കൾക്ക് എത്തിറ വെയിലടിച്ചാലും ഒരു പരവശതയുമില്ല."

നാണുവിന്റെ കൂട്ടുപണിക്കാരും വേലു പറഞ്ഞതിനു ശരിവച്ചു.

"കൊച്ചന് പള്ള നെറച്ചിട്ടേ നാളെ പണിക്കിറക്കാവൂ.. കസ്റ്റപ്പെട്ട് എന്തിനു നാണു വേല ചെയ്യണത്. എല്ലു മുറിയെ വേല ചെയ്യുമ്പോ പള്ള നെറച്ചു ശാപ്പാടു തിന്നവേണ്ടും."

"അവൻ വേലയോടു വേലയാ... ശാപ്പാട് തിന്നുമോ? അതുമില്ല. മീതി വല്ലതുമൊണ്ടാ... അതുമില്ല..."

നീലൻ തളർച്ചയോടെ വയൽവരമ്പിൽ ഇരുന്നു.

വേലു നീലനോടു പറഞ്ഞു:

"മകനേ... നീലാ... നെനക്ക് ഇടങ്ങഴി നെല്ലും മൂന്നുരൂപയും കൂലി യായിട്ടു കിട്ടും. ഇടങ്ങാഴി നെല്ല് നീയ് കൂട്ടി വെയ്ക്കണം. അതു പഞ്ഞമാസ ക്കാലത്ത് ഉപകാരപ്പെടും. മൂന്നു രൂപയ്ക്കു ചന്തേല് ചെന്നാല് ഒരു വട്ടി സാ ധനങ്ങള് കിട്ടും. എല്ലാം വാങ്ങി വച്ചുവെളമ്പി നീയും നിന്റെ അമ്മാവും ഇട്ടംപോലെയങ്ങു തിന്നവേണം. നിന്റെ തടിയൊക്കെ തെളിഞ്ഞുവരും. കരുത്തനാവും..."

വേലു മാമൻ പറഞ്ഞതെല്ലാം നേരാണെന്ന് അവനു ബോദ്ധ്യപ്പെട്ടു.

വേലു മാമന്റെ മകൻ കണ്ണൻ

കാഴ്ച വയ്ക്കു ചിമിട്ടൻ.

അഴകും തടിയുമൊള്ള വേലക്കാരൻ.

അവൻ എത്തിറ വേകത്തിലാണ് വരമ്പിലെ പുല്ല് അരിഞ്ഞിറക്ക ണത്.

ഏനും കണ്ണനെപ്പോലെതന്നെ ആകവേണം.

അല്ല. അവനെക്കാളും കേമനായ പണിക്കാരൻ ആകവേണം.

ഇന്ത പാലക്കടവു ദേശത്തിലെ ഒന്നാമത്തെ വേലക്കാരൻ.

വേലക്കാരൻ നീലൻ....

വേലക്കാരുടെ മൂപ്പൻ...

നീലൻ വരമ്പിൽനിന്നും തളർച്ച വിട്ട് എണീറ്റു...

പിന്നെ ശക്തനായ പോരാളിയെപ്പോലെ മൺവെട്ടികൊണ്ട് പുത്തരിപ്പാടത്തിന്റെ മാറിൽ ആഞ്ഞുവെട്ടി.

വെട്ടു കൊണ്ടു മണ്ണുർടന്നു...

ആഴത്തിൽ നീർ നിറഞ്ഞു....

കുഴഞ്ഞ മണ്ണ് ചവിട്ടി മെതിച്ചു...

മണ്ണിൻ മാറിൽ വിത്തെറിഞ്ഞു...

കിഴക്കൻ കാറ്റിൽ വളം തൂവി...

പാടത്തിൻ മീതെ ഞാറു കിളിർത്തു..

സൂര്യനെ നോക്കി കതിരാടി... കറ്റ കൊയ്തു അറ നിറച്ചു...

പെര നിറച്ചു... ഇല നിറയെ സദ്യ നിരന്നു. സദ്യയുണ്ട് വയറു നിറച്ചു.

കനവെല്ലാം ഒരു നാളിൽ സത്യമാകും..

അതു വരെയ്ക്കും വെട്ടെടാ... വെട്ട്...

"മൊളയിലെ അറിയാം വിത്തിന്റെ കൊണം." നീലന്റെ പണികണ്ട് വേലു പറഞ്ഞു.

നീലന്റെ വേലയ്ക്കുമുണ്ട് പ്രത്യേകതകൾ. വേലു അതു പറയുകയും ചെയ്തു...

"അവൻ വേല ചെയ്തിടത്തെല്ലാം നല്ല മെനയും വൃത്തിയുമുണ്ട്..."

കൂട്ടുപണിക്കാരും അതു ശരിവച്ചു.

എല്ലാം കേട്ടുനിന്ന നാണുവിന്റെ ഉള്ളു കുളിർത്തു..

വേല കഴിഞ്ഞു.

അമ്മയുടെ പായ്ക്കരികിൽ നീലൻ ഇരുന്നു. കൂലിയായി കിട്ടിയ ഇടങ്ങാഴി നെല്ല് അവൻ അമ്മയുടെ സമീപത്തു വച്ചു.

"അമ്മാ... എണീക്കിനേ.. ഏൻ വേലക്കൂലി വാങ്ങമ്മാ..."

ഇപ്രകാരം പറഞ്ഞുകൊണ്ട് അവൻ അമ്മയുടെ ശോഷിച്ച കൈകളിലേയ്ക്കു മൂന്ന് അണ വച്ചുകൊടുത്തു.

"ചാകാൻ പോണ ഏന് കായെന്തിനെടാ...? ദീനം മാറാൻ മരുന്ന് വേണം. നല്ല സാപ്പാട് വേണം. വാങ്കിത്തരുമോ നീയ്...?

നിൻ അപ്പാവുക്ക് ഏനെ നോക്കാനും കാണാനുമൊന്നും വയ്യാ... അതുകൊണ്ടിട്ടും ഏൻ ഇപ്പടിത്താനായാച്ച്... നീ വേല ചെയ്തു നിന്റെ അമ്മാവെ എല്ലാ കസ്ടപ്പാടുകളീന്നും നോക്കുമോ....?"

അമ്മയുടെ ചോദ്യം കേട്ട് മകന്റെ ചിത്തം തകർന്നു..

അവൻ പൊരിഞ്ഞു

അമ്മ പായയിൽ പറ്റിക്കിടന്നു...

മരുന്നില്ല.. തീറ്റയില്ല.

അമ്മയുടെ തണുത്ത മെല്ലിച്ച കൈപിടിച്ച മകൻ തലോടി...

നേർത്ത വിരലുകളിൽ സ്നേഹത്തിന്റെ ചൂട്.

വാത്സല്യത്തിന്റെ നിറവ്.

അത് അവന്റെ ആത്മാവിൽ പടർന്നു വെളിപാടു പകർന്നു. അമ്മ ജനിപ്പിച്ചവൾ... പാലൂട്ടി വളർത്തിയവൾ...

അമ്മിഞ്ഞപ്പാലോടൊപ്പം സ്നേഹത്തിന്റെ ഊഷ്മളത പകർന്നു തന്നവൾ.

അമ്മയെന്നാൽ കുന്നോളം സ്നേഹംതന്നെ.

തളർന്ന കണ്ണുകൾ പ്രാണനായി കേഴുന്നു. ഇറ്റു കരുണയ്ക്കായി യാചിക്കുന്നു.

മുഖം മനസ്സിന്റെ കണ്ണാടി..

പെറ്റമ്മയുടെ സങ്കടം മകനറിഞ്ഞു.

പൊൻമകന്റെ ഹൃദയം പെരുമ്പറ കൊട്ടി. കണ്ണു കലങ്ങി... നീലൻ അമ്മയുടെ കൈപിടിച്ചു പൊട്ടിക്കരഞ്ഞു.

പുത്തരിപ്പാടത്തിനു മീതേ. കിഴക്കൻകാറ്റാഞ്ഞു വീശി..

നീലൻ അമ്മയുടെ അരികിൽനിന്നും എണീറ്റു.

മുറ്റത്തിന്റെ ഓരത്തെ ചെറുകുളത്തിൽ പോയി കുളിച്ചുവന്നു. അയയിൽ ഞാന്നു കിടന്ന വീതിയുള്ള തോർത്തെടുത്ത് ഉടുത്തു. വേലക്കൂലിയായി കിട്ടിയ മൂന്ന് അണ അവൻ കൈവെള്ളയിൽ മുറുകെ പിടിച്ചു.

നീലൻ വൈദ്യശാലയെ ലക്ഷ്യമാക്കി നടന്നു.

താൻ കാർത്തുവിന്റെ മകനാണെന്നും അമ്മയ്ക്കു ദീനം കൂടുതലാണെന്നും അവൻ വൈദ്യരെ ധരിപ്പിച്ചു.

“തമ്പ്രാൻ പറയുമ്പോലെ ഏനെന്റെ അമ്മാവേ നോക്കാം...” അവൻ വൈദ്യർക്ക് വാക്കു കൊടുത്തു.

“നിന്റയപ്പന് ദീനക്കാരി കൊറത്തിയെ വേണ്ടാതായി.

അവള് ചത്തു കെട്ടു പോകാനവൻ നേർച്ചകൾ നേർന്നു.

സൂക്കേടു മാറാൻ മരുന്നു വാങ്ങി കൊടുപ്പാൻ ഞാൻ പറഞ്ഞു.

നല്ല തീവനം കൊടുത്താ മാറണ ദീനമേ അവക്കൊള്ള്.

ആരോഗ്യമൊണ്ടേല് അസുഖങ്ങള് പടിയിറങ്ങും.

നീയും നിന്റെ അപ്പനെപ്പോലെ വെവരദോഷിയാവരുത്.

അവളെ ഉപേക്ഷിക്കരുത്.

ആരും നോക്കാതായാല് ആ പാവം ആയുസ്സറാതെ ചത്തു കെട്ടു പോകും.

എത്ര ജന്മങ്ങൾ കഴിഞ്ഞാലും ആ പാപം തീരത്തില്ല. മനസ്സിലായോടാ...?"

"ഓ... തമ്പ്രാ... ഏൻ കാക്കും ഏനമ്മാവേ.."

നീലൻ കമലനു വാക്കു കൊടുത്തു.

പെറ്റതള്ളയെ രക്ഷിക്കവേണം.

അയിനു വേല ചെയ്യ വേണം.

കായുണ്ടാക്കവേണം.

അമ്മാവിൻ ജീവൻ... ഏൻ ജീവിതം.

ഇപ്രകാരം മനസ്സിലുറച്ചു നീലൻ നിന്നു.

കമലൻ വൈദ്യൻ മരുന്നുകളുമായി വന്നു.

തന്റെ കൈവെള്ളയിൽ മുറുകെ പിടിച്ചിരുന്ന മൂന്നണ നീലൻ വൈദ്യർക്കു മുന്നിൽ വച്ചു തൊഴുതുവണങ്ങി. അകലേയ്ക്കു മാറിനിന്നു...

"കായ് വേണ്ട നീലാ.. കാർത്തുന്റെ ദീനം മാറട്ട്.. ഇക്കായ്ക്കൊണ്ട് അവക്ക് പള്ള നെറച്ച് തിന്നാനക്കൊണ്ട് വല്ലതും വാങ്ങിക്കൊട്..."

"ഏനറിയത്തില്ല തമ്പ്രാ അമ്മാവിന്റെ തീനം മാറാനക്കൊണ്ട് ഏത് തീവനം വാങ്ങിക്കൊടുക്ക വേണമെന്ന്..."

"മൊട്ട, പാല്, പഴങ്ങള്, മീന്, ഇറച്ചി പിന്നെ കൈയില് കിട്ടണതെന്തും. കഷായം തീരുംമുന്നേ വരണം... അപ്പനെപ്പോലെ മരുന്ന് തീരാനക്കൊണ്ട് കാത്തിരിക്കല്ല്..."

"ഇല്ലമ്പ്രാ..."

നീലൻ മരുന്ന് തോർത്തുമുണ്ടിൽക്കെട്ടി തോളിൽ തൂക്കി ചന്തയെ ലക്ഷ്യമാക്കി നടന്നു.

ചന്തയിൽ നടാടെയാണ് നീലൻ വരുന്നത്. കച്ചവടക്കാരൻ സാധനങ്ങൾ അവിടവിടെ തലച്ചുമടായി വില്പനയ്ക്കു കൊണ്ടുവന്നു നിരത്തുന്നു.

കുട്ടകൾ, വട്ടി, മുറം, പായ എല്ലാം ഒരിടത്ത്.

ചട്ടി, കലം, കുടം, ഭരണി തുടങ്ങിയവ മറ്റൊരിടത്ത്.

മലക്കറികൾ മറ്റൊരു ദിക്കിൽ.

തുണികൾ പാവിരിച്ച് നിരത്തിയിട്ടിരിക്കുന്നു.

അപ്പനെം അമ്മയെയും ഒഴിച്ച് സർവ്വതും ചന്തയിൽ വാങ്ങാൻ കിട്ടുമെന്ന് നീലനു മനസ്സിലായി.

നീലൻ വലിയൊരു വട്ടിവാങ്ങി.

കമലൻ വൈദ്യര് പറഞ്ഞതെല്ലാം വാങ്ങി വട്ടിയിൽ വച്ചു.

ധൃതിയിൽ വീട്ടിലേയ്ക്കു നടന്നു.

അപ്പോഴാണ് നീലൻ കേശുവമ്മാവനെ കണ്ടത്.

"നീലാ... നീയെന്താടാ ഇവിടെ തനിയെ...?" എവിടെടാ നിന്റെയപ്പൻ?"

തെല്ല് അമ്പരപ്പോടെ കേശ്രു നീലനോടു ചോദിച്ചു.

"അപ്പൻ വീട്ടിലൊണ്ടു മാമാ... അമ്മാവുക്കു ദീനം കൂടി. ഏനു് വൈദ്യര് തമ്പ്രാനെ കണ്ടു. മരുന്നു വാങ്ങി... പോണ്..."

പുത്തരിപ്പാടത്തിന്റെ വടക്കേ അറ്റത്താണ് കേശ്രുവും കുടുംബവും താമസിക്കുന്നത്. അവിടെയാണു കമലൻ വൈദ്യരുടെ പാടശേഖരങ്ങളും കരയും ഉള്ളത്. പാലക്കടവുദേശത്തിന്റെ പല ഭാഗങ്ങളിലും കമലൻ പിള്ളയ്ക്കു വസ്തുവകകളുണ്ട്. അവിടെയെല്ലാം പണിയെടുക്കാൻ ധാരാളം കീഴാളരുമുണ്ട്. മനുഷ്യസ്നേഹിയായിരുന്നു കമലൻ വൈദ്യര്. അദ്ദേഹത്തിന്റെ ചികിത്സയും മരുന്നിന്റെ കൈപ്പുണ്യവും നാനാ ദേശങ്ങളിലും അറിയപ്പെട്ടു.

ചികിത്സയ്ക്ക് എത്തുന്ന പട്ടിണിപ്പാവങ്ങളിൽനിന്നും കാശു വാങ്ങിയിരുന്നില്ല.

കമലൻ വൈദ്യരുടെ കുടിയാനാണ് കേശ്രു...

നീലനും കേശവും കുടിലിലെത്തി.

പായിൽ പറ്റിക്കിടക്കുന്ന പെങ്ങളെ സഹതാപത്തോടെ ഒട്ടുനേരം നോക്കിനിന്നു. പിന്നെ കേശ്രു പായയുടെ അരികിലേക്ക് ഇരുന്നു. നീലൻ അടുപ്പു കത്തിച്ചു.

കഞ്ഞി വെക്കാൻ തുടങ്ങി.

അമ്മയ്ക്കു കുടിക്കാനുള്ള മരുന്നും കഷായങ്ങളും ഒരു മൺകലത്തിൽവച്ച് അടച്ചുവച്ചു.

അതു കൂരയുടെ ചെറ്റക്കീഴോട്ട് നീക്കിവച്ചു.

പുത്തരിപ്പാടത്തിനു മീതെ ഇരുട്ടുപരന്നു.

കേശ്രു പെങ്ങളോടും നീലനോടും യാത്ര പറഞ്ഞു പോകാൻ തയ്യാറെടുത്തു.

നീലൻ ഒരു പിടി ചൂട്ടുകത്തിച്ച് കേശ്രുവിനെ ഏല്പിച്ചു.

"കാർത്തുവേ രാത്രീല് യാത്രയില്ല. നീലോ പോണെടാ..."

കേശ്രു എല്ലാവരോടും യാത്ര പറഞ്ഞ് ചൂട്ടും മിന്നിച്ച് കുടിലിനെ ലക്ഷ്യമാക്കി വേഗത്തിൽ നടക്കാൻ തുടങ്ങി.

നീലൻ അത്താഴം പാകപ്പെടുത്തി. പുഴുങ്ങിയ മുട്ടയും ഏത്തപ്പഴവും അമ്മയ്ക്കു മുന്നിൽ വച്ചു.

"ദെവസവും രാവിലെ ഒരു മുട്ടയും ഏത്തപ്പഴവും ഒരു കോപ്പ പാലും അമ്മ കുടിക്ക വേണം. അമ്മ വിശന്നു വലഞ്ഞു കൊടലൊണങ്ങി ഇനി ഇരിക്കരുത്. ആഹാരം കഴിച്ചിട്ടേ മരുന്ന് കുടിക്കാവൂ.."

ഇപ്രകാരം പറഞ്ഞുകൊണ്ട് നീലൻ അമ്മയെ താങ്ങി ഇരുത്തി. ആർത്തിയോടെ കാർത്തു ആഹാരം കഴിച്ചു.

അന്ന് ചോറും മീൻകറിയും കൂട്ടി അവൾ അത്താഴം കഴിച്ചു.

ഒരാഴ്ച നീലൻ ഇപ്രകാരം അമ്മയെ ഊട്ടി, മരുന്നുകൊടുത്തു കുളിപ്പിച്ചു. വൃത്തിയുള്ള വസ്ത്രം ധരിപ്പിച്ചു. അസുഖം മാറാൻ കൃത്യമായി മരുന്നുകളും നൽകി വന്നു.

മകന്റെ പ്രവൃത്തികൾ നാണുവിനെ ചൊടിപ്പിച്ചു.

അയാൾ മകന്റെ പ്രവൃത്തികളെ ഭാര്യയുടെ മുന്നിൽവച്ചുതന്നെ വിമർശിച്ചു.

"എടാ... ഇവള് എത്തിറ തിന്നാലും നന്നാവില്ല. കിട്ടണതെല്ലാം തിന്നുമുടിച്ചാ എത്തിറ എരണമുണ്ടാകും. എവള് എന്റെ ജീവിതം തൊലച്ചു. ഇനിയിവള് ഏൻ കൊച്ചന്റെ ജീവിതവും തൊലയ്ക്കും. ഈ നരകം ഒഴിഞ്ഞു പോയാലെ നമ്മ ജീവിതം എരണം വകുള്ളു..."

അപ്പന്റെ അഭിപ്രായത്തിനെ നീലൻ എതിർത്തു.

"അപ്പൻ ഇന്തമാതിരി ഒരു കാലത്തും പറയരുത്. ഇത് എൻ പെറ്റമ്മയാണ്. നമ്മ കൂട്ടത്തിലെ പെണ്ണുങ്ങളെല്ലാം ആവതുള്ളവരാണ്. നമ്മുടെ അമ്മ മാത്തിറമേ ദീനക്കാരി ആയിട്ടുള്ളൂ. എന്റെ അമ്മയേ ഞാൻ വേല ചെയ്തു നന്നായിട്ടു നോക്കും. ഏനും ആഗ്രികോണ്ട് നമ്മ കഷ്ടകാലം മാറുവതിനും അമ്മാവും അപ്പാവും സന്തിയോഷപ്പെട്ട് ജീവിക്കുമെന്നും... എല്ലാമേ നടക്കും...

ഏൻ നടത്തും..." നീലൻ ഉറപ്പിച്ചു പറഞ്ഞു.

കലം നെറയെ ചോറു മൊരിഞ്ഞു.

ചട്ടി നിറയെ കറികൾ നിരന്നു.

കാർത്തു ഭക്ഷണം കണ്ടു നിറഞ്ഞു.

ഉണ്ടു നിറഞ്ഞു.

അവൾ വിശപ്പു മറന്നു. കാർത്തുവിന്റെ ദെണ്ണങ്ങളും ഇല്ലായ്മയും വല്ലായ്മയും പടിക്കു പുറത്തായി.

വേനലറുതിയിൽ വർഷം വന്നു.

തോടും പുഴയും കരകവിഞ്ഞു.

കരയും വയലും പണിക്കൊരുങ്ങി.

പുത്തരിപ്പാടം പട്ടുചേലയുടുത്തു.

കാർത്തു വാർദ്ധക്യം വെടിഞ്ഞു.

ആരോഗ്യവും ലാവണ്യവും അവളിൽ വിരുന്നു വന്നു.

കാർത്തുവിന്റെ ചന്തം കണ്ടു പുത്തരിപ്പാടം കോരിത്തരിച്ചു.

അമ്മ മകനോടു ചൊല്ലി.

"മകനേ... നീ എൻ കണ്ണ്... എന്റെ പുണ്യം..."

നാണു കാർത്തുവിന്റെ കരം കവർന്നു.

അയാൾ ചെറുചിരിയോടെ വിരിഞ്ഞ നെഞ്ചിൽ

കൈയിലെ തഴമ്പാൽ തലോടി...

തഴമ്പ് അദ്ധ്വാനത്തിന്റെ തെളിവ്...

വിജയത്തിന്റെ അടയാളം...

അപ്പന് ചെറുപ്പം തിരിച്ചുവന്നു...

അയാൾ കുമ്പ കുലുക്കി ചിരിച്ചു...

കിഴക്കൻ മലയിൽ വസന്തം വിരുന്നു വന്നു...

കൈതക്കാട്ടു വീട്ടുമുറ്റത്ത് തുമ്പയും മുക്കുറ്റിയും പുഞ്ചിരി തൂകി...

പുത്തരിപ്പാടത്തു കാറ്റു വീശി...

കിഴക്കൻ മലയിൽനിന്നും വെള്ളക്കൊറ്റികൾ പാടവരമ്പത്തു പറന്നിറങ്ങി...

ആണ്ടൊന്നു കഴിഞ്ഞു...

കാർത്തു ഇരട്ട പെറ്റു...

കൈതക്കാട്ടു വീട്ടിൽ സന്തോഷം തിരിച്ചുവന്നു.

ചാത്തനും കുഞ്ഞനും വീട്ടുമുറ്റത്തു പിച്ചവച്ചു... നടന്നു.

കേളു സാധുജനപരിപാലന സംഘത്തിലെ അംഗമായി..

ആഴ്ചതോറും അവർ യോഗങ്ങളും പ്രാർത്ഥനാസംഗമങ്ങളും നടത്തി. കീഴ്ജാതിയിലെ സ്ത്രീകൾക്കായി പ്രത്യേകം ബോധവൽക്കരണ പരിപാടികൾ സംഘടിപ്പിച്ചു.

അയ്യൻകാളി സ്വന്തം ജീവനെപ്പോലും തൃണവത്ഗണിച്ച് അവശജനങ്ങളുടെ സ്വാതന്ത്ര്യത്തിനും അവകാശങ്ങൾക്കും വേണ്ടി സന്ധിയില്ലാ സമരം നടത്തി. അത് അടിയാളവർഗ്ഗങ്ങളുടെ ജീവിതത്തെ പ്രകാശമാനമാക്കി.

പാലക്കടവ് ദേശത്തും മാറ്റത്തിന്റെ കാഹളം മുഴങ്ങി.

സമൂഹത്തിൽ നിലനിന്നിരുന്ന പല അത്യാചാരങ്ങളും ദുരാചാരങ്ങളും ഇല്ലാതായി.

എങ്ങും മാറ്റത്തിന്റെ അലകൾ പ്രകടമായി.

മൂന്ന്

വൃത്തിരിപ്പാടത്തെ പത്തുസെന്റ് മണ്ണ് കേശുവിന്റെ സ്വന്തമാണ്. കേശു തന്റെ പെങ്ങൾക്ക് മാടം വച്ച് താമസിക്കാൻ ദാനം കൊടുത്ത മണ്ണ്...

കേശുവിന്റെ കെട്ടിയോള് ചീരു.

കെട്ടിയോന്റെ മഹാമനസ്കത ആ സ്ത്രീരത്നത്തിന് തീരെ പിടിച്ചില്ല.

ചീരു അതേച്ചൊല്ലി ദിനവും കണവനോട് ശണ്ഠകൂടി.

ആദ്യമെല്ലാം കേശു ചീരു പറയുന്നതെല്ലാം മൂളിക്കേട്ടുകൊണ്ടിരുന്നു.

"ഏനുമെന്റെ കിടാങ്ങളും തിന്നാനക്കൊണ്ടുള്ള മൊതല്. അത് അവരുടെ പെങ്ങളും മക്കളുംകൂടി തിന്നുമുടിക്കണ്. പൊത്തടിച്ച മാടം പൊളിച്ചുകളഞ്ഞ് പത്തുമൂട് വാഴക്കന്ന് വെക്കാനക്കൊണ്ട് ഒള്ള നേരം കഴിഞ്ഞ്. ഇവരിത് ഒന്നും തമ്മതിക്കുല. അങ്ങാരിക്ക് ചൊന്തം കുടുംബത്തെപ്പറ്റി യാതൊരു വിസാരങ്ങളുമില്ല... അവക്കാണങ്കില് കൊറവനും മകനും വേല ചെയ്തു കൊണ്ടുവരണത് ഒന്നായിട്ട് കവിളും കൊടുത്താ മതീ... ഇപ്പഴവളെ ഒന്നു കാണണം. തിന്നു കേറ്റി ചക്കത്തടിയുംവച്ച് പത്തു പലകവെക്കു ഒത്തറുക്കാം. ഏനെ ഇത്തിറമാത്തിറം സങ്കടപ്പെടുത്തണ അവക്കും അവക്കടെ മക്കക്കും ഒരു കാലത്തും കൊണം പിടിക്കത്തില്ല. ദൈവസത്യം..."

ചീരുവിന്റെ സംസാരം കേശുവിന്റെ ക്ഷമ ഇല്ലാതാക്കി.

അയാൾ ഭാര്യയുടെ നേരെ വിരൽ ചൂണ്ടി ആക്രോശിച്ചു.

"വായടയ്ക്കെടീ എരണം കെട്ടവളേ... നെന്റെ തന്ത ഉണ്ടാക്കിയതില് അല്ല എന്റെ പെങ്ങളും മക്കളും അടാകുടിക്ക് കെടക്കേണത്... നീ

കെടന്ന് എത്രയിനി നെരങ്ങിത്തൊലിച്ചാലും അവറ്റകളെ ഞാങ്കളയൂല്ലാ. കെട്ടിയോളുമാരെ ഇനി വേണോങ്കിലും എനിക്ക് വേറെ കിട്ടും. പക്ഷേ ങ്കീ കൂടപ്പിറപ്പുകളേ വേറെ കിട്ടൂല്ലാ... ദീനക്കാരിയായ ഏൻ പെങ്ങളും അവക്കടെ കൊച്ചുങ്ങളും ജീവിച്ച് പൊയ്ക്കോട്ട്. പാവപ്പെട്ട അവള് അവടെ കൂരകെട്ടി താമതിക്കുന്നോണ്ട് നെനക്കിവിടെ കെടക്കപ്പൊറുതി ഇല്ലെങ്കില് നീ നിന്റെ പാട്ടുനോക്കി പോകടീ..."

കേശുവിന്റെ സംസാരം കേട്ട ചീരുവിന്റെ നാവടഞ്ഞു.

ഇനി കെട്ടിയവനോട്ട തർക്കിച്ചിട്ട് ഒരു കാര്യവുമില്ല.

ഇനി കൂടുതൽ സംസാരിച്ചാൽ വേലു തന്നെ ഇറക്കിവിട്ടേക്കുമെന്നും അവൾ ഭയന്നു.

രാവും പകലുമായി ദിവസങ്ങൾ കൊഴിഞ്ഞു. വർഷങ്ങൾ പടികട ന്നു..

ദേശത്തിന് പല മാറ്റങ്ങളും വന്നു.

ചിന്നനും കുഞ്ഞനും കുടിപ്പള്ളിക്കൂടത്തിൽ പഠിക്കാൻ പോയിത്തു ടങ്ങി.

നീലന് പത്തൊൻപത് വയസ്സ് കഴിഞ്ഞു.

യൗവനം അവനിൽ ചന്തം വരുത്തി.

അപ്പനൊപ്പം വയലിലും കരയിലും കഠിനാദ്ധ്വാനം നടത്തി.

അവന്റെ പേശികൾ ഉറച്ചു...

നെഞ്ച് വിരിഞ്ഞു...

നീലൻ മീശ വെച്ച പുരുഷനായി...

കൈയിന്മേൽ തഴമ്പു വന്നു...

ആണിന് തഴമ്പ് വമ്പ്...

മകന്റെ വളർച്ച കണ്ട് കാർത്തു നാണുവിന്റെ കാതിൽ പറഞ്ഞു:

"മകന് മംഗലം വേണം."

അഴകും ആവതുമൊള്ള കന്നി തിടമ്പു തന്നെ വേണം.

ആലോചനകൾ പലതും വന്നുപോയി.

നീലൻ പറഞ്ഞു:

"സ്വന്തമായി ഒരു പിടി മണ്ണു വേണം.

അതിന് മൺചുമരുള്ള കുഞ്ഞുപൊര.

പിന്നെ മതി ഏന്റ മംഗലം.

അതു താൻ ഏൻ നിശ്ചയം..."

നീലനും നാണുവും പുത്തരിപ്പാടത്തും കരയിലും വിയർപ്പൊഴുക്കി.

പുത്തരിപ്പാടം നാളിൽ നാളിൽ വിളഞ്ഞുവാരി.

പുത്തരിപ്പാടത്തെ ഇത്തിരിമണ്ണും ചെറിയ വീടും നീലന് സ്വപ്നമായി...

കഠിനമായ പരിശ്രമം...

ഭാഗ്യയോഗങ്ങൾ തെളിഞ്ഞാൽ ആശിച്ചതു സ്വന്തമാക്കൽ.

നീലൻ കേശു മാമനെ കാണാൻ പാലക്കടവിൽ എത്തി. അവൻ വിനയത്തോടെ വേലുവിനോടു പറഞ്ഞു:

"മാമന്റെ നല്ല മനസ്സിന് ആദ്യമേ ഞാൻ നന്ദി പറയട്ടെ. ഇത്തിറയും കാലത്തിൽ ഞങ്ങൾ മാമന്റെ മണ്ണിൽ സന്തിയോഷമായി കളിച്ചും സിറിച്ചും സമാതാനത്തിൽ ജീവിച്ചു. അന്തമണ്ണിപ്പോൾ ഞങ്ങൾക്ക് ഒത്തിരി ഇഷ്ടപ്പെട്ട മണ്ണായി. അതുകൊണ്ടിട്ടും അന്തമണ്ണില് പൊരകെട്ടി പാർക്കാൻ ഞങ്ങളുക്ക് വലിയ ആശയുണ്ട്. ഏൻ കൈയില് കൊറച്ചു പണമുണ്ട്. മാമാവ് ഇന്ത പണത്തെ വാങ്ങവേണം. എന്നിട്ടു ഞങ്ങളുക്ക് അന്ത മണ്ണു തരവേണം..."

നീലന്റെ അപേക്ഷ കേട്ട് കേശുവിന്റെ കണ്ണുകൾ നിറഞ്ഞു. അയാൾ സ്നേഹപൂർവ്വം മരുമകനോട് പറഞ്ഞു:

"നീലാ... നീ എൻ പിള്ളയെടാ... തേവരെ മറന്ത് എന്നൊന്നുമേ ഇന്നുവരെ ചെയ്തിട്ടില്ല. നീ ഏന് ഒരു ചില്ലക്കാശും തരുകയേ വേണ്ട. ഇനി മൊതല് അന്തയിടം നിങ്ങളുക്ക് സ്വന്തം. ഏൻ വാക്കുക്ക് മാറ്റമേ ഇല്ലൈ... ഇതു ദൈവസത്യം..."

നീലന്റെ ഇരു കരങ്ങളും കൂട്ടിപ്പിടിച്ചു കേശു വാക്കു കൊടുത്തു. നീലന്റെ സന്തോഷത്തിന് അതിരില്ലായിരുന്നു. അവൻ അമ്മാവനെ കെട്ടിപ്പിടിച്ചു പൊട്ടിക്കരഞ്ഞു..

വിവരമറിഞ്ഞ അപ്പനും അമ്മയ്ക്കും സന്തോഷം.

കൂടപ്പിറവികൾക്കു സന്തോഷം.

നീലൻ ചെറ്റമാടം പുതുക്കിപ്പണിയാൻ നിശ്ചയിച്ചു.

ചവിട്ടിക്കുഴച്ചു പതം വരുത്തിയ പശമണ്ണും

കാട്ടുകല്ലും ചെത്തിയൊരുക്കി വാനം കെട്ടി.

മൺഭിത്തിയിൽ പുല്ലുമേഞ്ഞ മേൽക്കൂര ഉയർന്നു.

മുറികളും അടുക്കളയും വരാന്തയുമുള്ള കുഞ്ഞുപൊര.

ചാണകം മെഴുകി ചന്തം വരുത്തിയ തറ.

"വീടായി... തല ചായ്ക്കാൻ അടച്ചുറപ്പുള്ള പെരയായി. ഉടനേ മകന് മംഗലം വേണം. ലച്ചണമൊത്ത കന്നിപ്പെണ്ണുവേണം..." കാർത്തു പറഞ്ഞു.

നാണു മകന് പെണ്ണു തിരഞ്ഞു നടന്നു.

ഒന്നും ശരിയായില്ല.

കേശു മരുമകന് ഒരു ആലോചന കൊണ്ടുവന്നു.

ചിത്തിര ദേശത്തുനിന്നും.

ചിത്തിര ദേശം. പെരിയ ദേശം.

പടിഞ്ഞാറേ മനയിലെ വലിയ തമ്പ്രാക്കൾ വാഴണ ദേശം.

ധാരാളം നെൽപ്പാടങ്ങൾ ഉള്ള ഗ്രാമം.

നെൽവയലുകളുടെ ഓരത്തായി വലിയ മൈതാനങ്ങൾ. അവയോടു ചേർന്ന നെൽക്കളങ്ങൾ. അവിടെയാണ് കറ്റമെതിയും കച്ചി ഉണക്കലും. വയലിന്റെ കര മുഴുവൻ ചെറിയ കുരകൾ കാണാം. ഓല ഒടിച്ചുകുത്തിയ കുരകൾ. മേൽക്കുരയും ഭിത്തിയും ഓല തന്നെ.

ഒറ്റ മുറി... വെപ്പും തീനും ഉറക്കവുമെല്ലാം ഒരിടത്തുതന്നെ. പകൽ മുഴുവൻ പാടത്തും പറമ്പിലും പണി.

രാത്രി വച്ചുണ്ടാക്കലും പാതിരാത്രി കഴിക്കലും. ഒന്നു മയങ്ങി ഉണരുമ്പോഴേയ്ക്കും നേരം വെളുക്കും.

അടിയാളവിഭാഗത്തിൽപ്പെട്ട ധാരാളം ആളുകളുടെ വാസസ്ഥലം ആണിവിടം. പുലയ, കുറവ, പറയ വിഭാഗത്തിൽപ്പെട്ടവർ ഇടകലർന്ന് ഇവിടെ വസിക്കുന്നു.

ചിത്തിരദേശത്തെ പാടവും പറമ്പും പത്തോളം ജന്മികളുടെ വകയായിരുന്നു.

അതിൽ പ്രമുഖമായ പ്രമാണിയാണ് പടിഞ്ഞാറേ മനയിലെ വലിയ തമ്പ്രാക്കൾ...

അയിത്തം ആചരിക്കൽ കുലമഹിമയായി കൊണ്ടുനടക്കുന്ന സവർണ്ണ ജനവിഭാഗം ആണ് അവിടം ഭരിച്ചിരുന്നത്.

അയ്യൻകാളിയും സംഘവും ഒത്തുചേർന്നു നടത്തിയ സമരങ്ങളെ നഖശിഖാന്തം എതിർത്തതും ഈ ദേശക്കാരാണ്.

അയ്യൻകാളിയുടെ നേതൃത്വത്തിൽ സാധുജന പരിപാലനസംഘം ശക്തിയാർജ്ജിച്ചതും ഇവിടെയാണ്. അയ്യൻകാളിയുടെ വില്ലുവണ്ടി ചിത്തിരദേശത്തിന്റെ വിരിമാറിൽ മാറ്റങ്ങളുടെ തേർതെളിച്ചു.

സവർണ്ണ വർഗ്ഗത്തിന് മാറാതിരിക്കാനായില്ല.

ചിത്തിര ദേശത്തും മാറ്റത്തിന്റെ കാഹളധ്വനി മുഴങ്ങി.

കേശു ചിത്തിര ദേശത്ത് പ്ലാമൂട്ടിൽ എന്ന സ്ഥലത്ത് എത്തി.

അവിടെയാണ് മാതേവന്റെയും കറുമ്പിയുടെയും കുര.

രണ്ടു മുറികളുള്ള കുര.

അടയ്ക്കാമരം കീറി മേൽക്കുര.

ഓലകൊണ്ട് വേർതിരിച്ച മുറികൾ.

ആ പ്രദേശത്തെ സാമാന്യം വലിപ്പമുള്ള വീടായിരുന്നു അത്.

മാതേവനും കറുമ്പിയും നല്ല വൃത്തിയോടെയാണ് ആ ഭവനം സംരക്ഷിച്ചിരുന്നത്.

അവരുടെ ഏക മകളാണ് തേവി.

അപ്പനും അമ്മയ്ക്കും അരുമക്കിടാത്തി.

കാർത്തുവിനും നീലനും ഒറ്റ നോട്ടത്തിൽത്തന്നെ പെണ്ണിനെ ഇഷ്ടമായി.

പെണ്ണു കണ്ടു മടങ്ങവേ നാണു മച്ചമ്പിയോടു പറഞ്ഞു:

"മച്ചമ്പി അന്ത കറുത്ത വാവിനെ നമ്മ മകന വേണമാ..?"

നാണവിന്റെ ചോദ്യത്തിന കേശ്ശു ഇപ്രകാരം മറുപടി പറഞ്ഞു:

"അളിയാ... നമ്മ ക്കൂട്ടകാര് എല്ലാരും കറുത്തവര്.. പെണ്ണ് കറുത്ത ചുന്തരിയാക്കും."

"ഏന് പെണ്ണിനെ ശരിക്കും പുടിച്ച്.."

നീലൻ അഭിപ്രായപ്പെട്ടു.

ചെറുക്കന് പെണ്ണിനെ ഇഷ്ടമായി.. പെണ്ണിന ചെറുക്കനേയും. നീലന്റെ നെറ്റിയിലേക്ക് ഊർന്ന വീണുകിടന്ന നീളൻ തലമുടി. തിളക്കമുള്ള ചെറിയ കണ്ണുകൾ.

നീണ്ടുയർന്ന മൂക്ക്, പൊടിമീശയ്ക്കു കീഴെ ആകർഷകമായ ചുണ്ടുകൾ. വിരിഞ്ഞ നെഞ്ചും ഉറച്ച ശരീരവും. ആദ്യകാഴ്ചയിൽത്തന്നെ തേവിക്കു നീലനെ ഇഷ്ടമായി.

"ഏനൊരു മംഗലം ഉണ്ടേല് അത് നീലയണ്ണാവേ മാത്തിറം..." തേവി പറഞ്ഞു.

മകളുടെ പുന്നാരംകേട്ട് മാതേവനും കറുമ്പിയും വെളുക്കനെ ചിരിച്ചു.

"നീലൻ കാണാൻ യോഗ്യൻ. കുടിയില്ല, വലിയില്ല. പെണ്ണുപിടിയില്ല. ഒന്നാന്തരം വേലക്കാരൻ. ഒരേറ്റവുമില്ല. വീട്ടുകാരും നന്ന്. കേശ്ശുവേ ഏന് നന്നായ് തെരിയും. അവൻ ഏൻ ചങ്ങാതി. കേശ്ശുവിന്റെ തറയില് താനെ അവര് പെരകെട്ടി താമതം..."

"അന്ത അണ്ണാവുക്ക് ഒന്നുമേയില്ലേലും ഏന് സങ്കടമില്ല. ഏൻ പൊറുക്കവാണേ അന്തയാളോടൊപ്പം മാത്തിറം..."

തേവി തന്റെ ആഗ്രഹം അപ്പനമ്മമാരോട് തുറന്നു പറഞ്ഞു.

"അവക്കടെ സന്തിയോഷം താൻ നമ്മ സന്തിയോഷം. നമ്മ പെണ്ണ് അവക്ക് ഇട്ടപ്പെട്ടവനുടെ കൂടെ ജീവിക്കട്ട്. ചൊത്തും പണവും ഇന്നു വരും നാളെ പോകും. നമ്മാവും പാവത്തുങ്ങള്. അവരും അപ്പടിത്താൻ. അവൻ നമ്മ പെണ്ണിനെ വേല ചെയ്തു നോക്കവേണം. അവളെ പട്ടണിക്കിടരുത്. ഏന് അത്തിറയെ ഒള്ള്...."

കറുമ്പി അഭിപ്രായപ്പെട്ടു.

കുടുംബത്തിന്റെ സന്തോഷമാണ് മാതേവനു മുഖ്യം.

ചെറുക്കൻ കാണാൻ യോഗ്യക്കാരൻ അല്ലെങ്കിലും കെട്ടിയ പെണ്ണിനെ പട്ടിണിക്കിടരുത്. അവക്ക് ഉടുക്കാനും വാങ്ങിക്കൊടുക്കവേണം.

കൂട്ടകാരും കരക്കാരും അറിഞ്ഞു മംഗലം നടന്നു.

തേവി സുന്ദരിയായിരുന്നു.

കൃഷ്ണശിലയിൽ കടഞ്ഞെടുത്ത സുന്ദരീശില്പംപോലെ അഴകുള്ളവൾ.

ചെമ്പകപ്പൂവിതൾപോലെ നീണ്ടതും വിടർന്നതുമായ മിഴികൾ. രക്ത ശോഭയുള്ള നേർത്ത അധരങ്ങൾ.

തോൾവരെ മറഞ്ഞു കിടക്കുന്ന ചുരുണ്ട ഇടതിങ്ങിയ മുടി..

"കറുപ്പില്ലും ഇത്തിറയും അഴകൊള്ള പെണ്ണാ... നീലനുടെ പാകിയം..."

കൂട്ടുകാർ പരസ്പരം അടക്കം പറഞ്ഞു.

കാർത്തു മരുമകളെ കൈ പിടിച്ച പൊരയ്ക്കകത്തു കയറ്റി.

കല്യാണം കഴിഞ്ഞ മൂന്നാം പക്കം.

കല്യാണ ചെക്കനെയും പെണ്ണിനെയും പെണ്ണുവീട്ടിലേക്കു വിരുന്നിനു കൊണ്ടുപോണ ദിവസം.

മാതേവനും കറുമ്പിയും കൂട്ടക്കാരുമായി കൈതക്കാട്ടു വീട്ടിലെത്തി. എല്ലാവരും സദ്യ ഉണ്ടു.

ഇരു കുടുംബങ്ങളും പരസ്പരം കുശലം പറയുകയും പരിചയപ്പെടുക യും ചെയ്തുകൊണ്ടിരിക്കുന്നു.

മുറുക്കാൻ മുറം തഞ്ചത്തിൽ മാതേവനും കറുമ്പിക്കും മുന്നിലേക്കു നീ ക്കിവെച്ചുകൊണ്ട് ചിരുത പറഞ്ഞു:

"മുറുക്കിൻ..."

"ഓ... നിങ്ങാ നീലാവിന്റെ ആര്?"

കറുമ്പി ചിരുതയോടു ചോദിച്ചു.

"നീലനുടെ മാമിയാര്... ഏൻ പേര് സിരുത..."

"മാമിയാരുടെ വീട് എവിടാ...?"

"ഇന്ത പക്കത്തുതന്നെ. നിങ്ങളോട് ഒരു രഹസിയം ഏനു പറയവേ ണം."

"എന്നാച്ച്.. പറ മാമി."

"അതു നീലൻ നല്ല വേലക്കാരൻ, അവൻ ഇന്ത കുടുംബത്തെ വേണ്ട പോലെ നോക്കണൊണ്ട്. അതു കൊണ്ടുതന്നെ അവനുടെ കൈയിമേ ഒരു ചില്ലിക്കായ് മീതിയേയില്ല. ഇന്ത വീടും മണ്ണും ഏൻ കൊട്ടിയവനുടെ ത്. ഇവര് ഇവിടെ നാണോം മാനോമില്ലാണ്ട് അടാകുടിക്ക് കെടക്കണ്. ഏൻ മാപ്പിള റൊമ്പ നല്ലവൻ. അതു കൊണ്ടിട്ടും ഇന്തയിടം കൂടപ്പിറവിക്ക് ദാനം കൊടുത്തത്. ഏന് ഒന്ന് മാത്തിറം പറയാം. അവൻ വേല സെയ്തു കിട്ടണ കായെല്ലാം ഓന്നായിട്ടു കവിളം കൊടുത്താ നിങ്ങടെ മകടെ ജീവിതം എപ്പടി നേരാകും. നിങ്ങള് തേവിയോടു പറയവേണം വേല ചെയ്യണ കായീന്ന് കൊറച്ചെങ്കിലും തങ്കരം വെക്കാൻ. ഏൻ നാത്തുൻ കിട്ടണതെല്ലാം ഒന്നായിട്ടു വിഴുങ്കി തീർക്കാൻ ചൊണച്ചിയ. കണ്ടില്ലേ അവള് തിന്ന് കനത്തു പെനത്ത് ഇരിക്കണത്..."

ചിരു പറഞ്ഞു നിർത്തി. മാതേവന്റെയും കറുമ്പിയുടെയും മുഖത്തെ പ്രകാശം പൊടുന്നനെ കെട്ടു. ചുണ്ടിലെ ചിരിമാഞ്ഞു.

ചീരുവിന്റെ ഏഷണി കുറിക്കു കൊണ്ടതിൽ അവൾ ആഹ്ലാദിച്ചു.

"മാമീ പറഞ്ഞതെല്ലാം നേരാണാ...? ഏൻ പൊണ്ണു പൊറുപ്പാനായിട്ട്, വന്നു. കലഹത്തിനു വന്നതല്ല. ഏൻ മരുമകൻ കുടുംബം നോക്കുന്നവൻ തന്നെല്ല. ആനാൽ ഏൻ മകള് പട്ടിണി കെടക്കില്ല. ഞങ്ങളുക്ക് അനുമതി..." കറുമ്പി പറഞ്ഞത് ചിരുതയ്ക്കു പിടിച്ചില്ല.

"ഏൻ പറയാനക്കൊണ്ട് ഒള്ളത് പറഞ്ഞ്. ദുഷിച്ചും കണ്ടും നിന്നാല് കൊണ്ട് തേവിക്കു കൊള്ളാം. ഏനൊന്നുമേയില്ലെ.."

ചിരുത ഇപ്രകാരം പറഞ്ഞുകൊണ്ട് ധൃതിയിൽ അവിടെനിന്നും എഴുന്നേറ്റു പോയി..

എന്നാൽ ചിരുതയുടെ വാക്കുകൾ മാതേവന്റെയും കറുമ്പിയുടെയും മനസ്സിൽ ചാരം മൂടിയ കനലായി ശേഷിച്ചു.

തേവി നല്ല കുടുംബിനിയായിരുന്നു.

ഭർത്താവിനെ അകമഴിഞ്ഞു സ്നേഹിക്കുന്ന ഭാര്യ.

ഭർത്താവിന്റെ സഹോദരങ്ങളെ സ്വന്തം സഹോദരങ്ങളായി കണ്ടു.

പരിഭവങ്ങളില്ല... പരാതികളില്ല..

വർഷങ്ങൾ പലതും കടന്നുപോയി. കിഴക്കൻ മല പലതവണ പൂത്തു തളിർത്തു.

ചാത്തനും കുഞ്ഞനും നാലാംതരം വരെ പഠിച്ചു.

വിദ്യാഭ്യാസത്തിന്റെ പ്രാധാന്യം അറിഞ്ഞുകൂടാത്ത നാണു അവരുടെ പഠിപ്പു നിർത്തി.

കാഴ്ചയ്ക്കു ഇരുവരും ഒരുപോലെ ആയിരുന്നു.

സ്വഭാവത്തിലും പെരുമാറ്റത്തിലും അവർക്ക് സാമ്യം ഉണ്ടായിരുന്നു.

ചാത്തനും കുഞ്ഞനും നല്ല കരുത്തരായിരുന്നു.

പാലക്കടവിലെ കുരകളിലെ കിടാങ്ങളുമായി അവർ കൂട്ടുകൂടി കളിച്ചു നടന്നു. നാണുവിന് അത് തീരെ ഇഷ്ടമായില്ല. ചാത്തനെയും കുഞ്ഞനെയും നാണു പണിക്ക് കൂട്ടി.

നാളുകൾ ഏറെ കഴിഞ്ഞിട്ടും തേവിക്കു മക്കളുണ്ടായില്ല.

ദാമ്പത്യബന്ധം ദൃഢമാകുവാൻ കുഞ്ഞുങ്ങൾ വേണം.

കുഞ്ഞുങ്ങൾ ഈശ്വരന്റെ വരദാനങ്ങൾ.

ദിനങ്ങൾ കഴിയുന്തോറും കാർത്തുവിന് പേരക്കിടാങ്ങളെ കാണാനും ലാളിക്കാനും ആഗ്രഹമുണ്ടായി.

അവർ തന്റെ ആഗ്രഹം തേവിയോടു തുറന്നു പറയുകയും ചെയ്തു.

ആശകളാണല്ലോ എല്ലാ ദുഃഖങ്ങൾക്കും കാരണം. എന്നാൽ കാർത്തുവിന്റെ ആഗ്രഹം ന്യായമായിരുന്നു.

"നെനക്ക് വയറ്റിലും വായിലുമൊന്നും ഒണ്ടാകത്തില്ലയോ..? നീയ് മച്ചിയാണാ?"

നിരാശയോടെ കാർത്ത്യ തേവിയോട്ട ചോദിച്ച പോയി.

മാമിയുടെ ഹൃദയം തകർക്കുന്ന ചോദ്യം കേട്ട് തേവി നിലവിളിച്ച പോയി. "ഏന് എന്ത്യ ചെയ്യും...? തൈവങ്ങള് കനിയണ്ടായോ..?"

"അവള് വലതുകാല് വെച്ച് കുടുംബത്ത് പൊറുക്കാൻ വന്നുകേറി. കണ്ണോ പോറ്റിയോന്നും പറഞ്ഞ് തറയിലും തട്ടിലും വെക്കാതെയാ അവൻ കൊണ്ട്വ നടക്കണേ. അവക്കിവിടെ എന്തിരിന്റെ കൊറവ്. തിന്നാനില്ലേ... ഉടുക്കാനില്ലേ.. അവനൊരു കുഞ്ഞിക്കാല്യ കണ്ടിട്ട് വായില് മണ്ണിടാനൊള്ള പാക്യം ഏങ്ങൾക്കില്ലേ." അന്ന മുതൽ കാർത്ത്യ വരുന്ന വരോട്ടും പോണവരോട്ടും ഇങ്ങനെ പറഞ്ഞുകൊണ്ടേ ഇരുന്നു. മാമിയുടെ കുറ്റംപറച്ചില്യ കേട്ടു തേവിയുടെ മനം മടുത്ത്യ. അന്ന രാത്രി തേവി നീല നോട്ട പറഞ്ഞു:

"അണ്ണൻ നാളത്തന്നെ ഏനെ കുടിയില് കൊണ്ടാക്കണം. ഏനിവിടുത്തെ പൊറുതി മതിയായി..."

"നീയ് കാര്യം പറ തേവി. പൊറുതി മടുത്ത്യപോകാന് കാരണം ചൊല്ല്..."

"ഏന് പാക്യം കെട്ടവള്. അണ്ണന്റെ മക്കളെ പെറാൻ പറ്റാത്ത മച്ചി.. പഴികേട്ട് ഏൻ മടുത്ത്യ. ഇത്തിന കാലത്ത് ഏൻ നിങ്ങളോട് ഒരു പരാതീം പറയാണ്ട് കഴിഞ്ഞു. നിങ്ങള് അവര് പറയണത് കേള്. കൊണമില്ലാത്തോളെ കൊണ്ട് കള. മനതിനൊത്ത വെറൊരുത്തിയെ കെട്ട്. നിങ്ങടെ അപ്പാവും അമ്മാവും പേരക്കുട്ടിയെ കൊഞ്ചിക്കാൻ ആസിക്കണത് തെറ്റല്ല. അണ്ണനും ഒരു കൊച്ച് ഒണ്ടായിക്കാണാന് ആസിയില്ലയാ.. ഇനി നിങ്ങള് ഏൻ കാര്യമേ ചിന്തിക്ക വേണ്ട..."

തേവിയുടെ വാക്കുകൾ കേട്ട് നീലൻ ഏറെ നേരം നിശ്ശബ്ദനായി ഇരുന്നു. പിന്നെ ഇപ്രകാരം പറഞ്ഞു.

'തേവീ.. നിന്നെ കളയാന് ഏനാവാത്. കുഞ്ഞുങ്ങള് തേവരുടെ താനമാ.. നമ്മളുക്ക് അത്യ വീതിച്ചിട്ടില്ലെടീ.. നമ്മക്കു മക്കള് വേണ്ട. ഇന്ത ലോകത്തില് മക്കളില്ലാത്തവര് നമ്മ മാത്തിറമല്ല.. നെറയിരിക്ക്. നീ തങ്കടപ്പെടവേണ്ട തേവീ.."

നീലൻ തേവിയെ സമാധാനിപ്പിച്ചു.

വലിയ മഠത്തിലെ തമ്പിരാന്റെ തെങ്ങിന് തടം തുറക്കുമ്പോഴും നീലന്റെ ചിത്തം അസ്വസ്ഥമായിരുന്നു.

ചങ്ങാതിയുടെ മുഖത്തെ സങ്കടം കണ്ണൻ ശ്രദ്ധിച്ചു. കണ്ണൻ ചോദിച്ചു.

"നീലോ.. എന്തെടാ ഒരു തങ്കടം."

"ഒന്നുമേയില്ലെടാ..."

"നേരു ചൊല്ലടാ.. നിന്റെ മൊകത്തെ പാത്താലെ തെരിയും.."

നീലൻ ചങ്ങാതിക്കു മുന്നിൽ മനസ്സു തുറന്നു...

"അപ്പാവും അമ്മാവും പറയണ് മച്ചിയായവളെ അവക്കടെ വീട്ടില് കൊണ്ടാക്കാൻ. ഏനത് എപ്പടി കഴിയും... അവളെ കളഞ്ഞിട്ട് ഏനൊരു പൊറുപ്പമില്ല."

"അവശ് പറണെത് കേള് നീയ്. കൊണമില്ലാത്തോളെ കൊണ്ട് കളയ്. മനതിനൊത്ത മറ്റൊരുത്തിയെ കെട്ട്. അതില് പാപമേയില്ല. പ്രായമായിരിക്ക് ആസയില്ലേ. അവര് നിന്റെ പേരക്കുട്ടിയെ കൊഞ്ചിക്കാൻ ആസിക്കണതു തെറ്റാണാ...?"

"കണ്ണോ... എനക്ക് തേവിയെ കളയാനേയാകാത്. മക്കളൊണ്ടാകാത്തത് ചെലപ്പോ ഏനാണെങ്കിലോ..."

"അപ്പടിയാനാൽ നീയ് ചാത്തനെക്കൊണ്ട് മംഗലം കയിപ്പിക്ക്. അയിന് മുന്നേ നീയും തേവിയും കുരകെട്ടി മാറി താമസിക്ക്..."

"ഏൻ അപ്പനേയും അമ്മാവേയും വിട്ട് എങ്ങുമേ പോകയില്ല.. കണ്ണാ..."

"അതെപ്പടി സരിയാവും നീലാ.. നീ താനെ വീട്ടിലെ പെരിയ മകൻ. നിന്നുടെ തമ്പിമാര് വല്യതായി. വേലക്കാരുമായി. അവര് മംഗലം കയിച്ചാല് നീ കണ്ടിപ്പായി മാറി താമസിക്ക വേണം. അതു വന്തു കൊഞ്ചം കാലേ ആയാല് നന്ന്. അല്ലെ നീയും തേവിയും അവക്കടെ പൊരയില് പോയി താമസിക്ക്. അതാവുമ്പം അവക്കടെ തള്ളയ്ക്കും തന്തയ്ക്കും വയതു കാലത്തൊരു കൂട്ടുമാവും."

"അതൊന്നും സരിയാകത്തില്ല..."

"എന്നാലക്കൊണ്ട് നീയ് വെള്ളാരങ്കല്ലുമലയെ വാങ്ങ്..."

"അതുക്ക് കായ് വേണ്ടേടാ...?"

"വേണം... പതിനഞ്ചേക്കറു മല. കായ് കൊറച്ചു മതി. ചുളുവെലയ്ക്കു കെടയ്ക്കും..."

"നെനക്ക് പൈത്യം പുടിച്ചാടാ..!

"എടാ ആ മല വാങ്ങുവതിന് കായ് കൊറച്ചുമതി. ഏൻ ചിറ്റപ്പൻ അന്തയിടത്തു വാസം. ചിറ്റപ്പൻ പറഞ്ഞു ഏനോട് അന്ത മലയെ വാങ്ങാൻ അന്ത ഊരുക്ക് പേര് അയിണിക്കുഴിന്ന്. അന്തയിടത്തുന്ന് കൊഞ്ചം ദൂരം നടന്നാൽ വെള്ളാരങ്കല്ലു മലയായി. അന്തമണ്ണില് വിത്ത് വാരി വെറുതെ കളഞ്ഞാലും മതി വെളഞ്ഞു വാരും.

കാട്ടുമണ്ണല്ലെ... പൊളച്ചുണ്ടാവും..

എടാ നീലാ ഏൻ കുഞ്ഞുകുട്ടി പരാതീനക്കാരൻ. എങ്കളുക്ക് എപ്പടി അന്തമലയെ വാങ്ങനക്കൊണ്ടാകും. അത് കൈവിട്ടുകളയാനും മനത് വരുന്നില്ല. കൈവാക്കിന് ഇത്തിറയും മണ്ണ് തുച്ഛമായ വെലയ്ക്കു വേറെ എങ്ങുമേ കെടയ്ക്കാത്. പെണ്ണും മണ്ണും കൈവിട്ടുപോയാല് പിന്നെ കെടയ്ക്കാത്. ആനാൽ നീയാ മണ്ണു വാങ്ങവേണം നീല.."

അതു കൊള്ളാം.. ഏനെപ്പടി വാങ്ങും. കൈയിലേ അഞ്ചണ മീതിയില്ല. അപ്പഴാ വെള്ളാരങ്കല്ലുമല വാങ്ങണത്. കളി പറയാതെ കണ്ണാ..."

"എടാ പൊട്ടാ... നിന്റെ കുടിയില് ചാത്തനും കുഞ്ഞനും നിന്റെ അപ്പനും വേലയ്ക്കല്ലെ പോണത്. നീയാ കുടുംബം പോറ്റുന്നതെന്ന് ഏനറിയാം. അവരിക്കിടെ കൈയുമേ കായില്ലെടാ.. അതുമതിയല്ലെ അന്ത മലയെ വാങ്ങാന്..."

"നീയ് പറയണതു നേരുതന്നെ. ഏനത് സിന്തിച്ചതേയില്ലാ. പച്ചേങ്കീ അവര് ഏന് കായ് തരുമോ..?"

"തരാതെ പിന്നെ... നീയ് തൈര്യമായിട്ട് കേട്ടു നോക്ക്. ഒറപ്പായിട്ടും കിട്ടും.. നിന്റെയപ്പനും തമ്പിമാരുമല്ലിയോ..?"

കണ്ണന്റെ അഭിപ്രായം നീലനിൽ പ്രതീക്ഷയുടെ വിത്തു പാകി.

അന്ന് മുഴുവൻ അയാളുടെ ചിന്ത അതു മാത്രമായിരുന്നു.

അന്നു രാത്രി നീലന് ഉറക്കം വന്നില്ല.

കണ്ണടച്ചാൽ മനസ്സിൽ തെളിയുന്നത് വെള്ളാരങ്കല്ലുമല.

ഉടുമുണ്ടിന്റെ കോന്തലയിൽ കെട്ടിവച്ച കാശ് അയാൾ അഴിച്ചു നോക്കി.

ഒന്ന്, രണ്ട്, മൂന്ന്, നാല്, അഞ്ച് അണകൾ.

ആകെ സമ്പാദ്യം മുണ്ടിന്റെ കോന്തലയിൽ വീണ്ടും കെട്ടി വച്ചു.

ഏന് സമ്പാദ്യം ഇല്ല.

ചെലവുകള് മാത്തിറം.

എന്തു ചെലവ്..?

ആറു വയറ് നിറയ്ക്കവേണം.

ആറു പേർക്കും തുണി ഉടുക്കവേണം.

കെടക്കാൻ പായ വേണം.

കുളിപ്പാൻ എണ്ണ വേണം. സോപ്പ് വേണം.

പണം കൂട്ടി വയ്ക്കാൻ ഉള്ളതല്ല.

ചെലവാക്ക വേണം.

അപ്പൻ പണീക്ക പോകും... ഒരണ ചെലവാക്കത്തില്ല.

ചാത്തനും കുഞ്ഞനും പണിക്ക പോകും.

വീട്ടിലെ ഒരു കാര്യത്തിനും ഒരണപോലും ചെലവാക്കില്ല.

അതെങ്ങനെ ശെരിയാവും.

എല്ലാവരും വേലക്കാര്

എല്ലാവരിക്കും വായും വയറുമൊണ്ട്.

എല്ലാവരിക്കും ഉടുക്കണം, ഉണ്ണണം.

ചെലവില്ലയോ...?

എല്ലാവരിക്കുംകൂടി ഏൻ മാത്തിറം ചെലവാക്കിയാല് മതിയോ...?

ജനിപ്പിച്ച തള്ളയെ പോറ്റണം.
അമ്മയ്ക്കും മരുന്നു വേണം.
ഉണ്ടാക്കിയ തവൃപ്പനെ പോറ്റണം.
ആവതുള്ള വേലക്കാരനായ തവൃപ്പന പോറ്റവേണമോ...?
സഹോദരങ്ങളെ പോറ്റവേണം.
കെട്ടിയ പെണ്ണിനെ പട്ടിണിക്കിടാമോ..?
ആരോടു കണക്കു പറയും..?
അപ്പന്റെ കൈയിന്മേലും കായുണ്ട്.
തമ്പിമാരുടെ കൈയിന്മേലും കായുണ്ട്.
അവര് തമ്പാതിക്കണ്.
ഏൻ കുടുംബം പോറ്റണ്.
ഏൻ പണം അവരുടെ പണം.
അവരുടെ പണം ഏൻ ചൊന്തം പണം
ഇപ്പൊര വിറ്റാലും കായുകിട്ടും.
ഉറപ്പായും അന്ത വെള്ളരങ്കല്ലുമലയെ വാങ്ങാനൊള്ള കായുകിട്ടും.
നീലൻ കണക്കുകൾ കൂട്ടിയും കിഴിച്ചും കിടന്നു.
പായയിൽ തിരിഞ്ഞും മറിഞ്ഞും കിടന്നു.
തേവി അരികിൽ വന്നു കിടന്നതുപോലും അയാൾ അറിഞ്ഞില്ല.
കനവുകളിൽ സ്വയം മറന്നുകിടക്കുന്ന ഭർത്താവിനോട് തേവി ചോദിച്ചു:
"എന്നാച്ച്...?"
"ഉക്കമേ വരാത്?"
"അതുക്ക് കാരണം..?"
"വെള്ളാരങ്കല്ലുമലയ്. ഏന് ആ മലയെ വാങ്ങവേണം."
"അന്ത മലയെപ്പറ്റി ഏൻ കേട്ടിരിപ്പേൻ, അണ്ണൻ എപ്പടി അന്ത മലയെ വാങ്കും.."
"തെരിയാത്..."
തണുത്ത കിഴക്കൻകാറ്റടിച്ചു. വിളക്കുകെട്ടു.
വെള്ളാരങ്കല്ലുമല സ്വപ്നം കണ്ടു രണ്ടുപേരും ഉറങ്ങി. തണുത്ത പ്രഭാതം ആഗതമായി.
നീലൻ ഉറക്കമുണർന്നു. തന്റെ ആഗ്രഹങ്ങൾ വീട്ടുകാരോട് അയാൾ പറഞ്ഞു. അതിനു നാണു നൽകിയ മറുപടി ഇപ്രകാരമായിരുന്നു.
"ഇത് പാലക്കടവ് ദേശം. ഏൻ അപ്പനും അപ്പൂപ്പനും പിറന്തയിടം. അവര് മണ്ണോടു മണ്ണായയിടം. ഞങ്ങളൊണ്ടായ കാലം മൊതല് വലിയ മാടത്തിലെ തമ്പിരാക്കടെ അടിയാളര്. തമ്പിരാന്റെ മലവെട്ടിയും മണ്ണു കൊത്തിയും കെളച്ചും പള്ള നെറച്ചോര്. നേരും നെറിയുമൊള്ള തമ്പിരാ

ക്കള് വാഴണ നാടാണിത്. അവര് വന്ത് പെരിയ സത്തിയമൊള്ളോര്. നമ്മ പെണ്ണുങ്ങടെ മാനത്തോട്ടു നെറികേട്ട കാട്ടാത്തോര്. കൊല്ലും കൊലവിളിയും ഇല്ലാത്തോര്. ചെയ്യണ വേലക്ക് കൂലി തരണോര്..."

"നേരാണ മകനേ അപ്പൻ പറയണത്. അതു നീയ് കേള്. ഇന്ത ദേശംവിട്ട് നീയ് എങ്കേയും പൊകക്കൂടാത്. അല്ലെതന്നെ അന്ത വെള്ളാരങ്കല്ല് മലയില് പോയി നമ്മ എന്നാ കാട്ടാനാണ്...?

അന്തയിടത്തില് വേല സെയ്താലും കൊണപ്പെടാത്. കാട്ടുപന്നി എറങ്കി എല്ലമേ ഇല്ലാതാക്കും. ഇന്ത നാട്ടില് വേലയ്ക്ക് പഞ്ഞമേയില്ലയ്. കൂട്ടക്കാരെയും നാട്ടും വിട്ട് നമ്മ എങ്കേയും പോകക്കൂടാത്. മൊകമറിയാത്ത നാട് കള്ളത്തരങ്ങളുടെ നാട്. ഒരു നാളും അന്തയിടത്തില് പാവങ്ങക്ക് ഗതികിട്ടില്ല."

കാർത്തു മകനെ ഉപദേശിച്ചു.

"പയവും കൊണ്ടിരുന്നാല് എപ്പടി സരിയാവും. കൈ നനയാതെ എപ്പടി മീൻ പുടിക്കും...? കട്ടപ്പെട്ടാലെ ഉയർച്ച ഒണ്ടാകത്തൊള്ള്. നമ്മ എല്ലാവരും കൂടി ഒത്തു പിടിച്ചാല് എല്ലാതും നടക്കമപ്പാ..."

"നീലാ, നീയ് ഏൻ പറയണത് കേള്. കാട്ടും മലയുമൊക്കെ വെട്ടിപ്പിടിപ്പതുക്ക് നമ്മ പോലുള്ള പാവത്തുങ്ങക്ക് പറഞ്ഞിട്ടൊള്ളതല്ല. അതൊക്കെ വന്തു നല്ല കൈയൂക്കൊള്ള വരിക്ക് പറഞ്ഞിട്ടൊള്ളത്. തമ്പിരാക്കൻമാരിക്ക ചൊന്തപ്പെട്ടത്. ആന പിണ്ടമിടണകണ്ട് ആട് മുക്കിയ എപ്പടിയിരിക്കും? നമ്മ കട്ടപ്പെട്ടു കാടുവെട്ടി വേല ചെയ്യും. മണ്ണ് പൂങ്കാവനം ആകുമ്പം അനുപവയോകം ഒണ്ടാകാത്. തമ്പിരാക്കൻമാര് എല്ലാതും കൈക്കലാക്കും. അതുതാനെ നാട്ടുനടപ്പ്. നീയ് തേവിയെയും കൊണ്ട് എങ്കേയും പോകക്കൂടാത്.. അതാക്കും എല്ലാരിക്കും നല്ലത്. അന്ത സൂട്ടിപുല്ല് കുരുക്കാത്ത വെള്ളാരങ്കല്ലുമലയെ നീയ് മറന്നിടുങ്കോ. അന്തമലയെ വാങ്കതുക്ക നിൻ കയ്യുമേ കായൊണ്ടാടാ..?"

നാണു മകനോട്ടു ചോദിച്ചു.

"ഇല്ല..."

"കായില്ലാതെ എപ്പടി നീയന്ത മലയെ വാങ്കും..?"

"അതുക്കൊള്ള കായ് അപ്പൻ തരും. ചാത്തനും കുഞ്ഞനും തരും..."

"ഏനൊരു ചില്ലിക്കായ് അന്തമല വാങ്കാനക്കൊണ്ട് തരത്തില്ല. വേണോങ്കി നീയ് കട്ടപ്പെട്ട് കായൊണ്ടാക്കി വാങ്ക്... നീലാ നിന്നോടൊള്ള ഇട്ടംകൊണ്ടു പറയാണ്. നീയ് ഇന്ത ദേശത്ത് നാഴി മണ്ണുവാങ്ക്. അന്തയിടത്തില് ഒരു മാടത്തെ പണിയ്. ഞങ്ങളെ കൊണ്ടാവത് ഞങ്ങ ചെയ്യാം."

നാണു തീർത്തു പറഞ്ഞു.

നീലന്റെ സംസാരം കേട്ടുകൊണ്ടിരുന്ന സഹോദരന്മാരും അഭിപ്രായങ്ങൾ പറഞ്ഞു തുടങ്ങി.

“അണ്ണാ നീങ്കള് വല്ലവന്റേയും വാക്കുകേട്ട് തുള്ളണതെന്തിന്..? നിനക്ക് അപ്പനും അമ്മയും പറയണത് കേട്ടാ പോരെ...?

ഏൻ കട്ടപ്പെട്ട് ഒണ്ടാക്കിയ ഒരു ചില്ലിക്കായും അണ്ണന് കളിക്കാന്ക്കൊണ്ട തരുകേല..?”

ചാത്തൻ തറപ്പിച്ച പറഞ്ഞു.

“ഏനും തരത്തില്ല...”

കുഞ്ഞനും അഭിപ്രായപ്പെട്ടു.

“അങ്ങനെയാ കാര്യങ്ങടെ കെടപ്പ്...”

“ഓ, തന്നെ...”

കാർത്തുവും പറഞ്ഞു.

നീലൻ വിഷണ്ണനായി... നിരാശനായി..

കനവ് കണ്ടതെല്ലാം പാഴായി...

എല്ലാവരിക്കും ചൊന്തം കാരിയം മാത്തിറം.

ഇത്തന കാലം കസ്റ്റപ്പെട്ടത് ആരിക്കുവേണ്ടി..?

എന്റെ വിയർപ്പാണ് എല്ലാവരിന്റെയും തടി.

എന്നിട്ടും...

ഏനുടെ തമ്പാത്യം ഏൻ വീട്ടുകാരെന്നു നിനച്ചേൻ.

അവരുടെ തമ്പാദ്യം ഏനുടെതെന്നു നെനച്ച.

ഏൻ തിരുമണ്ടൻ.

എല്ലാവരിക്കും അവനവന്റെ കാരിയം മാത്തിറം.

ഏനു തങ്കരംവെപ്പില്ല. തമ്പാത്യവുമില്ല.

“ഇനി മൊതല് ഏന് എന്റെ കാരിയം... ഏനായി എന്റെ പാടായി...”

ഇപ്രകാരം പറഞ്ഞുകൊണ്ട് നീലൻ പുത്തരിപ്പാടത്തെ വരമ്പിലൂടെ കിഴക്കോട്ടു നടന്നുപോയി.

നീലൻ തോട്ടിറമ്പിലിരുന്നു.

അവന്റെ മനസ്സ് പലവക ചിന്തകളാൽ കലുഷിതമാണ്.

എന്റെ കെട്ടിയവൾ തേവീ..

തേവിയെ പോറ്റാൻ അധികാരപ്പെട്ടവൻ ആര്?

അവക്കടെ കെട്ടിയോനായ ഈ ഏൻ തന്നെ.

അപ്പോ നാണുവിന്റെ കെട്ടിയോളെ ആരാ നോക്കണ്ടത്..?

കെട്ടിയോൻ തന്നെ.

കാർത്തുവിനെ പോറ്റേണ്ടവന് ആര്...?

മകനായ ഏനേ...? ചാത്തനോ..? കുഞ്ഞനോ...? പിന്നെ എല്ലാറ്റി

നം പെട്ടെന്നുതന്നെ തീരുമാനമായി. അപ്പനും അമ്മയും തന്നെ കൈവിടില്ലെന്നാണ നീലൻ കരുതിയത്. തന്റെ ആഗ്രഹങ്ങളെല്ലാം പുൽനാമ്പിലെ മഞ്ഞിൻകണംപോലെ ആയുസ്സറ്റതായിരുന്നു എന്ന് അയാൾക്ക് ബോദ്ധ്യമായി.

പുത്തൻ തീരുമാനവും എടുത്ത ശേഷമാണ് അയാൾ കൂരയിലേയ്ക്കു പോയത്.

കേശ്ശുമാമന്റെയും കണ്ണന്റെയും സഹായത്തോടെ നീലൻ പുത്തൻ കൂരകെട്ടി. കൈതക്കാട്ടു വീടിനോട്ടു ചേർന്നുതന്നെ.

അവിടെ തേവി പ്രത്യേകം പരുവാറ്റവും തുടങ്ങി.

ഒരു കുടിലിൽ രണ്ട് അടുക്കളകൾ...

രണ്ടു തരം ജീവിതങ്ങള്...

സഹോദരങ്ങൾ തമ്മിൽ കണ്ടാലും മുഖം തിരിച്ചു നടന്നു.

അപ്പനും അമ്മയും മുന്നിൽ വന്നാൽ നോക്കാതെയും മിണ്ടാതെയുമായി.

നീലൻ വേലയ്ക്കുപോകും. സ്വന്തം കുടുംബം പോറ്റി.

ചാത്തനും കുഞ്ഞനും നീലനും കൂടി അവരുടെ കുടുംബം നടത്തി.

നീലൻ കഞ്ഞിയും പയറും തിന്നു. പാതി പണം സമ്പാദിച്ചു.

കാർത്തു ദിനവും മക്കൾക്കും ഭർത്താവിനും വേണ്ടി സദ്യ ഒരുക്കി.

ചാത്തനും കുഞ്ഞനും കരുത്തൻമാരായിരുന്നു.

യുവത്വം അവരെ ഊർജ്ജസ്വലരാക്കി.

കാലം അവരെ പാലക്കടവിലെ ചുണക്കുട്ടികളാക്കി.

ചക്രവാളസീമകളിൽ ഹരിതാഭ ചാർത്തി കിഴക്കൻ മല ശോഭിച്ചു.

വെള്ളാരങ്കല്ലുമല നീലന്റെ കരളിലെ കനവായി.

ഒരു രാത്രി നാണു ഭാര്യയോടും മക്കളോടുമായി ഇപ്രകാരം പറഞ്ഞു.

"ഏൻ ആവതൊള്ളകാലത്ത് എല്ലാറ്റിനേയും തീറ്റിപ്പോറ്റി. എല്ലാവനും ഒന്നാന്തരം വേലക്കാരായി. ഏനതുമതി. ഏനിനി കുടുംബം പോറ്റനക്കൊണ്ട് വയ്യ. കസ്റ്റപ്പെടാനക്കൊണ്ട് വയ്യിനി..."

അപ്പന്റെ സംസാരം കേട്ട് ചാത്തൻ ഉറക്കെ ചിരിച്ചു പോയി. അവൻ അപ്പനോടു പറഞ്ഞു.

"ഏനറിവായ കാലംതൊട്ട് കുടുംബം കൊണ്ടുനടക്കണത് നീലനണ്ണനാണ്. അപ്പൻ ആരെ തീറ്റിപ്പോറ്റിയ കാരിയമാണിപ്പോ പറഞ്ഞത്. അമ്മ വച്ചുണ്ടാക്കി വെളമ്പിത്തരും. അപ്പനത് തിന്നാനും ചുറാനുമറിയാം. അല്ലാണ്ട് അപ്പനെക്കൊണ്ട് കായിനും കര്മ്മത്തിനും കൊള്ളത്തില്ല.."

മകന്റെ കളിയാക്കൽ കേട്ട് നാണു ഒരു നിമിഷം നിശ്ശബ്ദനായി. പിന്നെ പറഞ്ഞു തുടങ്ങി.

"ഏൻ ആണാണ്. എന്റെ മക്കളും ആണുങ്ങള്. അവര് ഉണ്ടാക്കിയ

തറുപ്പനെ നോക്കണം. പെറ്റതള്ളയെ നോക്കണം. തള്ളവെയ്ക്ക മരുന്നും മങ്ങിണീം വാങ്ങ വേണം. അല്ലാണ്ട് വായിക്കൊള്ളാത്ത ന്യായം പറ ഞ്ഞാലക്കൊണ്ട് പറ്റുകേല.."

"എന്നേ അവര് വേലക്കാരായി... അവരിക്കിനി വർക്കൊത്തൊള്ള പെങ്കൊച്ചുങ്ങളെ നോക്കിപ്പിടിച്ച് കലിയാണം കയിച്ച് കൊടുക്ക്. അപ്പഴ് അവര് തന്നെ വേല ചെയ്ത വീട് നോക്കും.."

മക്കളുടെ ഭാവിയെക്കുറിച്ച് കരുതലുള്ള മാതാവ് പ്രവചിച്ചു.

മക്കൾ അപ്പനും അമ്മയും പറഞ്ഞത് ശരിവച്ചു.

നാണു നാട്ടു നീളെ മക്കൾക്കു പെണ്ണുനോക്കി.

തെരച്ചിലിന് ഒടുവിൽ ചാത്തനും കുഞ്ഞനും കല്യാണമായി.

വധുക്കൾ കഞ്ഞിക്കുഴിയിലെ വെള്ളയുടെയും കുരുണിയുടെയും മക്കൾ.

പൊന്നിയും കന്നിയും

ഗോതമ്പിന്റെ നിറമുള്ള കിടാത്തികൾ.

മൂക്ക് പതുങ്ങിയ സുന്ദരിമാർ.

തൊലി വെളുത്ത പെൺമക്കൾ.

വെള്ളയുടെയും കുരുണിയുടെയും അഭിമാനങ്ങൾ.

"ചാത്തനും കുഞ്ഞനും ഭാഗ്യവാന്മാര് അവരിക്ക് തൊലി വെളുത്ത കിടാത്തികളെ കിട്ടി..."

ഒന്നാമത്തവൾ അഭിപ്രായപ്പെട്ടു.

"നേരാച്ച്... നേരാച്ച്. ഇത്തിനയും വെളുത്ത കിടാത്തികൾ താണ ചാതികളില് നമ്മ പാലക്കടവ് ദേശത്തില് ഇല്ലേയില്ല..."

രണ്ടാമത്തവൾ ഒന്നാമത്തവളെ പിന്താങ്ങി.

"അവരിടെ തലവരകള് തെളിഞ്ഞു. അതാ തൊലി വെളുത്ത പെണ്ണുങ്ങളെ കെടച്ചത്..."

മൂന്നാമത്തവളും അടക്കം പറഞ്ഞു.

വീട്ടുകാരുടെയും നാട്ടാരുടെയും സാന്നിദ്ധ്യത്തിൽ ചാത്തൻ പൊന്നിക്കു താലി ചാർത്തി. പിന്നെ കുഞ്ഞൻ കന്നിയെ കെട്ടി.

ചാണകം മെഴുകിയ മുറ്റത്ത് മെടഞ്ഞ ഓലത്തടുക്കുകൾ നിരന്നു. തടുക്കിൽ ഇരുന്ന് എല്ലാവരും ചക്കരപ്പായസം കൂട്ടി സദ്യയുണ്ടു. പുല്ലുമേഞ്ഞ കൂര. മുന്നിൽ കുട പിടിച്ച മാവുകൾ നിറഞ്ഞ വലിയ മുറ്റം.

കാർത്തു, കറുമ്പി, തേവി, ചിരുത എന്നിവർ മാവിൻചോട്ടിൽ വട്ടമിട്ട് ഇരുന്നു.

കൊച്ചുവർത്തമാനം പറഞ്ഞുകൊണ്ടിരുന്ന അവർക്ക് അരികിലേക്കു കുരുണി മക്കളെയും കൂട്ടിവന്നു.

ചിരുത കന്നിയേയും പൊന്നിയെയും അടിമുടി നോക്കി.

എന്നിട്ട് പതിയെ കറുമ്പിയുടെ കാതിൽ മന്ത്രിച്ചു.

“നമ്മ ക്കുട്ടക്കാരെല്ലാമേ കറുപ്പതാനെ. ഇന്ത കറുത്ത വാവുളെ നമ്മ കുടുംബത്തിക്കു കെട്ടിയെടുക്കണമായിരുന്നോ...?

തേവി കറുപ്പാണേലും മൊകലച്ചണം ഒണ്ടാരുന്നു. ഇതു രണ്ടും മൂക്കും പരത്തിവെച്ച്, കോലൻമുടിയും പിരുത്തിട്ട്. എവളുമാരുടെ മൊകത്തു നോക്കാതെയാണ കല്ലിയാണം ഒറപ്പിച്ചത്..? രണ്ടും ഒരുമാതിരി മരപ്പാച്ചി മോന്തയും വച്ചോണ്ട് നിക്കണത് നോക്കിനേ.. ഏന്റെ പൊന്നാര നാത്തൂനും കൊറവനും കൂടി വന്ന് ആരും അറിയാതെ ഒണ്ടാക്കിവച്ച സമ്മന്തമാണ്. തേവി കറുത്തുപോയെന്നും പറഞ്ഞ് അന്ന് നാണുച്ചാര് എന്തൊരു കലമ്പലായിരുന്നു. ഈ മൂക്കുചപ്പികളെ അങ്ങേരിക്ക് എങ്ങനെ ഇട്ടപ്പെട്ടായെന്തോ..?”

“നീങ്ങ രണ്ടാളും എന്തെര് അടക്കം പറയണത്..?” കുരുണി ചിരുതയോടും കറുമ്പിയോടുമായി ചോദിച്ചു.

“അതുവന്ത് ഏൻ കറുമ്പിയോടു ചൊല്ലുവാരുന്നു. പൊന്നിന്റെ കൊച്ചിക്കയൊരു മൂക്കുത്തി തേവിക്കു വാങ്കിക്കൊടുപ്പൻ.. പൊന്നണിയുവതുക്ക് ആസപ്പെടാത്ത പെണ്ണാളുകളുണ്ടോ..?”

“അവക്കു പൊന്നെന്തിന് ചിരുതേ... ഏന് പൊന്നു വാങ്കിക്കൊടുപ്പതുക്ക് ഒരു പാങ്ങുമില്ലെ. അവക്ക് മൂക്കുത്തിയിടുവതുക്കു ആമ്പയുണ്ടേൽ അവടക്കടെ കെട്ടിയോൻ വാങ്കിക്കൊടുക്കട്ട്...”

കറുമ്പി ചിരുതയ്ക്കു തക്കതായ മറുപടികൊടുത്തു. കുരുണി തങ്ങളു പറഞ്ഞ കാര്യം അറിയരുതെന്നു കരുതിയാണു കറുമ്പി ചിരുതയോട് അപ്രകാരം പറഞ്ഞത്. എന്നാൽ കറുമ്പിയുടെ വർത്തമാനം കേട്ട് കാർത്തുവിനു ദേഷ്യം വന്നു. അവൾ കറുമ്പിയോടു പറഞ്ഞു:

“തേവിടെ അമ്മയെന്താ ഇങ്ങനെ പറയണത്. അവക്കൊരു കാതിപ്പൂവോ തളയോ, വളയോ വാങ്കിയിടാൻ നിങ്ങളെക്കൊണ്ട് പറ്റത്തില്ലിയോ..? എല്ലാം അവക്കടെ മാപ്പളതന്നെ ഒണ്ടാക്കിയേ പറ്റത്തൊള്ളോ...?

“എൻ പെണ്ണുക്ക് പൊന്നിടുവതുക്ക് ആസയില്ല നീലാവുടെ അമ്മേ... ഏന് വെറുതെ നേരംപോക്കിനു സൊല്ലിയത് താനെ. ഏൻ പെണ്ണ് പഴയ പെണ്ണ്. പൊന്നും മണിയുമെല്ലാം പുത്തൻ പെണ്ണുങ്ങൾക്ക് വാങ്ങിക്കൊടുപ്പിന്...”

കറുമ്പി സംസാരം മറ്റൊരു ദിശയിലേക്ക് ആക്കാൻ വെറുതെ ഒന്നു ശ്രമിച്ചതാണ്. എന്നാൽ അതിനുനേരെ കുരുണി പ്രതികരിച്ചത് ഇപ്രകാരമാണ്:

“ഏൻ മക്കളു വെളുത്ത ചുന്ദരിമാര്. അവര് നിങ്കടെ മോളെപ്പോലെ കാക്കക്കൊറത്തിയല്ലെ. ആനാല് അവരിക്ക് പൊന്നും വേണ്ട ഒരു മാങ്ങാമണിയും വേണ്ട... തെരിഞ്ചിതാ...”

കുരുണിയുടെ മുനവച്ച സംസാരം കറുമ്പിക്ക് പിടിച്ചില്ല. അവൾ ശക്തമായിത്തന്നെ കുരുണിക്കു മറുപടി കൊടുത്തു:

“ആരെടീ നെന്റെ കാക്കക്കൊറത്തി..? പറയെടീ മൂളിച്ചീ.. വേളിക്കൊക്കു മാതിരി മൂക്കും ചപ്പിയിരിക്കണ രണ്ട് കൊറച്ചെറികളും എവളും. അവളുമാരിക്ക് ഇത്തിരി തൊലി വെളുപ്പൊണ്ടെന്നും പറഞ്ഞ്... ആരെടീ എവളൊക്കെ? കറുപ്പ് നെറത്തിക്ക് എന്തെരെടീയൊരു കൊറവ്..? നെന്റെ ലച്ചണം കെട്ട കൊരങ്കി മൊകറി മക്കളേക്കാളും ചെല്ലക്കിളി തന്നെടീ എന്റെ തേവീ. നെന്റെ പെപ്പെറികക്കു മാത്തിറമല്ലെടീ വെളുപ്പൊള്ളത്... നാട്ടിലെ പട്ടിയും പൂച്ചയും പശുവും പന്നിയും എല്ലാത്തിനും വെളുപ്പിരിക്ക്. കേട്ടോടീ വെളുത്ത പൈത്യക്കാറി...”

“നീയും നെന്റെ ചെല്ലക്കിളിയും തേവതയുമല്ല ചുന്ദരിയുമല്ല. കറുത്ത മൂച്ചേട്ട, അന്തക്കരിക്കലത്തിന്റെ മൂട്. അടുപ്പിലെ കരിക്കട്ട. ഏൻ മക്കളു താനെടീ തങ്കക്കട്ടികള്. വെണ്ണക്കൊയമ്പ്. കേട്ടോടി കാക്കക്കൊറത്തി, കരിവീട്ടീ...”

“ഒന്നടങ്ങണീ കുരുണീ... ഏൻ മകള് ചുന്തരി തന്നാ...”

“നെന്റെ മകള് ചുന്തരിയായിട്ട് എന്തുകൊണം. അവള് പെറാത്ത മച്ചിമലടിയല്ലിയോടീ..”

കുരുണിയുടെ മറുപടി കേട്ട് കറുമ്പി ഇരിപ്പിടം വിട്ട് ചാടി എണീറ്റു.. അവർ കുറുണിക്ക് അവസാന താക്കീതും നല്കി:

“കുരുണീ നീയ് ഏനെ എന്തു വേണേലും പറഞ്ഞോ. പക്ഷേങ്കി ഏൻ മകളെക്കുറിച്ച് വേണ്ടാതീനം പറയരുത്. ഇനി ഏനതു തകിക്കു ല്ലോ...?”

“ഏൻ വായിത്തോന്നിയത് പറയും. ഇനിയും പറയും. നിന്റെ മകള് മച്ചിയാടീ... അത് ആരിക്കാടീ അറിയാത്തത്.”

കുരുണിയുടെ വാക്കുകൾ കേട്ട് കറുമ്പിയുടെ നെഞ്ചം തകർന്നു.

ഉള്ളം വെന്തു... രോഷംകൊണ്ട് ഉള്ളം തുള്ളി.

തേവിയുടെ തല ആൾക്കൂട്ടത്തിനു നടുവിൽ കുനിഞ്ഞുപോയി.

താൻ കാരണം തന്റെ വേണ്ടപ്പെട്ടവരും അപമാനിതരായി. അത് അവൾക്ക് സഹിക്കാവുന്നതിലും അപ്പുറമാണ്.

തേവി കൈകൾ കൊണ്ടു മുഖം പൊത്തി ഏങ്ങലടിച്ചു കരഞ്ഞു. മകളുടെ ഉള്ളു നൊന്തതും നോവ് കണ്ണീരായി മാറിയതും കറുമ്പിക്ക് സഹിച്ചില്ല.

അവളുടെ നെഞ്ചിൽ പക നിറഞ്ഞു.

ജേതാവിനെപോലെ തല ഉയർത്തി കുരുണി നിന്നു.

അവരുടെ മിഴികളിൽ അഹങ്കാരത്തിന്റെ മിനുമിനുപ്പ്..

തന്റെ മുന്നിൽ അഹങ്കരിച്ചു നിന്ന കുരുണിയുടെ മുഖമടച്ച് കറുമ്പി ആഞ്ഞൊരു അടിയങ്ങു വച്ചുകൊടുത്തു..

ഓർക്കാപ്പുറത്ത് ഏറ്റ പ്രഹരത്താൽ കുരുണി നിലത്തേയ്ക്കു വീണു പോയി..

പെട്ടെന്ന് രംഗം നിശ്ശബ്ദമായി..

ചെറുക്കൻകൂട്ടർ പെൺകൂട്ടരെ തല്ലി...

കല്യാണം കൂടാൻ വന്നവർ രണ്ടു പക്ഷത്തായി..

നീലനും തേവിയും കറുമ്പിയെയും പിടിച്ചുകൊണ്ടു വഴിയിലേക്ക് ഇറങ്ങി മാറി നിന്നു...

ചാത്തനും കുഞ്ഞനും വീണുകിടന്ന കുരുണിയെ പിടിച്ച് എഴുന്നേല്പിച്ചു. കൂരയ്ക്കകത്തേയ്ക്കു കൊണ്ടുപോയി...

നീലനും തേവിയും മനഃപൂർവ്വം പ്രശ്നങ്ങൾ ഉണ്ടാക്കിയതാണെന്നു നാണു ചാത്തനെയും കുഞ്ഞനെയും ധരിപ്പിച്ചു... കാർത്തു നാണുവിനെ ന്യായീകരിച്ചു...

ചാത്തനും കുഞ്ഞനും പൊരയ്ക്കകത്തുനിന്നും മുറ്റത്തേക്ക് ഇറങ്ങി വന്നു. അവർ നീലനോടു ചോദിച്ചു:

"ഏൻ മാമിയാരെ തല്ലുവതുക്കു കറുമ്പിമാമിയാര് ആര്? അവതിക്ക് ഏനു പെണ്ണുങ്ങളെ കണ്ടു കണ്ണുകടിച്ചാ.. നിന്റെ പെണ്ണുക്കും അവക്കടെ തള്ളയ്ക്കും കുസുമ്പും കുന്നായ്മയും ഒട്ടുമേയില്ലെ. അതിനാലെ നീങ്കമാമി ഏൻ മാമിയെ അടിച്ചത്..?"

"ചാത്താ.. നീ മിണ്ടാണ്ടിരിക്ക്. നിന്റെ മാമിയാരുതാൻ എല്ല പ്രച്ച നത്തിക്കും കാരണം. ഏൻ പെണ്ണിനെ മച്ചീന്നു വിളിക്കാനക്കൊണ്ടു നീങ്ക മാമിയാര് ആര്?"

"പെറാത്തവളെ മച്ചിന്നല്ലാണ്ട് പിന്നെ എന്തെന്ന് വിളിക്കണം."

കുഞ്ഞന്റെ ചോദ്യം നീലനെ തളർത്തി.. അയാൾ പെട്ടെന്നു നിശ്ശബ്ദനായി. അപ്പോൾ ചാത്തൻ പറഞ്ഞു.

"നീയും നിന്റെ കൂട്ടക്കാരും മങ്കലം കൂടി. പള്ള നെറച്ചു സദ്യയും തിന്നു. ഇനി വാമൂടി മിണ്ടാണ്ട് പോകവേണം. അല്ലാണ്ട് ഞങ്ങ പെൺവീട്ടില് വന്നു ആളാകാന് നിന്നാല് അവരിന്റെ വായേന്ന് പലതും കേക്കും.."

കൂടപ്പിറപ്പുകളെ മക്കളായി വളർത്തി...

വാത്സല്യവും കരുതലും ആവോളം നൽകി...

തേവി സ്നേഹത്തോടെ എത്തിറ വച്ചു വെളമ്പി ഊട്ടിയിരിക്കുന്നു...

ഒരു വാക്കുകൊണ്ടോ നോട്ടംകൊണ്ടോ ഇരുവരെയും ഇന്നുവരെ ദ്രോഹിച്ചിട്ടില്ല..

എന്നിട്ടും രണ്ടാളും ഒറ്റക്കെട്ടായി വേണ്ടപ്പെട്ടവരുടെ മുന്നില് വച്ച് അപമാനിച്ചു. ഇത്തിനയും നന്ദികെട്ടവരോ ഏൻ കൂടപ്പിറവികള്..?

അപ്പനും അമ്മയും മാറിനിന്ന് എല്ലാം കേട്ടുകൊണ്ടിരുന്നു... അവർ ഒരിക്കൽപ്പോലും ചാത്തനെയും കുഞ്ഞനെയും വിലക്കിയില്ല..

നീലൻ വിഷണ്ണനായിനിന്നു...

പെട്ടെന്നാണ് നീലൻ, നാണു സമീപത്തേയ്ക്കു വരുന്നതു കണ്ടത്. തന്റെ വിഷമം കണ്ട് സഹിക്കാതെ തന്നെ സാന്ത്വനിപ്പിക്കാനാവും അപ്പൻ വരുന്നത് എന്നാണ് നീലൻ കരുതിയതും.

"അപ്പന്റെ സ്ഥാനത്തുനിന്ന് കാര്യങ്ങള് നോക്കേണ്ടവനാണ് വയക്കും ഒണ്ടാക്കി മാറി നിക്കണത്. അവനും അവന്റെ കൊറത്തീം തനിക്കലം വച്ച കേറ്റി കോളായിപ്പോയി. ഏൻ രണ്ടുമക്കളും വകതിരിവ് ഒള്ളോര്. അതോണ്ടാ നിന്റെ അമ്മായിക്കൊറത്തി കന്നംതിരിവ് കാണിച്ചിട്ടും അവര് കൈയും കെട്ടി നോക്കി മിണ്ടാണ്ട് ഇരുന്നത്. ഇന്നാ കൊച്ചന്മാരുടെ കല്ലിയാണം കഴിഞ്ഞതെയൊള്ള്... അവരിക്കടെ മനത മാതാനം കളഞ്ഞു കളിച്ച് അവന്റെ പെണ്ണുവീട്ടുകാര്. വിളിച്ചുകൊണ്ട് എറങ്ങടാ അലവലാതികളേക്കൊണ്ട് ഇക്കുടീന്ന്. ഏന് ഏൻ ആൺമക്കടെ കാരിയങ്കള് നോക്കണം..."

അപ്പന്റെ ശാസനം കേട്ടതും നീലൻ വഴിയേ ഇറങ്ങി നടന്നു...

അയാൾ ആരോടും ഒരക്ഷരവും ഉരിയാടിയതുമില്ല..

കുനിഞ്ഞ ശിരസ്സോടെ നടന്നുനീങ്ങുന്ന ഭർത്താവിനെ തേവിയും പിൻതുടർന്നു...

കഞ്ഞിക്കുഴിയിൽനിന്നും ചിത്തിരത്തറയിൽ എത്തുംവരെ ആരും ആരോടും ഒന്നും മിണ്ടിയില്ല..

വീടെത്തി...

നീലൻ കൂരയുടെ തിണ്ണയിൽ ഇരുന്നു.

അവന്റെ കണ്ണുകൾ കരഞ്ഞു കലങ്ങിയിരുന്നു.

മരുമകന്റെ സങ്കടം കറുമ്പിക്ക് സഹിച്ചില്ല.

അവർ നീലന്റെ അടുത്തു ചെന്നിരുന്നു. ഇപ്രകാരം പറഞ്ഞു:

"മകനേ... നീങ്ക സങ്കടപ്പെട വേണ്ട... തമ്പിമാര് വെവരക്കേടുകൊണ്ട് എന്നതെല്ലാമോ സൊല്ലിയാച്ച്.. അന്തകുരുണി ഒരുത്തിതാനെ എല്ലാത്തിക്കും കാരണം. അവക്കടെ തംതാരം കേട്ടപ്പോ ഏനും കോപം വന്ന്. അവക്കെടെ മക്കള് വെളുത്തിരുന്നാല് ഏനെന്ത്? ഇനി ഏൻ മകളും കുരുണീടെ വെളുത്ത മകളും ഒരു പൊരയില് പൊറുക്കുള്ളടാത്... അതു കൊണ്ടിട്ടും നീങ്ക രണ്ടാളും ഇന്ത കൂരയില് വന്ന് താമതിക്കവേണം... എങ്ങളുക്ക് വേറെ ആരുമേയില്ലെ..."

"കറുമ്പി പറഞ്ഞത് നേരാണ് നീല. നാണുവും നിന്നെ തള്ളിപ്പറഞ്ഞ് നാണം കെട്ട് എന്നാത്തിനാ അവിടേയ്ക്കു പോണത്. നന്നാവുക്ക് ഒള്ളത് വച്ചനത്തിക്കുടിച്ച് ഇവിടെക്കഴിയാം..."

"മാമനും മാമിയും ഇങ്ങനെ സൊല്ലുമ്പോഴ് ഏൻ കേക്കാതിരിക്ക ണത് എങ്ങനെ. ഏൻ കൂട്ടക്കാര് കറിവേപ്പിലപോലെ ഏനെ തഴഞ്ഞ്. എന്നെ വേണ്ടാത്തിടത്തേയ്ക്ക് ഏനിനി വലിഞ്ഞു കേറി പോണില്ല.. ഏങ്ങ ളുടെ തുണികളെല്ലാം അവടെ കെടക്കണ്. ഏൻ പോയി അതെല്ലാം പറ ക്കിക്കൊണ്ടു വരാം..."

നീലൻ എല്ലാവരോടും യാത്ര ചൊല്ലി കൈതക്കാട്ടേയ്ക്ക് ധൃതിയിൽ നടന്നു...

കൈതക്കാട്ടു വീട്ടിൽ ആഘോഷമാണ്.

ഒന്നല്ല, രണ്ടു മരുമക്കളെയാണു കാർത്തുവിന് ഒന്നിച്ച്

കൈ പിടിച്ചു കുരയിലേയ്ക്കു കേറ്റേണ്ടത്.

മൂത്തമകനും അവന്റെ പെണ്ണും പിണങ്ങിപ്പോയി.

അവർ കൂടെ ഉണ്ടായിരുന്നേൽ എല്ലാം അറിഞ്ഞും കേട്ടും ചെയ്യുമാ യിരുന്നു.

ഇനി മൂന്നുനാൾ കഴിഞ്ഞേ അടുത്ത ബന്ധുക്കളെല്ലാം അവരുടെ വീ ടുകളിലേയ്ക്കു പോവുകയുള്ളൂ.

അതുവരെ വയ്ക്കണം, വിളമ്പണം.

മൂന്നാംനാൾ മറുവീടു കല്യാണമാണ്.

പെൺകൂട്ടർ ചെറുക്കന്റെ പൊര കാണാൻ വരുന്ന ദിവസം.

അന്ന് ഇറച്ചിയും കൂട്ടി വേണം അവർക്ക് സദ്യ ഒരുക്കാൻ. നീലൻ ഒന്നാന്തരം പാചകക്കാരനാണ്.

അന്നാട്ടിലെ കീഴാളക്കുടികളില് സദ്യ ഒരുക്കുന്നത് അവനാണ്. സന്ധ്യയ്ക്കേ കുടികളില് പോയി വേണ്ട സാധനങ്ങൾ വാങ്ങി വയ്ക്കും.

അടുത്ത ദിവസം അതിരാവിലെ പാചകം തുടങ്ങും.

കല്യാണത്തിനു മാത്രമേ, കൂട്ട് സദ്യ അന്ന് വീടുകളിൽ ഉണ്ടാക്കി യിരുന്നുള്ളൂ...

ഇന്ന് സദ്യ ഒരുക്കണം.

ചോറും സാമ്പാറും വച്ചാൽ സദ്യയായി. കൂട്ടത്തിൽ ഇലത്തുമ്പിൽ കൊറച്ച് ഇഞ്ചിക്കറിയും. പാചകത്തിന് ആവശ്യമായ സാധനങ്ങൾ എല്ലാംതന്നെ നീലൻ പൊരയിൽ കരുതി വച്ചിട്ടുണ്ട്. ഇനിയത് വച്ചുണ്ടാ ക്കുകയേ വേണ്ടൂ.

കാർത്തു ചാത്തനെയും കുഞ്ഞനെയും അരികിൽ വിളിച്ച് ഇപ്രകാ രം പറഞ്ഞു:

"നീലൻ പെണങ്ങിപ്പോയി... ഇനി നിങ്ങ വേണം എല്ലാതും നല്ല മാതിരി നോക്കി നടത്താൻ. അന്തിക്ക് അത്താഴം വച്ചുണ്ടാക്കവേണം. ചോറും സാമ്പാറും മതി. എല്ലാവരിക്കും കൂടി വച്ചുവെളമ്പാൻ ഏന് തനിച്ചു ഒക്കത്തില്ല..."

“അമ്മ സമാതാനപ്പെട്. അണ്ണാവ് എങ്കയോ പോട്ട്. അവൻ കള്ള താപ്പാന. നീങ്കളുക്ക് എല്ലാത്തിക്കും ഞങ്ങയുണ്ട്. അമ്മ പെരെ പോയി താമാതാനപ്പെട്ട് ഇരിക്ക്. ചോറും സാമ്പാറുമെല്ലാം എങ്കളേറ്റു..”

ചാത്തൻ അമ്മയ്ക്കു വാക്കു കൊടുത്തു.

നീലന് തുല്യം നീലൻ മാത്രം...

വീട്ടു കാര്യങ്ങൾ നേരാംവണ്ണം നോക്കി നടത്തുന്നതിൽ ചാത്തനും കുഞ്ഞനും പരാജയപ്പെട്ടു.

കാർത്തു മക്കളെ കലമ്പി.

സന്ധ്യയോടെ നീലൻ കൈതക്കാട്ടു വീട്ടിലെത്തി.

അയാൾ കെട്ടിമറച്ച സ്വന്തം പൊരയിലേയ്ക്കു നടന്നു. ഒരു നിമിഷം വേവലാതിയോടെ ചുറ്റിനും നോക്കി.

അയയിൽ കെട്ടിത്തൂക്കിയ തന്റെയും തേവിയുടെയും തുണികൾ എല്ലാം അപ്രത്യക്ഷമായിരിക്കുന്നു.

തൽസ്ഥാനത്ത് കുഞ്ഞന്റെയും അവന്റെ പെണ്ണിന്റെയും തുണികൾ നിരന്നുകിടക്കുന്നു.

നീലൻ ധൃതിയിൽ മുറിക്കു പുറത്തു കടന്നു.

അമ്മ എവിടെ...?

അവൻ ആൾക്കൂട്ടത്തിലും കുരയ്ക്കുചുറ്റും അമ്മയെ തിരഞ്ഞു നടന്നു.

അടുക്കളമുറ്റത്ത് അടുപ്പിൽ തീ ഊതുന്ന അമ്മയെ അവൻ കണ്ടെത്തി...

ചിരുത അമ്മായിയും കൂട്ടക്കാരും സാമ്പാറിന് കഷണം നറുക്കുന്നു.

നീലൻ അരികിൽ വന്നുനിന്നു.

“നീ വന്നാ...?”

കാർത്തു തറയിൽനിന്നും എഴുന്നേറ്റ് മകന്റെ മുഖത്തേയ്ക്കു നോക്കി ചോദിച്ചു.

അമ്മയുടെ ചോദ്യത്തിന് നീലൻ മറുപടി ഒന്നും പറഞ്ഞില്ല.

“ഞങ്ങ കരുതി നീയിനി പൊറുതിക്ക് വരുകേലാന്ന്. കുഞ്ഞനും പെണ്ണും നെന്റെ പൊരയില് കയറി പുത്തൻ പൊറുതിക്ക്. അവര് നിന്റെയും അവക്കടെയും തുണികള് പായില് ചുരുട്ടിപ്പൊതിഞ്ഞ് പരിയമ്പരത്ത് കോഴിക്കൂട്ടിന് മൊകളില് കൊണ്ടുപോയി വച്ചു. ആളും പേരും കൂടിയമ്പം ഒരേടത്തും എടമില്ലാണ്ടായി... അവനും പെണ്ണിനും അടച്ചൊറപ്പൊള്ള മുറി വേണ്ടേ. ചാത്തനും പെണ്ണും ഒരു മുറി എടുത്തു. അപ്പനും ഏനും ഞങ്ങമുറി ആരിക്കും കൊടുക്കൂല്ല...?”

നീലൻ വരാന്തയിലേക്കു നടന്നു.

മുറ്റത്ത് വിരിച്ച തഴപ്പായയിൽ നിരന്നിരിക്കുന്ന സ്ത്രീകൾ.

അവർ ഇരിക്കുന്ന പായകൾ തേവി എത്ര ദിനങ്ങൾകൊണ്ട് മെടഞ്ഞെടുത്തതാണ് എന്ന് ഒരു നിമിഷം അയാൾ ഓർത്തുപോയി. പെട്ടെന്നാണ് സ്ത്രീകൾ ധരിച്ചിരുന്ന തുണികളിൽ അവന്റെ മിഴികൾ ഉടക്കി നിന്നത്.

ഓണത്തിനും ചംക്രാന്തിക്കും കാവിലെ വെളക്കിനും താൻ തേവിക്കു വാങ്ങിക്കൊടുത്ത മുണ്ടുകളും ഉടുപ്പുകളും..

അവൾ നിധിപോലെ കാത്തു സൂക്ഷിക്കുന്നവ.

അതാണ് കന്നിയും പൊന്നിയും ഇട്ടിരിക്കുന്നത്.

നീലന്റെ ഉള്ളു പിടഞ്ഞു..

ഇനി തേവിയോട് എന്ത് പറയും..?

നീലൻ പിന്നെ പരിയമ്പറത്തേയ്ക്കു പോയില്ല.

പായയിൽ ചുരുട്ടി വച്ചേക്കുന്ന പഴച്ചുറകൾ ഇനി ആരിക്കുവേണം?

ദുഃഖിതനായ നീലൻ അമ്മയുടെ അരികിലെത്തി.

"അമ്മാ... അപ്പനെന്തിയേ...?"

"ആർക്കറിയാം... ഏനൊന്നും കണ്ടില്ല. നീ എന്നാത്തിനാണിപ്പം അപ്പനെ തെരക്കണത്..?"

"ഏനൊരു കാരിയം അറിയണം..."

"എന്ത്...?"

"ഏനിമ്മിണി നേരം മാറിനിന്നപ്പോ നിങ്ങ ഏൻ കെട്ടിയ കൂര ആരോട് ചോയിച്ചിട്ട് കുഞ്ഞന് പൊറുക്കാൻ കൊടുത്തത്..?"

"ആരോട് ചോയിക്കണം. നെനക്കും കുഞ്ഞനും ഇന്തയിടത്ത് ഒരേ അവകാശമെ ഒള്ള്... നീയ് മൂത്തവനല്ലേ. എന്നേ അറിഞ്ഞു കേട്ട് തമ്പിമാരിക്ക് പൊറുപ്പാൻ ഇവിടുന്നു മാറി തമതിക്കേണ്ടവനാ നീയ്..."

അമ്മയും മാറിപ്പോയിരിക്കുന്നു. ഏനവർക്ക് ആരും അല്ലാണ്ടായി.

"ഏൻ ചിത്തിരത്തറയ്ക്കു പോണ്. എങ്ങളിനി ഇന്തയിടത്തേക്കു പൊറുക്കാനക്കൊണ്ടു വരത്തില്ല..."

"അതു പഷ്ട്. പെണ്ണുവീട്ടിച്ചെന്ന് അടാകുടിക്ക് കെടക്കണതൊക്കെക്കൊള്ളാം. പൊറുത്ത് പൊറുത്ത് അവള് നെന്നെ ചവിട്ടി പൊറത്താക്കാതെ നോക്കിക്കോ..."

നീലൻ അതിനു സമാധാനമൊന്നും പറഞ്ഞില്ല. പക്ഷേ, അവന്റെ മനസ്സ് അവനോടു കലമ്പിക്കൊണ്ടേയിരുന്നു.

പെറ്റതള്ളയ്ക്കും ഒരേ വയറ്റിൽ പിറന്ന കൂടപ്പിറവികളുക്കുമില്ലാത്ത കരുതലും സ്നേഹവും അന്യവളുക്ക് ഉണ്ടാകുമോ...?

അവൻ വീട്ടുമുറ്റത്തൂടെ നടന്ന് വരമ്പിൽ ഇറങ്ങി.

കിഴക്കൻ മലയിലേക്കു നോക്കിനിന്നു.

കണ്ണുറച്ചതുമുതൽ കണ്ടുവളർന്ന മല.

അന്നും ഇന്നും അത് കാണുന്നത് മനസ്സിന് എന്തു സന്തോഷവും സമാധാനവുമാണ് തന്നിരുന്നത്.

ആ മല മരണംവരെ കാണണമെന്ന് ആഗ്രഹമുണ്ടായിരുന്നു.

മനുഷ്യന് ആഗ്രഹിക്കാനേ പറഞ്ഞിട്ടൊള്ള്. അനുഭവിക്കാനക്കൊണ്ട് പാകിയവും വേണം.

ഒരു നാളും ഈ കൂര വിട്ട് ഇറങ്ങേണ്ടി വരുമെന്ന് കരുതിയതല്ല.

പുത്തരിപ്പാടവും തോട്ടിറമ്പും കിഴക്കൻ കാറ്റും. മഞ്ഞും തണുപ്പും എല്ലാമിനി കനവുമാത്തിരം..

നീലൻ ഒരു നിമിഷംകൂടി സ്വന്തം കൂരയിലേക്കു തിരിഞ്ഞു നോക്കി.

അമ്മയെ ഒരിക്കൽക്കൂടി കാണണം എന്ന് അയാൾക്കു തോന്നി. അന്ന് അമ്മ പായയിൽ പറ്റിക്കിടന്നതും അമ്മയുടെ ദീനമായ നോട്ടവും ചോദ്യവും നീലൻ ഓർത്തു. നീ വേല സെയ്തു നെന്റെ അമ്മാവെ എല്ലാ കസ്റ്റപ്പാട്ടുകളീന്നും നോക്കുമോ...? ഏൻ അമ്മാവേ നോക്കി... മന്ദത്തിനു മരുന്നും ചാപ്പാടിന് ചാപ്പാട്ടും കൊടുത്തു കൈവെള്ളയില് കൊണ്ടു നടന്നു. ഇന്ന് അമ്മാവുക്കു വലിവില്ല... ദീനങ്ങളില്ല. അന്ന് അമ്മാവുക്ക് ഏൻ മാത്തിറമെ മകനായിട്ട് ഒള്ളായിരുന്നു. ഇന്ന് ഏനെക്കാൾ തടിമിടുക്കും ആവതുമുള്ള രണ്ടു മക്കളുണ്ട് കൂടെ. അമ്മാവുക്ക് ഏനിന്നു പഴുത്ത പ്ലാവില.

വയലേലകളിൽ ഇരുൾ വീണു തുടങ്ങി.

നീലൻ നടവരമ്പിലൂടെ മുന്നോട്ടു നടന്നു.

ചാത്തനും കുഞ്ഞനും ചണച്ചാക്കുകളിൽ സാധനങ്ങളും തലയിലേന്തി എതിരേ നടന്നുവരുന്നു.

മറുവീടിനു വരുന്നവർക്ക് സദ്യ ഒരുക്കാനുള്ള സാധനങ്ങളാണു ചാക്കുകളിൽ.

നീലൻ വരമ്പിന്റെ ഓരത്തേയ്ക്കു മാറിനിന്നു.

ചാത്തനും കുഞ്ഞനും അപരിചിതരെപ്പോലെ അവനു മുന്നിലൂടെ കടന്നു പോയി..

നീലന്റെ ചങ്കു തകർന്നു...

ഉള്ളം സങ്കടക്കടലായി..

അപ്പൻ, അമ്മ, കൂടപ്പിറവികൾ, അതായിരുന്നു തന്റെ ലോകം.

എന്നാൽ അവർക്കു ഞാനോ...?

ആരുമല്ല.. ഒന്നുമല്ല...

എന്തായിരിക്കും അവര് എന്നെ വെറുക്കാനക്കൊണ്ടുള്ള കാരണം...

മനിതന്മാര് ഇത്തിറയും മാറുമോ...?

സകലരും കെട്ടോര്... നന്ദികെട്ടോര്...

നല്ല മനിസർ ആരുമേയില്ല.

ഏനമ്മ...

ഏനെപ്പെറ്റ തായ്. ചാവാറായ് പാപിയ നേരത്ത് അമ്മാവുക്ക് ഏൻ തന്തയായി... മരുന്നുകൊടുത്തു... തിന്നാൻ കൊടുത്തു.

ഈ വിനാഴികവരെ ഒന്നിനും മുടക്കം വരുത്തിയില്ല-

എന്റെ മനത് അമ്മേ നീയും കണ്ടതില്ല.

മക്കളോടും മരുമക്കളോടുമൊത്ത് സന്തിയോഷത്തില് വാഴ്ക..

നീലൻ കൈതക്കാട് വീടിനോടു വിട ചൊല്ലി...

പ്രിയപ്പെട്ടവരോടും വിട ചൊല്ലി...

പുത്തരിപ്പാടവും തണുത്ത കാറ്റും അവനെ നോക്കി നെടുവീർപ്പിട്ടു.

കിഴക്കൻ മല അവൻ നടന്നുപോകുന്നത് നിശ്ചലമായി നോക്കി നിന്നു.

പാലക്കടവ് ദേശത്തിനു മുകളിൽ ഇരുൾ പരന്നു.

ആ ഇരുൾ നീലന്റെ മനസ്സിലും പടർന്നുകയറി...

നാല്

രാത്രി ഉറങ്ങാൻ നേരം കറുമ്പി മാതേവനോട്ട പറഞ്ഞു:

"എന്നേ... ഏന് നീങ്കളോട്ട ഒരു കൂട്ടം പറവാനൊണ്ട്..."

"നീ പറ..."

"നമ്മാവുക്ക് ഒറ്റ മകള് തേവി... പൊറുക്കാൻ പോയ വീട്ടീന്ന് മക്കളില്ലാത്തതിനാലെ പൊറത്താക്കപ്പെട്ടവള്... അവക്ക് തൊലിപ്പുറത്ത് വെളുപ്പില്ല. അത് അവക്കട കൊറവല്ല... തള്ളയ്ക്കും തന്തയ്ക്കും വെളുപ്പില്ല. നാമക്കടെ മകള് നമ്മെ പോലത്താനിരിപ്പേൻ..."

"അയിനിപ്പം എന്തെരു വേണമെന്നാണ് നീയ് പറയണത്...?"

"ഏൻ കൈയുമ്മേ ഒരു നിതിയൊണ്ട്. ഏൻ അപ്പാവ് ചാവ കെടന്ന നേരത്ത് ഏന് തന്ന നിതി... ഒരു മൺകൊടം... അതു നെരച്ചും കായൊണ്ട്. അന്ത കായുകൊണ്ട് ഏനവൾക്ക് പൊന്നുവാങ്കും..."

"ആഹാ... അതു പഷ്ട്. നമ്മ ജാതികളുക്ക് പൊന്നണിയുവതുക്ക് അവകാശമില്ല.. കറുമ്പീ..."

"നീങ്കളോട് ആരു പറഞ്ഞു ഇന്ത കല്ല് വെച്ച നുണകള്... കൊറച്ചു കാലത്തിന് മുന്നേ നിങ്ങ പറഞ്ഞകൂട്ട് പാവത്തുങ്ങക്ക് പൊന്നോ അണിയാന് പറ്റത്തില്ലായിരുന്നു. ഇപ്പം നമ്മ ചാതികളും പൊന്നിന്റെ മൂക്കുത്തിയും, മാലയും കാതിപ്പൂമെല്ലാമെ ഇട്ടുനടക്കണൊണ്ട്..."

"മകക്ക് വളയും തളയുമൊക്കെ ഒണ്ടാക്കിയിട്ടു കൊടുക്കണതൊക്കെ നല്ലതാ.. പച്ചേങ്കീ കള്ളന്മാരു കേറി കഴുത്താറുക്കാതെ കൂടി നീങ്ക നോക്കവേണം.. ആനാല് നീ ഏൻ ചൊല്ലണത് കേള്. അന്ത കാശ് അതുപോലെ താനിരിക്കട്ടും. പൊല്ലാക്കാലം വരുമ്പം നമ്മാവുക്ക് കഞ്ഞി കുടിച്ചു കെടക്കാം..."

"നീങ്കളുക്ക് കള്ള് കുടിച്ച് ചമ്മാളിച്ച തീർക്കാനക്കൊണ്ട് ഏനൊരു ചില്ലിക്കായും തരുകേല. അതിനുവച്ച വെള്ളം നീങ്കളുങ്ങു വാങ്ങിവച്ചേക്കിനേ... അന്ത കുരുണിയുടെ മൂക്ക ചപ്പിയ മക്കളെക്കാളിൻ മൊകളില് ഇരിക്കവേണം ഏൻ മകള്... ഏൻ മകളെ പാത്ത് അവളുമാരുടെ മനത മാതാനം ഇല്ലാണ്ടാകവേണം.. അതു താൻ ഏൻ നിച്ചയം..."

നല്ല നാള് നോക്കി തേവിയുടെ കാത് കുത്തി.. കമ്മലിട്ടു..

മൂക്ക് കുത്തി മൂക്കുത്തിയുമിട്ടു..

കഴുത്തില് നീട്ടുമാല.

കൈകളിൽ തങ്കവളകൾ കിലുങ്ങി...

പൊന്നണിഞ്ഞ മകള് കറുമ്പിക്കും മാതേവനും അഭിമാനമായി..

നീലന് കൈവന്ന സൗഭാഗ്യം. ദേശം മുഴുവനും പാട്ടായി..

കണ്ണൻ നീലനെ കാണാൻ പ്ലാമൂട്ടിലെത്തി. വിവരങ്ങൾ ചോദിച്ചറിഞ്ഞു.

"നീലാ, പെണ്ണ് പൊന്നണിഞ്ഞ് പെരയ്ക്കകത്തിരുന്നാലക്കൊണ്ട് നെനക്ക് എന്തൊരു കൊണം? വെള്ളാരങ്കല്ലുമല വാങ്ങുവതുക്ക് അന്ത പൊന്നു മതിയാകും.. ആ മല നെനക്കു സ്വന്തമായാല് പിന്നെ നീയാരാ..? നിന്നുടെ തേവിയാരാ...? നമ്മ കൂട്ടത്തിലെ യജമാനനാടാ നീയ്.."

"നീയ് പറവതെല്ലാം നേരുതാനെ. പച്ചേങ്കില് ഏനുടെ കൈയുമേല് ചില്ലിക്കായില്ല. ഏനീ ദേശത്ത് വന്നിട്ടും കൊറച്ച നാളെ ആയിട്ടൊള്ള്. വല്ലപ്പോഴും മാമനാരുടെ കൂടെ പാടത്തോ പറമ്പിലോ വേലയ്ക്കും പോകും. കിട്ടണചില്ലിക്കായ് ചെലവിനുകൂടി തെകയൂലാ.. അപ്പഴാ വെള്ളാരങ്കല്ലു മല വാങ്കാനക്കൊണ്ട് പോണത്.."

"നീലാ... നീയ് മനസ്സു വെച്ചാ ഒറ്റപ്പായിട്ടും അന്തമലയെ വാങ്കാം. പൊന്നിനേക്കാളിൻ വെല എപ്പഴും മണ്ണിനു താനെടാ.."

അന്നു മടങ്ങി പോവുംവരെ കണ്ണൻ നീലനെ മല വാങ്ങാൻ പ്രോത്സാഹിപ്പിച്ചുകൊണ്ടേയിരുന്നു. നീലനും തേവിയും വൈകുന്നേരം വരാന്തയിൽ കൊച്ചുവർത്തമാനം പറഞ്ഞുകൊണ്ടിരിക്കേ തേവി നീലനോടു ചോദിച്ചു.

"കണ്ണനാങ്ങള അണ്ണാവേ കാണ്മാനക്കൊണ്ടു വന്നതുക്ക് കാര്യമെന്ത്? കൈതക്കാട്ടു വീട്ടില് പുതിയ വർത്തമാനങ്കളു എന്തെങ്കിലുമൊണ്ടാ...?"

"എല്ലാവരും സന്തിയോഷമായിട്ടു കയീണ്. കണ്ണനിക്ക് മക്കളുമാര് രണ്ടായീ... ഏനൊരാസ ഒള്ളത് നെനക്കറിയാമല്ലെ. കണ്ണാവും ഏനുംകൂടി അന്ത മലയെ വാങ്കുവതുക്ക് വിസാരിച്ചത്. ഒന്നും പറ്റിയില്ല. അവനുടെ കൈയുമേ ഒരണകൂടി എരുപ്പാനക്കൊണ്ടില്ല. അവ കുഞ്ഞുകുട്ടി പരാതീനക്കാരൻ. എന്റെ കൈയുമേലും ഒരു കൂറപ്പേൻ പോലും എടുക്കാനക്കൊണ്ടില്ല. പച്ചേങ്കീ ഏനു വെള്ളാരക്കല്ലുമലയെ വാങ്കുവതിന് ആസയിരിക്ക്. അതിന് നീയ് ഏനെ തകായിക്കവേണം.."

"എന്റെ കയ്യിമേ ഒരു ചില്ലിക്കാസുമില്ലെ. പിന്നെ ഏനെപ്പടി അണ്ണാവേ തകായിപ്പത്.."

"അതു ഏനുമറിയാം.. നിന്റെ കൈയുമേ കാസില്ലായെന്ന്. ഏന് കാസ് വേണ്ട. നീ ഇട്ടിരിക്കണ പൊന്നു തന്നാ മതീ.."

നീലന്റെ ആ ആവശ്യത്തിന് മുന്നില് തേവി മൗനം പൂണ്ടു.

പൊന്നിട്ട് കൊതി തീർന്നിട്ടില്ല. പച്ചേങ്കീ കെട്ടിയോൻ ചോയിക്കമ്പം കൊടുക്കാണ്ട് ഇരിക്കണതെങ്ങനെ...? കെട്ടിയോളുടെ മൊതലിന് അവകാശി കെട്ടിയോൻതന്നെ.

"ഏന്റെ കൈയിമേ കായുമുണ്ടാവുന്ന കാലത്തില് നെന്റെ മൊതല് ഏരട്ടിയായിട്ടു മടക്കിത്തരാമെടീ... ഏനാണെ എന്റെ രണ്ടു കണ്ണാണെ ചത്യം... ചത്യം.... ചത്യം...."

നീലൻ തേവിയുടെ ഇരു കരങ്ങളും കൂട്ടിപ്പിടിച്ച് അവൾക്ക് ഉറപ്പു കൊടുത്തു.

"ഒള്ള മൊതല് വിറ്റു തിന്നാനോ കള്ളുകുടിച്ച് മുടിക്കാനോ വേണ്ടിയല്ല ചോയിക്കണത്. നല്ലൊരു കാരിയത്തിക്കു വേണ്ടിയാകും ഇത്തിന കെഞ്ചിണത്. കുടുംബത്തിലെ ആണുങ്കള് പെണ്ണുങ്കളോട് ഒരു കാരിയവും ചെയ്യുവതിക്കു ചോതിയവുമില്ല. പറയലുമില്ല. അവര് അവരിക്കു തോന്നുമ്പോലെ താനെ ചെയ്യുണത്. ആട്ടിയും തുപ്പിയും കണ്ണുരുട്ടിക്കാട്ടി പയപ്പെടുത്തിയും ചീത്തവിളിച്ചും താനെ പയക്കം. അതുമല്ലെങ്കില് പിന്നെ മേലും കീഴും നോക്കാണ്ട് മേല്. തല്ലിപ്പൊളിക്കും. ഇതുവരെ കള്ളുകുടിയില്ല. വലിയില്ല. പെണ്ണുപിടിയില്ല. അണ്ണാവ് ഏൻ തേവരുതാനെ. പൊന്നു വെറുതെ മേത്തണിഞ്ഞു നടയിട്ട് ഏനു എന്തു കിട്ടാനക്കൊണ്ടാണ്? ഏനമ്മ പൊന്നണിഞ്ഞിട്ടില്ല. ഏനുമതെ..

അല്ലെങ്കിത്തന്നെ ഏനുടെ കൂട്ടക്കാരില് പൊന്നണിഞ്ച പെണ്ണുങ്കള് ഒണ്ടാ.. യജമാനൻ അയ്യങ്കാളി തമരം ചെയ്തു നോടിത്തന്നതു താനെ ഇതെല്ലാം. ഏനും ഏൻ കൂട്ടരിക്കും തുണി ഉടുപ്പാനും വഴിനടക്കുവതിക്കും സ്വാതന്തിരീയം നേടിത്തന്നതും ഇവര് താനെ."

പെണ്ണുങ്കള് പൊന്നണിഞ്ഞു നടന്നില്ലെങ്കില് എന്താ..?

ആകായമിടിഞ്ചു വീയുമോ..?

പൊന്നണിഞ്ഞ് കൂട്ടക്കാരുടെ മുന്നില് പൊങ്കച്ചം കാണിക്കാം.

അതു താനെ മിച്ചം.

രാത്തിരീല് ആരേയും വന്ന് തല ചവിട്ടിപ്പൊളിക്കുമോ എന്നതു താനേ ഇപ്പള് ഏൻ പയം.

പൊന്നണിഞ്ഞ് നടക്കുവാനക്കൊണ്ട് ഏനാര്?

വലിയ മാടത്തിലെ തമ്പിരാട്ടികളാ...

അപ്പാവോട്ടും അമ്മാവോട്ടും പറഞ്ഞാല് അവരിക്ക് അതിട്ടമാകുമോ..?

ചോയിച്ചിട്ട് പൊന്നു കെട്ടിയോനു കൊടുക്കാണ്ടാന്നു പറഞ്ഞാല് അതും ശരിയാകത്തില്ല.

അപ്പനും അമ്മയും അറിയാണ്ടു പൊന്ന് കെട്ടിയോന് കൊടുക്കണത് എപ്പടീ... കൊടുക്കാണ്ട് ഇരിക്കണത് എപ്പടി.

പൊന്നിന്റെ ഉരുപ്പടികള് ഒണ്ടാക്കി രണ്ടു നാള്ക്ക് ഇട്ടു നടന്നു.

എല്ലാം ഊരിയെടുത്ത് തുണിയില് പൊതിഞ്ഞു. കെടപ്പു മുറിയില് നീലനണ്ണൻ തറകുഴിച്ച് അതിലിട്ടു മൂടിവച്ചു. അതിനു മെകളിലുതാനെ ഇപ്പോ ഇരിപ്പും കെടപ്പുമെല്ലാം..

ആനാൽ ചിന്തിക്കാനക്കൊണ്ടു ഒന്നുമേയില്ലാ..

ചിന്തിച്ചാലക്കൊണ്ട് ഒരന്തവുമില്ല..

പൊന്നും പണവും മൊതലു തന്നാ. പച്ചേങ്കീ അതിലും വലുതാണ് മണ്ണ്. ഏങ്ങളെപ്പോലെ ഒള്ളവരിക്ക് കിനാവ് കാണാനെ ഒക്കത്താള്ളായിരുന്നു പണ്ട്. അന്നു അന്തമലയെ ചൊന്തമാക്കാന് എങ്കള്ക്കും അവകാശമൊണ്ട്. ഏന്റെ കെട്ടിയോന്റെ കനവ് വലിതാണ്. മക്കളൊണ്ടാകാത്ത ഏനെ അവര് പൊന്നുപോലാണ് നോക്കണത്. ഏനക്കു വേണ്ടി ഒണ്ടാക്കിയ വേണ്ടപ്പെട്ടവരെ പെണക്കി. കൂടപ്പിറവികളെ പെണക്കി. അവരുടെ കനവ് ചത്യമാക്കാനക്കൊണ്ട് ഏനു പറ്റുമെങ്കില് അതു നേടിക്കൊടുക്കതന്നെ വേണം.

പൊന്ന് കുഴിച്ചിട്ടിട്ട് ഇതിനുമേല് കാവലു കെടക്കണതിനെക്കാളും നല്ലത് അതുകൊടുത്ത് കെട്ടിയോന്റെ സന്തിയോഷം കാണുന്നതു തന്നെയാണ്. ഇപ്രകാരം ചിന്തിച്ചുറച്ച തേവി ഭർത്താവിനോടു പറഞ്ഞു:

"നീങ്കള്ക്ക് വെഷമിക്ക വേണ്ട. ഏന് തരാം. കായൊണ്ടാവുമ്പം വാങ്ങിത്തരും. വേണ്ട.. നമ്മക്കൊരു കേറിക്കെടക്കാത്തിനല്ലെ. നമ്മാവുക്ക് വേല ചെയ്തു തമ്മതിക്കാനല്ലേ.."

തേവിയുടെ വാക്കുകൾ കേട്ട് നീലന്റെ ചിത്തം തെളിഞ്ഞു.

വർദ്ധിച്ച സന്തോഷത്തോടെ അവൻ തേവിയെ പൊക്കിയെടുത്തു. വട്ടം കറങ്ങി.

പുത്തൻ പ്രഭാതം ആഗതമായി. പെരുമീൻ ഉദിക്കുംമുന്നേ നീലൻ ഉണർന്നു.

തേവിയുടെ ആഭരണങ്ങൾ പൊതിഞ്ഞെടുത്തു.

സ്വയരക്ഷയ്ക്കായി ചെറിയൊരു കഠാര ഇടുപ്പിൽ തിരുകി.

ഇരുളിൽ ധൃതിയിൽ നടന്ന് അകന്നു.

കണ്ണനെ കൂടെക്കൂട്ടണം. പൊന്നു വിറ്റ് കാശാക്കണം. വസ്തു വാങ്ങണം. അത് അളന്നു തിട്ടപ്പെടുത്തവേണം. ആധാരം കൈമാറവേണം. ആരാലും വഞ്ചിക്കപ്പെടരുത്.

എല്ലാ കാര്യങ്ങളും ഭംഗിയായി നടത്താൻ നീലന് രണ്ടാഴ്ച വേണ്ടി വന്നു.

അതുവരെ നീലൻ അയണിക്കുഴിയിൽ കണ്ണനോടൊപ്പം അയാളുടെ ചിററപ്പന്റെ പൊരയിൽ താമസിച്ചു.

ഇന്നലെവരെ കനവുകണ്ട മല ഇന്നു നീലന് മാത്രം സ്വന്തം. അവന്റെ സന്തോഷത്തിന് അതിരില്ലായിരുന്നു.

ചിത്തിരത്തറയിലേയ്ക്കുള്ള മടക്കയാത്രയിൽ ഉടനീളം നീലൻ ഭാവി യെക്കുറിച്ചുള്ള ചിട്ടയായ കണക്കുക്കൂട്ടലുകളിൽ ആയിരുന്നു.

തേവിയെയും കൂട്ടി പാലക്കാടവിക്കു പോകവേണം.

അമ്മയെയും അപ്പനെയും കൂടപ്പിറവികളേയും കാണവേണം.

തേവിയുടെ അപ്പനെയും അമ്മയെയും അയണിക്കു വഴിക്കു വിളി ക്കവേണം. എല്ലാവരോടും ഒപ്പം അവിടെ ചെല്ലവേണം. മലയുടെ പള്ള യില് താമതിക്കാൻ കൂര കെട്ടവേണം.

കാട് വെട്ടി തറ കൊത്തി വേല ചെയ്യവേണം. മല തെളിയുമ്പം ചാത്തനും കുഞ്ഞനും വേല ചെയ്യാൻ സ്വന്തമായി മണ്ണു പകുത്തു കൊടു ക്കവേണം.

തേവിയുടെ അപ്പനും അമ്മയും ഏന്റെ അപ്പാവും അമ്മാവും ഏൻ കണ്ണടയും വരെ ഏന്റെ കൂടെ ഒരു പൊരയില് താമസിക്ക വേണം.

മണ്ണ് ചത്യമൊള്ളതാണ്..

മനതറിഞ്ഞു പണിതാല് പൊന്ന് വെളയണ കറുത്ത മണ്ണാണ്. ഒരു പിടി മണ്ണുപോലും വെറുതെയിടക്കൂടാത്. എല്ലായിടത്തും വേല ചെയ്യവേ ണം. അയിന് ആളൊണ്ട്. ഇനി കായ്കൂടി വേണം. ഇനി കായിനെന്തു ചെയ്യും. തേവിയുടെ പൊന്നുവിറ്റു മണ്ണുമാങ്കീ... മിച്ചം വന്നത് പത്തുരൂപ. ഒരാഴ്ചയായി വീടും കുടീം വിട്ടുപോയിട്ട്. തേവിയോടു യാത്ര പറഞ്ഞു പോയപ്പം ഇത്തിന ദെവസം താമതിക്കുന്ന് അറിഞ്ഞുമില്ല. ഈ സന്തി യോഷ വർത്തമാനം പറയുമ്പം എല്ലാവരുടെയും പെണക്കം തീരും. ഇപ്രകാരം ചിന്തിച്ചുകൊണ്ടു നീലൻ വീട്ടിലേക്കുള്ള നടത്തത്തിന്റെ വേഗത കൂട്ടി. വീടിന്റെ പിന്നാമ്പുറത്ത് എത്തിയപ്പോൾ നീലൻ ഉമ്മറ ത്തെ ഉച്ചത്തിലുള്ള സംസാരം കേട്ടു.

ആ സംസാരം തന്നെക്കുറിച്ചാണെന്നും ശ്രദ്ധിച്ചപ്പോൾ അയാൾക്ക് മനസ്സിലായി.

ഒരു നിമിഷം അയാൾ അവിടെത്തന്നെ തറഞ്ഞുനിന്നു.

പിന്നീടുള്ള സംസാരം ശ്രദ്ധിച്ചു.

"എത്തിന ദെവസമായെടീ അവൻ പോയിട്ട്. പോയവനിനി മടക്കി വരുമോ..? വരുകേലന്നാ ഏനു തോന്നണത്. പുത്തിമാനാണവൻ. വേലേ ചെയ്തൊണ്ടാക്കിയ മൊതലെല്ലാം അവൻ കൊണ്ടുപോയി. ഏരണം കെട്ടവള് ഒള്ള പൊന്നുകൂടി അഴിച്ച് കൊടുത്തേക്കണു.. ഇനി യിപ്പം പൊന്നുക്ക് മേലോട്ടു നോക്കി വായും പൊളിച്ചങ്ങു ഇരുന്നാല ക്കൊണ്ടു മതിനീ. അല്ലെല്ലുംതന്നെ അവനിനി നിന്നെ എന്നാത്തിനാടീ.. പൊറാത്ത മച്ചിയെ.. അവൻ കളഞ്ചേച്ചും പോയി.. അവനിനി ആണങ്ക

ളെപ്പോലെ പെണ്ണുംകെട്ടി ചുകിച്ചു ജീവിക്കും. അവനെ കണ്ടാലെയറിയാം പെരുങ്കള്ളനാണെന്ന്. അവൻ കുടിക്കുലാ. വലിക്കുലാ. വാതൊറന്നു ഒന്നുമേ മിണ്ടത്തുക്കൂടിയില്ല. ഏന് ഏൻകൂടെ വലിക്കണെ കുടിക്കണെ മരുമകനെത്താനിട്ടം. ആണായ കുടിക്കവേണം. വലിക്കവേണം. എവൻ ആണോ?"

"അപ്പൻ വേണ്ടാതീനം പറയാതെ. അവര് വരും..." തേവി നിസ്സംശയം പറഞ്ഞു.

"വരും. നോക്കിയിരുന്നോ നീയ്. അവന്റേമ്മേടെ വായി മണ്ണിടാനക്കൊണ്ട് അവനതെല്ലാം വിറ്റു തൊലച്ചു കാണും. ഒണ്ടാക്കിയ തവുപ്പനായ ഏനോട്ടുപോലും ചോതിക്കാതെ അവളെല്ലാം ഊരി കൊട്ടത്തേക്കുണു.. അവന്റെ തന്തേം തള്ളേം കണ്ടടം നെരങ്കികളല്ലിയോടീ. വേല ചെയ്യുമേണം. ഒന്നായിട്ടു കിട്ടുന്നതെല്ലാം തിന്നമേണം. വല്ലോന്റേം ഒട്ടിത്തിണ്ണമേല് നാണോം മാനോമില്ലാണ്ട് അടാകുടിക്കു കെടക്കുവല്ലെ. വലിയ അലിമാനികള്... ച്ഛൂ... തലക്കനം പിടിച്ച മൂളികള്.. അല്ലെങ്കിത്തന്നെ നാണോം മാനോമൊണ്ടേലവൻ ഇവിടെ വന്ന് അടാകുടിക്ക് കെടക്കുമോടീ... പോക്കണം കെട്ടവൻ. അവർ പേക്കറുടെ കൈയിന്നു കെയക്കൻമല കൊറെ മാങ്കിയതുപോലെതന്നെ. അവൻ പുളുത്തും. ഏൻ നല്ല പൊഴത്തം വിളിച്ചു പറയവേണ്ടെങ്കി വായടച്ചു നീയ് മുണ്ടാണ്ടിരുന്നോ.. വായിനോക്കി. അവൻ എല്ലാമേ വിറ്റു തിന്നുവേൻ. അല്ലെത്തന്നെ മലകള് വാങ്കാൻ നമ്മ ജാതിക്ക് അതികാരമൊണ്ടാ... തമ്പിരാക്കന്മാര് അറിഞ്ഞാലക്കൊണ്ട് അവനെ വെട്ടിമൂടും."

എല്ലാം കേട്ടു നീലൻ മരവിച്ചു നിന്നുപോയി..

ഇനിയും കേട്ടുനിക്കാനക്കൊണ്ടുവയ്യ. ഇത്തന കെട്ട മനതാ ഏനമ്മാവന്. ചൊന്തമായേ കണ്ടിട്ടുള്ളൂ.. എന്നിട്ടും... ഏനെ ആരിക്കു വേണം. ഒണ്ടാക്കിയ തവുപ്പനും തള്ളയ്ക്കും വേണ്ടാ... പിന്നാ...

നീലൻ വീട്ടിന്റെ മുന്നിലേയ്ക്കു നടന്നു.

തൊട്ടു മുന്നിൽ നീലനെ കണ്ട മാതേവന് അരിശമടക്കാനായില്ല. അയാൾ മരുമകനുനേരെ വിരൽച്ചൂണ്ടി ആക്രോശിച്ചു:

"നിക്കടായവിടെ... നീ ആരോട്ടു ചോയിച്ചിട്ടായി പോക്കണക്കേട്ടു കാട്ടിയേ..? എല്ലാമേ മിറ്റു തൊലച്ചോ? കുടിച്ചും തീർത്തോ..? അതോ കണ്ട അരുവാണിച്ചികൾക്കു കൊട്ടത്താ... പാറയെടാ വാതൊറന്ന്..."

"ഏൻ ഇല്ലാണ്ടാക്കിയില്ല..? പൊന്നുവിറ്റു മണ്ണുവാങ്കി..."

"ആരോട്ടു ചോദിച്ചിട്ടാ നീ പൊന്നുവിറ്റേ... ഇവക്കടെ തവുപ്പനാടാ പരനാറി നാൻ. നീ എനോടൊരു വാക്കു മിണ്ടിയാ..." മാതേവന്റെ ചോദ്യത്തിനു നീലന് മറുപടി ഇല്ലാതായി..

അയാൾ മുഖം താഴ്ത്തി നിന്നു. അവക്കടെ അപ്പൻ ചോദിച്ചത് ഞായമാണ്. തന്റെ കെട്ടിയോൻ അപമാനത്താൽ അപ്പനു മുന്നിൽ തല കുമ്പിട്ടു നിക്കണത് തേവിക്കു സഹിച്ചില്ല.

"അയ്യാക്ക തലചായ്ക്കാനിടമില്ല. കൈയില് കായില്ല. ഒന്നുമേയില്ലാ.. എന്നിരുന്നാലും അയ്യാള് ഏന്റെ കെട്ടിയോനാണ്. അപിമാനിയാണ്. ഈ നിമിഴം വരെ ഒരു വാക്കുകൊണ്ടോ നോക്കുകൊണ്ടോ പോലും ഏനെ നോവിച്ചിട്ടുമില്ല. അന്തമാതിരിയൊരാളെ അപ്പനല്ല ദൈവങ്ങള് അപമാനിച്ചാലും ഏനതു തകില്ലുലാ..

അപ്പാ... നിർത്തിൻ. അവരെ കുറ്റം പറഞ്ഞതുമതി. ഇമര് വര്വ ല്ലാന്നു നീങ്ക പറഞ്ഞു. ഇവരിതാ വന്നു. ഏൻ പൊന്ന് ഏൻ മാപ്പിളയ്ക്കു ചൊന്തം. അവരതു വിക്കേ കുടിക്കേ എന്തെരാ ചെയ്യട്ട്. എനില്ലാത്ത തെണ്ണം അപ്പാവുക്കെന്തിന്.."

ജീവിതത്തിൽ ആദ്യമായി തേവി ഭർത്താവിനുവേണ്ടി അപ്പനെ തള്ളിപ്പറഞ്ഞു.

മാതേവൻ ദേഷ്യത്താൽ ഉറഞ്ഞു തുള്ളി.

"വകയ്ക്കു കൊള്ളാത്തവന്റെ പച്ചംപിടിച്ച് ഒണ്ടാക്കപ്പെട്ട തവ്വപ്പനോട്ട കന്നംതിരുവ്വ പറയണാടീ എരണം കെട്ടവളേ.." മാതേവന്റെ ചോദ്യം ഉയർന്നു. പിന്നെ മകളുടെ കവിളിൽ കൈവീശി ഒരടിയും കൊടുത്തു. അടികൊണ്ട തേവി കറങ്ങിത്തിരിഞ്ഞു നിലത്തു വീണു പോയി. നീലൻ അവളെ പിടിച്ചെഴുന്നേൽപ്പിച്ചു തിണ്ണയിൽ ഇരുത്തി.

"കൂട്ടും കുടുക്കേം പറക്കിക്കെട്ടി കടന്നോണം ഏന്റെ കൺവെട്ടത്തു നിന്ന്..." മാതേവൻ ഉറഞ്ഞുതുള്ളി.

മാതേവന്റെ വർത്തമാനം കേട്ട് കറുമ്പി നടുങ്ങി.

അവർ ഭർത്താവിനോട്ടു പറഞ്ഞു:

"നീങ്കളിതു എന്തു പാവിച്ചാ.. അവരെവിടെ പോകും..?"

"കണ്ടോന്റെ ഒട്ടിത്തിണ്ണമേലു പോയി കെടക്കട്ടടീ അവനും അവളും. അതുതാൻ നല്ലത്..."

"എടിയേ... വാരിക്കെട്ടിയെറങ്ങടീ... പോകാം.." നീലൻ തേവിയോട്ടു പറഞ്ഞു.

തേവി മിഴിനീർ തുടച്ചു. പെരയ്ക്കകത്തേയ്ക്കു കയറിപ്പോയി. കൈയിൽ കിട്ടിയ കൈലി തറയില് വിരിച്ചു... ഉടുതുണികൾ വാരിക്കൂട്ടിക്കെട്ടി.

"കൊച്ചങ്കളേ, നീങ്കളിതു എന്തെരു പാവിച്ച് തൊടങ്കണത്. അവര് പുളിച്ച പീലാത്തടിച്ചു കെട്ടവിടാത്ത കൊണ്ടു വായിത്തോന്നണത് പറഞ്ഞൂന്നുംമെച്ച് നീയിപ്പൊടീ പെങ്കൊച്ചിക്കായേയും കൊണ്ടു നേരംകെട്ട നേരത്ത് എമിടേയ്ക്കു പോണത്..? അമര് പറഞ്ചത് മറന്തുകള മക്കലൈ.." കറുമ്പി മകളെ സാന്ത്വനിപ്പിച്ചു.

"ഇല്ലമ്മേ... നാങ്കയിറങ്കുവാ.. അപ്പൻ തേവീടെ മൂഞ്ചിയിലടിച്ചു. അന്തയടി കൊണ്ടതു ഏൻ മോറിലാ.. ഇനി ഒരു നിമിഷം ഇന്തപ്പൊരയില് ഏങ്കള് തങ്കക്കൂടാത്..."

"നീങ്കള് ഇന്ത നേരത്തു എങ്കോട്ടു പോണ്..."

"അയിണിക്കയിക്ക് പോന്നു. എന്നൊരു കാലത്തെങ്കിലും ഏങ്കളെ കാണുവതുക്ക് തോന്നുമ്പം രണ്ടാളും അന്തയിടത്തേയ്ക്ക് വാങ്കോ. ഏൻ വിറ്റുതൊലച്ച പൊന്നുക്ക് ഇരട്ടിയായി ഏൻ നല്ല കാലത്തു അവൾക്കു തിരുമ്പി വാങ്കിക്കൊടുപ്പേൻ. ഏൻ പെറ്റതള്ളയാണേ തത്യം.. തത്യം... തത്യം..."

കറമ്പിയോട് ഇപ്രകാരം പറഞ്ഞു നീലൻ തേവിയുടെ കരം ഗ്രഹിച്ചു. ഉറച്ച കാൽവെപ്പോടെ നടന്നുനീങ്ങി.

കറുമ്പി അവരുടെ യാത്ര താടിക്കു കൈയും കൊടുത്തു വ്യാകുലതയോടെ മുറ്റത്തു നോക്കിനിന്നു...

"എന്തെരടീ നോക്കി നിക്കണതു നിങ്ക തള്ള ചത്താ.. അകത്തു കയറിപ്പോടീ... അവള് അവന്റെ വാലേക്കടിച്ചുപോകട്ടു. മച്ചിപ്പെണ്ണ് അനുപമിക്കതുക്കു കെടക്കണേയൊള്ള്... നല്ല കാള കെടന്നു പെട്ടുകുണു. പിന്നെയാണാടീയീ മച്ചിക്കാള.. അമക്കടെയമ്മച്ചീടെയൊരു ചങ്കടം.."

അപ്പന്റെ വാക്കു കേട്ട് തേവിയുടെ മനസ്സ് തളർന്നു.. ചങ്കു തകർന്നു.

അവളുടെ സങ്കടം ചിത്തിരത്തറയുടെ മേൽ പേക്കോലം തുള്ളി..

കിഴക്കൻ കാറ്റു തുള്ളി.

തേവി മൗനം പൂണ്ടു.

അവളുടെ തോരാത്ത കണ്ണുകളോ വാചാലം.

തേവി സത്യമുള്ള പെണ്ണ്.

പെണ്ണിന്റെ ഉള്ളു പൊള്ളിയാൽ

കാവിലമ്മയുടെ നെഞ്ചിൽ രൗദ്രം നിറയും.

കാവിലമ്മ പെണ്ണിന്റെ സങ്കടം കാണുന്നു.

കേൾക്കുന്നു.. അറിയുന്നു..

തേവിയുടെ കണ്ണു നനഞ്ഞു ചിത്തിരത്തറയിലെയും

പാലക്കടവു ദേശത്തെയും മണ്ണു നനഞ്ഞു കുതിർന്നു.

കിഴക്കൻ മല ഇടിഞ്ഞിറങ്ങി.

പുത്തരിപ്പാടത്തിൽ മഴവെള്ളപ്പാച്ചിലായി. കൈതക്കാട്ടു വീടിനു മീതേ വെള്ളം കേറി. പാലക്കടവ് ദേശം വെള്ളത്തിന് അടിയിലായി.

നാട്ടുമുടിയാതിരിക്കാൻ

ഊരാളികൾ വട്ടംകൂടി.

കവടിയും നെല്ലും പലകയിൽ തലതല്ലി.

കൽവിളക്കുകളിൽ തിരി തെളിഞ്ഞു...

കാവുകൾ പട്ടുടുത്തു.

കിഴക്കൻ കാറ്റിൽ മണി കിലുങ്ങി, ഇളങ്കാറ്റിൽ ചുവന്ന പട്ടുകൾ പാറി.

കാവുണർന്നു.

ഇരുൾ അകറ്റാൻ കാവിലമ്മ അരിവാൾ ചുഴറ്റി.

തമ്പിരാക്കളുടെ നടയിലെ തേവര് വെള്ളത്തില് മുങ്ങി..

അഞ്ച്

വെള്ളാരങ്കല്ല് മലയിൽ ജീവിതം പച്ചപ്പായി.

നീലൻ മണ്ണിൽ പദമൂന്നി അഭിമാനത്തോടെ നെഞ്ചു വിരിച്ചുനിന്നു.

സന്തോഷത്തിന്റെ നിറവിൽ അവന്റെ ഉള്ളു നിറഞ്ഞു, മനം തെളിഞ്ഞു.

"എന്റെ മണ്ണ്... നമ്മക്കടെ മണ്ണ്.. നമ്മക്ക് ഇന്തമലയ് ചൊന്താമായെടീ.. തേവീ..."

നീലൻ ആഹ്ലാദത്തോടെ ഉച്ചത്തിൽ ഉറക്കെ വിളിച്ചുപറഞ്ഞുകൊണ്ടിരുന്നു.

വൻമരങ്ങൾ, അവയ്ക്കു കീഴെ കുറ്റിക്കാടുകളും വള്ളിപ്പടർപ്പും. മലയിലേക്കു നോക്കി തേവി പകച്ചുനിന്നു.

"ഇന്ത ആളുകേറാ മലയ്ക്കു വേണ്ടിയാ നീങ്ക കായ് പായിക്കളഞ്ചത്. കണ്ണു തൊറന്ത് നോക്കിനേ പെരിയ വെള്ളാരങ്കല്ലുകള്, നിക്കണ കണ്ടാ നിങ്കള്..."

"അങ്കുമിങ്കും ഒരേ പാറയെണ്ടെന്നത് നേരാ.. പിന്നെ കെടക്കണത് പൊന്നു വെളയണ മണ്ണാടീ... നല്ല വളക്കൂറൊള്ള മണ്ണ്..."

"ഇന്ത മലയില് പൊന്നു വെളയിക്കാനക്കൊണ്ട് നിങ്കള് കൊറേ പെടാപ്പാട് പെടും.."

"നീങ്ക കരിനാക്കെടുത്തു വളയ്ക്കാതു പെണ്ണേ... എല്ലാമേ നേരായി വരുവതുക്കു കാവിലമ്മയെ തൊഴുതു വണങ്കികുമ്പിട്ടുക്കോ.."

തേവി ചൊന്നതും നേരു താനെയ്..

ഇന്തമലയില് മേലെ ചെയ്‌വതു റൊമ്പ കഠിനം താനെ.

തകായിപ്പാനാളില്ല. പണിയുപകരണങ്ങളില്ല, കായുമില്ല. ഏനിനി എന്നാ സെയ്യുവേൻ.. നീലന്റെ ഉള്ളം അസ്വസ്ഥമായി.

മുന്നിൽ കട്ടാരമുള്ളുകളും കാട്ടുവള്ളികളും മരങ്ങളെ ചുറ്റിപ്പിണഞ്ഞു കെടക്കണ പെരുങ്കാട്. അവിടവിടെ എഴുന്നു നിക്കണ പാറക്കൂട്ടങ്ങൾ. പേരറിയാത്ത കാട്ടുമരങ്ങൾ. ആദ്യം എവിടെ തുടങ്ങണം. എങ്ങനെ തുടങ്ങണം.

നീലൻ ചിന്തയിലാണ്ടു.

തോട്ടിറമ്പിലെ പരന്നു നിരന്നു കിടക്കുന്ന വെള്ളപ്പാറ. അതിനു മുകളിൽ ഇറക്കിവെച്ച ഭാണ്ഡക്കെട്ടിനരികിൽ കാലും നീട്ടി തേവിയിരുന്നു.

ഭാണ്ഡക്കെട്ടിൽ കരുതിയ മുറുക്കാനെടുത്തു തേവി മുന്നിൽ വച്ച്, ഇടുപ്പിൽ നിന്നും മടക്കുപിച്ചാത്തി കൈയിലെടുത്തു.

പാക്ക് മുറിച്ച കഷണങ്ങളാക്കി.

ഒരു ചെറു കഷണം വായിലിട്ടു.

വെറ്റിലയിൽ ചുണ്ണാമ്പു പുരട്ടി. മടക്കിച്ചുരുട്ടി വായിലിട്ടു ചവച്ച പതം വരുത്തി.

നടുവിരലിനും ചൂണ്ടുവിരലിനും ഇടയിൽ ചുണ്ട് അമർത്തിവച്ച് അതിന് ഇടയിലൂടെ വായിൽ നിറഞ്ഞ കൊഴുത്ത തുപ്പൽ ദൂരേയ്ക്കു നീട്ടി ത്തുപ്പി.

നീലൻ തേവിയുടെ അരികിൽ വന്നിരുന്നു.

കറുത്ത രാവ് പോലെ ഉയർന്നുനിൽക്കുന്ന മല.

കാടിനു മുകളിൽ പന്തലിട്ടുനിൽക്കുന്ന വൻമരങ്ങൾ.

“ഈ മലയുടെ കെഴക്കു വശം എവിടാടീ...?” നീലൻ തേവിയോടു ചോദിച്ചു.

“ആ ഏനെന്നും അറിയിത്തില്ല. നീങ്കളെന്തിനാണിപ്പം വടക്കും കെയക്കും തെരക്കണത്..?” തേവി നെറ്റിചുളിച്ചു കൊണ്ടു നീലനോടു ചോദിച്ചു.

“കെയക്കോട്ടു ചാരിഞ്ഞു കെടക്കണ പൂമീല് പൊരകെട്ടി താമസിക്കണം എന്നാണ് പയമക്കാര് പറയണത്. അങ്ങനെ താമസിച്ചാല് കുടുംബത്തില് നാളുക്ക് നാള് എരണം പകുക്കും. തെരിഞ്ചിതാ..”

“എങ്കില് നിങ്ങള് തോട്ടിന് അക്കരയ്ക്കു നോക്കിൻ. സൂര്യപകവാൻ ഉതിച്ചുയരണ കണ്ടാ..”

“നേരാണല്ലേടീ!... പെണ്ണേ കാരിയം പറഞ്ഞു നേരം കളയാനക്കൊണ്ടു ഇല്ല. ഇട്ടേക്കുന്ന വെടിപ്പൊള്ള തുണികളെല്ലാം അവുത്തുവെയ്ക്ക്. പയന്തുണികള് എടുത്തുടുക്ക്. പണികളൊണ്ട്...” ഇപ്രകാരം പറഞ്ഞുകൊണ്ട് നീലൻ ഭാണ്ഡക്കെട്ട് അഴിച്ചു.

ഇട്ട വസ്ത്രങ്ങൾ അഴിച്ചു വച്ചു.

പഴയ തോർത്ത് എടുത്ത് ഉടുത്തു. മറ്റൊരു തോർത്തെടുത്ത് തലയിൽ കെട്ടി.

കൊട്ടുവാള് കൈയിലെടുത്തു. പാറയിൽ തേപ്പു മൂർച്ചകൂട്ടി.

നീലൻ തേവിയുടെ മുറുക്കാൻ പൊതി അഴിച്ചു.

മൂന്നു പാക്കും മൂന്ന് തളിര് വെറ്റിലയും മൂന്നു തുണ്ടം പൊയിലയും കൈയിലെടുത്തു.

കാട്ടുകുവയിൽനിന്നും മൂന്ന് ഇലകൾ പറിച്ചെടുത്തു. അതിൽ മുറുക്കാൻ നിരത്തി വച്ചു.

നീലൻ കിഴക്കോട്ടു തിരിഞ്ഞുനിന്നു. തൊഴുതു പ്രാർത്ഥിച്ചു.

"അയണിക്കുഴി വാഴും കാവിലമ്മേ.. ദേശത്തെ തൈവങ്ങളേ... വരുത്തനാണേ... ഏഴയാണേ... ഞങ്ങളു ഇന്ത മണ്ണില്ല വന്നു. വേല ചെയ്തു ജീവിക്കുവതിന് തുണയാകവേണ്ടും. കാപ്പാത്ത വേണം. കാവിലമ്മേ. തമ്പിരാൻ നടയിലെ തേവരെ ഇന്ത പാവങ്ങളുക്ക് തുണയാകവേണം ആരുമില്ലാത്തോരാണേ.."

നീലൻ പ്രാർത്ഥനയ്ക്കുശേഷം കൊട്ടുവാള് കൈയിലെടുത്തു. മുന്നിലെ കാടും പടലും വെട്ടിമാറ്റി. കുറ്റിക്കാടിന് ഇടയിൽ വഴിയൊരുക്കി. മലമുകളിലേയ്ക്കു കയറിപ്പോയി.

തേവി ഉണങ്ങിയ കാട്ടുകമ്പുകൾ പറക്കിക്കൂട്ടി.

കാട്ടുകല്ലുകൾ കൊണ്ട് അടുപ്പുകൂട്ടി അടുപ്പിൽ തീകൂട്ടി.

പുത്തൻ കലത്തിൽ തെളിഞ്ഞ തോട്ടുവെള്ളം കോരിയെടുത്തു. അരി കഴുകി തിളച്ച വെള്ളത്തില് ഇട്ടു.

തേവി തോട്ടില് ഇറങ്ങി പച്ചില പറിച്ച് പല്ലുതേച്ചു വെള്ളം കോരി വാ കുപ്പളിച്ചു. കൈയും മുഖവും കഴുകി.

ചെറുതോട്ടിലെ കരിയിലകൾക്ക് അടിയിൽ മീനുകൾ പുളച്ചു. ഒരു ചട്ടി മീന് അവൾ നിന്നിടത്തുനിന്ന് കൈകൊണ്ടു പിടിച്ചു. കൊച്ചിരുമ്പു കൊണ്ടു മീനിന്റെ പള്ള കീറി. കുടലുകളഞ്ഞു നിരന്ന പാറയിൽ മീൻ ഉരച്ചു കഴുകി.

തോട്ടിറമ്പിലെ ഉരുളൻ പാറക്കല്ലുകൊണ്ട് മുളകരച്ചു മീൻകറി വച്ചു.

നീലൻ കാട്ടുപൊന്തയ്ക്കുള്ളിൽനിന്നും പുറത്തേയ്ക്ക് ഇറങ്ങിവന്നു.

അവന്റെ കൈകളിലെ മുഴുത്ത ചെവിയൻമാരെക്കണ്ട് തേവി പുഞ്ചിരിതൂകി.

ഞൊടിയിടയിൽ ഊണ് റെഡിയായി.

കാട്ടിലയിൽ വിഭവങ്ങൾ നിരന്നു.

ഇരുവരും ഉണ്ടു.. വയറു നിറഞ്ഞു.. മനസ്സ് നിറഞ്ഞു..

"തേവീ.." മരത്തണലിൽ വിശ്രമിക്കാൻ കിടന്ന തേവിയെ നീലൻ വിളിച്ചു.

"ഓ..." അവൾ വിളികേട്ടു.

"ഉണ്ട ക്ഷീണം പിന്നെ മാറ്റാം. കെടക്കാനക്കൊണ്ട് ഒരു മാടം ഒടിച്ചുകുത്തണ്ടയോ..? ഇനി പെരപ്പണിയാണ്. ഏനൊരു കൈ തകായത്തിന് നീയെയൊള്ള്... എപ്പോഴും കൂടെ ഒണ്ടാകവേണം..."

"ഒണ്ടാകും. ഒറപ്പ് എന്റെ ചങ്കില് ചീവനൊള്ള കാലത്തോളം എനൊണ്ടാകും..."

തേവി നീലന് ഉറപ്പു കൊടുത്തു.

"വീട്ടു വയ്ക്കാൻ താനം നോക്കവേണ്ടയോ.?"

"വേണം..."

"അയിന് ആളോണ്ടാ.?"

"ഇല്ല..."

"അടിത്തറ കെട്ടവേണ്ടയോ.? പാറയൊണ്ടാ.?"

"ഇല്ല."

"തണ്ടും തടിയും വേണം. കട്ടളയും കതകുവേണം. പുല്ല് വേണം. എല്ലാമൊണ്ടാ.?"

"ഇല്ല.... ഒന്നുമേയില്ല..."

"തകായത്തിന് ആളൊണ്ടാ.?

"ഇല്ല... ജനിച്ചപ്പോ കെടന്നത് കുപ്പമാടത്തില്. പിന്നത്താന് അടിത്തര കെട്ടിയ പൊരവച്ചത്. ഇരിക്കുംമുന്നേ കാലു നീട്ടിയാലക്കൊണ്ട് ചന്തീയും കുത്തി വീഴും. കാട്ടുകമ്പു വളച്ചുകെട്ടി ചുറ്റും മണ്ണു കൊഴച്ച് വച്ചൊരു മാടാ.."

"നല്ല നാളു വരുംവരെ അതുമതി.." "എന്നത് മാടാമാ.?"

"ആമാ..."

വെള്ളാരങ്കല്ലു ഗുഹ വീടായി.

കാട്ടുകമ്പുകൾ കൂട്ടിക്കെട്ടി വാതിലാക്കി.

അന്തിമയങ്ങുംവരെ കഠിനാദ്ധ്വാനം...

പിന്നെ നീരൊഴുക്കിൽ നീരാട്ട്. കോടമഞ്ഞിന്റെ കുളിരുള്ള സന്ധ്യ.

അന്തിക്ക് ഗുഹയ്ക്കു മുന്നിൽ തീക്കുണ്ഡം ജ്വലിച്ചു.

ഇരുളകന്നു...

തണുപ്പു മാറി. തീക്കുണ്ഡത്തിനരികിലായി പുൽത്തകിടിയിൽ കൈലി വിരിച്ചു തേവി കിടന്നു. അവൾക്കു മീതെ അനന്തമായി, കുട പിടിച്ച വാനം.

എണ്ണിയാലൊടുങ്ങാത്ത നക്ഷത്രക്കൂട്ടങ്ങൾ.

പൂനിലാവു പരത്തുന്ന പൂർണ്ണചന്ദ്രബിംബം.

തേവിയുടെ നീൾമിഴികളിൽ പുത്തൻ പ്രതീക്ഷകളുടെ തിരയിളക്കം.

നീലൻ കാട് ഇരുളുന്നതും നോക്കി പാറപ്പുറത്ത് ഇരുന്നു.

ഇളംകാറ്റിൽ കാട്ടുമരച്ചില്ലകൾ ഇളകിയാടി..

പേരറിയാത്ത ഏതോ കാട്ടുപൂവിന്റെ സുഗന്ധം അവരെ പൊതിഞ്ഞു.

കാട്ടിലെ ആദ്യത്തെ രാവ്. നീലൻ ചിന്താധീനനായി.

താൽക്കാലിക താവളം ഒരുക്കി. മഴവരുംവരെ ഇതുമതി. കാട്ടു ജീവികള് ഏതു മന്നാലും ഏന ഭയമേയില്ല. മൂർച്ചയൊള്ള കൊടുവാളും കോടാലിയും ഒണ്ട്. പൊലരുംവരെ തീക്കുണ്ഡം ഏരിയമേണം. തീയേ പയക്കാത്ത ഒരു കാട്ടുജീവികളുമില്ല..

ആകാശം നോക്കിക്കിടന്ന തേവി ചിന്താകുലനായ ഭർത്താവിനെ നോക്കി ഇപ്രകാരം ചോദിച്ചു:

"ആലോസനകള് തീർന്നില്ലയോ? അത്തായം കയിക്കേണ്ടേ.?"

"ആ... കൊറച്ചു നേരം കൂടി കയിയട്ട് പെണ്ണേ..."

"അല്ലണ്ണാ... ഏനൊരു സംശയം..."

"ചോയിക്കടീ..."

"ഈ തോട് നമ്മാവുക്കാണാ?"

"അല്ല, ഇങ്ക തോട്ടുക്ക അപ്പറത്ത് ഒരു നടവഴി കണ്ടാ. അതുക്കുമപ്പുറം താൻ വലിയയങ്കത്തുടെ തെങ്ങിൻതോട്ടം. ഇന്നാട്ടിലെ വലിയ പ്രമാണിയാക്കും വലിയങ്കത്തും തോട് ഇന്ത ദേശക്കാർക്കു ചൊന്തം.."

"ഓ... അപ്പിടിയാ..."

"ഇന്ത മലമാത്തിറം താനെ നെറയെ കാട്ടുമൂടി കെടക്കിത്... ഇന്ത മലയ്ക്കു ചുറ്റും മനിതൻമാരുണ്ട്. വീടും കൂടീം മൊണ്ട് ഏനും കണ്ണനും ഇന്ത മല മുയുമനും നടന്നു കണ്ടു. ഇവിടെ ആനയും പുലിയുമൊന്നുമേയില്ലെ... മൊയലും പന്നീം മലയണ്ണാനും കരിങ്കൊരങ്കുകളുമിരിക്ക്. എന്നിരുന്നാലും നമ്മ നാനാവകകളും നടമേണം.."

"നീങ്കളിതു എന്താണു പറയണത്.? കട്ടപ്പെട്ട് നാനാവകകളും നട്ടുവെച്ചാ പന്നികളു എല്ലാമേ തിന്നുമുടിക്കും. പിന്നെ നമ്മാ... എന്തു ചെയ്യും.."

"എടീ ഇതുവന്നു നമ്മ ഭൂമി... ഇന്തയിടത്തിലെ ജീവികളും നമ്മുടേത്. നമ്മ നട്ടുനനപ്പത് അമര് തിന്നും. നമ്മള് അമരെയും പുടിച്ചു തിന്നും..."

"അതു പഷ്ട്! എന്നാല് പിന്നെ കൊയപ്പമില്ല..."

തേവി നീലന്റെ തമാശകേട്ടു. കലുങ്ങിച്ചിരിച്ചു പോയി. നീലൻ പാറപ്പുറത്തുനിന്നും താഴെയിറങ്ങി. തോട്ടിൽ ഇറങ്ങിനിന്നു കൈകഴുകിക്കൊണ്ടു ഭാര്യയോടു പറഞ്ഞു:

"ഏന് പയിക്കിന്... ചോറു വെളമ്പ്..."

"ഓ..." തേവി നീലനു സമീപം തോട്ടിറമ്പിലേക്കു നടന്നു.

കുനിഞ്ഞു കയറണ ഗുഹയില് ഉറുമ്പിൻ ശല്യം പെരുകി...

ചോറ്റില് ഉറുമ്പ്, കറിയില് ഉറുമ്പ്

ഉടുക്കണ തുണികളില് ഉറുമ്പ്.

കിടക്കണെ പായിലും ഉറുമ്പ്.

ഉറുമ്പുകൾ കടിച്ച് പൊറം പൊളിഞ്ഞു...

ഉറുമ്പിനെക്കരുതി പൊറുപ്പുകേടായി.

വരിവച്ചു വരുന്ന ഉറുമ്പിനെ ചുട്ടുകൊന്നു.

"മീട്ടു വേണം. ഉറുമ്പുകയറാത്ത മീട്ടു വേണം. ഒള്ളതു മോന്തി സമാധാനപ്പെട്ട് കിടക്ക വേണം.."

അവൾ കലമ്പി..

"മീട്ടു മേയ്പ്പാൻ കായില്ല.."

നീലൻ നിരാശനായി മലമുകളിലേയ്ക്കു നോക്കി ഇരുന്നു.

കിഴക്കൻ കാറ്റിൽ കലമ്പി ഉണരുന്ന മരങ്ങൾ..

പച്ചനിറത്തിലുള്ള വകഭേദങ്ങൾ കണ്ടു നീലന്റെ മനം കുളിർത്തു... വിവേകമുണർന്നു.

പ്രതീക്ഷ തളിർത്തു.

വൻമരങ്ങൾ മണ്ണിൽ മുറിഞ്ഞു വീണു.

നീലന്റെ കൈ നിറയെ പണം വന്നു.

പുത്തൻ പണിയായുധങ്ങൾ വാങ്ങി.

ആളെക്കൂട്ടി കാടു വെട്ടി.

മണ്ണിൽ പണി തുടങ്ങി.

വെള്ളാരംപാറകൾ ചെറു കഷണങ്ങളായി.

അവ അതിരുകളായി, തടകളായി കെട്ടിപ്പൊക്കി.

കുറ്റിക്കാടുകൾ ചാരമായി..

പന്നികളും, മുയലുകളും മയിലും കാട്ടുകൊരങ്ങുകളും ആഹാരിയായി. വെള്ളാരങ്കല്ലുമലയിൽ ജീവിതം പച്ചപ്പായി..

വർഷകാലം വന്നു...

മണ്ണിന്റെ ഉർവ്വരതയിൽ നനവു പടർന്നു..

കറുത്ത മണ്ണിൽ വിത്തുകിളിർത്തു.

കിഴക്കൻകാറ്റിൽ പച്ചപ്പാടി.

കാണക്കാണെ വെള്ളാരംപാറകൾ അപ്രത്യക്ഷങ്ങളായി.

സൂര്യതാപം മണ്ണില് ഊർജ്ജപ്രവാഹമായി..

ചുട്ടിപ്പുല്ലു കുരുക്കാത്ത വെള്ളാരങ്കല്ലുമലയിൽ തെങ്ങും കവുങ്ങും കുരുമുളകും ഫലവൃക്ഷങ്ങളും തഴച്ചു വളർന്നു..

താഴ്‌വരകളിൽ വരമ്പൊരുങ്ങി. കാള തെളിക്കാൻ ആളിറങ്ങി...

കലപ്പ മണ്ണിൽ ആഴ്ന്നിറങ്ങി.

ചെളി മണക്കുന്ന വയലിൽ നീലൻ വിത്തെറിഞ്ഞു.

നീലൻ വിതച്ചത് ഒരു മണിം പിഴച്ചില്ല.

കറുത്ത പാടത്ത് പച്ചമുള പൊന്തി.

കിഴക്കൻകാറ്റ് ഞാറ്റുപാട്ടു മൂളി...
കതിരിട്ട പാടം, പൊന്നണിഞ്ഞൊരുങ്ങി..
തേവി കൊയ്ത്തരിവാൾ മൂർച്ച കൂട്ടി...
കറ്റ കൊയ്തു കളം നിറച്ചു. പൊലി അളന്നു.
പറ നിറഞ്ഞു.
അറ നിറഞ്ഞു കവിഞ്ഞു.
പടി കടന്നു ലക്ഷ്മിദേവി വന്നു..
അമ്മ വന്നു കുടുംബത്ത് കുടിയിരുന്നു..
കാലിപ്പുര നിറഞ്ഞു...
ആട്ടിൻപറ്റം നിറഞ്ഞു...
കോഴികൾ കൂട്ടിൽ തിങ്ങി നിറഞ്ഞു...
താറാക്കൂട്ടം കല പില കൂട്ടി..
നീലന്റെ തോട്ടം. ഏദൻതോട്ടമായി..
നീലന്റെ കാലം മാറി. നില മാറി.
വലിപ്പമേറിയ നാലുകെട്ട വീട്, പണിക്കാര്
അയിണിത്തറ എന്നു വീട്ടുപേരും വന്നുചേർന്നു.
തേവിയുടെ കാതില് വജ്രക്കമ്മലുകൾ തിളങ്ങി.
കട്ടിയുള്ള സ്വർണ്ണാഭരണങ്ങൾ കഴുത്തിലും കൈയിലും നിറഞ്ഞു.
ആഭരണപ്പെട്ടി നിറഞ്ഞു കവിഞ്ഞു.
മച്ചിയായ തേവി നാലു പെറ്റു-
മൂന്നാണും ഒരു പെണ്ണും.
ചിന്നൻ, ചങ്കരൻ, ചന്ദ്രൻ, പൊന്നി.
വരുത്തൻ രാജാവായോ..?
വെറുമൊരു കുറവൻ...
അവൻ അയിണിക്കുഴി വാഴന്നോ?
ദേശക്കാർക്കു കുശുമ്പായി... കുന്നായ്മയായി.
ഒടുവിലത് പകയായി...
കാളകൂടവിഷമായി ഏവരുടെയും ഹൃദയങ്ങളിൽ പടർന്നു..
മാധവൻ, രഘു, രാഘവൻ, ശങ്കരൻ.
ഇവർ അയിണിക്കുഴിയിലെ വലിയ മുതലാളിയുടെ നാലുമക്കൾ.
ദിവാകരൻ മുതലാളി.
പണ്ട് ചെത്തുകാരൻ ദിവാകരൻ-
അയിണിക്കുഴി ഷാപ്പുകളിലെ സ്ഥിരം കള്ളുചെത്തുകാരൻ.
നാട്ടിലെ സർവ്വ തെങ്ങുകളിലും കയറിയിറങ്ങും, കള്ളു ചെത്തിഷാപ്പിലെത്തിക്കും..
ഇടയ്ക്കു വച്ച തെങ്ങുകയറ്റം നിർത്തി.

അയാൾ തടിക്കച്ചവടം തുടങ്ങി...

പെട്ടെന്നായിരുന്നു ദിവാകരന്റെ വളർച്ച...

കിഴക്കൻ മലയിൽനിന്നും ദിവാകരന് നിധികിട്ടി.

ദേശക്കാർ അടക്കം പറഞ്ഞു.

മനുഷ്യർ പണമുണ്ടാക്കുന്ന വഴികൾ പലതാണ്...

എങ്ങനെ പണം ഉണ്ടാക്കുന്നു എന്ന് അതുണ്ടാക്കുന്നവന് മാത്രം അറിയാം.

നാട്ടിലെ തെങ്ങിന്റെ മണ്ടതിരഞ്ഞു നടന്നവൻ പണക്കാരനായി. നാട്ടുരാജാവായി. ഇന്നവന് ബംഗ്ലാവ്, തടിമില്ലുകൾ, ലോറികൾ, കള്ളു ഷാപ്പുകൾ, കാറുകൾ. നോക്കുന്നിടത്ത് എല്ലാം തോപ്പുകളുമായി..

ചെത്തു ദിവാകരൻ വലിയ ബംഗ്ലാവിലെ ദിവാകരൻ മുതലാളിയായി വളർന്നു.

കിഴക്കൻ മല കാണക്കാണെ മെലിഞ്ഞുപോയി.

അവ മൊട്ടക്കുന്നുകളായി മാറി.

മലകൾക്കു മീതേ മൺപാതകൾ തെളിഞ്ഞു.

പാതകൾക്ക് ഇരുവശവും വീടുകൾ നിരന്നു.

അവൻ കൃഷികളിറക്കി. മുള്ളുവേലികൾ വളച്ചുകെട്ടി.

മുതലാളി ആയ ദിവാകരന്റെ പത്രാസ് കൂടി.

കുംഭ വളർന്നു.

കൗപീനവും ചുട്ടിതോർത്തും ധരിച്ചു നടന്നവന് സിൽക്ക് ജുബ്ബയും വെള്ളമുണ്ടും സ്ഥിരവേഷമായി. കാതിൽ കല്ലുവച്ച കടുക്കൻ, കഴുത്തിൽ കട്ടിയുള്ള സ്വർണ്ണമാല. വിരലുകളിൽ മോതിരങ്ങൾ. കാലിൽ മുന്തിയ തരം തുകൽ ചെരുപ്പുകൾ.

ചന്ദനക്കട്ടിലിൽ മയക്കം. പരിചരിക്കാൻ വേലക്കാർ.

മറ്റു ദേശങ്ങളിലെ പ്രമുഖരുമായി സ്ഥിര സമ്പർക്കം. ദിവാകരന്റെ നാല് ആൺമക്കളും കേമന്മാരായി വളർന്നു.

അവൻ ദുഷ്ചരിതങ്ങൾ പലതും രചിച്ചു.

അവ അരമനരഹസ്യങ്ങളായി.

അവർ കൈയൂക്കുകൊണ്ട് പാവങ്ങളുടെ ജീവിതം തട്ടിത്തകർത്തു.

സ്ത്രീകളുടെ മാനം കവർന്നു.. കേസുകളുടെ എണ്ണം കൂടി. നാടിന്റെ വികസനം ദിവാകരന്റെ സ്വന്തമാണ്. അതിനാൽ അധികാരികളും ഉദ്യോഗസ്ഥമുഖ്യന്മാരും ദിവാകരന്റെ കളിപ്പാവകളായി.

ദിവാകരൻ മുതലാളി സ്വാധീനംകൊണ്ട് പരാതികൾ ഇല്ലാതാക്കി.

വാദികൾ പ്രതികളായി ശിക്ഷകൾ ഏറ്റുവാങ്ങി...

അയണിക്കുഴി ദേശത്തിന്റെ കടിഞ്ഞാണും ദിവാകരൻ മുതലാളിയുടെ കരങ്ങളിലായിരുന്നു.

കടഞ്ഞെടുത്ത ചുരുളിത്തടി കൊണ്ടുണ്ടാക്കിയ മനോഹരമായ ഇരിപ്പിടത്തിൽ ദിവാകരൻ മുതലാളി അമർന്നിരുന്നു.

അപ്പന് അഭിമുഖമായി കസേരകളിൽ മക്കളും ഇരുന്നു.

നീണ്ടു നരച്ച താടിരോമങ്ങൾ തടവി ചിന്താകുലനായി ഇരിക്കുന്ന അപ്പനെ മക്കൾ കരുണയോടെ നോക്കി. അപ്പന്റെ ചിത്തം അസ്വസ്ഥമായാൽ മക്കള് സഹിക്കില്ല.

"അപ്പാ... നിങ്ങളെന്തിരാണു ചിന്തിച്ചു കൂട്ടണത്? പറയിൻ" മാതേൻ അപ്പനോടു പറഞ്ഞു.

"വരുത്തൻ കൊറവാൾ, അവൻ ചുട്ടിപ്പുല്ലു കുരുക്കാത്ത വെള്ളാരങ്കല്ലുമല ഏദൻതോട്ടമാക്കി. ഇനി അവനിവിടെ വേണ്ടാ.. ഒരു കാട്ടില് രണ്ടു സിംഹങ്ങളാ.. നീലനും അവന്റെയാളുകളും ഇന്നാടുവിട്ടു പോണം. അവൻ വാണിടത്ത് അവന്റെ ഒരടയാളങ്ങളും കാണരുത്. കള്ള്, കറുപ്പ്, പെണ്ണ് എന്തിലും ഒതുക്കാം. അടിച്ചൊതുക്കാം, കള്ളക്കമ്മട്ടങ്ങൾ എന്തും കാട്ടാം. ഒന്നും പറ്റീലെങ്കില് കൊന്നു കൊലവിളിക്കാം... ഒന്നും കൂടുതലായി പറഞ്ഞു പഠിപ്പിക്കേണ്ട കാര്യമില്ലല്ലോ..."

"ഇത്രയേയൊള്ളാ കാര്യം. ഇതു വെറും ചീളുകേസ്. അപ്പൻ വെഷമിക്കാതെ. ഒരു മാസം, അതുമതി അവന്റെ കുടുംബത്തെ പൃഷ്ഠംപോലെ പറത്താന്..."

മാധവൻ അപ്പന് വാക്കുകൊടുത്തു.

അത്ര നിസ്സാരക്കാരൻ അല്ലവൻ. തലേല് മൂളയൊള്ളവനാണ്. അവനെ ഒന്നുകൊണ്ടും വഴിതെറ്റിക്കാനും ആവത്തില്ല. അവന്റെ മക്കള്, ചെറുപ്രായമാണ്. നെല്ലും മങ്കും തിരിയാത്ത പ്രായം മറവൻമാരെപ്പോലെ നല്ല തടിയും പൊക്കോം വണ്ണോമൊണ്ട്.

"ആ മല എത്രയൊണ്ട് അപ്പാ."

"കുറഞ്ഞത് പതിനഞ്ച് ഏക്കറ്... അതില് കൊറയത്തില്ല.."

"മാധവനണ്ണാ... അവര് അപ്പനും അമ്മയും മക്കളും മാത്രമല്ല അവിടെ താമസം. നീലന്റെ തള്ളയും തന്തയും സഹോദരന്മാരും കുടുംബങ്ങളും ഉണ്ട്. അതു പോരാഞ്ഞിട്ട് തേവീടെ തള്ളയും തന്തയും ഒണ്ട്..."

"എടാ രാഘവാ... അവന്റെ ആരോ അവിടെ വന്നു പോകട്ട്. അതിലൊന്നും വലിയ കാര്യമില്ല. അവൻ നന്നായി കെടക്കണത് അവന്റെ കൂടപ്പിറവികൾക്ക് കണ്ടൂടാ... ഇന്നാട്ടുകാർക്ക് കണ്ടൂടാ... നമ്മക്ക് തമ്മിലും നമ്മടെ ജാതിക്കാരു തമ്മിലും ഐക്യവുമുണ്ട്. ജാതിസ്നേഹവുമുണ്ട്. അവർക്കതില്ല. അതാണു നമ്മുടെ തുറുപ്പ് ചീട്ടും. അവന്റെ പറമ്പീന്ന് ചാക്കുകണക്കിനാ കുരുമുളക് പറിച്ചു വാരുന്നത്. തോട്ടത്തീന്ന് പറങ്കിയണ്ടി ള്ളുത്തു വാരുവാ.. തേങ്ങയും പാക്കും പറിച്ചെടുക്കുന്നതിന് കൈയും കണക്കുമില്ല. എന്താ ആ മണ്ണില് ഇല്ലാത്തത്? ചക്കയും മാങ്ങയും പുളിയുമെല്ലാം

വെളഞ്ഞുവാരുവല്ലിയോ.. ഒന്നിനും ഒരു പഞ്ഞവുമില്ല. ദൈവം തമ്പുരാന വനെ പനപോലെ വളർത്തുവാ... എന്തിനോ? ഏതിനോ?

"അവന്റെ തോട്ടത്തില് പാഴായി ഒരു തുണ്ട് ഭൂമിയില്ലയപ്പാ.."

"അവൻ വളരട്ട്... പനപോലെ വളരട്ട്.. അണയാൻ പോകുന്ന തീ ആളിക്കത്തും. അവനങ്ങനെ എഴുതിരിയിട്ട നെലവിളക്കുപോലെ കത്തി ജ്വലിക്കട്ട്. നമ്മക്കവനെ കരിന്തിരി കത്തിക്കാമെടാ.. ആഴ്ചതോറും കാളവണ്ടി നിറച്ച് സാധനങ്ങളുമായാണ് അവൻ ചന്തയില് പോണത്. ഇവന്റെ സാധനങ്ങൾക്ക് ചന്തയില് പ്രിയം കൂടുതലാ. അച്ചായന്മാർക്കും കാക്കമാർക്കും ഇവന്റെ സാധനങ്ങളോട് വലിയ പ്രിയമാണ്. അവര് സാധനങ്ങള് തൂക്കി വെല കൂട്ടും മുന്നേ മനക്കണക്കുകൂട്ടി നീലൻ തൊക പറയുമ്പോഴും... എന്തൊരായാലും തലയ്ക്ക തെളിച്ചമുള്ളവനാ... അവന്റെ മക്കളും അക്കൊണം കാണിക്കും..."

"അപ്പാ... എന്റെ ജയന്റെ ക്ലാസിലാ നീലന്റെ ഇളയ മകൻ പഠിക്കുന്നത്. അവര് നല്ല കൂട്ടാന്നാ ചെറുക്കൻ വന്നു പറഞ്ഞത്.."

"രഘുവേ... കൊറജാതികളോട് ഇത്രയ്ക്കങ്ങ് അടുപ്പം വേണ്ടെന്ന് കൊച്ചിനെ പറഞ്ഞ് പഠിപ്പിക്കണം. താണ ജാതികളുടെ ക്ലാസിന് കൊച്ചിനെ മാറ്റി ഇരുത്താനും പറയണം. കുടിപ്പള്ളിക്കൂടത്തീന്നു കൊച്ചിനെ അടുത്ത സ്കൂള് വർഷം ബോർഡിങ് സ്കൂളിലേക്കു മാറ്റിക്കോണം. നമ്മടെ മക്കള് നല്ല സ്കൂളില് പഠിക്കട്ട്.."

"അപ്പന്റെ ഇഷ്ടം...."

രഘു അപ്പന് ഉറപ്പു നൽകി.

"രഘുവേ എന്താടാ അവന്റെ കൊറത്തീടെ പേര്?"

"തേവി.."

"ഓള് കാണാനെങ്ങനാ..?"

"പേരുപോലെ സുന്ദരിയാ.. നല്ല കരിവീട്ടി കടഞ്ഞപോലെ, കണ്ടാല് നാലു പെറ്റെന്ന് പറയത്തില്ല. നീലന്റെ മകള് അതിസുന്ദരിയാ. അവള് വളരമ്പം തള്ളയെ കടത്തിവെട്ടും. മുളയിലെ അറിയാം വിത്തിന്റെ കൊണം. നീലൻ ബുദ്ധിമാനാ.. അവൻ നാലാള് വെട്ടത്തില് അവളേം കൊണ്ട് എറങ്ങത്തില്ല..."

"പിന്നെ എവടെ വച്ചാ രാഘവാ.. നീ അവളെ കണ്ടത്.?"

രാഘവൻ തലതാഴ്ത്തി ജാള്യതയോടെ നിന്നു.

"നാണിക്കാതെ അപ്പന്റെ ചോദ്യത്തിനു മറുപടി പറയെടാ.."

ശങ്കരൻ പറഞ്ഞു.

"ഞാന് കൂട്ടുകാർക്കൊപ്പം അവരുടെ കാവിലെ വെളക്കിന് പോയി. അവിടെ വച്ചു കണ്ടതാ.... ആണ്ടുതോറും വൃശ്ചികമാസത്തില് മകരവെളക്കുവരെ കാവില് വൈകിട്ട് പൊങ്കാലയും വെളക്കും ഒള്ളതാ."

"കണ്ണില്കണ്ട കൊറവരുടെ കുടുംബകാവിലൊക്കെ കേറിയിറങ്ങി നടക്കാൻ നാണമൊണ്ടോടാ നിനക്കൊക്കെ?"

"അതു പിന്നെ നമുക്കൊരു നേരംപോക്കു വല്ലതും വേണ്ടായോ..? ഇപ്പോ ആണ്ടില് ഒരിക്കല് കാളിപൂജയും കോഴിക്കുരുതിയും തൊടങ്ങീട്ടൊണ്ട്. അവിടെ.."

"അപ്പോൾ വെറുതെയല്ല അവനു വെച്ചടി വെച്ചടി കയറ്റം."

"അത് അപ്പൻ പറഞ്ഞത് ഒള്ളതാ.."

"ഇവനെയൊക്കെ ഇങ്ങനെ വളരാൻ വിട്ടാല് നമ്മുടെ ഭാവി എന്താവും... ഒന്നു ചീഞ്ഞാലെ മറ്റൊന്നിനു വളമാവൂ. വിവേകമുള്ളവനെ നശിപ്പിക്കാൻ പാടാ.. അവനെ നമുക്ക് ഒന്നും ചെയ്യാൻ പറ്റത്തില്ല. അവടാ നമ്മടെ ബുദ്ധി ഉണരേണ്ടത്. നമ്മള് അവന്റെ ഏറ്റവും പ്രിയരായവരെ കൈയിലെടുക്കും. അവര് വഴി നമ്മള് കളിക്കും. അവർക്ക് മയക്കമരുന്നു പതിവായി കൊടുത്തു തുടങ്ങണം. അവരുടെ ബുദ്ധിയെ മരവിപ്പിക്കണം. ലഹരിക്ക് അടിമകളാക്കണം. അവരുടെ ചിന്തകള് ഇല്ലാതാവണം. വീണ്ടുവിചാരം നഷ്ടമാകണം. തള്ളയെയും പെങ്ങളെയും കണ്ടാലറിയാതെയാകും. ജീവിക്കാൻ മറക്കും. ലഹരിക്കു പരക്കം പായും. സർവ്വതും മുടിക്കും.

അവനൊക്കെ കാടുവെട്ടി പൊന്നാക്കാനേ പറഞ്ഞിട്ടൊള്ള്. അനുഭവയോഗം നമുക്കും നമ്മുടെ സന്തതികൾക്കുമാ. നമ്മള് തുടങ്ങി വച്ചത് നമ്മടെ വരുംതലമുറ കണ്ടുപഠിക്കും. അവരത് മൊറതെറ്റാതെ കൊണ്ടു നടക്കും. കൊല്ലും കൊലയും നമുക്ക് സ്വന്തം. കുതന്ത്രങ്ങൾ മെനഞ്ഞും കള്ളും കഞ്ചാവും കൊടുത്തും പെണ്ണുങ്ങളെ കൂട്ടിക്കൊടുത്തും കൊല കൊമ്പന്മാരെ നമ്മള് തളച്ചു. പിന്നെയാണോ... വെറുമൊരു നീലനും അവന്റെ എട്ടും പൊട്ടും തിരിയാത്ത മക്കളും..

പാപചിന്തകളെക്കുറിച്ച് വേവലാതി വേണ്ട. ഒന്നിലും പാപവുമില്ല. പുണ്യവുമില്ല. നല്ലവനും കെട്ടവനും ദൈവം ഒരു അവസാനം തന്നാ വച്ചേക്കുന്നത്. മരണം. എല്ലാവരും അമ്മയുടെ വയറ്റില് ജനിക്കുന്നു. വേദന അനുഭവിച്ച് അമ്മമാര് മക്കൾക്ക് ജന്മം നൽകുന്നു. പിന്നെ ജീവിക്കാനുള്ള നെട്ടോട്ടമാണ്. ഓടി തളരുമ്പോൾ ശ്വാസം കിട്ടാതെ എല്ലാവനും ചത്തുവീഴും. മനുഷ്യന് പുനർജന്മങ്ങളില്ല. മരിച്ചാല് പിന്നൊരു ജീവിതവുമില്ല..

നമ്മടെ സ്വർഗ്ഗവും നരകവും ഇവിടെത്തന്നാ... അതോണ്ട് ജീവിതം ആഘോഷിക്കെനടാ മക്കളേ... ഓരോ നിമിഷവും ആസ്വദിക്ക്... ഹാ... ഹ... ഹ." ദിവാകരൻ മുതലാളി ആർത്തു ചിരിച്ചു. കൂടെ മക്കളും ചിരിച്ചു.

ചാത്തനും കുഞ്ഞനും അയണിക്കുഴീ ഷാപ്പില് കള്ളും ചാരായവും സൗജന്യമാണ്. കുറച്ചു നാളായിട്ട് അങ്ങനെയാണ്.

പതിവുപോലെ ചാത്തനും കുഞ്ഞനും അന്നും ഷാപ്പിലെത്തി.

ചീനിയും തലക്കറിയും കൂടി മൂക്കുമുട്ടെ കുടിച്ചു. ഇരുവരും വീട്ടിലേയ്ക്കു പോകാൻ തുടങ്ങി. അപ്പോഴാണ് ദാമോദരൻ മുതലാളി അവിടേയ്ക്കു കയറിവന്നത്.

വലിയ മുതലാളിയെ കണ്ടതും വാസു ഓടി അയാളുടെ അരികിലെത്തി. തോളിൽ കിടന്ന തോർത്തുകൊണ്ട് അയാൾ കസേര തുടച്ചു. ശേഷം ആദരവോടെ പറഞ്ഞു:

"മൊതലാളിയിരിക്ക്..." മേശയ്ക്കു മുന്നിലെ കസേരയിൽ ദാമോദരൻ മുതലാളി ഇരുന്നു. അയാളുടെ മുന്നിലൂടെ ചാത്തനും കുഞ്ഞനും കാലുറയ്ക്കാതെ ആടിയാടി പുറത്തേക്കു നടന്നു. കുടിച്ചിട്ട് കാശു കൊടുക്കാതെ പുറത്തേയ്ക്കു പോകുന്നവരെ മുതലാളി കൈ കൊട്ടി വിളിച്ചു. എന്നിട്ടു പറഞ്ഞു.

"കുടിച്ചാ കാശു കൊടുക്കണം എന്ന് അറിയില്ലേ...? എടുക്കെടാ കാശ്..."

"ഏങ്കളുടെ കൈയില് കായില്ല മൊതലാളി..." ചാത്തൻ പറഞ്ഞു.

"അങ്ങനെ പറഞ്ഞാലെങ്ങനാടാ..? നീയൊക്കെ എവിടെയൊള്ള വന്മാരെടാ? വാസുവേ, ആരെടാ ഇവനൊക്കെ?" മുതലാളി ഒച്ചവച്ചു.

"അയിണിത്തറയിലെയാ... നീലന്റെ അനിയന്മാര്.. രഘുക്കുഞ്ഞു പറഞ്ഞാരുന്നു. ഇവന്മാരിക്ക് ചോദിക്കണതു കൊടുക്കാൻ. ഇവരുടെ കൈയീന്നു കാശു വാങ്ങണ്ടാന്നും കുഞ്ഞു പറഞ്ഞിരുന്നു. അതാ..." ഇടർച്ചയോടെ വാസു പറഞ്ഞു.

"ഓ അങ്ങനൊന്നും പറഞ്ഞാല് പറ്റത്തില്ല. എത്രനാളായി ഇക്കൊടുപ്പ് തൊടങ്ങീട്ട്.?"

"രണ്ടാഴ്ചയായി.."

"വാസു ഒരു കാര്യം ചെയ്യ്. രണ്ടാഴ്ചയായി ഇവന്മാര് തിന്നതിന്റെയും കുടിച്ചതിന്റെയും കണക്ക് എഴുതിക്കൂട്ട്."

വാസു മേശയ്ക്കടിയിലെ ഡ്രോയിൽനിന്നും ബുക്കും പേനയും കൈയിൽ എടുത്തു. കാൽ മണിക്കൂറ് എഴുതുകയും കൂട്ടുകയും കിഴിക്കുകയും ചെയ്തു..

"വാസുവേ..."

അക്ഷമനായ മുതലാളി ഭൃത്യനെ വിളിച്ചു.

"ഓ..."

"കണക്കുകൂട്ടി തീർന്നില്ലിയോടാ.?"

വാസു തല ചൊറിഞ്ഞു കുനിഞ്ഞ ശിരസ്സോടെ പറഞ്ഞു.

"ഓർമ്മ കിട്ടുന്നില്ല മൊതലാളീ.. രണ്ടാഴ്ച കഴിഞ്ഞില്ലിയോ.."

"രണ്ടവന്മാരും ഇങ്ങടുത്തു വാ" മുതലാളി അവരെ അരികിലേയ്ക്കു വിളിച്ചു.

ചാത്തനും കുഞ്ഞനും ഭയഭക്തിബഹുമാനത്തോടെ മുതലാളിയുടെ മുന്നിൽ വന്നു തൊഴുതുനിന്നു.

മുതലാളി അവരെ അടിമുടി നോക്കി.

ഉറച്ച ശരീരമുള്ള കരുത്തന്മാർ. കാഴ്ചയിലും ഒരേപോലെ. വൃത്തിയുള്ള കൈലിയും ബനിയനുമാണ് വേഷം.

"ദെവസി കള്ള് ഞാൻ വെറുതെ തരാം.. പക്ഷേങ്കീ ഞാൻ പറയുന്ന കാര്യം ഇരു ചെവി അറിയാതെ സാധിച്ചുതരണം.."

"എന്തു കാരിയം!..."

ചാത്തൻ മുതലാളിയുടെ അരികിലേയ്ക്കു നീങ്ങിനിന്നു രഹസ്യമായി ചോദിച്ചു...

"നീലന്റെ രണ്ട് ആൺമക്കളേയും കുടിപ്പിച്ചു കെടത്തവേണം. പറ്റുവോ? ഇല്ലിയോ...?" മുതലാളിയുടെ ആവശ്യം കേട്ട് അവർ ഞെട്ടിത്തരിച്ചുപോയി.

"അതു വന്തു അണ്ണനറിഞ്ചാൽ ഏങ്കളെ കെട്ടിത്തൂക്കും.."

"അങ്ങനെയൊന്നും അവർ അറിയത്തില്ലെടാ... നേരോം കാലോം നോക്കി. തഞ്ചത്തില് കാര്യം നടത്തണം.."

"അതൊന്നും ഏങ്കളെക്കൊണ്ടു പറ്റുകേല മൊതലാളി." ഇരുവരും തീർത്തു പറഞ്ഞു.

"എങ്കില് നിങ്ങളൊരു കാരിയം ചെയ്യിൻ. നിനക്കൊന്നും ഒന്നും ചെയ്യാൻ പറ്റത്തില്ലേൽ തിന്നതിന്റേയും കുടിച്ചതിന്റേയും കാശുവെച്ചിട്ട് നീയൊക്കെ വീട്ടില് പോയാ മതീ.."

ദാമോദരൻ മുതലാളിയുടെ ശബ്ദം ഉയർന്നു. ചാത്തനും കുഞ്ചനും പരസ്പരം നോക്കി.

"മൊതലാളീ... പതുക്കനെ പറയിന്... ആളുകള് കേക്കും.. ഞങ്കക്ക് നാണക്കേടുണ്ടാക്കി വെക്കരുത്. കുടിക്കതിക്കു കായ് കൊടുക്കമേണ്ടാന്നും കൊച്ചു മുതലാളി മുന്നാടി പറഞ്ചിരുന്നു. അതുകൊണ്ടിട്ടു താൻ ഏങ്കള് വന്നതും കുടിച്ചതും. ഇതൊക്കെ അണ്ണനറിഞ്ചാല് ഏങ്കളെ പൊഴത്തം വിളിക്കും. അണ്ണൻ ഞങ്കൾക്ക് ഉണ്ണാനും ഉടുക്കാനും തന്നു. തല ചായ്ക്കാന് പൊരയും തന്നു. അണ്ണന്റെ മക്കള് നങ്കളുടെ ചൊന്തം മക്കള്.. ചൊന്തം മക്കളെ ആരേലും കുടിപ്പിച്ചു കെടത്തുമോ മൊതലാളീ.."

കുഞ്ഞൻ പറഞ്ഞു.

"അണ്ണനിപ്പം നെകളിപ്പ് ഇത്തിരി കൂടുതലാ.. മക്കളുമാരുംകൂടി മെനയൊള്ളതായാ പിന്നെ പുടിച്ചാ നിക്കത്തില്ല. അവരും നമ്മളും ഒന്നുപോലെ ആയാ മതി.. നമ്മള് താഴെയും അവരങ്ങ് കൊമ്പത്തോരുമായാലക്കൊണ്ട് കാരിയങ്കളെല്ലാം എപ്പടി ശരിയാകുമെടാ?"

"എന്നാലും ചിന്നനും ചങ്കരനും നമ്മക്കട മക്കള്. അവര് നന്നായ് കെടന്നാല് ഞമ്മക്കട നല്ലതുതാനെ.."

"എന്നാലതുക്കൊണ്ടു നമ്മള് കുടിച്ചതിന്റെ കായ് കൊടുക്കടാ നീയ്... എന്നിട്ടു നായം പറയ്..."

"അതു ഞാന് എവിടുന്നെടുത്തു കൊടുക്കാനക്കൊണ്ടാണ്. കണ്ണുനോട്ടു ചോയിച്ചാ കണ്ണു പൊകയുന്ന തെറിവിളി കേക്കാം. ഒന്നാന്തരം.."

"എന്നാപ്പിന്നെ നീയ് വായെമൂടി മുണ്ടാണ്ടിരിക്ക്.."

"മൊതലാളിയെ നീങ്കള് പറഞ്ഞമാതിരി ഏങ്കള് ചെയ്യാം. മരുന്ന മകരമെളക്കിന് കാവില് കള്ളുമെക്കും. അന്നു ചിന്നനും ചങ്കരനും കുടിക്കും."

നെറ്റിയിൽ പൊടിഞ്ഞ വിയർപ്പ് തുടച്ചുമാറ്റി അയാൾ ജോലി തുടർന്നു.

കാലിനോടു പറ്റിച്ചേർന്നു കിടന്ന വരയൻ വള്ളിനിക്കറിലും അതിനു മുകളിൽ ഉടുത്ത മുഷിഞ്ഞ തോർത്തിലും വിയർപ്പിന്റെ നനവ് പടർന്നു.

വിജനമായ തോപ്പിൽ മൺവെട്ടി മണ്ണിനെ കിളച്ചുമറിക്കുന്ന ഒച്ചമാത്രം.

"അപ്പാ..."

മധുരമായ ശബ്ദം കേട്ട ഭാഗത്തേയ്ക്കു നീലൻ തിരിഞ്ഞുനോക്കി. സമീപത്തെ പടർന്നുപന്തലിച്ച അയിണിമരത്തിന്റെ തണലുപറ്റി തേവി നിൽക്കുന്നു. സമീപത്തായി ചന്ദ്രനും പൊന്നിയും. അവർ അപ്പനെ നോക്കി പുഞ്ചിരിച്ചു.

തേവിയുടെ തങ്കവളകളിട്ട കൈയിൽ ചോറുപാത്രം തൂക്കിപ്പിടിച്ചിരുന്നു.

തിളക്കമുള്ള ബ്ലൗസും കൈലിയും ധരിച്ച ഭാര്യയെ നീലൻ അടിമുടി നോക്കി.

തിളക്കമുള്ള പല്ലുകൾ പുറത്തുകാട്ടി അവൾ ചിരിച്ചു.

നീലൻ ജോലി മതിയാക്കി..

തഴമ്പു വീണ ഉള്ളം കൈയിൽ മൺവെട്ടിയും തൂക്കിപ്പിടിച്ച് അയാൾ അവർക്ക് അരികിലേയ്ക്കു നടന്നു.

നടത്തത്തിന് ഒത്ത് അയാളുടെ നെഞ്ച് തുള്ളിത്തെള്ളി...

അവര് കുടിച്ചില്ലേൽ നാങ്കളവരെ കുടിപ്പിക്കും. കാവിലമ്മ സത്യം. പക്ഷേങ്കി അതുക്കട നീങ്കളും കുടിക്കാനക്കൊണ്ടു മാത്തിറം ഏങ്കളുക്കട തന്നാലക്കൊണ്ടു പോരാ. കണ്ണില് കാണത്തക്കതായിട്ട് വല്ലതും തരവേണം. എപ്പടീ?" ചാത്തന്റെ അവസരോചിതമായ ആവശ്യം കേട്ടു മുതലാളി ഉറക്കെച്ചിരിച്ചു.

“ഞാനേറ്റടാ.. ഇനി അയിണിത്തറ നിങ്ങൾക്ക രണ്ടാൾക്കും സ്വന്തം... എനിക്ക് നീലനെ തറപറ്റിക്കണം. അവന്റെ മക്കളെ വഴി പെഴപ്പിക്കണം.”

“അതുക്ക ഞങ്കള്ള നീങ്കളെ സഹായിപ്പേൻ.. കവലപ്പെട വേണ്ട സത്തിയം..”

ചാത്തനും കുഞ്ഞനും ദാമോദരൻ മുതലാളിക്ക വാക്ക കൊടുത്തു.

നീലന്റെ തോട്ടത്തിൽ കളകൾ വളർന്നുതുടങ്ങി..

കളകൾ വിളകളെ തിന്ന തുടങ്ങി.

കള വിതച്ച പിശാച് ആർത്തു ചിരിച്ചു.

അവൻ കളയും വിളയും കൂട്ടിയിട്ടു കത്തിച്ചു.

അവിടെ നിലവിളികൾ ഉയർന്നു.

കളയും വിളയും വെന്തു വെണ്ണീറായി...

പിശാച് പുഞ്ചിരി തൂകി..

പ്രയത്നം.

കഠിനമായ പ്രയത്നം.

നീണ്ട വർഷങ്ങളിലെ അക്ഷീണമായ കഠിനാദ്ധ്വാനം.

ഒടുവിൽ നീലൻ വെള്ളാരങ്കല്ലുമലയിലെ അവസാനത്തെ കട്ടാരമുള്ള ചെടിയുടെ അടിവേരും കിളച്ചെടുത്തു..

പോക്ക വെയിലിന് ചൂടുകൂടി..

മല പൂങ്കാവനമായി.

ഉപ്പുണങ്ങിയ നീലന്റെ ദേഹത്തുനോക്കി അവൾ പരിഭവം പറഞ്ഞു.

“പെരുങ്കാടിനെ തോട്ടമാക്കി. വേണ്ടപ്പെട്ടവര് ചുറ്റിലും വന്നു. മക്കളുമാരും വളർന്നു... പണിക്കാരെക്കൊണ്ടു പണിയാണ്ട് ഒറ്റയ്ക്ക കെടന്തു പാടു പെടണോ? കെളച്ച് കെളച്ചു നീങ്കള്ള കെളവനായി. അതു കൊണ്ടിട്ടും നീങ്കള് കുടിയില് ചുമ്മാതിരിക്ക വേണം. മതി തനിച്ചു പണിയെടുത്തത്?”

“ഏൻ കുടിയില് ചുമ്മാതിരുന്നാലക്കൊണ്ട് നമ്മ പൊരയിടം ആരു നോക്കുമെടീ..” മകരമെളക്കു കയിഞ്ചിട്ട് മാതം ഒന്നായി. ചാത്തനും കുഞ്ഞനും മേലനങ്കി പണിയെടുത്താ? മൂതുക്കന്മാര് ചുമ്മാതെയിരിക്കട്ടും. തോട്ടത്തില് പറങ്കിയണ്ടി പയുത്തു വീണു തൊടങ്കീ.. മരത്തിനു കീഴ മീണു കെടക്കണ കരീലകള് തൂത്തുകൂട്ടി കരിക്കാനക്കൊണ്ടു പറഞ്ഞുപറഞ്ഞു ഏൻ നാവിലെ തുപ്പലുമറ്റിയതു മിച്ചം. ആരു കേക്കാൻ... എല്ലാരിക്കും തിന്നു കേറ്റണം. പോത്തുപോലെ കെടന്ന് ഒറങ്കവേണം. നമ്മ മക്കളും അതുപോലെയായി. അമന്മാരിക്കിപ്പോള് കുളീം നനോമൊന്നുമില്ലിയോടീ...? കണ്ടാലക്കൊണ്ടു കിറുക്കൻമാരെ പോലെ നടക്കുമാ... എപ്പളും ഒറക്കത്തോടു ഒറക്കം തന്നെ...”

“നീങ്കള് ചായ കുടിക്ക്... തംതാരിച്ചു കൊണ്ടിരുന്നാലക്കൊണ്ടു ചായ തണുത്തുപോകും... ഏന് കൊതീം നൊണേം പറയുമല്ല. നിങ്കളുടെ

കൂടപ്പിറപ്പുകടെ ചാരായം കുടീം പൊകമലീം ഇച്ചിരിക്കൂട്ടുതലാ... അവര് നമ്മ പുള്ളകളെയും പായിക്കളെയും. അല്ലെ നീങ്കള്ള കണ്ടോ.."

"എന്നാപ്പിന്നെ പൊകഞ്ഞ കൊള്ളികള് പിന്നെ പൊറത്താ. നോക്കട്ട് കറാംപെറപ്പ് അവര് ഏനോട്ടു കാട്ടിയാലക്കൊണ്ടു പിന്നെ അമന്മാരുടെ പൊറുപ്പ് പടിക്കു പൊറത്താ.. ഏനീക്കണ്ടതെല്ലാം വെട്ടിക്കൂട്ടി കട്ടപ്പെട്ട് ഒണ്ടാക്കണെതും അമരിക്കും കൂടി മേണ്ടിട്ടല്ലിയോ.. അവരിക്കിപ്പം എന്തിരിന്റെ കൊറവ്? തിന്നാനും കുടിക്കാനും ഉടുക്കാനും മല്ല കൊറവുമുണ്ടോ? എല്ലാവരും ഒത്തൊരുമിച്ച് മേല ചെയ്തു സന്തിയോസിയത്തോടെ താമതിക്കാനൊള്ളതിനക്കൊണ്ടു..."

"നീങ്കള്ള ചൊല്ലിയതു നേരുതാനെ... അവരിവിടെ തിന്നും കുടിച്ചും ചുകിച്ചു താമതിക്കുവാണ്. സോറു സാറും വെച്ചും മെളമ്പി മെളമ്പി ഏന്റെ കൈയ് കടഞ്ഞു. നട്ടു ഒടിഞ്ഞു. ഇത്തിരി നേരം മൂട്ടുന്നിയിരിക്കാനക്കൊണ്ടു ഏന്ന നേരമില്ല..."

"കന്നീം പൊന്നിയുമില്ലെടീ നെനക്കൊരു കൈ തകായത്തിന്..?"

"അതു പഷ്ട് നീങ്കള്ളടെ അനിയത്തിമാര് താങ്കിയും ള്ളങ്കിയും ഇരിപ്പം കൊടപ്പുമല്ലാണ്ട് ഒരുമകയും അറിഞ്ചുകേട്ടു ചെയ്യുകേല.. കുനഞ്ഞിട്ടൊരു കുപ്പയെടുപ്പാന് അമ്മാളുമാരിക്ക് മയ്യ. ചാകാറായ തള്ളമാര് മല്ലതും ചെയ്താലും അമര് പാറക്കുറ്റിക്കണക്കിന് നോക്കിക്കൊണ്ടിരിക്കും." തേവി പരിഭവങ്ങളുടെ കെട്ടുറുത്തു..

"മകരമാതമാണ് വരപ്പോകത്... ചേനേം, ചേമ്പും നനകെഴങ്കും ചെറുമള്ളിയും ക്രുവയും മഞ്ചളുമെല്ലാം പട്ടുവാരിത്തൊടങ്കീ.. കണ്ണനോടും കണ്ണാപ്പയോടും മക്കളോടുമൊപ്പം മരാനക്കൊണ്ടു പറഞ്ചിട്ടുണ്ട്. അവരുണ്ടോൽ അറിഞ്ചുകേട്ടു വേലകള്ള ചെയ്യും. മൊളകു പറിക്കാൻ പത്തു പണിക്കാരെക്കൂട്ടി വെരാനക്കൊണ്ടു ഏൻ കണ്ണനോട്ടു പറഞ്ഞിട്ടുണ്ട്. അമനൊരു കാരിയം ഏറ്റാല് ഏറ്റതാ... നമ്മ വെളിയില് നെറയെ വേലയിരിക്ക്. നമ്മ മലയുടെ അങ്ങേ ചെരിവില് നോട്ടക്കാരനായി കണ്ണനെ വെക്കാം. അവിടെ അവനും കുടുംബവും മാടംകെട്ടി പൊറുക്കട്ട്. നീ തമ്മതം തന്നാലക്കൊണ്ടു മാത്തിറം ഏനമന് തമ്മതം കൊടുക്കും.."

"ഏനോട്ടു നീങ്കള്ള തമ്മതം ചോതിക്ക ഒന്നുവേണ്ടാ... എല്ലാമേ നീങ്കള്ളടെ ഇട്ടം..." തന്റെ ഒരു ആഗ്രഹത്തിനും തേവി എതിരല്ലെന്നു നീലന് അറിയാം. എന്നാലും തേവിയോടു ചോദിക്കാതെ അയാൾ ഒരു കാര്യവും ചെയ്യാറില്ല.

"തൊങ്കിന്റെ മണ്ടേല് ഒരു വെള്ളക്ക പിടിച്ചാലും കിട്ടുകേല. കഴിഞ്ഞയാണ്ടില് കുരുമൊളകും പറങ്കാണ്ടിയും എത്തുമാത്തിറം പുടിച്ചു വാരിയതാ. എല്ലാം മാളൊരു കട്ടേണ്ടോയീ.. ചാത്തനും കുഞ്ഞനും അമിടെ പൊര

വച്ച കൊടുക്കവേണം. നമ്മ കൂടപ്പിറവികളെല്ലാം അടുത്തു കെടക്കട്ടും. എടീയേ... നമ്മ പുള്ളകളെന്തിയേ..?"

"അമര് ദാണ്ടെ വെളയില് കെടന്ന് ചാടിക്കളിക്കണ്.."

"ചന്തിരോ.. ഞാന് കെളച്ചിട്ട മണ്ണൊന്നും ചവിട്ടിത്താഴ്ത്തല്ലേ.."

"ഇല്ലപ്പാ.." ചന്ദ്രൻ അപ്പന് ഉറപ്പു കൊടുത്തു.

"മതി കളിച്ചത്. വെരിൻ. വീട്ടിക്കു പോകാം." തേവി മക്കളെ വിളിച്ചു.

"അമ്മ പൊയ്ക്കോ... ഏൻ കൊറച്ച കയിഞ്ഞ് വരാം.." ചന്ദ്രൻ പറഞ്ഞു.

"നീയിവിടെ തനിച്ച് എന്തെരിന് നിക്കണത്?"

"അമ്മാ ഇവിടെനിന്നും ദൂരേയ്ക്കു നോക്കിയാല് അസ്തമയം കാണാം.. പറവകള് പറന്ന് പറന്ന് കെഴക്കൻ മലയ്ക്കു പോണ കാണാം... അന്ത കെഴക്കൻ മല കാണാനക്കൊണ്ട് എന്തൊരു ചന്തമാണ്. മലകളുക്കു ചന്തം മരങ്കൾ താനെ.. മരങ്കളുക്കു ചന്തം പൂക്കള്. മരങ്കളില്ലാമേ കാടുകളില്ല.. ഏന് പൂക്കളുള്ള കാടും മലയും താനിഷ്ടം. അതു നോക്കിയിരിക്കമ്പം മനതിന് എന്തൊരു സന്തിയോഷമാണ്..."

"അപ്പന്റെ മകനിവൻ താനെ... ണ്ട് നിന്റെയപ്പനും ഇന്തമാതിരി കെഴക്കൻ മലയെ പാത്തുകൊണ്ടേയിരുന്തേൻ... വലുതായപ്പം ഇന്തമലയെ വാങ്കി. മരങ്കളെല്ലാം വെട്ടിമുറിച്ച വേല ചെയ്തു... നീയും വലുതാകുമ്പോ അപ്പനെപ്പോലെ ആകവേണം..."

"അമ്മാ... ഏന് വലുതാവുമ്പം. ഇന്തമല നെറയെ മരങ്കളു നടും. ഏനു മേലയൊന്നും സെയ്യവേണ്ടാ.."

"മരങ്കളെ കണ്ടിരുന്നാ വയറു നെറയുമോടാ?" നീലൻ മകനോടു ചോദിച്ചു.

"ഏനും വയറു നെറയണ്ടാ.. മലയെ പാത്താൽ മതി.."

"അമൻ മലകണ്ടു വയറു നെറയ്ക്കും. നമ്മക്കു പോകാം.."

തേവി പൊന്നിയുടെ കരം പിടിച്ചു വീട്ടിലേയ്ക്കു നടന്നു.

നീലൻ മൺവെട്ടിയും തൂക്കിപ്പിടിച്ച് അവർക്കു പിന്നാലെ നടന്നു.. ചരിഞ്ഞ് എഴുന്നു നിൽക്കുന്ന വെള്ളാരൻ പാറയിലേയ്ക്കു ചന്ദ്രൻ പൊത്തിപ്പിടിച്ചു കയറി. പാറയുടെ ഉയർന്ന അറ്റത്തായി അവൻ ഇരുന്നു. കിഴക്കൻ മലയുടെ നെറുകയിൽ ചെഞ്ചായം പൂശിയ വാനം. കുടപിടിച്ചുനിന്നു. ചന്ദ്രൻ ആ കാഴ്ച കണ്ടു സ്വയം മറന്നിരുന്നുപോയി.

കശുവണ്ടി, കുരുമുളക്, ചുക്ക്, കപ്പ വാട്ടിയതും സംഭരിച്ചു വയ്ക്കാൻ നീലൻ പ്രത്യേകം അറ പണിതു.

അതിനു ചുറ്റും പണിക്കാർ കാവൽ കിടന്നു.

അയിണിത്തറ വീട്ടുമുറ്റം മുതൽ അയിണിക്കുഴി കവലവരെ റോഡുവെട്ടി.

ചാത്തനും കുഞ്ഞനും പറങ്കിയണ്ടി പറക്കി മടുത്തു.

നാണുവും മാതേവനും കുരുമുളക് നാണികളാക്കി ഉണക്കാൻ മത്സ രിച്ചു കൊണ്ടിരുന്നു.

കണ്ണൻ സകല ജോലികൾക്കും പണിക്കാർക്ക് നിർദ്ദേശങ്ങൾ നൽകിക്കൊണ്ടിരുന്നു.

കണ്ണാപ്പ തേവിയെ പാചക കാര്യങ്ങളിൽ സഹായിച്ചു.

ചന്തയിൽ പോയി വന്ന നീലന് കഞ്ഞിവിളമ്പി തേവി കൈകഴുകി. തിണ്ണമേലിരുന്ന ഭർത്താവിനു മുന്നിൽ തേവി ചരുവത്തിൽ കഞ്ഞി കൊണ്ടുവച്ചു.

“പുഴുക്കില്ലേടീ.?”

“ഓ. എടുക്കാം..” പരന്ന പാത്രത്തിൽ വട്ടയില നിരത്തി. അതിൽ ചേന, കപ്പ, കാച്ചില്, ചേമ്പ് തുടങ്ങിയ കിഴങ്ങുകൾ പുഴുങ്ങിയത് നിരത്തി വച്ചു... ഇലയുടെ അകത്ത് കാന്താരിയും ചെറിയുള്ളിയും ഉപ്പും ചേർത്തു ചതച്ച ചമ്മന്തി വെളിച്ചെണ്ണയിൽ കുഴച്ചതും കൊണ്ടു വന്നു നീലനു മുന്നിൽ വച്ചു. പരന്ന ഓട്ടുപിഞ്ഞാണിയിൽ തേവി കഞ്ഞി പകർന്നു. ഭർത്താവിനു മുന്നിൽ വച്ചു.

നീലന് അരികിൽ തേവി ഇരുന്നുകൊണ്ട് പറഞ്ഞു:

“കഴിക്കിനെ..”

“വേലക്കാർക്കെല്ലാം കഞ്ഞി കൊടുത്താ..”

“ഓ...”

“നമ്മ പണിക്കാർക്കും മീട്ടുകാരിക്കും പള്ള നെറച്ചും തിന്നാനക്കൊണ്ടു കൊടുക്കവേണം. നമ്മ വീട്ടില് ഒരു മനിസൻമാരും പട്ടിണികിടക്കക്കൂടാത്...”

“വെക്കലും വെളമ്പലും താനെ ഏൻ പണി. ഏനതു ചെറയ്യു ചെയ്യു വേൻ... നീങ്കള്ള അതോർത്തു തല പുണ്ണാക്ക വേണ്ട. കണ്ണോപ്പം അക്കച്ചി വേല ചെയ്യാനും ചെയ്യിപ്പിക്കതുക്കും മുട്ടുമുട്ടക്കിയാ.. വേലക്കള്ളികള്ള ഒക്കെ ഇപ്പഴ് ഓടി നടന്നാ പണിയെടുക്കണത്. ഒരു കണക്കിന് അക്കച്ചിം അണ്ണനും നമ്മ കൂടെ ഒള്ളതും നല്ലത്..”

“ഏൻ പൊൻമകള്ള എന്തിയേടീ? പൊന്നുമകളേ... പൊന്നീ..” നീലൻ മകളെ വിളിച്ചു.

“ഓ..”

കൈയിൽ കുറ്റിച്ചൂലും പിടിച്ചുകൊണ്ട് പൊന്നി വീടിന്റെ പിന്നാമ്പുറത്തുനിന്നും അപ്പന് അരികിലേയ്ക്ക് ഓടി വന്നു.

“പരിയമ്പറം ത്തുത്തു വെടിപ്പാക്കിയാ പെണ്ണേ നീ..” തേവി മകളോടു ചോദിച്ചു..

“മതി ഏൻ കുഞ്ഞിനെ കൊണ്ടു പണി ചെയ്യിപ്പിച്ചത്. ഏൻ മകള് നെന്റെ പണിക്കാരിയാടീ..”

നീലൻ മകളുടെ കൈയിൽനിന്നും കുറ്റിച്ചൂല് പിടിച്ച വാങ്ങി ദൂരേയ്ക്ക് എറിഞ്ഞുകൊണ്ടു തേവിയെ ശകാരിച്ചു.

"മകളുക്ക് വയസ്സ് പത്തു കയിഞ്ഞു. അന്യേടത്തു പോയി പൊറുക്ക വേണ്ടതാണ്. പെണ്ണിനെ പുന്നാരിച്ച കുയിമടിച്ചിയാക്കിക്കോ... എന്നൊന്നുമേ പറയണില്ല.."

"ഏൻ മകള് മേലക്കള്ളിയുമല്ല... കമ്മായക്കള്ളിയുമല്ല... ഏൻ മകള് ഏന്റെ പ്രാണനാടി. നമ്മ എല്ലാ ഉയർച്ചയ്ക്കും കാരണമായത് ഏൻ മകളു താനെടീ... നമ്മ ചാകാൻ കെടക്കുമ്പോ അണ്ണാക്കിലിറ്റു മെള്ളമൊഴിച്ച തരേണ്ടോൾ... ആർത്തലച്ച തലയ്ക്കലിരുന്നു കരണ്ടോള്... നമ്മന്റെ കണ്ണിലെ പീള അറപ്പില്ലാണ്ട് തൊടക്കണ്ടോള്... ചത്തു കെടക്കമ്പള് ഈച്ചയേം, ഉറുമ്പിനേം ഊത്തുകളേണ്ടോള്..."

നീലൻ മകളെ മടിയിൽ പിടിച്ച് ഇരുത്തി."

അവളുടെ നെറ്റിയില് വാത്സല്യത്തോടെ ഉമ്മ വച്ചു.

അപ്പന്റെ സ്നേഹത്തിൽ പൊന്നിയുടെ ഉള്ളു നെറഞ്ഞു.

"എന്റെ അപ്പാ..."

"ഏന്റെ പൊന്നുക്കിളിയേ. മക്കള് കഞ്ഞി കുടിച്ചാ..."

"ഓ...."

പൊന്നി തലയാട്ടി.

"അപ്പൻ കഞ്ഞി കുടിക്കട്ടു... മക്കള് പോയി കളിക്കിനെ..."

"ഓ...."

പൊന്നു അപ്പന്റെ മടിയിൽനിന്നും മുറ്റത്തേക്ക് ഇറങ്ങി.

തോട്ടിറമ്പിലേയ്ക്കു നടന്നു.

ചന്ദ്രൻ വീട്ടുമുറ്റംമുതൽ തോട്ടിറമ്പുവരെ പലതരം ചെടികൾ നട്ടു നനച്ചു.

വൈവിദ്ധ്യ വർണ്ണങ്ങളിൽ പൂത്തുലഞ്ഞ ചെടികൾ.

അവ കാഴ്ചക്കാരുടെ കണ്ണുകൾക്ക് ഉത്സവമൊരുക്കി വിലസിനിന്നു.

ആറ്

പ്രലോഭനങ്ങളിൽ ചാത്തനും കുഞ്ഞനും വീണു.

അവർ നീതിമാനായ സഹോദരനോടു പാപം ചെയ്തു.

നേർവഴിയിൽ സഞ്ചരിച്ച അവന്റെ മക്കളെയും ചതിച്ചു.

അവൻ വഴിപിഴച്ചു.

എല്ലാവരോടും ക്ഷമിച്ച്, അവരെ നേർവഴി നടത്താൻ നീലൻ കിണഞ്ഞു ശ്രമിച്ചു.

ആദ്യം ഉപദേശിച്ചു. പിന്നെ ശിക്ഷിച്ചു. പട്ടിണിക്കിട്ടു.

നീലൻ പഠിച്ച പണി പതിനെട്ടും നോക്കി.

ആരും അവന്റെ വാക്കുകളെ ശ്രവിച്ചില്ല.

തന്റെ ഇരുകരങ്ങളും കണ്ണുകളും നശിച്ചുപോയത് ഓർത്ത് അയാൾ നിലവിളിച്ചു.

സ്വന്തം കരങ്ങൾ അയാൾ ഛേദിച്ചു.

കണ്ണുകൾ ചൂഴ്ന്നെടുത്തു ദൂരേക്കു വലിച്ചെറിഞ്ഞു.

"പറഞ്ഞാലക്കൊണ്ടു കേൾക്കാത്ത പുലയാടിമക്കളേ, നീങ്കളു കട ക്കുപൊറത്ത്... തന്നത്താനറിഞ്ഞില്ലേൽ നീയൊക്കെ പിന്നത്താനറി യും കട്ടായം. ഏനേയും ഏൻ മക്കളേയും മാത്തിറമല്ല നീയൊക്കെ ചതി ച്ചത്. നമ്മ കുടുംബം മുടിഞ്ചാച്ച്... ആരു ചെയ്ത പാപം? എല്ലാമേ നമ്മ വിധി.. അല്ല... നീയൊക്കെ വരുത്തിവച്ച വിധി. എല്ലാരും എല്ലാവനും കൂടി ഒന്നിച്ച് അനുപവിക്ക്.. പാലുതന്ന കൈയ്ക്കു തന്നെ നീയൊക്കെ കടി ച്ചല്ലോ.." നെഞ്ചുപൊട്ടി തേവി തേങ്ങി.

നീലൻ സഹോദരന്മാരെ അടിച്ചു പുറത്താക്കി. അവരോടൊപ്പം

ചിന്നനും ചങ്കരനും പോയി. നീലൻ അടിച്ച് പുറത്താക്കിയവർക്കു ദാമോദരൻ മുതലാളി അഭയം കൊടുത്തു.

അവർക്കു കിടക്കാൻ ഇടവും ആഹാരവും നൽകി.

പുകയ്ക്കാനും വലിക്കാനും കൊടുത്തു.

തിന്നതിനും കുടിച്ചതിനും പുകച്ചു വിട്ടതിനും ദാമോദരൻ കണക്കെഴുതി സൂക്ഷിച്ചു.

കൂടപ്പിറപ്പുകൾ തങ്ങളിൽ വെറുത്തു..

മക്കൾ അപ്പനെയും അമ്മയെയും വെറുത്തു..

ബന്ധങ്ങൾ മറന്നു... കടമകൾ വിസ്മരിച്ചു... ജീവിതം വെറുത്തു ചിന്തിക്കാൻ അവർക്കു സമയമില്ലാതെയായി..

എല്ലായ്പ്പോഴും അവർ ലഹരിക്ക് അടിമകളായി..

ചിന്നനും ചങ്കരനും കുളിക്കാൻ മറന്നു..

അവർ മുടിയും താടിയും നീട്ടിവളർത്തി..

വികൃതരൂപികളായി അയിണിക്കുഴിയില് അലഞ്ഞു നടന്നു.

തേവി ചങ്കുപൊട്ടി കേണു..

"കാവിലമ്മേ എല്ലാതും നേരാക്കണേ..."

സത്യമുള്ള പെണ്ണിന്റെ തേങ്ങൽ കാവിലമ്മ കേട്ടു..

കാലം തെറ്റി മഴ തുടങ്ങി..

തോട്ടിലും വയലിലും മഴവെള്ളം നിറഞ്ഞു.

ആറ്റിൽ മഴവെള്ളം കരകവിഞ്ഞു.

കാലൻ കോഴി കൂവി...

അയിണിത്തറയിലെ നിലവിളക്കു കെട്ടു..

കൊച്ചരിവാളിൽ തുരുമ്പുകയറി.

നീലൻ നിസ്സഹായനായി വിറങ്ങലിച്ചു നിന്നു.

ചന്ദ്രൻ അപ്പനു കരുത്തായി കാവലായി കൂടെ നിന്നു.

തേവി മരിച്ചു.

ചാത്തനും കുഞ്ഞനും ചിന്നനെയും ചങ്കരനെയും കൂട്ടി അയിണിത്തറയിലെത്തി..

"പെറ്റ തള്ള ജീവിച്ചിരുന്നപ്പം ചമാതാനമോ ചന്തോഷമോ കൊടുക്കാത്തവന്മാര് കള്ള നായിന്റെ മക്കള്. അമ്മക്കടെ നെഞ്ചു നീറ്റിച്ചു നീറ്റിച്ചു കൊന്നു കെടത്തീമച്ചു മോങ്ങിക്കൊണ്ടു മന്നേക്കുണു... ഏൻ ചമ്മതിക്കൂല.. ഏന്റെ അടച്ചതിനകത്തു ഒരുത്തനും കയറണ്ടാ... അവക്കടെ മൊകം അമൻമാര് കാണവേണ്ട... ഏന്റെ അടച്ചതിനകത്തു ഒരു മോന്മാരെയും കണ്ടുപോകരുത്.."

നീലൻ വന്നവരെ തടഞ്ഞു. ആട്ടിയിറക്കി.

"എടാ ചത്തു കെടക്കണത് അവന്റെ പെറ്റതള്ളയല്ലിയോ.? അവര്

അവളെ ഒരു നോക്കു കണ്ടോച്ചു പോകട്ട്.. ഇനിയീ ജമ്മത്ത് പെറ്റതള്ള യെ ഒരു നോക്കു കാണുവതുക്കു പറ്റുമോ.?"

മാതേവനും നാണുവും കൊച്ചു മക്കൾക്കുവേണ്ടി നീലനോടു വാദിച്ചു.

കരഞ്ഞു വന്ന മക്കൾ അമ്മയുടെ കാൽച്ചുവട്ടിലിരുന്നു പൊട്ടിക്കര ഞ്ഞു. കരഞ്ഞുവന്ന കുഞ്ഞാടുകൾ അവർ ഇടയനു മുന്നിൽ കണ്ണീർ തൂകി നിന്നു. ഇടയന്റെ മനസ്സ് അലിഞ്ഞു.

അവൻ നഷ്ടമായത് തിരികെ കിട്ടിയതോർത്ത് സന്തോഷിച്ചു.

നീതിമാനായ അപ്പൻ മുടിയന്മാരായ പുത്രന്മാരുടെ തെറ്റുകുറ്റങ്ങൾ ക്ഷമിച്ചു. സഹോദരന്മാരുടെ മാനസാന്തരത്തിൽ സന്തോഷിച്ചു.

എല്ലാവർക്കും പാർക്കാൻ തന്റെ ഏദൻതോട്ടത്തിൽ ഇടം കൊടുത്തു.

വഴിപിഴച്ച മക്കൾ. അവരെ നിയന്ത്രിച്ച് വഴിനടത്താൻ അമ്മ കൂടെ യില്ല. വീട്ടുകാര്യങ്ങൾ നോക്കി നടത്താനും ആളുവേണം.

കുടുംബത്ത് പെണ്ണുവേണം. നേരും നെറിയുമുള്ള കന്നിപ്പൊണ്ണു വേണം. നീലനെ നാണു ഉപദേശിച്ചു. അപ്പന്റെ ഉപദേശം നന്മയുള്ള മകൻ ചെവിക്കൊണ്ടു.

"പൊന്നും വേണ്ട... പണോം വേണ്ട. വർക്കത്തുള്ള പെണ്ണു വേണം. നോക്കിൻ.." മാതേവനും ചൊല്ലി.

നീണ്ട തിരച്ചിലിന് ഒടുവിൽ നാടും വീടും അറിഞ്ഞൊരു കല്യാണം.

ചിന്നൻ ചിരുതയെ കെട്ടി.

ചങ്കരൻ ശാന്തയെയും കെട്ടി. കുടുംബം നോക്കാൻ ആളായി.

അധികം വൈകാതെ പതിനഞ്ചു തികഞ്ഞ പൊന്നിക്കും കല്യാണ മായി.

വടക്കുനിന്നും വന്ന ആലോചന.

നീലനും കൂട്ടരും ചെറുക്കന്റെ നാട്ടിൽ പോയി.

ചെറുക്കനെക്കുറിച്ചുള്ള സകല ചരിതങ്ങളും മനസ്സിലാക്കി.

കുടുംബം നന്ന്.

കൂട്ടക്കാരും നന്ന്

കേറിക്കിടക്കാടം ഉണ്ട്.

കടഞ്ഞ കരിവീട്ടിപോലെ കറുത്ത സുന്ദരൻ.

അദ്ധ്വാനിയും സൽസ്വഭാവിയുമായ ചെറുക്കനെ നീലനു നന്നേ ബോധിച്ചു.

"മാനിറമുള്ള ചുന്ദരിക്കോതയ്ക്കു കരുമാടിക്കുട്ടനെ വേണ്ടാ..."

ചിന്നനും ചങ്കരനും ഒത്തു ചൊല്ലി.

"കറുപ്പിന് എന്നാ...? അവൻ മിടുക്കനാ... ഏൻ മകള് പട്ടിണി കെട ക്കേണ്ടി വരൂല്ല.. ഏനതുമതി.." നീലൻ തീർത്തു പറഞ്ഞു.

അയിണിത്തറയിലെ കൺമണിക്കു കല്യാണമായി.

വീടൊരുങ്ങി. പന്തലുയർന്നു.

കല്യാണത്തലേന്ന് നീലൻ മകളോട്ട പറഞ്ഞു.

"പൊന്നുവേ..."

"എന്തെരപ്പാ..."

"മക്കള്ള വൈയിട്ട് കാവില് പോണം. തൊഴുതു പ്രാർത്ഥിക്കവേണം. കൂട്ടിന് കുഞ്ഞമ്മമാരെക്കൂടി കൂട്ടിക്കോ..."

"ശരിയപ്പാ.."

പൊന്നു മഞ്ഞള്ള തേച്ചു കുളിച്ചു. വെട്ടുപ്പുള്ള വെള്ളമുണ്ടും കുപ്പായവും ധരിച്ചു. എണ്ണയും തിരിയും തീപ്പെട്ടിയും എടുത്തുവച്ചു.

റോസാപുഷ്പങ്ങൾ കൊണ്ടു കാവിലമ്മയ്ക്കു ചാർത്താൻ മാലകെട്ടിവച്ചു.

പൊന്നു കന്നിയ്ക്ക് ഒപ്പം കാവിലേയ്ക്കു പോകാൻ പുറപ്പെട്ടു.

കാവും പരിസരവും അപ്പോൾ വിജനമായിരുന്നു.

കാവിലമ്മയുടെ കൽവിഗ്രഹത്തിൽ പൊന്നു മാലചാർത്തി.

കൽവിളക്കിൽ എണ്ണപകർന്നു. തിരി തെളിച്ചു.

അവൾ പ്രാർത്ഥനയിൽ മുഴുകി.

പെറ്റമ്മയുടെ ഓർമ്മയിൽ പൊന്നു വിതുമ്പി.

നിമിഷങ്ങൾ കടന്നുപോയി.

മരങ്ങൾ കുടപിടിച്ച കാവ്. വള്ളിപ്പടർപ്പുകൾ മൂടിക്കിടന്നു.

കാവിന്നപ്പുറം തെങ്ങിൻ തോപ്പാണ്. ദാമോദരൻ മൊതലാളിയുടെ തെങ്ങിൻതോപ്പ്.

പുൽമേട്ടുകൾ നിറയെ കാട്ടുപൂക്കൾ ചിരിതൂകിനിന്നു.

പൂക്കളിൽ വട്ടമിട്ടു പറക്കുന്ന ശലഭങ്ങൾ.

പേരറിയാത്ത വൃക്ഷങ്ങൾ.

തമ്പക മരത്തിന്റെ ചുവന്ന പൂവിതളുകൾ അവിടമാകെ നിരന്നു വീണു കിടന്നു.

പൊന്നു പ്രാർത്ഥനയിൽ നിന്നുണർന്നു.

അയണിക്കുഴിയിലെ കാവിലമ്മയ്ക്ക് അമ്മയുടെ അതേ ഛായ...

"അമ്മേ..."

പൊന്നു അറിയാതെ വിളിച്ചുപോയി..

തമ്പക മരത്തിനു പിന്നിൽ നിന്നും ആരോ നടന്ന് അടുക്കുന്നു.

പൊന്നു തിരിഞ്ഞു നോക്കി.

രാഘവൻ മുതലാളി.

"മുതലാളി തൊഴാൻ വന്നതാണോ.?"

കന്നി ചിരപരിചിതനെപോലെ രാഘവനോടു ചോദിച്ചു:

"അതേ... ഞാൻ ഏറെനാളായി ഈ ദേവതയെ മനസ്സിൽ കൊണ്ടു നടക്കുന്നു. ഇന്നുവരെ നേരെ ചൊവ്വേ ഒന്ന് അടുത്തു കാണാൻ തരപ്പെട്ടില്ല.

ദേവി ക്ഷമിക്കണം. അവിടുന്ന നാളെ കെട്ടിപ്പോകുവല്ലെ. ഭക്തനോട്ട കരുണ ചൊരിയണം. പ്രസാദിക്കണം. അടിയന്റെ അഭീഷ്ടം സഫല മാക്കിത്തരണം. ഇത് സ്നേഹമുള്ള ഭക്തന്റെ അപേക്ഷയാണ്. അമ്മ തമ്പുരാട്ടിയെക്കാൾ സുന്ദരിയാണ് ഈ കൊച്ചു ദേവത.. കാണാതെ പോയാൽ തീരാ നഷ്ടമായിപ്പോകും. എന്റെയീ ജന്മം തന്നെ വെറുതെ യാകും. അത്രയ്ക്കു കൊതിച്ചുപോയി ഈ കുഞ്ഞുദേവതയെ. കാവിലമ്മേ മാപ്പാക്കണം. വേണ്ടുന്ന പരിഹാരക്രിയകൾ ഞാൻ ചെയ്തോളാം.."

രാഘവന്റെ മട്ടും മാതിരിയും സംസാരവും കേട്ടപ്പോൾത്തന്നെ പൊന്നുവിന് ഭയം തോന്നി.

അവൾ കുഞ്ഞമ്മയുടെ പിന്നിലേയ്ക്ക് ഒളുങ്ങിനിന്നു...

"കുഞ്ഞമ്മേ പോകാം.. എന്ക് പേടിയാകുന്നു..."

അവൾ കുഞ്ഞമ്മയുടെ കാതിൽ മന്ത്രിച്ചു.

"പേടിക്കവേണ്ട പൊന്നുവേ... ഇതു നമ്മുടെ സ്വന്തം മൊതലാളിയ ല്ലിയോ.. രാഘവൻ മൊതലാളി..." കന്നി പുഞ്ചിരിച്ചുകൊണ്ടുപറഞ്ഞു.

മുറുക്കി ചുവപ്പിച്ച കന്നിയുടെ ചുണ്ടുകളിൽ വശ്യതയാർന്ന പുഞ്ചിരി മിന്നി മറിഞ്ഞുവോ..? പൊന്നുവിന് സംശയം തോന്നി..

"മൊതലാളിക്കു നിന്നെ വലിയ ഇഷ്ടമാ.. നാളെ നീ കെട്ടു കഴിഞ്ഞു പോവും. പിന്നെ മൊതലാളിക്കു നിന്നെ ഒരിക്കലും കാണാനക്കൊണ്ടു പറ്റത്തില്ല. കൊറച്ചുനേരം മൊതലാളിയോടു സംസാരിച്ചിരിക്ക്. നമ്മ മൊതലാളി റൊമ്പ നല്ല മനിഷൻ. നീയ് ഭയപ്പെടുകയേ വേണ്ട പൊന്നൂ..."

കന്നി പൊന്നുവിനെ സമാധാനിപ്പിച്ചുകൊണ്ടു പറഞ്ഞു.

"മൊതലാളി അപ്പോ എങ്ങനാ... ഇരു ചെവി അറിയരുത്.."

"ഇല്ലെടീ ഒരീച്ചപോലും അറിയുകേല.."

രാഘവൻ സിൽക്ക് ജുബ്ബയുടെ പോക്കറ്റിൽനിന്നും നൂറുരൂപയുടെ ഒരുകെട്ട് നോട്ടെടുത്തു.

അത് കന്നിയുടെ കൈകളിൽ വച്ചു കൊടുത്തു.

"രണ്ട് അയിണിക്കഴി സ്വന്തമായി വാങ്ങാനുള്ള തെക ഉണ്ട്. ഇനി പെണ്ണിനെ താടീ..." അയാൾ കന്നിയോടു പറഞ്ഞു.

"ഇന്നാ കൊണ്ടു പൊയ്ക്കോ... മോളെ പൊന്നി. നാളെ നിന്നുടെ മംഗലം. കല്ലിയാണം കഴിഞ്ഞ് രാത്രില് നെന്റെ കെട്ടിയോൻ നിന്നെ ഒത്തിരി പുന്നരിക്കും. നമ്മ മൊതലാളിയും അതുതന്നെ ചെയ്യണത്. നീ പയപ്പെടുകേ വേണ്ട. കുഞ്ഞമ്മ കാവിന്നപ്പുറം കാണും. കാവലിന്നായി. പോയി സുകിച്ചിട്ടു വാടീ.."

കന്നി പൊന്നുവിനെ പിടിച്ചു രാഘവന്റെ അരികിലേക്കു ചേർത്തു നിർത്തി. എന്നിട്ടു പറഞ്ഞു:

“കന്നിപ്പെണ്ണാണ്... കാടത്തം കാട്ടല്ല്. നന്നായി സുഖം കൊടുക്ക വേണം. ചാവാൻ കെടക്കുമ്പോഴും അവള് മൊതലാളിയെ ഓർക്കവേ ണം..”

“കന്നിയേ അണ്ണാനെ മരകയറ്റം പഠിപ്പിക്കല്ലേടീ... ഇതു കഴിഞ്ഞ് നിന്നെ എനിക്കൊന്നു കാണണം..”

“മൊതലാളി ഒന്ന് കൈഞൊടിച്ചാല് അന്ത നിമിഷത്തില് ഏൻ എത്തും. അത്തിനയും പോരെ..”

“എനിക്കറിയാമെടീ.. നീ എന്റെയാണ്..”

എന്താണു തനിക്കു ചുറ്റും നടക്കുന്നത്? ഒന്നും മനസ്സിലാവാതെ പൊന്നു പകച്ചുനിന്നു..

ഭയത്താൽ പൊന്നു അടിമുടി വിറച്ചു.

അവളുടെ തൊണ്ട വരണ്ടു.

നാവു നിശ്ചലമായി..

ഒരടി അനങ്ങാനാവാതെ അവൾനിന്നു.

രാഘവൻ പൊന്നുവിനെ കോരി എടുത്തു തോപ്പിലെ പൊന്തക ൾക്കിടയിലേയ്ക്കു നടന്നു മറഞ്ഞു.

തമ്പകമരച്ചുവട്ടിൽ കന്നി ഇരുന്നു.

നൂറിന്റെ നോട്ടുകളിൽ നോക്കി അവൾ ഊറിച്ചിരിച്ചു.

നോട്ടുകെട്ടുകൾ മടക്കി ബ്ലൗസിനുള്ളിൽ തിരുകി. നേര്യതുകൊണ്ട് മാറ് മറച്ചു.

മടിയിലെ മുറുക്കാൻ പൊതി അവൾ കൈയിലെടുത്തു. മുന്നിൽ നി വർത്തിവച്ചു.

പിന്നെ സാവധാനം മുറുക്കാൻ തുടങ്ങി.

കന്നി നീരിച്ചു.

ഏൻ ഏത്തിനവട്ടം മൊതലാളീടെ ഇട്ടത്തിനു പോയി കെടന്നു.

അഞ്ചു രൂപയ്ക്കു മോളില് ഇതുവരെ തന്നിട്ടില്ല.

പെണ്ണിന്റെ മുലകളും മൂത്രക്കുഴിയും മൊതലാളിക്ക് വലിയ ഇഷ്ടം. അയാളതു പച്ചയ്ക്കു തിന്നും.

രണ്ടു ദെവസം വേദനിച്ചിട്ട് പെടുക്കാൻപോലും പറ്റത്തില്ല.

അഞ്ചു രൂപയ്ക്കു മൊതലാളി ഇത്തിനയും കാട്ടുമെങ്കിയൽ ആയിരം രൂപയ്ക്കു അയാൾ പൊന്നുവെ മൊത്തത്തിൽ തിന്നുമോ...? കാവിലമ്മേ... പൊന്നുവെ ജീവനോടെ കിട്ടിയാ മതീ..

പടിഞ്ഞാറേ ചക്രവാളം ചുവന്നു തുടുത്തു.

കിഴക്കൻ കാറ്റ് വീശിയടിച്ചു.

തമ്പകവൃക്ഷം ആടി ഉലഞ്ഞു.

തമ്പകപുഷ്പത്തിന്റെ ചുവന്ന ഇതളുകൾ കാവിലമ്മയെ മൂടി.

കൽവിളക്കിലെ തിരികെട്ടു..

എങ്ങും ഇരുൾ മൂടി.

“കന്നിയേ... എടീ കന്നിയേ... കളി കാര്യമായെടീ.. പെണ്ണിന് അനക്കമില്ല...” മരങ്ങൾക്കിടയിൽനിന്നും രാഘവൻ മുതലാളിയുടെ ശബ്ദം ഉയർന്നു.

“ചതിച്ചോ മൊതലാളീ.. വീട്ടുകാരോട് ഏന്നെന്തു സമാധാനം ചൊല്ലും..”

“കാവില് വെച്ച് പെണ്ണിന് വെഷം തീണ്ടി.. നീ അങ്ങനെ പറയണം. ഇല്ലേൽ നീയും ഞാനും പെട്ടും...”

പൊന്നുവിന്റെ ചലനമറ്റ ശരീരം രാഘവൻ കന്നിയുടെ മുന്നിൽ കൊണ്ടു കിടത്തി..

“പെണ്ണിനെ നിങ്ങൾ കൊന്നു തിന്നുകളഞ്ഞല്ലോ..”

“പറ്റിപ്പോയെടീ.. പണം തരാം. എത്ര വേണമെന്നു പറഞ്ഞാല് മതീ..”

“പൊന്നുനെ വെഷം തീണ്ടിയ.. നമ്മ പെണ്ണിനെ വെഷം തീണ്ടിയേ.. ഓടി വായോ..”

കന്നി അലമുറയിട്ടു കരഞ്ഞുകൊണ്ട് അയിണിത്തറയിലേക്ക് ഓടി.

“കാവിലമ്മേ... ശിക്ഷിക്കരുത്. വേണ്ടതു ചെയ്യാം..”

രാഘവൻ ഒരു നിമിഷം പ്രാർത്ഥിച്ചശേഷം കാവിലെ മരങ്ങൾക്ക് ഇടയിലൂടെ തോപ്പിലേയ്ക്കു നടന്നിറങ്ങി.

ഇരുളിൽ അപ്രത്യക്ഷനായി.

വിവരമറിഞ്ഞ നീലൻ ആർത്തലച്ചു കരഞ്ഞു.

“കാവിലമ്മേ... ചതിച്ചോ..?”

കാവിലമ്മയ്ക്കു മുന്നിൽ പൊന്നുവിന്റെ ശരീരം ചേതനയറ്റു കിടന്നു.

നാട്ടുകാരും വീട്ടുകാരും വന്നുചേർന്നു.

“ദേവതകള് കല്ലുകള്... അവരുടെ മനസ്സും കല്ലാണ്. പൂ പോലൊരു മകള്.

പൊന്നുങ്കുടത്തിന്റെ ജീവനെടുത്തു കാവിലമ്മ.

മക്കളെ കാക്കാത്ത അമ്മയ്ക്കു പൂജയും വേണ്ട. വെളക്കും വേണ്ട. കുരുതിയും വേണ്ട...” നീലൻ ഉള്ളുരുകി കരഞ്ഞു..

പിന്നീട് ആരും ആ വഴിക്കു പോയില്ല.

അയിണിത്തറക്കാവ് ഇരുൾ മൂടിക്കിടന്നു.

തമ്പകപുഷ്പത്തിന്റെ ചുവന്ന ഇതളുകൾക്ക് അടിയിൽ കാവിലമ്മ ഉറക്കമായി..

നീലന്റെ ഉള്ളിൽ തേങ്ങലുയർത്തി തേവിയും പൊന്നുവും കെടാത്ത പുഞ്ചിരി പൊഴിച്ചു നിന്നു.

നീലൻ അയിണിത്തറ ഭാഗം വച്ചു.
ചാത്തനും ചങ്കരനും ആറേക്കർ.
ചിന്നനും കുഞ്ഞനും നാല് ഏക്കർ
നീലനും ചന്ദ്രനും അഞ്ച് ഏക്കർ.
കണ്ണന് ഇഷ്ടദാനമായി നൽകിയത് ഒന്നര ഏക്കർ.

"തന്നിരിക്കണ വസ്തുക്കളില് എല്ലാവരും മാടം കെട്ടിക്കോണം. വരുന്ന ഓണത്തിനുമുമ്പ് പുത്തൻ പൊരകളില് പൊറുതിക്കു കേറ വേണം." നീലൻ മക്കൾക്കും സഹോദരങ്ങൾക്കും നിർദ്ദേശം നൽകി..

അയിണിത്തറയില് നീലനും ചന്ദ്രനും പ്രായമായവരും മാത്രമായി കുടുംബത്ത്.. ചന്ദ്രന് ഒത്ത ഒരു പെണ്ണു വേണം. നല്ല ചേലും പടുതിയുമൊള്ള പെണ്ണു വേണം.

ഒരുപാട് തിരയേണ്ടി വന്നില്ല.
ചന്ദ്രനു വെളുത്ത ചേലുള്ള പെണ്ണു കിട്ടി.
കണ്ണന്റെയും കണ്ണാപ്പയുടെയും നാലാമത്തെ മകൾ ചിന്നമ്മ.
നാടറിഞ്ഞു പടികയറി പുത്തൻ പെണ്ണു വന്നു.
അടുക്കളയിൽ വീണ്ടും കനലെരിഞ്ഞു.
അമ്മിക്കല്ല് ഓടി മട്ടുത്തു.
കല്ല് ഉരല് നിന്നു തുള്ളി.
പുത്തൻ പൊറുതിയുടെ കൈ കടഞ്ഞു.
മേല് നൊന്തു.
കന്നിപ്പെണ്ണു കണ്ണീർ വാർത്തു.

ചിന്നമ്മയ്ക്കു താങ്ങും തണലുമായി അപ്പനും അമ്മയും ആങ്ങിളമാരും വന്നു.

അയിണിത്തറ വീണ്ടും പൂങ്കാവനമായി.

ചന്ദ്രൻ നീലന്റെ അനുസരണയുള്ള മൂന്നാമത്തെ മകൻ. അക്ഷരം പഠിച്ചവൻ. അപ്പന് അവൻ സഹായി ആയി, സാന്ത്വനമായി കൂടെ നിന്നു. ദാമോദരനും മക്കളും ചന്ദ്രനെ തകർക്കാൻ പലവിധത്തിലും ശ്രമിച്ചു. പറ്റിയില്ല.

ചന്ദ്രൻ വലിച്ചില്ല. കുടിച്ചില്ല. വ്യഭിചരിച്ചില്ല.

ഇനിയെന്ത്?

വലിയ ബംഗ്ലാവിൽ വീണ്ടും കൂടിയാലോചനകൾ തുടങ്ങി..

ചാത്തനും കുഞ്ഞനും അയിണിക്കുഴി ഷാപ്പിൽ വീണ്ടും പറ്റിട്ടു കുടി തുടങ്ങി.

അവർ ബോധമില്ലാതെ വഴിയിലും പറമ്പിലും വീണു കിടപ്പായി. അവർ കുടുംബത്ത് പോകാതെയായി.

അവിടെ രാഘവൻ മുതലാളി നിത്യസന്ദർശകനായി.

ചിന്നനും ചങ്കരനും വീണ്ടും കുടിയും വലിയും തുടങ്ങി.

ചന്തയിലെ മുഴുത്ത മീനുകൾ മാത്രം കൂട്ടി അവർ അത്താഴം ഉണ്ടു.

ഇറച്ചി കൂട്ടി പോക്കഞ്ഞി കുടിച്ചു.

മുന്തിയ തരം മദ്യവും വീഞ്ഞും കഴിച്ചു മത്തരായി.

ആശിച്ച തരം പട്ടുവസ്ത്രങ്ങൾ ധരിച്ചു.

ഒരാണ്ട് ഇരുവരും അദ്ധ്വാനിക്കാതെ കുടുംബത്ത് ഇരുന്നു. ഉണ്ടു.

ദാമോദരൻ മുതലാളിയും മക്കളും കണക്കുപുസ്തകവുമായി അയിണി ത്തറയിൽ എത്തി.

അവർ നീലന് മുന്നിൽ കണക്കുകൾ നിരത്തി.

സഹോദരന്മാരും മക്കളും നാളിതുവരെ ചെലവാക്കിയ തുക അറിഞ്ഞു നീലൻ അമ്പരന്നുനിന്നു.

"അവര് ഉണ്ടാക്കിയ കടങ്കള് അവരുതന്നെ വേല ചെയ്തു തീർക്കവേ ണം. ഏനീ തൊക തരാനക്കൊണ്ട് ഒരു നിവർത്തിയുമില്ല..."

നീലൻ തന്റെ നിലപാട് വ്യക്തമാക്കി.

"അപ്പാ ഞങ്ങളു എന്നതുക്ക വേല ചെയ്യണം. അപ്പനിക്ക് സമ്പാദി ച്ചു കൂട്ടണമെന്ന ആസയെയൊള്ള്.. എല്ലാംകൂടി ഒണ്ടാക്കിവെച്ചിട്ട് എന്തി നപ്പാ..? ചാവുമ്പം എല്ലാക്കൂടി വാരിക്കെട്ടി കൂടെ കൊണ്ടുപോകുമോ..? ഇന്ത ലോകത്തു ജീവിക്കുമ്പം തിന്നും കുടിച്ചും സുകിച്ചു താൻ ജീവിക്ക വേണം. അതു വന്തു എപ്പടി തെറ്റാകും. എങ്കള് ഞങ്കടെ ഭാഗം വിറ്റ് കടം തീർക്കും..."

ചിന്നന്റെ അഭിപ്രായം ആയിരുന്നു മറ്റുള്ളവർക്കും. ചോര നീരാക്കി താനുണ്ടാക്കിയ മണ്ണ്. മുതലാളിമാർക്ക് ആ മണ്ണു മേലെയാണു കണ്ണും. ഏൻ മക്കളെയും കൂടപ്പിറപ്പുകളെയും കരുവാക്കി മൊതലാളിമാർ കളിച്ച കളി.

അതിലവർ വിജയിച്ചു... ഏൻ തോറ്റു തുന്നംപാടി.

ആ തിരിച്ചറിവിൽ നീലൻ നിശ്ശബ്ദനായി. അയാൾ തളർച്ചയോടെ നിലത്ത് ഇരുന്നുപോയി..

നീലന്റെ സങ്കടം നാണുവിന് കണ്ടുനിൽക്കാനായില്ല.

"നീലാ നിൻ പുള്ളകളും കൂടപ്പിറവികളും പാഴിപ്പോവുതുക്ക കാരണം നീ താനെ.. ജീവിതത്തിലെ കസ്ടപ്പാടും വെസമങ്ങളും ഒന്നുമേ അറിയാതെ സുഖിച്ച് അവര് വളർന്നു. അവര് ഇരുന്ന് തിന്നും കുടിച്ചും സർവ്വതും മുടിച്ചു. നമ്മ മക്കള് വീട്ടിലെ കസ്ടപ്പാടും ബുദ്ധിമുട്ടും അറിഞ്ഞു താനെ വളരണം. അല്ലേൽ ഇപ്പടിതാനിരിക്കും.."

"എല്ലാമേ ഏൻ വളർത്തു തോഷം. ഏൻ മക്കള് ജീവിതത്തിലെ ദുരിതങ്ങള് അറിയരുതെന്ന് ഞാൻ വിചാരിച്ചു. അവരുടെ സന്തോഷ ത്തിനുവേണ്ടി ഏൻ ജീവിച്ചു. ഏന് ചത്തു കെട്ടുപോയാലും അവരും

അവരുടെ മക്കളും സമാധാനപ്പെട്ട് ജീവിക്കണം എന്നേ ഏൻ കരുതി യൊള്ളു്. എല്ലാം അവര് വിറ്റു തിന്നട്ട് അവന്റെയൊക്കെ മക്കള് തെണ്ടി ജീവിക്കട്ട്..."

"നിങ്ങടെ കൂടിയാലോചനകൾ കഴിഞ്ഞോ..? ഞങ്ങൾക്ക് നഷ്ട മായ തൊക കിട്ടിയേ മതിയാകൂ.. കായ് തരാനില്ലെങ്കില് ചിന്നൻ പറ ഞ്ഞതുപോലെ വസ്തുക്കൾ ഞങ്ങടെ പേരിൽ എഴുതി തന്നാൽ മതി.."

ദാമോദരൻ മുതലാളിയുടെ ആവശ്യത്തിനു മുന്നിൽ നീലൻ നിശ്ശബ്ദ നായി.

അടുത്ത നാൾ തന്നെ മുതലാളിമാർ അയിണിത്തറയിൽ എത്തി.

വസ്തുവകകൾ അളന്നു തിട്ടപ്പെടുത്തി. പ്രമാണം കൈമാറി.

മുതലാളിമാർ മനസ്സു നിറഞ്ഞു നൽകിയ തുച്ഛമായ കൈമണികളും പാരിതോഷികങ്ങളും വാങ്ങി. അവർ മുതലാളിമാർക്ക് സ്തുതിഗീതങ്ങൾ പറഞ്ഞു. സന്തോഷത്തോടെ അവിടം വിട്ടുപോയി.

"വയസ്സുകാലത്ത് ഏങ്ങൾക്കിതൊന്നും കാണാനക്കൊണ്ടുവയ്യ. ഇനിയിപ്പോ നീങ്കൾക്ക് നീങ്കളുടെ പാട്. ഏങ്കളുക്ക് ഏങ്കളുടെ പാട്. അടയ്ക്കയാനാല് മടീല് വയ്ക്കാം. അതുവന്ത് അടയ്ക്കാമരമായാലാ..? ഞങ്ങ മുതുക്കനും മുതുക്കിയും കുടിയിലേയ്ക്കു പോണ്. നെനക്ക് തോന്നുമ്പം അവി ടെയ്ക്കു വരാം..." നാണു മകനോടു പറഞ്ഞു.

അപ്പന്റെ അഭിപ്രായത്തിന് നീലൻ മറുപടി ഒന്നുംതന്നെ പറഞ്ഞി ല്ല. നാണു കാർത്തുവിന് ഒപ്പം പാലക്കടവിലേയ്ക്കു യാത്രയായി. ഇതുകണ്ടു മാതേവനും കറുമ്പിയും നീലനോടു യാത്ര പറഞ്ഞു ചിത്തിരത്തറയിലേ യ്ക്കും പോയി.

* * * *

ഒരാണ്ടു കടന്നുപോയി.

ചിന്നനും ചങ്കരനും കള്ളക്കണ്ണീരുമായി അയിണിത്തറയിൽ എത്തി ച്ചേർന്നു. അവർ അപ്പന്റെ കാൽക്കൽ വീണു. അഭയത്തിനായി യാചിച്ചു. നീലന്റെ മനസ്സ് അലിഞ്ഞു. അവരെ കൂടെക്കൂട്ടി.

ദിവസങ്ങൾ കൊഴിഞ്ഞു വീണു. ചിന്നനും ചങ്കരനും അപ്പനു മുന്നിൽ ആവലാതികളും ആവശ്യങ്ങളും നിരത്തി.

"താമതിക്കാൻ ഇടമില്ലപ്പാ... കുടില് കെട്ടാൻ ഇടം തരണം. ഏങ്ക ളുടെ പെണ്ണും മക്കളും വല്ലയിടത്തും കഴിഞ്ഞാലക്കൊണ്ടു മതിയാ..? അപ്പൻ സകായിക്ക വേണം..."

"ഏന്റെ പേരില് ഒരു തരിമണ്ണില്ല. ഇതു വന്ത് ചന്തിരന്റെ സ്വന്തം. ഈ മണ്ണുക്ക് ഏതു അവകാശമില്ല."

നീലൻ പറഞ്ഞു.

"അതൊന്നും പറഞ്ഞാലക്കൊണ്ടു പറ്റുകേല. പെരകെട്ടാനുള്ള

മണ്ണേല്പം തന്നേ തീര്വ്വ. അവനൊറ്റയ്ക്ക് അഞ്ചേക്കറു മണ്ണ അനുപവിക്കാൻ ഞങ്ങ സമ്മതിക്കൂല..."

"മുടിച്ചാം കൊള്ളികളേ.. മുന്നില് വന്ന നിന്ന് തർക്കിക്കണ്ട. കട ന്നോണം കൺവെട്ടത്തുനിന്നും... വക ചോദിക്കാൻ വന്നേക്കുന്നു. രണ്ടും ഇപ്പം കടന്നോണം എന്റെ അടച്ചതിനകത്തുന്ന്..." നീലൻ ഉറപ്പിച്ച പറഞ്ഞു..

"അപ്പനും മോനും ചെവിക്ക നുള്ളിക്കോ.. നീ രണ്ടും സമാധാന ത്തോടെ ഇവിടെ പൊറുക്കുകേല.."

ചിന്നനും ചങ്കരനും അപ്പനെ വെല്ലുവിളിച്ചു.

നീലന്റെ ക്ഷമ നശിച്ചു.

അയാൾ എരുത്തിലിന്റെ വാരിയിൽ തിരുകി വച്ചിരുന്ന ചാട്ടവാർ കൈയിലെടുത്തു. മക്കൾക്കു നേരെ ആഞ്ഞുവീശി.

ഓർക്കാപ്പുറത്ത് ഏറ്റ അടികൊണ്ട് അവർ വേദനയോടെ പുളഞ്ഞു. പിന്നെ രണ്ടുപേരും രണ്ടു വഴിക്ക് ചാടി ഓടിപ്പോയി.

അന്ന് പാതിരാത്രി സമയം വീടിനു പുറത്തെ കാൽപ്പെരുമാറ്റവും അടക്കിപ്പിടിച്ച സംസാരവും കേട്ടാണ് നീലൻ ഞെട്ടി ഉണർന്നത്.

അയാൾ ഇരുളിൽ കാതോർത്തു കിടന്നു.

മണ്ണെണ്ണയുടെ രൂക്ഷഗന്ധം മൂക്കിൽ തുളച്ചു കയറുന്നു.

നീലൻ എണീറ്റു. ചന്ദ്രനെയും ചിന്നമ്മയെയും വിളിച്ചുണർത്തി.

വിവരങ്ങൾ മകനെ ധരിപ്പിച്ചു.

ചന്ദ്രൻ ചിന്തിച്ചു നിന്നില്ല. പതിയെ അടുക്കളവാതിൽ തുറന്നു. മൂവരും പുറത്തേയ്ക്കു ചാടി. ഞൊടിയിടയിൽ ഇരുളിൽ മറഞ്ഞു. വാഴക്കൂട്ട ങ്ങൾക്ക് ഇടയിൽ ശ്വാസം അടക്കിപ്പിടിച്ച് അവർ നിന്നു.

പെട്ടെന്നാണ് വീടിനു മുകളിൽ ഒരു തീപ്പന്തം വന്നു വീണത്.

അകലെ അഗ്നിജ്വാലകൾ വീടിനെ വിഴുങ്ങുന്നു.

ഉയർന്നു പൊങ്ങുന്ന പുകച്ചുരുളുകൾ വെളിച്ചത്തിന് അപ്പുറം മറയുന്നു.

നോക്കിനിൽക്കെ തീജ്വാലകളുടെ ചുവന്നു നാവുകൾ നീണ്ട് കന്നു കാലിപ്പുരയുടെ മേൽക്കൂര ഞൊട്ടിനുണയുന്നു.

ചിന്നനും ചങ്കരനും കൂട്ടാളികളും ചൂട് സഹിക്കാനാവാതെ അകലേയ്ക്ക് ഓടി അകന്നു.

ജീവിതപരീക്ഷണങ്ങളിൽ നീലൻ തളർന്നുപോയി.

അയാൾ ആദ്യം സങ്കടം കൊണ്ടു വിങ്ങിപ്പൊട്ടി. പിന്നെ നിസ്സംഗ നായിനിന്നു.

വൃദ്ധന്റെ കരം ഗ്രഹിച്ചു മകൻ പറഞ്ഞു.

"അപ്പാ.. വാ പോകാം.."

പ്രക്ഷുബ്ധമായ മനസ്സിനെ അടക്കാൻ വൃദ്ധന് നിമിഷങ്ങൾ വേണ്ടി വന്നു.

ഇരുൾ മൂടിയ വാഴത്തോപ്പ് കടന്ന് കാട്ടുപൊന്തകൾ കടന്ന്... കല്ലും മുള്ളും നിറഞ്ഞ ഇടവഴികളും താണ്ടി ഒരു യാത്ര..

കുത്തനെയുള്ള കയറ്റം കയറി. മലമടക്കിലെ ചെറുപുരയുടെ മുന്നിലാണ് ആ യാത്ര അവസാനിച്ചത്.

"കണ്ണൻമാമാ... മാമാ..."

ചന്ദ്രൻ കതകിൽ തട്ടി ഉച്ചത്തിൽ വിളിച്ചു.

"ആര്...?"

പെരയ്ക്കകത്തുനിന്നും പരുക്കൻ സ്വരത്തിൽ ചോദ്യം ഉയർന്നു.

"ഏങ്കളാണ് അപ്പാ... വാതില് തൊറക്കിനേ.."

ചിന്നമ്മയുടെ സ്വരം ഉയർന്നു.

പെരയ്ക്കുള്ളിൽ വിളക്കു തെളിഞ്ഞു.

വാതിൽ തുറക്കപ്പെട്ടു.

മൂവരും ഞൊടിയിടയിൽ പെരയ്ക്ക് അകത്തു കടന്നു.

കുടിലിന്റെ വാതിൽ അടഞ്ഞു.

ഇരുളിൽനിന്നും നരച്ച പ്രകാശത്തിലേക്ക് അവർ കടന്നിരുന്നു.

"എന്തുപറ്റീ... നീലാ..?"

കണ്ണൻ ആശങ്കയോടെ ചോദിച്ചു.

നീലന്റെ മുഖത്ത് നിസ്സഹായതയും കണ്ണീരും തെളിഞ്ഞു.

അയാൾ ഏങ്ങലടിച്ചു കരഞ്ഞതല്ലാതെ ഒന്നും മിണ്ടിയില്ല.

"ചന്തിരാ.. ചിന്നനും ചങ്കരനും എങ്കേ..?"

"കണ്ണിച്ചോരയില്ലാത്ത അവന്മാരെക്കുറിച്ച് ഒന്നുമേ മാമൻ ചോദിക്കവേണ്ട. അവര് റൊമ്പ കെട്ടവര് മാമ. അവരിക്ക് ഒണ്ടാക്കപ്പെട്ട തവുപ്പനില്ല. കൂടപ്പിറവിയില്ല. അവരിക്കു വലുത് പണമാ... മൊതലാളിമാര് കൊടുക്കണ പീലാത്തുമടിച്ച്, കഞ്ചാവും വലിച്ചുകയറ്റി തലയ്ക്കു വെളിവില്ലാതെ കൊണ്ടുനടക്കണ്. തന്തയില്ലാത്തവന്മാരിക്ക് കൊണം പിടിക്കത്തില്ല മാമാ..."

"കൂടപ്പിറവികളെ ഇന്തമാതിരി പ്രാകാതെടാ ചന്തിര..."

"മാമനിത് എന്തറിഞ്ഞിട്ടാ.. അവന്മാര് കാണിച്ചുകൂട്ടിയ തെണ്ടിത്തരത്തിന് ഏന് മരിക്കുംവരെ മാപ്പു കൊടുക്കുകേല.. ഞങ്കളെ അമര് ചുട്ടുകൊല്ലാൻ നോക്കി... പൊരയ്ക്കു തീവെച്ചു. എല്ലാതും കത്തിപ്പോയി മാമാ... പാകിയം കൊണ്ടു മാത്തിറം ഏങ്കള് രച്ചപ്പെട്ടു... തച്ചു കൊല്ലണം. നായിന്റെ മക്കളെ..."

"നീലാ.. തമാതാനിക്കെടാ.. തലേലെഴുത്തിനെ ആരിക്കു തടയാൻ പറ്റും.?"

നീലൻ കാലിലെ മുറിപ്പാടിൽ നോക്കി ഇരുന്നതല്ലാതെ ഒന്നും മിണ്ടിയില്ല. സ്നേഹനിധിയായ ഒരു പിതാവിന്റെ നിസ്സഹായത ആ മുഖത്ത് അപ്പോൾ ദൃശ്യമായിരുന്നു.

ചിന്നമ്മ കാലുകൾ നീട്ടിയിരുന്നു.

ഗർഭത്തിന്റെ ആലസ്യം അവളെ തളർത്തിയിരുന്നു.

ഓർക്കാപ്പുറത്തുവന്നുഭവിച്ച കൊടിയ കഷ്ടതകളും അവളെ കൂടുതൽ ഭയചകിതയാക്കി.

മകളുടെ പരവശത കണ്ണനെ തളർത്തി.

"വല്ലായ്മ വല്ലതും ഒണ്ടോടീ... കെടക്കണോ നെനക്ക്?"

"ഇല്ലപ്പാ.. ഏന് കെടക്ക വേണ്ട.. കെടന്നാലും ഒറക്കം മരത്തില്ല.."

ഏന്റെ പേടി അമര് നാങ്കളെ തെരക്കി ഇന്തയിടത്തിക്ക് വരുമോന്നാ.."

"ഇന്തയിടത്തിക്ക് ആരുമെ മരാത്. നീ പയപ്പേട വേണ്ടാ.. വന്നാല് അവര് ഉയിരോടെ ഇമിടംമിട്ടു പോവുകേല... നീങ്കളും എല്ലാമരും കൊറച്ചുകാലം ഇന്തയിടം മിട്ടു എങ്കുമേ പോകക്കൂടാത്.."

'മാമാ നീങ്കള് എന്താണു പറയണത്..? എനിക്ക് പയങ്കരമായി കരച്ചിൽ വരുന്നു. നങ്ങള് മൂന്നാളും ഇവിടം വിട്ട് ഒളിച്ചോടി പോയാലോ.. എന്നു ആലോചിക്കുവാണ്.."

"അതു പഷ്ടു... നെറവയറുമായിട്ട് ഇരിക്കണ ഇപ്പെണ്ണിനേകൊണ്ടു നീങ്കളു നാടു വിട പോണത്? അന്ത മൊതലാളിമാരെയും ചിന്നനെയും കുഞ്ഞനെയും പയന്ന് നീങ്കള് ഏതറ്റം വരെ ഓട്ടും...? നമ്മ ദേശത്ത് എവിടെ ചെന്നാലും മനിസന്മാർ ഒരുപോലാ... അവര് നമ്മടെ ആളുകളോട് ഇപ്പടിയേ കാണിക്കു.. അതു വന്തു പണ്ടുകാലം മൊതലേ ഒള്ള നടപ്പു താൻ.. അതു കൊണ്ടിട്ടും. ഇനി മരും കാലത്തും അപ്പടിത്താൻ നടക്കിത്. ഇന്ത മലമടക്കില് ഒരുത്തനും നീങ്കളെ തെരക്കി വരാത്. ആനാൽ നീങ്കളും എങ്കേയും പോകാത്. സോറും സാറും വച്ചു തിന്നും കുടിച്ചും സന്തിയോസപ്പെട്ടു ഇവിടെ താമസിക്കിൻ. ഇത് നിങ്ങ മണ്ണുതന്നെയല്ലേ നീലാ."

"അപ്പടി ആകട്ടും മാമാ... അമ്മാവ് എങ്കേ..? അളിയനും കയില്ലേ..?"

"കോവാലനും അവന്റെ പെണ്ണും കൊച്ചുങ്കളും കൊറമൻകോണത്തുപോയി. മണിയമ്മടെ അമ്മൂമ്മത്തള്ള മരിച്ചു. കണ്ണാപ്പയും അവരുടെ കൂടെ പോയി. അവള് കാലത്തുവരും..."

"മാമാ... കാലം മാറീന്ന് സകലമാന ലോകരും സൊല്ലുത്. സരിയാ തെറ്റാ..? സകലയാളുകളുക്കും സ്വാതന്തരീയം കിട്ടീന്ന്. അതു വന്തു എന്തെരുമാമാ..? നാങ്കളുക്ക മാത്ത്റം ഒന്നുമേ തരാ.. അതാണു ഏനു തെരിയാത്തതും.."

"എടാ... അതുവന്ത് ധൈരിയമൊള്ള ആണുങ്കൾക്കും പെണ്ണുങ്കളുക്കും പറഞ്ഞിട്ടൊള്ളത്. നമ്മപ്പോലെയൊള്ള പേടിച്ചുതുറികൾക്ക് ഇതൊന്നുമേ പറഞ്ഞിട്ടില്ല. നമക്കെല്ലാം കാലില് തൊലിയില്ലാണ്ടു പയന്നു വെറച്ച്

ഓടാനേ പറഞ്ഞിട്ടൊള്ള്... തെരിയുമാ... ഒന്നുമേ പറഞ്ഞിട്ട് കാര്യമില്ല ചന്തിരാ... നമ്മന്റെയൊക്കെ ജീവിതങ്കള് ഇന്തമാതിരിയൊക്കെ ആയി പ്പോയി. ഇനിയൊക്കെ മരണടത്തുവച്ച കാണാം. അതാണ്..

"അപ്പാ തൈലമിരിക്കാ? അമ്മാവന്റെ കാല് കല്ല് തട്ടി മുറിഞ്ഞു ചോരപോച്ച്.."

"അതുക്ക് തൈലം എന്നതിക്ക്? അതിനെക്കാളും നല്ലത് മുറിമൂടി താനെ. നമ്മ മുറ്റത്ത് അതിട്ടംപോലെ ഒണ്ട്. പിഴിഞ്ച് മുറിവില് നീറ്റൊ റിക്ക്. മുറി മൂടും. നീരും പോകും." ഇപ്രകാരം പറഞ്ഞുകൊണ്ട് കണ്ണൻ വാതിൽ തുറന്ന് മുറ്റത്തേയ്ക്ക് ഇറങ്ങി.

ഞൊടിയിടയിൽ കൈ നിറയെ പച്ചിലകളുമായി അയാൾ അക ത്തേയ്ക്ക് വന്നു.

"നീലാ.."

"ഓ..."

"ഇന്ത പച്ചില പിഴിഞ്ച് മുറിമേല് പൊരട്ട്.."

"ആ..."

നീലൻ പച്ചില വാങ്ങി.

"നീലാ... തങ്കടപ്പെട്ടിട്ട് എന്നാ കാരിയം? എല്ലാതും നമ്മാവുക്ക് ഇല്ലാണ്ടാക്കി അന്ത മൊതലാളിമാര്.. ജാതി ഏതായാലും മനുസന്മാര് നന്നായ മതീന്ന് സൊന്ന മൊതലാളിമാര് തന്നാ പാവപ്പെട്ട നമ്മ ജീ വിതങ്ങളും തൊലച്ചത്. ഇവരൊക്കെ തന്നാ ഒരു ചാതി ഒരു മതം ഒരു ദൈവം മനിസർക്ക് എന്നൊക്കെ പറഞ്ഞ് പാവത്തുങ്കളെ പറ്റിക്കണെ തും.."

നരച്ച കൊമ്പൻ മീശ തടവി ഒതുക്കിക്കൊണ്ടു കണ്ണൻ തുടർന്നു. ഇന്ത ഭൂമിയില് സന്തോമപ്പെട്ട് ജീയിക്കാന് നമ്മന്റെ ആളുകൾക്കും ആഗ്രഹോണ്ട്. പച്ചേങ്കീ നമ്മള് നന്നാവാനക്കൊണ്ട് അമര് ചമ്മതിക്കു കേല. നമ്മളൊന്നും ഒന്നുമേയല്ലെടാ ഇന്ത മണ്ണില്. പണോം അതികാര ങ്ങളും ഒള്ള ജാതിക്കുടിയോര് വലിയവര്. കാര്യക്കാര്. അമര് പറയണ തെ ഇബടെ നടക്കു.. അമരിക്ക് കൊടിപിടിക്കാനും വെട്ടാനും കുത്താനും എത്തിന പേരാ..? നമ്മയാളുകളുക്ക് ഏതെങ്കിലും കാലത്ത് കൊണ്ണം പിടിക്കുമോ..?"

"അതു വന്ത് മാമാ നമ്മ ആളുകൾക്ക് ഒത്തൊരുമയില്ല.."

"ഒണ്ടാക്കിക്കളഞ്ഞ മക്കള് കൂടെ നിക്കണില്ല. പിന്നാ അന്യര്.. നമ്മയാളുകള് കൂട്ടായ് നിന്നാത്തന്നെ അന്ത തമ്പിരാക്കന്മാരുടെ തേളയി ടിതൊടങ്കും. ആനാല് അവര് നമ്മളെ ഒന്നാകനക്കൊണ്ടു തമ്മതിക്കില്ല ചന്തിരാ.."

"മാമൻ സൊന്നതും നേര് താനെ. എന്നാലും മനിഷ്യന്മാര് ഇത്തന

സ്വാർത്തന്മാര് ആവുതുക്ക് കാരണമെന്ത്? ലോകത്ത് നമ്മ മാതിരി പാവപ്പെട്ട ആളുകളെ തെരക്കിപ്പിടിച്ച് വഞ്ചിക്കണെതിന് കാരണമെന്ത്?

നമ്മളുക്ക് ചോദിക്കാനും പറയാനും ആരുമില്ല. നമ്മടെ വേദനകളും സങ്കടങ്ങളും ആരിക്കും കാണുംവേണ്ട. അറിയും വേണ്ട. ലോകത്തെ എല്ലാ വലിയവരും കെട്ടവര് താൻ. അതുകൊണ്ട് എനിക്കു ഭയമുണ്ട്. നാളെ നമ്മടെ പുള്ളകളും എന്നതെല്ലാം അനുഭവിക്കേണ്ടി വരും."

"നീയൊന്നു സമാധാനിക്ക് ചന്തിരാ.. നമ്മടെ ജീവിതങ്ങളെല്ലാം പണ്ടേ ഇപ്പടിത്താനെ. നല്ലവര് ഭൂമിയില് കൊറവ് താനെ. നമ്മ എന്നാ സെയ്‌വേൻ? നമ്മടെ അപ്പനപ്പൂപ്പന്മാര് പണ്ട് എന്തെല്ലാം സഹിച്ച് കയിഞ്ഞു.. ഏൻ ചിന്നവയസ്സില് ഇത്തിറപോലും ആളുവെട്ടത്ത് വരാനക്കൊണ്ടുപോലും പറ്റത്തില്ലായിരുന്നു. അന്ന് എല്ലായിടത്തും കൃഷിയിടങ്ങളാണ്. വയലിന്റെ കരയില് ഒടിച്ചുകെട്ടിയ ഒത്തിരി കൂരകളും. ഒറ്റമുറി. അതിന്റെ ഒരറ്റത്ത് വെപ്പും കുടിയും തൊട്ടടുത്തുതന്നെ കെടപ്പും. പകല് മുഴുവൻ പാടത്തും കരയിലും പണി. രാത്രിയില് കിട്ടണത് വച്ചുണ്ണും. പിന്നെ എവിടേലും കെടന്ന് ഒറക്കം. താണ ജാതിക്കാരെല്ലാം ഒരെടുത്തുതന്നെ അടുപ്പുപൂട്ടിയപോലെ കെടക്കും. നേരം വെളുക്കും മുന്നേ പിന്നേയും പണി. അന്ന് തമ്പിരാക്കന്മാരിക്ക് ഏങ്ങളെ തല്ലാം, കൊല്ലാം, ചുട്ടുതിന്നാം. അയിത്തം അന്ന് അത്തിറ കഠിനമായിരുന്നു. അയിത്തജാതിക്കാരിക്ക് പൊതുവഴിയില് കൂടി നടക്കാൻ പാടില്ല. തേവരുടെ നടയില് പൊയ്ക്കൂടാ.. നടവഴികളില് അറിയാണ്ടെങ്ങാനും നമ്മ ജാതികളെ കണ്ടാല് തല്ലിക്കൊല്ലും. കന്നുകാലികൾക്കും പട്ടിക്കും പൂച്ചയ്ക്കും ആ വഴി നടക്കാം.. അയിത്തജാതിക്കാരിക്ക് നടന്നൂട. പള്ളിക്കൂടത്തില് പോയി നാലക്ഷരം ഇന്നത്തെപ്പോലെ പഠിക്കാനൊക്കുകേല. നല്ല സാധനങ്ങള് വാങ്ങി വച്ച് തിന്നാൻ പറ്റത്തില്ല. നല്ല പാത്രങ്ങളില് വയ്ക്കാനും ഉണ്ണാനും പാടില്ല. നല്ല മാതിരി സംസാരിക്കാന് പാടില്ല. നല്ല തുണികള് വാങ്ങി ഉടുത്തൂട. പുത്തൻ തുണിവാങ്കിയാ അതില് അഴുക്കും കരിയും പറ്റിച്ചേ ഉടുക്കാവൂ.. അരയ്ക്കു താഴെ മുട്ടിനു മേല് നിക്കണം. തുണി ഉടുപ്പ്. നമ്മ ജാതി പെണ്ണുങ്ങള് കല്ലുമാല ഇട്ടേ നടക്കാൻ പറ്റത്തൊള്ള്. ചന്തയിലും കടയിലും പോയാല് ഒരു സാധനങ്ങളും വാങ്ങാനക്കൊണ്ടു പറ്റത്തില്ല. അവിടെയൊന്നും നമ്മ ജാതികളെ കയറ്റത്തില്ല. നമ്മടെ ആളുകളെ എല്ലാം ജന്മിമാര് ചന്തകളില് കൊണ്ടുപോയി കൂട്ടത്തോടെ വിറ്റിരുന്നു. നമ്മളെ വാങ്ങിപോണ തമ്പിരാക്കന്മാര് ദുഷ്ടന്മാരാണേൽ അവിടെ തീർന്നു നമ്മുടെ ജീവിതങ്ങള്... അത്തിറയും കഷ്ടപ്പാടുകള് ഇപ്പഴ് നമ്മക്കൊണ്ടാടാ... എത്തിറയോ നല്ല നല്ല മനുഷ്യൻമാര് നമ്മ പോലുള്ള പാവങ്ങക്കു വേണ്ടി സമരങ്ങളു ചെയ്തിരിക്കുന്നു. നിന്റെ അപ്പനറിയാം. ഏങ്ങളുടെ കുട്ടിക്കാലത്തെ അയ്യങ്കാളീന്നു പറയണ നേതാവ്

ഒത്തിരി സമരങ്ങള് നടത്തിയത്. ആ വലിയ മനുഷ്യൻ ആണെന്നാ പറയണത് നമ്മക്ക് ഇത്തിറയും സ്വാതന്തിറിയങ്ങള് നേടിത്തന്നത്. അവരൊക്കെ നമ്മെപോലൊള്ള പാവങ്ങക്ക വേണ്ടി എത്തിറ സമരങ്ങള് നടത്തി. എത്തിറ തല്ല് വാങ്ങീ.."

"എന്നിട്ടും ലോകരുടെ മനത് മാറാത്തതെന്ത് മാമാ..?"

"അതുക്കെല്ലാം കാലം കൊറെ പുടിക്കും. തലമൊറകള് കയീയമ്പം മാറിയല് മാറി. നമ്മടെ ആളുകള് എല്ലാതും അനുഭവിക്കാനും സഹിക്കാനും വിധിക്കപ്പെട്ടവർ. എല്ലാം എന്നെങ്കിലും മാറുമെന്ന് കരുതാം.. നേരം കൊറെയായി. എല്ലാവരും സമാധാനപ്പെട്ട് കെടന്നൊറങ്ങിനേ.."

ചിന്നമ്മ തറയില് കൈകൾ ഊന്നി പതിയെ എണീറ്റുനിന്നു.

കണ്ണൻ ഭിത്തിക്കരികിൽ വച്ചിരുന്ന മറ്റൊരു വിളക്ക് കൈയിലെടുത്തു. തിരി നീട്ടി. കത്തിച്ചു. അതു മകൾക്കു നൽകി.

ചിന്നമ്മ കത്തിച്ച വിളക്കുമായി മുറിയിലേക്കു നടന്നു. പിന്നാലെ ചന്ദ്രനും.

"നീലോ വായോ. മതി സങ്കടപ്പെട്ടിരുന്നത്. ഇക്കണ്ടതൊക്കെ ഇപ്പോ ഒണ്ടായതല്ലേ. പണ്ട് നീ എങ്ങനെയായിരുന്നു. കണ്ണടച്ചു തൊറക്കണ നേരം മതി ഒരുത്തന് നശിക്കാന്. നന്നാവാനാ പാട്. ചിന്നനും ചങ്കരനുമൊക്കെ മൊതലാളിമാരുടെ തനിക്കൊണം അറിയുമ്പം മടങ്ങിവരും. ആപത്തൊന്നും വരാതെ കാവിലമ്മ തൊണച്ചല്ലോ.. അതുതന്നെ പാകിയം."

"എടാ എന്തിന് അവന്മാര് തിരിച്ചു വരവേണം? ഏന്റെ വായില് മണ്ണിടാനക്കൊണ്ടാ... എരണം കെട്ടവന്മാരെ എനിക്ക് ഒരു കാലത്തും കാണവേണ്ട.. അവനെയൊന്നും അടച്ചേനകത്തു കേറ്റിക്കൂടാത്.. മുടിച്ചാം കൊള്ളികള്.."

നീലൻ മുണ്ടിന്റെ കോന്തല കൊണ്ടു മുഖം മറച്ച് പൊട്ടിക്കരഞ്ഞു.

കണ്ണൻ നിസ്സംഗനായി നീലനെത്തന്നെ നോക്കിയിരുന്നു.

അനുഭവങ്ങളുടെ തീച്ചൂളയിൽ നീലന്റെ ചിത്തം കലങ്ങി മറിഞ്ഞു. ചങ്കു തകർത്തവരോടു പക വെയ്ക്കാതെ അയാൾ വിധിയെ പഴിച്ചു. തന്റെ കണ്ണും മനസ്സും എത്താത്ത ഒരിഞ്ചു സ്ഥലംപോലും ആ മണ്ണില് ഇന്നില്ല. ഏന്റെ മക്കള് ഏനെപ്പോലെയാകേണ്ട. അവരെന്തേ എന്റെ മനസ്സ് അറിഞ്ഞില്ല. എന്റെ വിയർപ്പിന്റെ മണം ഇപ്പോഴും ആ മണ്ണില് അലിഞ്ഞു കിടപ്പുണ്ട്. എന്റെ സ്വപ്നങ്ങളുടെ സാക്ഷാത്ക്കാരമാണത്. വിട്ടുകളയാനാകില്ല. ഏനതൊന്നും. ഏന്റെ തേവിയും പൊന്നുമോളും ഉറങ്ങുണയിടം.. ഏൻ കഷ്ടപ്പെട്ട് ഉണ്ടാക്കിയതൊന്നും അവസാനംവരെ അനുഭവിക്കാനുള്ള യോഗം കാവിലമ്മ ഏന് തന്നില്ലല്ലോ.

നിസ്സഹായനായ നീലൻ വീണ്ടും ഹൃദയം തകർന്നു വിതുമ്പിക്കരഞ്ഞു.

ഇനി എങ്ങോട്ട്?

സ്വപ്നം കണ്ടതെല്ലാം പരിശ്രമത്തിലൂടെ നീലൻ സ്വന്തമാക്കി. എന്നാൽ ഇരുന്നുണ്ടാൽ കുന്നും ഇലയുമെന്ന യാഥാർത്ഥ്യം മക്കൾ അയാൾക്ക ബോദ്ധ്യപ്പെടുത്തിക്കൊടുത്തു.

"നീലാ.. കെടക്കടാ... അതു നെനക്ക വിതിച്ചിട്ടില്ലെന്ന കരുതിക്കോ... വഞ്ചിച്ച പിടിച്ചുപറിച്ചതൊന്നും ഒരുത്തനും അവസാനം വരെ വിന്തത്തില്ലെടാ.. നീയ് സമാതാനിക്ക്.. ഏനും ചന്തിരനും ചീവനൊള്ള കാലത്തോളം നിന്നെ ഞങ്കള് പൊന്നുപോലെ നോക്കും.. ഇതും നെന്റെ സമ്പിയാദ്യം തന്നെയല്ലെ. നീലാ.."

ഏനപ്പൻ ആവുംപോലെ നീലനമ്മാവനെ ആശ്വസിപ്പിക്കാൻ ശ്രമിച്ചുകൊണ്ടേയിരുന്നു.

"ആ മൊതലാളിമാര് എന്തെര് അന്യായം ആണപ്പാ അവരോട് കാണിച്ചത്..." ദാസൻ അമർഷം കൊണ്ടു.

"പിന്നീട് നീലനപ്പൂപ്പന് എന്താ സംഭവിച്ചത്?"

"കൊറച്ച് നാള് എല്ലാവരും കിഴക്കൻമല കയറി. അവിടെ കാട്ടിനകത്ത് കാട് വെട്ടിത്തെളിച്ച് മൊതലാളിമാര് കരിമ്പുകൃഷി നടത്തുന്നൊണ്ടായിരുന്നു. പാവത്തുങ്ങള് കണ്ടമാനം പേര് മാടം കെട്ടി അവിടെ വേല ചെയ്തിരുന്നു. അക്കൂട്ടത്തില് അവരും കൂടി. കരിമ്പ് വെട്ടണ സമയത്താണ് അവര് അവിടെ ചെല്ലണത്.

കരിമ്പ് കെട്ടുകളാക്കി വണ്ടി വരിണിടത്ത് കൊണ്ടുപോയി അടുക്കി വയ്ക്കും. കെട്ടുകളുടെ എണ്ണം തിട്ടപ്പെടുത്തി കായ് കൊടുക്കും. പകല് ചുട്ടു പൊള്ളുന്ന വെയില്; രാത്രീല് മരം കോച്ചുന്ന തണുപ്പ്... പിന്നെ കാട്ടാനകളുടെ ശല്യവും. ആനകൾ കൂട്ടം കൂടി നടക്കണവർ ശല്യക്കാരല്ല. അവര് കുഞ്ഞുകുട്ടികളും പിടിയാനകളും കൊമ്പൻമാരും അടങ്ങുന്ന കുടുംബമാണ്. അതില് ഒറ്റതിരിഞ്ഞു നടക്കണ കൊമ്പന്മാരുണ്ട്. അവര് അപകടകാരികളാണ്. ഒരിക്കല് അവരുടെകൂടെ പണിയെടുക്കുന്ന ആളുകള്. കരിമ്പ് കെട്ടുകളുമായി കാട്ടുവഴിയിലൂടെ ലോറിയില് അടുത്ത ജനവാസത്തുരുത്തിലേയ്ക്കു പോയി. കടയിൽനിന്നും വനത്തില് മാടംകെട്ടി കെടക്കണവർക്ക് അരിയും കപ്പയും വീട്ടുസാധനങ്ങളും വാങ്ങാൻ പോയതാണ് അവര്. വനത്തിലൂടെയുള്ള സഞ്ചാരം അത്ര സുഖമുള്ളതല്ല. ഒന്നാമത് റോഡുകൾ ശരിയല്ല. ചിലയിടങ്ങളിൽ വെള്ളക്കെട്ടാകും. വണ്ടിയുടെ ടയറ് ചളിയിൽ പൂന്തിപ്പോയാല് വണ്ടിയില് ഇരിക്കണവർ ഇറങ്ങി തള്ളി വേണം വണ്ടി ചളിയിൽനിന്നു കയറ്റാൻ... വഴിയിൽ അവിടവിടെ വലിയ കുഴികളു കാണും.

മറ്റു ചിലയിടങ്ങളിൽ റോഡിനു നടുവിൽ എഴുന്നു നിൽക്കുന്ന വലിയ കാട്ടുകല്ലുകൾ കാണും.

അങ്ങനെ സാവധാനം ആടിയും ഉലഞ്ഞും ലോറി പോകവേ റോഡിനു നടുവിൽ അതാ നിൽക്കുന്നു, ഒരു കൊലക്കൊമ്പൻ...

ലോറി ഡ്രൈവർ ഉറക്കെ ഹോണടിച്ചു നോക്കി. വണ്ടിയുടെ മുന്നിലെ ലൈറ്റിട്ടു നോക്കി.

വണ്ടിയുടെ മുകളിലിരുന്ന ജോലിക്കാർ ആർത്തുവിളിച്ചു ശബ്ദമുണ്ടാക്കി. എന്നിട്ടും ആനയ്ക്ക് ഒരു കുലുക്കവുമില്ല.

അവന്റെ പുറത്തെ ചെളിമണ്ണിൽ കാട്ടുചെടികൾ വളർന്നുനിന്നിരുന്നു. അത്രയും വലിപ്പമുള്ള കൊമ്പനെ അവർ ആദ്യമായാണ് അവിടെ കണ്ടത്.

ആന വണ്ടിയുടെ നേരെ നടന്നടുത്തു.

ഡ്രൈവർ വണ്ടി സ്റ്റാർട്ടാക്കി. ഹോൺ മുഴക്കി ലൈറ്റിട്ടു. വണ്ടി പിന്നിലോട്ടെടുത്തു.

വണ്ടിയുടെ ഒരുവശത്ത് കുന്നും മറുവശം വലിയ കൊക്കയും ആയിരുന്നു. വണ്ടിയിൽ ഇരുന്ന ജോലിക്കാരും ഡ്രൈവറും എല്ലാം ഭയന്നു വിറച്ചു. അവർ മരണം മുന്നിൽ കണ്ടു.

കൊമ്പൻ വണ്ടിയുടെ മുന്നിലേയ്ക്കു വാലും പൊക്കി തുമ്പിക്കൈ ഉയർത്തി ചിഹ്നം വിളിച്ച് ഓടി അടുത്തു.

ലോറിയുടെ പുറത്ത് പ്രായം ചെന്ന ഒരു വൃദ്ധൻ ഇരിപ്പുണ്ടായിരുന്നു. ആ വൃദ്ധന്റെ കൊച്ചുമകനും ആ കൂട്ടത്തിൽ ഉറക്കെ ഭയന്ന് നിലവിളിക്കുന്നുണ്ടായിരുന്നു.

ലോറി പിന്നിലേയ്ക്ക് എടുക്കവെ ഉണങ്ങിയ ഒരു മരം റോഡരികിൽ വീണു കിടന്നിരുന്നു.

വൃദ്ധൻ ലോറിയിൽനിന്നു റോഡിലേയ്ക്ക് എടുത്തുചാടി..

അയാളുടെ കൈകളിൽ മണ്ണെണ്ണ വാങ്ങാനുള്ള വലിയ കന്നാസും കരുതിയിരുന്നു.

വൃദ്ധൻ ധൃതിയിൽ കന്നാസിന്റെ അടപ്പൂരി മാറ്റി.. കന്നാസിലുണ്ടായിരുന്ന മണ്ണെണ്ണ ഉണങ്ങി ഞെരിഞ്ഞ കാട്ടുകമ്പുകളിൽ ഒറ്റിച്ചു.

ഇടുപ്പില് തിരുകിയ തീപ്പെട്ടി അയാൾ കയ്യിലെടുത്തു.

ഉരച്ച് ഉണക്കക്കമ്പിലേയ്ക്കു വച്ചുകൊടുത്തു. തീ ചെറിയ രീതിയിലേ കത്തിയുള്ളൂ. വൃദ്ധൻ തലയിൽ കെട്ടിയ ഉണങ്ങിയ തോർത്ത് നിവർത്തി ഒന്നു കുടഞ്ഞു. മണ്ണെണ്ണ കന്നാസിനകത്തേയ്ക്കു തോർത്തിട്ടു തുടച്ചെടുത്തു. തോർത്തിലേയ്ക്കു തീപ്പെട്ടിത്തിരി ഉരച്ചിട്ടു...

തീ പെട്ടെന്നു തോർത്തിൽ കത്തിപ്പടർന്നു... അതു മരച്ചില്ലകളിലേയ്ക്കും കത്തിക്കയറി..

ലോറി പിന്നിലേയ്ക്കു മാറി.

വൃദ്ധൻ ധൈര്യസമ്മേതം തീയുടെ സമീപത്തുനിന്നു.

ഓടിവരുന്ന ആനയുടെനേരെ വൃദ്ധൻ തീ കത്തിപ്പടരുന്ന കാട്ടുകമ്പ് ഉയർത്തിക്കാട്ടി.

തീയും പുകയും കണ്ട ആന സാവധാനം പിന്നിലേയ്ക്ക് നടന്നു..

വൃദ്ധൻ കത്തുന്ന കമ്പും ഉയർത്തി രണ്ടു മൂന്നടി വീണ്ടു മുന്നോട്ടു നടന്നു.

ലോറി ഡ്രൈവറും ലോറിയുടെ പുറത്തുനിന്ന വേലക്കാരും ശ്വാസം അടക്കിപ്പിടിച്ചാണ് ആ കാഴ്ച നോക്കി നിന്നത്.

വൃദ്ധൻ കൈയിലിരുന്ന കത്തുന്ന കമ്പ് ആനയ്ക്കു നേരെ വീശിക്കൊണ്ടിരുന്നു.

തീ കണ്ട ആന ഭയന്ന് പിന്തിരിഞ്ഞ് ഓടി.

അതു കാട്ടിനുള്ളിലേയ്ക്കു കയറിപ്പോയി.

ലോറിയുടെ മുകളിൽ ഇരുന്ന വേലക്കാരൻ ആർപ്പുവിളികളോടെ റോഡിലിറങ്ങി. അവർ ഒന്നടങ്കം ധീരനായ ആ വൃദ്ധനെ എടുത്തുയർത്തി ആർത്തു വിളിച്ചു.

തലനാരിഴയ്ക്കാണ് ആ സംഘം അന്ന് ആ ഒറ്റയാന്റെ മുന്നിൽ നിന്നും രക്ഷപ്പെട്ടത്.

മഴക്കാലം ആയാൽ കാട്ടിലൂടെ നടക്കുക വളരെ ദുഷ്കരമാണ്.

രക്തം ഊറ്റിക്കുടിക്കുന്ന അട്ടകളാണ് എവിടെയും.

അവ ശരീരത്തിൽ പറ്റിപ്പിടിച്ചാൽ എടുത്തുകളയുക വിഷമം പിടിച്ച പണിയാണ്.

ഒന്നുകിൽ കൈയിൽ എപ്പോഴും ഉപ്പുകല്ലുകൾ കരുതണം.

ദേഹത്ത് പറ്റിപ്പിടിച്ച അട്ടയുടെ പുറത്ത് ഉപ്പുകല്ലുവച്ചാൽ അത് താനെ അടർന്നു വീണുകൊള്ളും.

അല്ലെങ്കിൽ ചോരകുടിച്ചു മട്ടുക്കുമ്പോൾ അതു കടിവിട്ട് നിലത്ത് വീഴും.

രാത്രി ഉറക്കം വരാത്ത മൂപ്പിലാന്മാരെല്ലാംകൂടി തീക്കുണ്ഡങ്ങളും കൂട്ടിയിട്ട് കൊച്ചു വർത്തമാനവും പറഞ്ഞു നേരം വെളുപ്പിക്കും. നേരം വെളുത്ത ശേഷമാണ് മൂപ്പിലാന്മാരുടെ ഉറക്കം.

ജോലികൾക്കിടയിലും നീലന്റെ ഉള്ളം നഷ്ടങ്ങളോർത്തു പിടഞ്ഞു. ചന്തിരൻ ജീവിച്ച് തൊടങ്കിയതേയൊള്ള്.. ഏനോ? ജീവിതത്തിന്റെ സായംകാലത്തിലേയ്ക്കു കടന്നു. ഏനും ഏന്റെ മകനും തമ്മിലുള്ള ജീവിതം ദൂരം അത്രയുമാണ്.

ഏന്റെ ഇന്നലത്തെ നഷ്ടങ്ങളെല്ലാം അവന്റെ സ്വപ്നങ്ങളാണ്.

ആശയും നിരാശയും കണ്ണീരും നിറഞ്ഞതാണ് ജീവിതം.

കാവിലമ്മ മനതില് കരുണയൊള്ള ഒരു പൊൻമകനെ ഏനുതന്നു.

“അതു മാത്തിറം മതിയെനിക്കു.” നീലൻ ആശ്വാസത്തോടെ നിശ്വസിച്ചു. നീലൻ നിരാശനായില്ല.

“പ്രതീക്ഷകള് മരിക്കാത്ത കാലത്തോളം മനുഷ്യൻ പ്രയത്നത്തിലൂടെ നേട്ടങ്ങൾ പ്രാപ്യമാക്കുമെന്ന് ഞാൻ എവിടെയോ വായിച്ചിട്ടുണ്ട്. അതേപോലെ വല്ല അത്ഭുതങ്ങളും നീലനപ്പൂപ്പന് സംഭവിച്ചോ മാമാ?'

“ഇല്ലെടാ... ഒന്നുമേ സംഭവിച്ചില്ല. ഉണ്ടായതെല്ലാം നഷ്ടങ്ങള് മാത്തിറം. ആദിയം ഒണ്ടാക്കപ്പെട്ട തന്തേയും തള്ളയും ചത്തു. പിന്നെ അമ്മാവിയപ്പനും അമ്മായിയും പോയി. വേണ്ടപ്പെട്ടവര് ചത്തുകെട്ടുപോയത് അപ്പൂപ്പനെ തളർത്തിക്കളഞ്ഞു. പെങ്ങളുക്ക് ഏഴുമക്കളൊണ്ടായി.

കിഴക്കേ മലയിലെ വാസം എല്ലാവരും വെറുത്തുതൊടങ്ങി.

കുടുംബം പോറ്റാൻ അളിയൻ പെടാപ്പാട് പെട്ടു.

അപ്പന്റെ പ്രതീക്ഷകൾക്ക് അനുസരിച്ച് വളരാനും ഒന്നും ഒണ്ടാക്കാനും അളിയന് കഴിഞ്ഞില്ല.

നാളുകൾ കഴിയുംതോറും നഷ്ടങ്ങൾ ഓർത്ത് നീലന്റെ നെഞ്ചുപിടഞ്ഞു. മനസ്സ് തകർന്നു.

വെള്ളാരങ്കല്ലുമലയും അയിണിത്തറവീടും കാവും എന്നും അപ്പൂപ്പൻ സ്വപ്നം കണ്ടുതൊടങ്ങി.

കെട്ടിയവളും മകളും അങ്ങോട്ടെയ്ക്കു വിളിക്കുന്നതായി അയാൾക്കു തോന്നി.

അവിടെ ഏതെങ്കിലും ഒരു കോണിൽ ഒരു പിടി മണ്ണു വാങ്ങണം. മാടം കെട്ടണം.

ഒടുവിലാ മണ്ണിന്റെ മാറില് വീണുറങ്ങണം.

പക്ഷേ, എങ്ങനെ? അതു മാത്രം അയാൾക്ക് അറിയില്ല. ശരീരത്തിനും മനസ്സിനും പ്രായമായി. തലമുടി നരച്ചു കുമ്മി. കണ്ണിന്റെ കാഴ്ച മങ്ങി.

സഫലമാകാത്ത ആശകളും നഷ്ടബോധവും ആ പാവത്തിന്റെ ഉറക്കം കെടുത്തി. സമയത്തിന് തിന്നാനും കുടിക്കാനും അയാൾ മറന്നു.

മാടത്തിലെ വെറും മണ്ണില് അയാള് ചുരുണ്ടുകൂടി കിടന്നു.

അളിയനും പെങ്ങളും അപ്പനെ സന്തോഷിപ്പിക്കാനക്കൊണ്ടു പലതും പറഞ്ഞു നോക്കി.

“അപ്പാ... കഞ്ഞി കുടിക്കിൻ. ഒന്നും തിന്നാഞ്ഞും കുടിക്കാഞ്ഞുമിരുന്നാലക്കൊണ്ട് എങ്ങനാ..? നട്ടപ്പെട്ടതെല്ലാം പോട്ടപ്പാ... നീങ്കളുക്ക് ഞങ്ങളില്ലെ...? ഞങ്ങടെ പിള്ളകളില്ലെ...?”

“മകനേ.. ഏനൊരാശ...” നീലൻ മകനോടു പറഞ്ഞു.

“അപ്പൻ പറ... അപ്പന് എന്തുവേണം?”

“ഏനു അയിണിത്തറിയില് പോണം.. കാവിലമ്മയെ തൊഴണം.

ഏൻ തേവിയും പെൻകളും ഒറങ്ങണ കുഴിമാടം കാണണം..”

“അപ്പൻ സങ്കടപ്പെട വേണ്ട. നമ്മള് നാളത്തന്നെ അയിണിക്കുഴിക്കു പോകും. കണ്ണനമ്മാവൻ ഒരു മാടം കെട്ടാനുള്ള മണ്ണു നമുക്കു തരും. അപ്പന്റെ ആശപോലെ ആ മണ്ണില് തന്നെ നമ്മള് ജീവിക്കും...”

മകന്റെ വാക്കുകൾ കേട്ട് ആ വൃദ്ധഹൃദയം കുളിർത്തു.

“നന്നായി വരട്ടെ..”

അപ്പൻ മകനുമേൽ അനുഗ്രഹം ചൊരിഞ്ഞു.

അന്നു നീലൻ വയറു നിറയെ കഞ്ഞി കുടിച്ചു.. സമാധാനമായി ഉറങ്ങാൻ കിടന്നു.

തണുത്ത പ്രഭാതം പൊട്ടിവിടർന്നു. അംഗഭംഗം വന്നു വൈരൂപ്യം ബാധിച്ച കിഴക്കേമല. അവിടെ വെയിൽനാളങ്ങൾ നിത്യവസന്തം തീർത്തു.

ഉണരാതെ ഉറങ്ങുന്ന അപ്പനെ മകൻ വിളിച്ചു.

“അപ്പാ.. എണീക്ക്. എന്തൊരു ഉറക്കമാണിത്.. നമുക്ക് പോണ്ടയോ? ഇന്നു മൊതല് നമ്മള് അയിണിക്കുഴിയില് താമസം. എണീക്കപ്പാ..”

അളിയൻ അപ്പനെ കുലുക്കി വിളിച്ചു.

ഉണരാത്ത അപ്പനെ വിളിച്ചു മകൻ പൊട്ടിക്കരഞ്ഞു.

കൂടെ അവന്റെ ഏഴു മക്കളും കരഞ്ഞു..

ചത്തു കിടക്കുന്ന അപ്പനെ കണ്ടു ചന്ദ്രന്റെ ഉള്ളു പിടഞ്ഞു.

കുറ്റബോധത്താൽ അവൻ തേങ്ങിക്കരഞ്ഞു.

പതിനഞ്ചേക്കർ ഏദൻ തോട്ടത്തിന്റെ ഉടമ, അവസാനംവരെ തൊഴിലാളിയായി ജീവിച്ചു. എത്രയോ പേർക്ക് തൊഴില് കൊടുത്തു. എത്രയോ പേരെ തീറ്റിപ്പോറ്റി. വിശ്വസിച്ചു കൂടെ നിർത്തിയ സഹോദരങ്ങളും മക്കളും തള്ളിപ്പറഞ്ഞു, കൂടനിന്നു ചതിച്ചു. ജീവിതം മുഴുവൻ മറ്റുള്ളവരെ സ്നേഹിച്ച മനുഷ്യൻ. ആരെയും വെറുക്കാത്ത മനുഷ്യൻ. ഒരു മക്കളെക്കൊണ്ടും കൊണപ്പെടാത്ത മനുഷ്യൻ. ലോകത്തെ ഏറ്റവും ഭാഗ്യംകെട്ട മനുഷ്യൻ.

“ഇങ്ങനെ കുമ്പിട്ടിരുന്നാലക്കൊണ്ട് കാര്യങ്ങള് ഒക്കെ എങ്ങനാ?

പെണ്ണുങ്ങളെപ്പോലെ കരയാണ്ട് കാര്യങ്ങളൊക്കെ ഒരു കരയ്ക്കടുപ്പിക്കാൻ നോക്ക്..” കൂടെയുള്ളവർ ചന്ദ്രനോട് പറഞ്ഞു.

“അയിണിത്തറയില് അപ്പനെ അടക്കണമെന്ന് ഏനാശ..”

“നടക്കണ കാരിയങ്ങള് പറയെടാ.. കോടി മേടിക്കാനും പട്ടിണിക്കഞ്ഞി നടത്താനക്കൊണ്ടും നിന്റെ കൈയിമേല് കായൊണ്ടാ... പിന്നാ മനിസന്മാരിക്ക് ചത്താ കുയിച്ചിടാന് ആറടി മണ്ണു വേണം. അതു എവിടെ ആയാലക്കൊണ്ട് എന്താണ്.? ഈ പൂമിയെ പരന്ന് ഒന്നായി കെടക്കുവ. അതെല്ലായിടത്തും ഒരുപോലാ... എവെടെ കുഴിച്ചിട്ടാലും നിന്റെയപ്പനെ മണ്ണു തിന്നും..”

കൂട്ടുപണിക്കാരുടെ കൂടി ആലോചനയ്ക്ക് ഒടുവിൽ തീരുമാനമായി.

കിഴക്കേമലയിലെ കരിമ്പിൻതോട്ടം. അതിനപ്പുറം പുളച്ചൊഴുകുന്ന പുഴയോരം.

കൂട്ടപണിക്കാർ നീലന് കുഴിയെടുത്തു.

റാന്തല് വെട്ടം തെളിഞ്ഞു.

പായില് വിരിച്ച വെള്ളത്തുണിയിൽ ശവം കുളിപ്പിച്ചു കിടത്തി.

കുഴിയിലേയ്ക്കു പിതാവിന്റെ ശവശരീരം എടുക്കവേ ചന്ദ്രൻ പൊട്ടിക്കരഞ്ഞു.

എല്ലാ ആഗ്രഹങ്ങളും ഈ ലോകത്ത് ഉപേക്ഷിച്ചു നീലൻ യാത്രയായി. നീലന്റെ വേർപാടിൽ കാറ്റുപോലും വെറങ്ങലിച്ചു നിന്നു. കിഴക്കൻ മല മോഹിച്ച നീലനപ്പൂപ്പൻ ഒടുവിൽ ആ മണ്ണിൽത്തന്നെ അലിഞ്ഞു ചേർന്നു.

“അതാണ് അന്ന് താണ ജാതിക്കാരന്റെ വിധി.”

“അന്നും ഇന്നും നമ്മടെയൊക്കെ വിധി ഒന്നുതന്നെയാ ദാസാ..”

“എന്നാലും ഇതു വല്ലാത്തൊരു കഥയായിപ്പോയി. അപ്പാ ആ ചതിയന്മാരായ മൊതലാളിമാരെല്ലാം ഇപ്പോഴും ജീവനോടെയൊണ്ടാ?”

“ദാമോദരൻ മൊതലാളി മക്കൾക്കു നാലുപേർക്കും ഉള്ള മൊതലെല്ലാം എഴുതിവച്ചു. എന്നിട്ട് എല്ലാവരെയും മോഹിപ്പിച്ച നീലന്റെ ഏദൻ തോട്ടത്തിൽ വന്നു താമസം തുടങ്ങി.

ഒരുകണക്കിന് മൊതലാളിയുടെ ഇളയ മകനായ ശങ്കൻ വലിയ ബംഗ്ലാവിൽനിന്നും അപ്പനെ ഒഴിവാക്കുവായിരുന്നു.

കുറവന്റെ ചൂരും ചെത്തവുമില്ലാത്ത വെള്ളാരംമലയിൽ കട്ടാരമുൾച്ചെടികൾ മുളച്ചു പൊന്തി. അധികം വൈകാതെ ദാമോദരൻ മൊതലാളി തളർന്നുവീണു.

മക്കൾ തിരിഞ്ഞുനോക്കിയില്ല.

പരിചാരകരില്ല. നോക്കാനും കാണാനും ആരുമില്ല.

കെടന്ന കെടപ്പിൽ അവൻ ഞ്ഞറിവാരി..

ഒടുവില് ചത്തു പുഴു കേറി നാറ്റം വച്ച അയാളെ നാട്ടുകാര് ചേർന്ന് എടുത്തു കുഴിച്ചുമൂടി.

വലിയ മൊതലാളിയുടെ കാലശേഷം രാഘവൻ മുതലാളി അയിണിത്തറയുടെ അധികാരിയായി പഴയ വീട് ഇടിച്ചുനിരത്തി.

തോട്ടിന്റെ കരയിലായി മനോഹരമായ ഒരു മണിസൗധം അയാൾ പണിതു. ആ വീടിന് വലിയ ബംഗ്ലാവ് എന്നു പേരും നൽകി. രാഘവൻ ഭാര്യയോടും മക്കളോടും ഒപ്പം വലിയ ബംഗ്ലാവിൽ താമസം തുടങ്ങി..

നീലനപ്പൂപ്പന്റെ അനിയന്മാര് കൈതക്കാട്ടെ പത്തുസെന്റ് മണ്ണ് രണ്ടായി പകുത്തെടുത്തു.

ചാത്തനും പൊന്നിക്കും മക്കളൊണ്ടായില്ല.

കുഞ്ഞന് മക്കള് രണ്ട് പെറന്ന്.

മൂത്തവൻ കുമാരൻ. അവൻ തന്തയ്ക്കു മുമ്പുണ്ടായ തല തെറിച്ചവനായി വളർന്നു. ചിന്നനും പൊന്നിയുമാണ് അവനെ വളർത്തിയെടുത്തത്.

ഇളയവൻ ശാരി. മര്യാദക്കാരൻ നല്ല വേലക്കാരൻ.

കുമാരൻ അപ്പനെപ്പോലെ കറുത്തു തടിച്ചവനായിരുന്നു.

അവന്റെ മൊകം കാണ്ടാമൃഗത്തിന്റേതുപോലെ ഒട്ടും തെളിച്ചമില്ലാത്തതും ആയിരുന്നു.

അഞ്ചു സെന്റു മണ്ണിനു വേണ്ടി അവൻ ചാത്തനെ ചവിട്ടിക്കൊന്നു..

അതുകണ്ട പൊന്നി ഭയന്നു നിലവിളിച്ചു.

"ഈ വെവരം പൊറത്തറിഞ്ഞാ നായിന്റെ മോളേ നിന്റെ വായില് മണ്ണിട്ടും ഞാൻ..."

കുമാരൻ പൊന്നിയെ ഭീഷണിപ്പെടുത്തി.

ചാത്തന്റെ പതിനാറുകളി കഴിയുംവരെ പൊന്നി ആ വീട്ടില് തങ്ങി. അതു കഴിഞ്ഞവൾ അവടെ കൂട്ടക്കാരോട് ഒപ്പം കഞ്ഞിക്കുഴിയിലേയ്ക്കു പോയി..

"പിന്നെ ചാകുംവരെ പൊന്നി കൈതക്കാട്ടു വീട്ടിലേയ്ക്കു മടങ്ങിപ്പോയില്ല... പിന്നെയും കാലങ്ങള് കൊറേ കടന്നുപോയി.

നാട്ടിലെ സകലമാന ആളുകൾക്കും സ്വാതന്ത്ര്യം കിട്ടിയിട്ടും നമ്മന്റെ ആളുകൾ മാത്രം അതൊന്നും അറിഞ്ഞില്ല. എങ്ങനെ അറിയാനാ അവനൊക്കെ പഠിപ്പൊണ്ടാ, ഐക്യമൊണ്ടാ? ഇന്നൊക്കെയല്ലേ എങ്ങണ്ട ജാതിക്കും പള്ളിക്കൂടത്തില് പോയി പഠിക്കാന് പറ്റണത്.."

"അത് അപ്പൻ പറഞ്ഞതു നേരാ.. എത്ര പഠിച്ചിട്ടെന്താ..? പാവപ്പെട്ടവനെന്നും മേലാളന്മാരെടെ കാല്ച്ചോട്ടിലാ തന്നാ.. അതൊക്കെ മാറൂന്നു കരുതിയാ നമ്മന്റെ ആളുകള് പള്ളിക്കാരോട് ഒപ്പം ചേർന്നത്. എന്നിട്ടാ നസ്രാണികള് അവരെ അവരുടെ കൂടെ കൂട്ടിയോ? അതൊക്കെ മേലാന്മാര് തന്നെ. അവര് ആരിന്റേം ഒരാനുകൂല്യത്തിനും നിക്കില്ല. ജന്മനാ തന്നെ അവരിക്ക് പഠിക്കാനക്കൊണ്ടുള്ള ബുദ്ധീം ബോധോം കിട്ടീട്ടുമൊണ്ട്. ഇവിടുത്തെ പഠിപ്പ് കഴിഞ്ഞാലവര് വെളിരാജ്യത്തേയ്ക്കു പറക്കും. കൂടുതൽ പഠിക്കാനും തൊഴിലിനും. നമ്മടെ നാട്ടിലെ സർക്കാരുദ്യോഗസ്ഥര് ഒരു ജന്മം കൊണ്ട് ഒണ്ടാക്കണത് അവര് കൊറച്ച് വർഷങ്ങളു കൊണ്ട് ഒണ്ടാക്കും.."

"അതു ദാസണ്ണൻ പറഞ്ഞത് എത്ര സത്യമാണ്.."

തങ്കം സഹോദരന്റെ വാക്കുകളെ ശരിവച്ചു.

"വിദേശീയര് മനുഷ്യന്റെ ജാതീം മതോം ഒന്നുമല്ല നോക്കുന്നത്. അവര് മനുഷ്യരുടെ ബുദ്ധിക്കും സേവനത്തിനും മാത്രമാണ് വിലയിടുന്നത്...."

"മതം മാറിയാ പരിഗണന കിട്ടുമെന്നു കരുതിയല്ലെ അക്കരെയിലെ സത്യനും അവന്റെ കൂട്ടക്കാരും ക്രിസ്ത്യാനികളായത്. അവനാദ്യം സ്വന്തം പേരങ്ങു മാറ്റി. സത്യൻ ജോണായി. അവന്റെ പെണ്ണ് ചിത്തിര

മേരിയായി. അവര് അവരടെ അഞ്ചുമക്കളെയും പേരുമാറ്റി പള്ളിവക സ്കൂളില് പഠിപ്പിക്കാന് വിട്ടു. അവർക്ക് പള്ളിക്കൂടത്തീന്ന് ആടിനെ ക്കിട്ടി. കോഴിയെക്കിട്ടി. തിന്നാൻ മഞ്ഞപ്പൊടിയും ഗോതമ്പുനുറുക്കും കിട്ടി. ജോണ് ജോണിച്ചായനായി. അച്ചായന് ഞായറാഴ്ചതോറും പള്ളി ളുക്കലും മണിയടിയും വേലയായി. പള്ളിമേടയില് താമസത്തിന് ആഴ്ച തോറും എത്തുന്ന പള്ളീലച്ചന് അവന്റെ പെണ്ണ് മേരി വച്ചു വിളമ്പി. ജോണച്ചാച്ചന്റെ മൂത്ത മകള് റോസി. അവള് പള്ളീലെ ഒന്നാമത്തെ ദൈവവിശ്വാസിയായി. വിവാഹിതരായ രണ്ടു പെൺമക്കളുള്ള പള്ളീ ലച്ചൻ. ആ പാവപ്പെട്ട കുടുംബത്തിന് ദൈവത്തിന്റെ പ്രതിപുരുഷനായി മാറി. അതോടെ മേരി പള്ളീലച്ചനു വേണ്ടി ആഹാരം ഒരുക്കും. റോസി അതുമായി പള്ളിവക മേടയിലെത്തും. പള്ളീലച്ചനെ നേരത്തും കാലത്തും ഊട്ടിവന്നു. പള്ളീലച്ചനു വച്ചു വിളമ്പുന്നത് പുണ്യമായിത്തന്നെ അവർ കരുതി... അധികം താമസിയാതെ റോസിയും വിശുദ്ധയായ കന്യാമ റിയത്തെപോലെ ദിവ്യഗർഭം ധരിച്ചു. അവള് യഥാകാലം ഒരു പുത്രന് ജന്മം നൽകി. ആ കുഞ്ഞിന് പള്ളീലച്ചന്റെ അതേ മുഖഛായ. ദൈവ ത്തിന്റെ പ്രതിപുരുഷനായവൻ തെറ്റു ചെയ്തു... പള്ളിയിലെ പ്രമുഖന്മാർ മിണ്ടാതിരിക്കുമോ? അവർ പള്ളിക്കകത്തിട്ട് അച്ചനെ വിചാരണ ചെയ്തു. എന്നാൽ പുരോഹിതനാകട്ടെ സ്വന്തം നിലനിൽപ്പിനായി റോസിയെ തള്ളിപ്പറഞ്ഞു. റോസി കരഞ്ഞില്ല. പള്ളീലച്ചനെ ഒറ്റിയതുമില്ല. എനിക്കു ദൈവംതമ്പുരാൻ തന്ന കുഞ്ഞാണിതെന്ന് അവൾ പ്രഖ്യാപിച്ചു.

'പാപിയായവൾ പള്ളിയില് കയറരുത്..' ഇടവക പ്രമാണിമാർ വിധിയെഴുതി. അതോടെ ജോണും കുടുംബവും പള്ളിക്കു പുറത്തായി. അവർ മറ്റൊരു സഭയിൽ പോയിത്തുടങ്ങി. പുരോഹിതന് ദൈവം തമ്പു രാൻ വിധിച്ചത് മരണശിക്ഷയായിരുന്നു. അയാള് ക്യാൻസർ ബാധിച്ചാ മരിച്ചത്."

"നമ്മുടെയെല്ലാം ജീവിത അനുഭവങ്ങളാണ് നമ്മുടെ ചിന്താഗതി കളെ മാറ്റി മറിക്കുന്നത്. മേലാളന്മാര് ഒരു കണക്കിനും നമ്മടെയാളുകളെ തലപൊക്കാൻ സമ്മതിക്കില്ല. നമ്മടെ പരാതികൾ കേൾക്കാൻ ആരു മില്ല. സാമൂഹിക അസമത്വങ്ങൾക്കുനേരെ വിരൽചൂണ്ടുന്ന സാമൂഹിക പരിഷ്കർത്താക്കൾ കൂടി ദളിതന് ഒരു പ്രശ്നം വന്നാൽ വായനക്കില്ല. അങ്ങനെ ഗതിയില്ലാണ്ട് എവിടെച്ചെന്നു കയറണം എന്നറിയാതെ പാ വങ്ങള് പള്ളീല് ചേർന്നതും കൂട്ടായ്മയില് കഴിയാന് തീരുമാനിച്ചതും. എന്നാല് ഒറിജിനല് പള്ളിക്കാര് എന്താ ചെയ്തത്. മറ്റു മേലാളര് ചെ യ്യുണത് തന്നെ. ദളിതരായവരെ എല്ലാം ചേർത്ത് അവശ ക്രിസ്ത്യൻ എന്നൊരു വിഭാഗത്തിനു രൂപം നൽകി. അവരെ മാറ്റി നിർത്തി. മതം മാറിയാല് സ്വന്തം അവസ്ഥകൾക്കു മാറ്റമുണ്ടാകും. എന്നു കരുതിയവർ

നിരാശരായി. മേലാളന്മാർക്ക് നമ്മുടെ വോട്ടു വേണം. അതിനുവേണ്ടി അവര് നമ്മുക്ക് പൊര വെക്കാൻ മൂന്ന് സെന്റ് സ്ഥലം തരും. അപ്പനും അമ്മയും മക്കളും കൊച്ചുമക്കളുമായിട്ട് മാടത്തിനകത്ത് കെടക്കുന്നവർക്ക് തരുന്നതാണ്. അതില്യ വേണം നമ്മള് പൊരപണിയാൻ കെണറു വെട്ടാൻ, കക്കൂസ് ഒണ്ടാക്കാന്.... മേലാളന്മാർക്ക് മുന്നൂറും അഞ്ഞൂറും ഏക്കറ് ദാനമായിട്ട് കൊടുക്കാന് മാറി മാറി വരണ സവർണ്ണ നേതാക്കന്മാരിക്ക് നന്നായിട്ട് അറിയാം. പാവപ്പെട്ടവന് കൊടുക്കാൻ മണ്ണില്ല. ഹിന്ദുക്കളായ ദളിതർക്ക് ആട്, കോഴി, പശു, എരുത്തില്, വീട്, കക്കൂസ്, കെടക്കാൻ മൂന്ന് സെന്റ് സ്ഥലം, വീട് വെക്കാൻ നാല് ലക്ഷം രൂപ അങ്ങനെ പലതും മാറി മാറി വരുന്ന നിലവിലുള്ള ഭരണസംവിധാനങ്ങൾ തരുന്നുണ്ട്."

"അതു ശിവൻ പറഞ്ഞതു നേരാ. അവശ ക്രിസ്ത്യാനികൾക്ക് നമ്മക്ക് കിട്ടണ ഒന്നുംതന്നെ കിട്ടണില്ല. നമ്മടെ പിള്ളാർക്ക് പഠിക്കാന് വേണ്ടി ചെറിയ പ്രോത്സാഹനങ്ങള് സ്റ്റൈപെന്റായിട്ടും ലംസംഗ്രാന്റായിട്ടും കൊടുക്കണൊണ്ട്. കാലാകാലങ്ങളായിട്ട് ചെറിയൊരു തുക. ഇപ്പോൾ ന്യൂനപക്ഷ ജാതികൾക്കെല്ലാം പഠിക്കാനായിട്ട് വലിയ വലിയ തുകയാ സ്കോളർഷിപ്പായിട്ട് അവര് കൊടുക്കണത്. ഇതറിഞ്ഞ നമ്മടെയാളുകള് എവിടെയൊക്കെയോ പ്രതികരിച്ചതിന്റെ ഫലമായി. ഇപ്പോ നമ്മടെ മക്കൾക്ക് ചെറിയ വർദ്ധനവ് ഗ്രാന്റുകളില് വരുത്തിയതായിട്ട് അറിയാൻ കഴിഞ്ഞിട്ടൊണ്ട്. ജോണച്ചായന്റെ മക്കള് ഇപ്പോ ഹിന്ദുക്കളാവാൻ വേണ്ടി അപേക്ഷയും കൊടുത്തിട്ട് ഇരിക്കുവാണ്..."

"അതല്ല ദാസാ രസം. അവശ ക്രൈസ്തവർക്കും നമ്മളെപ്പോലെ സംവരണം വേണമെന്നും പറഞ്ഞു നടക്കുവാണ്. പണ്ട് മഹാത്മാ അയ്യൻകാളി സാധുജനപരിപാലന സംഘം രൂപീകരിച്ചത് സമൂഹത്തില് സകലമാന താണ ജാതിക്കാരന്റെയും മനുഷ്യാവകാശത്തിനും മോചനത്തിനും വേണ്ടിയായിരുന്നു. എന്നാൽ ഇന്ന് നമ്മുടെ ആളുകൾക്ക് ഇരുന്നൂറ്റി അമ്പതിൽപ്പരം സംഘടനകളാണ് ഉള്ളത്. അത്രയും നേതാക്കന്മാരും. അവരിൽ കേമന്മാര് ആരാണ് എന്ന തർക്കത്തിലാണ് അവരിപ്പോൾ..."

"അണ്ണാ നമ്മുടെ സമൂഹത്തില് ഇന്ന് മാറ്റങ്ങള് വന്നില്ലേ... പണ്ടത്തെമാതിരി അയിത്തങ്ങളൊന്നും ഇന്ന് ഇല്ലല്ലോ."

"ആരാടീ നിന്നോടു പറഞ്ഞത് അയിത്തം നമ്മുടെ സമൂഹത്തീന്ന് അപ്പാടെ മാറീന്ന്. അതൊക്കെ മാറാൻ വലിയ പാടാ തങ്കം. നമ്മക്ക് നമ്മളായി ജീവിക്കാൻ ഇന്നാട്ടില് വലിയ പാടാ. അല്ലെ അളിയാ?"

"ദാസാ, ഒരർത്ഥത്തില് തങ്കം പറഞ്ഞതു നേരാണ്. നമ്മൾക്ക് പൈസ കൊടുത്താൽ ബസില് യാത്ര ചെയ്യാം. കടയില് പോയി സാധനങ്ങള് വാങ്ങാം. ഇഷ്ടമുള്ള വീടു വയ്ക്കാം, ഇഷ്ടമുള്ള വസ്ത്രം ധരിക്കാം. കേരളത്തിൽ ദളിതന് സുഖമായിട്ട് ജീവിക്കാം. എനിക്ക് ഒരാവശ്യം വന്നാൽ

എന്നെ കൈവെടിയില്ല എന്ന ഒരു വിശ്വാസം കണക്കിലെടുത്തുകൊണ്ട് ഈ സമൂഹത്തിൽ മറ്റുള്ളവർക്കൊപ്പം നമ്മളും കഴിയുന്നു.. എന്നാൽ മറ്റുള്ളവർ നമ്മളെ എതിർക്കുമ്പോൾ നമ്മളെമാത്രം ഒറ്റപ്പെടുത്തുന്നു അവർ. നമ്മുടെ രാജ്യത്ത് അതല്ലേ ഇപ്പോൾ നടന്നുകൊണ്ടിരിക്കുന്നത്."

"അണ്ണൻ പറയണതൊന്നും എനിക്ക് മനസ്സിലാകുന്നില്ല..."

"തങ്കം, ഞാനും നമ്മുടെ ജയദേവനങ്ങത്തേയും ഒരേ തെറ്റു ചെയ്തു.. ഇന്നാട്ടുകാര് ആരുടെ പക്ഷത്തു നിൽക്കും.?"

"അത് പിന്നെ അങ്ങത്തെയോടൊപ്പം നിക്കും..."

തങ്കം സംശയം കൂടാതെ പറഞ്ഞു.

"അതെന്താ അങ്ങനെ?"

"അത് അങ്ങത്തെ സമൂഹത്തില് നെലയും വെലയും ഉള്ളയാളാണ്. നമ്മളെക്കാളും ജാതീല് കൂടിയയാളാണ്..."

"തങ്കം നീ ഇപ്പോ പറഞ്ഞതാണ് ശരി. അപ്പോൾ പിന്നെ നമ്മുടെ സമൂഹത്തിൽനിന്ന് ജാതി മാറീന്ന് എങ്ങനെ പറയാൻ പറ്റും..."

"അതു നേരാണല്ലെ അണ്ണാ... ഞാനത്രയ്ക്കങ്ങു ചിന്തിച്ചില്ല..."

"അല്ലേട മക്കളേ... നമ്മളൊക്കെ ഇച്ചിരി നാളത്തെ നമ്മുടെ ജീവിതങ്ങള് ജീവിച്ചു തീർക്കാനക്കൊണ്ടു പെടുന്ന പെടാപ്പാടാ..."

"അതേ അപ്പച്ചീ. വലിയ പാടാന്നെ.... അല്ല മാമാ എനിക്കൊരു സംശയം. ഈ ചന്ദ്രമാമനും അപ്പച്ചിയും അയണിക്കുഴിയില് പിന്നെ എങ്ങനെ എത്തി..."

"എന്റെ അപ്പന് നീലനപ്പൂപ്പൻ കൊടുത്ത മണ്ണ്. അത് കാടു മൂടി ആർക്കും വേണ്ടാതെ അവിടെക്കെടന്നു. അപ്പനും അമ്മയും ചത്തുകെട്ടു പോയതോടെ എനിക്കാ പെരുങ്കാട്ടില് പോയി കെടക്കാന് പേടിയായി. ഞാനിവിടെ വന്നു കൂടി. അളിയനും പെങ്ങളും നീലനപ്പൂപ്പന്റെ മരണശേഷം അയണിക്കുഴീല് വന്നു. അളിയൻ കാട് വെട്ടിത്തെളിച്ചു. കുന്നിന്റെ പള്ളയില് മാടം കെട്ടി അവിടെ കൂടി. അങ്ങനെയാ അവരവിടെ പൊറുതി തൊടങ്ങിയത്.."

"ആധുനികകേരളത്തിന്റെ ശില്പിയായ മഹാത്മാ അയ്യൻകാളി ഇത്തരം സാമൂഹിക അനീതിക്ക് എതിരെയല്ലെ സമരം ചെയ്തത്. എന്നിട്ടും പാവപ്പെട്ട നീലനപ്പൂപ്പൻ എന്തൊക്കെ സഹിച്ചു... വാക്കും പ്രവൃത്തിയും ചിന്തയും താളം തെറ്റിയ ഒരു സമൂഹം ഇപ്പോഴും നിലനിൽക്കുന്നുണ്ട്...."

"എടാ കൊച്ചന്മാരെ മേലാളന്മാർക്ക് എങ്ങനെ താളം തെറ്റാതിരിക്കും. അവരുടെ ജീവിതങ്ങള് പണ്ടേ താളം തെറ്റിക്കെടക്കുവല്ലേ..."

"എന്തൊരു മാമാ പിച്ചും പേയും പറയണത്?"

"അതേടാ. അങ്കും പുങ്കുമില്ലാത്തവർമാരോട് എന്തെര് പറയട്ട്. എടാ നമ്മുടെ ആള്കള് വഴി നടക്കാനും, പള്ളിക്കൂടത്തില് പോകാനും മാറ് മറയ്ക്കാനും, ചന്തേ പോകാനും നടയില് പോയി തേവരെ തൊഴാനുമെല്ലാം

അവകാശങ്ങള് നേടിയെന്നൊള്ളത് നേര് തന്നാ... എന്നാ കേരളത്തിലെ നമ്പൂതിരിമാർക്കൊക്കെ എന്നാ ജീവിതമൊണ്ടായത്?"

"ശരിയാണല്ല മാമാ നിങ്ങല് പറഞ്ഞത്. നമ്പൂതിരി സമുദായത്തിലെ വലിയ നമ്പൂതിരി മാത്രം സമുദായത്തീന്ന് കെട്ടും. ബാക്കിയൊള്ള അഫൻ നമ്പൂതിരിമാരെല്ലാം നാട്ടിലെ ഉത്സവപ്പറമ്പുകളില് അലഞ്ഞു തിരിഞ്ഞു നടക്കും. പെണ്ണുങ്ങളെ ശരീരവർണ്ണനകളും നടത്തി നുണകളും പറഞ്ഞ്. കല്യാണം കഴിക്കാണ്ട് കണ്ടടം നെരങ്ങി നടക്കും. അന്ന് അവർക്കെല്ലാം എന്ത് ജീവിതങ്ങളൊണ്ടായി എന്ന് എല്ലാവർക്കും അറിയാം. കേരളത്തിലെ നായന്മാർ ധൈര്യത്തോടെ അവരടെ അപ്പന്മാരെ അപ്പായെന്നു വിളിച്ചു തൊടങ്ങിയതുമീ അടുത്ത കാലത്തല്ലിയോ...? ബ്രാഹ്മണന്മാരായ അച്ഛന്മാര് സ്വന്തം മക്കളെ തൊട്ടുമായിരുന്നോ?"

"അല്ല മക്കളെ നമ്പൂരിമാര് കാണിച്ച അതിക്രമങ്ങള് കൊള്ളാലോ?"

"എന്റെ പൊന്നപ്പച്ചീ ബ്രാഹ്മണര് വന്ന് അതിക്രമങ്ങള് കാട്ടിയതൊന്നുമല്ല. പെണ്ണുങ്ങള് വിളിച്ചു കയറ്റിയതല്ലെ. നമ്പൂതിരീല് മക്കളൊണ്ടായാല് എല്ലാം തെകഞ്ഞന്നാണ് പെണ്ണുങ്ങള് വിചാരിച്ചുവച്ചിരുന്നത്.."

"അപ്പോ കേരളത്തില് കീഴ്ജാതികളെ മാത്രം ഉയർത്തിക്കൊണ്ടു വന്ന ഒന്നല്ല നവോത്ഥാനമെന്നു പറയണത്. അന്നൊക്കെ നമ്പൂരിമാര് എഴുപതാം വയസ്സിലും പതിമ്മൂന്നുകാരികളെ ഓടി നടന്നു കെട്ടുവായിരുന്നു. പെൺകൊച്ചുങ്ങടെ നല്ല പ്രായത്തില് കെളവന്മാര് ചാവും. ഭർത്താവ് മരിച്ചവള് വിധവ. അവള് തല മുണ്ഡനം ചെയ്ത് ഇരുണ്ട മുറികളിൽ നരച്ച വെള്ളത്തുണീം ഉടുത്ത് കഴിഞ്ഞോണം. എന്തൊരു നരകജീവിതങ്ങളായിരുന്നു അവരുടെത്. അതിനു മാറ്റം വന്നില്ലെ. അതും നവോത്ഥാനത്തില് വരുന്നതല്ലിയോ. വി ടി ഭട്ടതിരിപ്പാടാണ് വിധവാവിവാഹം കൊണ്ടുവന്നത്. അദ്ദേഹത്തിന്റെ വരവോടെ ആ സമൂഹംതന്നെ നന്നായി. എന്തു വന്നിട്ടെന്താ മനുഷ്യരെല്ലാം ഒറക്കം നടിച്ചു കെടക്കുവല്ലിയോ... നമ്മളൊക്കെ എല്ലാവരോടും എത്ര മാന്യമായിട്ടാ ശിവ പെരുമാറുന്നത്. എന്നാലവര് നമ്മളോടോ? അവഗണനയും വെറുപ്പും ഇപ്പോഴും കാണിക്കുന്നു. ചില സമയത്ത് ഓരോരുത്തന്മാരുടെ വാക്കും പ്രവൃത്തിയും സഹിക്കാനേ പറ്റത്തില്ല. മടുത്തു പോവുകയാണ് ഈ ജീവിതം.."

"ദാസേ... ഒളിച്ചോട്ടമല്ലെടാ വേണ്ടത്. അവന്മാരുടേത് ദുരഭിമാനമാണ്. നമ്മളതിനെ നേരിടേണ്ടത് സഹിഷ്ണുതയോടെയാണ്. നമ്മൾ നമ്മളുടെ അവകാശങ്ങളെക്കുറിച്ചു ബോധവാന്മാരാവുക. കൂടുതൽ അറിവ് നേടുക. ശ്രീനാരായണ ഗുരുദേവൻ പറഞ്ഞതുപോലെ സംഘടന കൊണ്ട് ശക്തരാവുക. വിദ്യകൊണ്ട് പ്രബുദ്ധരാവുക..."

"ബാക്കികഥകളെല്ലാം നാളെ പറയാം കൊച്ചാങ്ങളെ... നേരമൊരു ന്നേരം ആയന്നാ തോന്നുന്നെ. എല്ലാവരും പോയി കെടക്കിനേ..."

മണിയമ്മ ഇപ്രകാരം പറഞ്ഞുകൊണ്ട് അടുക്കളയിലേയ്ക്കു നടന്നു.

അടുക്കളയിലെ പെറുക്കി ഒതുക്കലിനുശേഷം അവർ കൈയിൽ ഒരു ചൂല്യമായി വരാന്തയിലേക്കു കയറി വന്നു.

എല്ലാവരും ഇരിപ്പിടം വിട്ട് എഴുന്നേറ്റു.

തങ്കവും മല്ലികയും വിരിച്ച് പായകൾ തട്ടിക്കുടഞ്ഞു.

അകലെ കോതയമ്മായീടെ വീട്ടിന്ന് ആർപ്പുവിളികൾ ഉയർന്നു..

"മല്ലികേ നീ വാടീ.. നമ്മക്ക് പടിഞ്ഞാറേ മുറീല് കെടന്നൊറങ്ങാം.."

തങ്കം ഒരു കൈയിൽ ചൂലും മറുകൈയിൽ വിളക്കും പിടിച്ച് പടിഞ്ഞാറേ പൊരയ്ക്ക് അകത്തേയ്ക്കു കയറിപ്പോയി.

മല്ലിക തങ്കത്തിനു പിറകെ നടന്നു...

കുറവൻ തറയിലെ രാമൻ ആങ്ങളയെയും അയാളുടെ കുടുംബത്തെയും മണിക്ക് ജീവനാണ്. അവരെക്കുറിച്ച് സംസാരിക്കാൻ അവർക്കെന്നും നൂറുനാവാണ്. സാമ്പാറിനുള്ള ചേന ചെത്തിമിനുക്കുന്നതിന് ഇടയിലും അവർ ആങ്ങളെയെക്കുറിച്ച് സംസാരിച്ചുകൊണ്ടിരുന്നു.

"രാമയണ്ണൻ കൊച്ചേ ആയകാലത്ത് ആരായിരുന്നു?" ചോദ്യം മല്ലികയോടാണ്. അവിയലിന് കഷണങ്ങൾ മുറിച്ചുകൊണ്ടിരുന്ന മല്ലിക ഉത്തരം അറിയാത്തതുകൊണ്ട് തങ്കത്തെ നോക്കി ചോദിച്ചു.

"ആരായിരുന്നു?"

അതിനു മറുപടി പറഞ്ഞതും മണിയമ്മതന്നെ.

"ആറടി പൊക്കവും ഒത്തതടിയും പുളുനിറമാണെങ്കിലും അണ്ണന്റെ മൊകത്തു നോക്കിയാല് നെലത്തു നോക്കുലായിരുന്നു. എന്തൊരു പണിയുമെടുക്കും. ഒന്നിനും മാറ്റി നിറുത്തണ്ട. വെട്ടണോ കെളയ്ക്കണോ കെണറ്റിലെറങ്ങണോ? എത്ര പൊക്കത്തിലൊള്ള മരങ്ങടെ മണ്ടേലും വലിഞ്ഞു കേറും. പാറുവക്കാന് അണ്ണനെ കണ്ണു കാട്ടി മയക്കിയെടുത്തതാ. അവള് നല്ല പ്രായത്തില് ചില്ലറക്കാരിയല്ലായിരുന്നു. ഇന്നണ്ണൻ പ്രായമായി സൂക്കേടുകാരനായി. വകയ്ക്കു കൊള്ളാത്തതായി."

"രാമൻ മാമന് എന്താ സൂക്കേട്.?"

"അണ്ണന് വലിവാടീ.. വാവടുക്കമ്പം അണ്ണന് വലിവുതൊടങ്ങും. നാത്തൂനും നളിനീം പണിക്ക് പോണോണ്ട് മാടത്തില് തീ പൊകയണ്. ശിവൻ പിന്നെ നല്ല പഠിത്തക്കാരനല്ലിയോ..? അവനെങ്ങെ കൂലിപ്പണിക്ക് പോവും.? ജയനും ജാനുവും പഠിക്കുവല്ലിയോ..."

കുറവൻതറയിലെ വിശേഷങ്ങൾ മല്ലിക ആകാംക്ഷയോടെ കേട്ടിരുന്നു.

"രാമയണ്ണന്റെ ചൊടീം വീറുമൊന്നും ശിവനും ജയനും കിട്ടിയിട്ടില്ല. എന്നാലും അവര് പഠിപ്പൊള്ളോരാ.. പിന്നെയെന്റെ ദാസൻ. അവൻ അവന്റെ അമ്മാവനെപ്പോലെ മിടുമിടുക്കനാ. ഒരു പണിക്കും ദാസനെ

മാറ്റി നിർത്തണ്ട. അവർ കെട്ടണ പെണ്ണും പാകിയവതിയാ. അവന് കുടിയില്ല വലിയില്ല പെണ്ണു പിടിത്തവുമില്ല. അവൻ വേല ചെയ്തു കട്ടപ്പെട്ട് ഒണ്ടാക്കണ ഒരു ചില്ലിക്കാശുപോലും പാഴിക്കളയത്തില്ല. വരണ വൃശ്ചികത്തില് അവന് വയസ്സ് ഇരുപത്തിനാലാ.. ചെറുക്കനെ ഒടനേ കുടുംബമൊണ്ടാക്കി കൊടുക്കണം."

"അമ്മാ, അണ്ണനു ചേർന്നൊരക്കയെ ഞാൻ കണ്ടുവച്ചിട്ടുണ്ട്.."

"ആര് നമ്മടെ നളിനീനെയാണോ നീയ് കണ്ടു വച്ചേക്കുന്നേ.?"

"അല്ല. നമ്മടെ കുടുംബത്തീന്നൊന്നും ഒരിത്തീം വേണ്ട. നമ്മടെ പൊരയില് അന്യവീട്ടിലൊരു പെണ്ണു വേണം വന്നുകേറാന്..."

"എടീ... അന്യപെണ്ണുങ്ങള് കുടുംബത്തു വന്നുകേറിയാല് അവളുമാരൊക്കെ ഞങ്ങക്കിറ്റു ദാഹിച്ച പച്ചവെള്ളം തരുന്ന് എന്തെരാണ് ഒരുറപ്പ്.. നമ്മടെ കൊച്ചുങ്ങളാവുമ്പം പത്തുവട്ടം നമ്മളെ പള്ളു വിളിച്ചാലും ഒരു വട്ടമെങ്കിലും അവരൊന്ന് ആലോചിക്കും ഈ മുതുക്കനും മുതുക്കിയും നമ്മക്കൊള്ളതാണെന്ന്. അവരികൾ വെള്ളം അണ്ണാക്കിലിറ്റിച്ചുതരും ചെയ്യും. നിന്നെയൊക്കെ കെട്ടിച്ചു വിട്ടാല് പിന്നെ ഞങ്ങളുക്ക് എന്തൊരു കൊണം?"

"അമ്മയെന്നാ എന്നെ കെട്ടിച്ചയയ്ക്കേണ്ട. അപ്പഴ് കാര്യം തീർന്നല്ലെ. എടീ... മല്ലികേ നിന്റെ തള്ളയും ഇതുപോലെ കീലാപിടിച്ചതു തന്നെ?"

പച്ചടിക്കു വെള്ളരിയുടെ തൊലി ചെത്തിക്കൊണ്ടിരുന്ന മല്ലിക ജോലി മതിയാക്കി.

"അക്കാ മാമി എത്രയോ ഭേദം. എന്റെമ്മ വാ തൊറന്നാല് അയിരേ, തൈരേ ചേർത്തേ ഞങ്ങളെ വിളിക്കു. അമ്മ ഞങ്ങളെ സ്നേഹത്തോടെ മക്കളേന്നുപോലും വിളിക്കത്തില്ല. അക്കൻ അമ്മായിയോടു തർക്കുത്തരം പറന്നോണ്ടല്ലെ ചീത്തവിളിക്കണത്.."

"ചന്ദ്രൻ മാമനെങ്ങനാ?"

"അപ്പൻ പഞ്ചപാവമല്ലിയോ.. ഞങ്ങളെ പ്രാണനാ മക്കളേന്നേ വിളിക്കു."

"ഇവിടെ അപ്പനും അങ്ങനെ തന്നാ. എന്റെയപ്പന് എന്നോടാ സ്നേഹം കൂടുതല്."

"ഓ... പെറ്റ തള്ളമാര് എന്തെങ്കിലുമൊന്ന് പറയുമ്പോഴേയ്ക്കും അവളുമാരിക്ക് പിടിക്കത്തില്ല. നീയൊക്കെ രണ്ടും അന്യവീട്ടിലോട്ട് പൊറുക്കാന് ചെല്ലിനേ. അപ്പഴ് കാണാം പൊടിപൂരം.. ഏതവളുമാരുടെയെല്ലാം മൂക്കും മുഞ്ഞീം കാണേണ്ടി വരും. ഇപ്പോ തള്ളമാരുടെ വായില് ചാടിപ്പിടിക്കണവളുമാരെല്ലാം അപ്പോ പൂങ്കണ്ണീരും പൊഴിച്ചിരിക്കണത് നമ്മക്ക് കാണാവേ..."

"അമ്മാ നിങ്ങക്കതില് സങ്കടമില്ലേ.. അന്യരെ വായിലിരിക്കണ തൊന്നും എനിക്കു കേക്കണ്ട.. എന്നെ അവളുമാര് വല്ലതും പറഞ്ഞാല് തിരിച്ച് അവളുമാരും കേൾക്കേണ്ടിവരും. നല്ല കൊണമൊള്ളതും പറഞ്ഞിട്ട് ഞാനിങ്ങ് എറങ്ങിപ്പോരും.."

"കെട്ടിച്ചു വിട്ടവളുമാരെ ഒന്നും പിന്നെ വീട്ടില് കേറ്റുകേല. വഴക്കും കൂടി ഇവിടെ വന്നു താമസിക്കാമെന്നും കരുതേണ്ട..."

"എന്നാപ്പിന്നെ എങ്ങോട്ടെങ്കിലും പോയി ചത്തോളാം. അതാവുമ്പോ എല്ലാരിക്കും സമാധാനമാകുമല്ലേ.. എന്തിനമ്മാ ഞങ്ങളെയെല്ലാം ആർക്കും വേണ്ടാതെ ഇങ്ങനെ ഒണ്ടാക്കിക്കളഞ്ഞ്. പെറ്റപ്പോ പെണ്ണാണെന്നറിഞ്ഞപ്പോഴേ അങ്ങ് കൊന്നു കളഞ്ഞൂടായിരുന്നോ..." മണിയമ്മ അല്പനേരം മകളെ തുറിച്ചുനോക്കിനിന്ന് ഒന്നും പറയാതെ അകത്തേയ്ക്കു കയറിപ്പോയി.

വീടിന്റെ മുറ്റം കടന്ന് ദാസനും ശിവനും വരാന്തയിലേയ്ക്കു കയറി വന്നു.

വരാന്തയിൽ ഇരുന്ന തങ്കം ഗൗരവഭാവത്തിൽ അവരോടു ചോദിച്ചു:

"എവിടായിരുന്നു ഇതുവരെ? ഗോവിന്ദൻമാമന്റെ വീട്ടിലെ ഓണക്കളി ഇപ്പഴാണോ തീർന്നേ?"

"പെടക്കോഴികൾ കൂവണ്ട. കാര്യങ്ങള് തെരക്കാൻ കുടുംബത്ത് അധികാരപ്പെട്ടവര് ഒണ്ട്." ദാസൻ ചിരിയോടെ പറഞ്ഞു.

"അല്ലേലും അമ്മാവിക്ക് അടുപ്പത്തും തുറാലോ.."

തങ്കത്തിന്റെ സംസാരം കേട്ട് ശിവൻ പൊട്ടിച്ചിരിച്ചു. ചിരിക്കൊടുവിൽ അവൻ തങ്കത്തിന്റെ കരം കവർന്നുകൊണ്ടു പറഞ്ഞു.

"എന്തു കൊച്ചേ നെനക്ക്? എന്റെ തങ്കം, ഓണക്കളികളെല്ലാം വെളുപ്പിന് രണ്ടു മണിവരെ ഒണ്ടായിരുന്നു. അതുകഴിഞ്ഞതും ഞങ്ങള് എന്റെ വീട്ടില് പോയി സുഖമായിട്ട് കിടന്ന് ഒറങ്ങി. കുറച്ചു മുന്നേയാണ് എണീറ്റതും. പിന്നെ പല്ലുതേച്ചു വന്നു. നല്ല രീതിയില് പഴങ്ങഞ്ഞീം കുടിച്ച് ഇങ്ങോട്ടു പോന്നു..."

ശിവന്റെ സംസാരം കേട്ട് മണിയമ്മ വരാന്തയിലേക്കു വന്ന് എത്തിനോക്കിക്കൊണ്ടു പറഞ്ഞു:

"പൊലയാടീമോൻമാര് രണ്ടും വന്നോ...? എവെടെയാരുന്നെടാ രണ്ടും ഇതുവരെ..."

"ഓ... തള്ളയ്ക്കും വട്ടായോ..."

"വട്ടു നിന്റെ തന്തയ്ക്കാടാ.. നീയൊക്കെ വല്ലതും തിന്നോടാ?"

"ഓ... പഴങ്കഞ്ഞി കുടിച്ച് വയറു പെരുത്തിരിക്കുവാ.."

"കറിക്കരയ്ക്കാൻ രണ്ടു തേങ്ങ പൊട്ടിച്ചു താ ദാസാ.."

ദാസൻ കൊടുവാളുമായി പടിഞ്ഞാറെ മുറ്റത്തേയ്ക്ക് ഇറങ്ങി.

മണിയമ്മ രണ്ടു തേങ്ങയുമായി മകനെ അനുഗമിച്ചു.

വെള്ളരിയുമായി തങ്കം അടുക്കളയിലേയ്ക്കു നടന്നു.

വരാന്തയിൽ ശിവനും മല്ലികയും തനിച്ചായി.

പുതുനിറമുള്ള സുന്ദരനായ ശിവനെ അവൾ ഒളികണ്ണിട്ടു നോക്കി. കട്ടിയുള്ള കറുത്ത പുരികം. തിളക്കമുള്ള ചെറിയ വട്ടക്കണ്ണുകൾ. ഉരുണ്ട് ഉയർന്ന മൂക്ക്. കട്ടിയുള്ള മേൽമീശ ഒതുക്കത്തിൽ വെട്ടി ചന്തം വരുത്തിയിരിക്കുന്നു. ഒത്ത പൊക്കം. പുഷ്ടിയും ഭംഗിയും മാർദ്ദവവും ഒതുക്കവുമുള്ള ശരീരം.

ശിവന്റെ നോട്ടം തന്നിൽ പതിയുന്നത് അറിഞ്ഞ മല്ലിക തന്റെ നോട്ടം മതിയാക്കി.

അറിയാതെ നോക്കിപ്പോയതാണ്. അയാൾ എന്തു കരുതിക്കാണും. മല്ലിക കുറച്ചു നേരം മുഖം താഴ്ത്തി ഇരുന്നു.

"മല്ലികേ..." ശിവന്റെ വിളി കേൾക്കാതിരിക്കാൻ അവൾക്കായില്ല.

"ആ..."

"എന്നാ നീ മടങ്ങിപ്പോകുന്നത്..?"

"ഓണം കഴിഞ്ഞു..."

"നിനക്ക് തനിച്ച് പോയിവരാൻ അറിയുമോ..?"

"ഇല്ല."

"ഓ.. നീ നന്നായി പാടുമെന്ന് ദാസൻ പറഞ്ഞു. നേരാണോ?"

"ഞാനോ...?"

"ങ്ും... അതേ.."

"ചെറുതായിട്ട്..."

"എന്നാൽ നാലുവരി പാടുന്നേ..."

"ഇപ്പഴോ..."

"ങ്ും... പ്ലീസ് ഒന്നു പാടൂ.."

അവൾ പാടി.

കണ്ണുകളടച്ച് ശിവൻ പാട്ട് ആസ്വദിച്ചു കേട്ടുകൊണ്ടിരുന്നു.

മല്ലിക പാട്ട് അവസാനിപ്പിച്ചു.

"ഹാ.. സൂപ്പർ നല്ല സ്വരമാധുരി... നന്നായി താൻ പാടി.."

വിടർന്ന മിഴികൾ ഉയർത്തി അവൾ ശിവനെ നോക്കി.

"നേരോ... അണ്ണൻ കളി പറയുവല്ലല്ലോ.."

"സത്യം... ഇപ്പോൾ തോന്നുന്നു നിന്നെ പരിചയപ്പെടാൻ കഴിഞ്ഞത് എന്റെ ഭാഗ്യം. തന്റെ പാട്ട് കേൾക്കാൻ കഴിഞ്ഞത് മഹാഭാഗ്യം."

ഇത്രയും പുകഴ്ത്തൽ വേണോ? അത്രയ്ക്കൊന്നുമില്ല. എന്നാലും പുകഴ്ത്തൽ കേൾക്കുന്നതൊരു സുഖമാണ്. അംഗീകാരം ഇഷ്ടപ്പെടാത്ത മനുഷ്യരുണ്ടോ?

പെട്ടെന്ന് അവളുടെ മനസ്സിൽ തെളിഞ്ഞത് മനോരമ ടീച്ചറിന്റെ മുഖമാണ്.

എട്ട് എയിലെ എന്റെ ക്ലാസ് ടീച്ചർ മലയാളം ടീച്ചർ.

തന്റെ കഴിവ് ആദ്യം കണ്ടെത്തിയത് ടീച്ചറാണ്.

ഇടശ്ശേരിയുടെ 'പൂതപ്പാട്ട്' എന്ന കവിത ടീച്ചർ ചൊല്ലി പഠിപ്പിച്ചു. കുട്ടികളെക്കൊണ്ടു കവിത പാടിപ്പിക്കുന്ന കൂട്ടത്തിൽ എന്റെ ഊഴമായി. പാട്ടും കവിതകളും ഏറെ ഇഷ്ടപ്പെടുന്ന ഞാൻ, എനിക്കറിയാവുന്ന ഈണത്തിൽ കവിത ചൊല്ലി. ക്ലാസ് പെട്ടെന്നു നിശ്ശബ്ദമായി. എല്ലാവരും എന്റെ കവിത കേട്ടുനിന്നു. പാട്ട് അവസാനിച്ചു. ആദ്യം എന്നെ കൈയടിച്ചു പ്രോത്സാഹിപ്പിച്ചത് മനോരമ ടീച്ചറാണ്. പിന്നീട് തന്റെ കൂട്ടുകാരും.

"നല്ല സ്വരമാണ് മോളുടെത്... നീയിതു നന്നായി ചൊല്ലി." ടീച്ചർ എന്റെ തോളിൽ തട്ടി അഭിനന്ദിച്ചു.

ആദ്യത്തെ അംഗീകാരം. മനസ്സ് സന്തോഷംകൊണ്ട് തുള്ളിപ്പോയി. ആ വർഷത്തെ സ്കൂൾ കലോത്സവം വന്നു.

ലളിതഗാനത്തിനും പദ്യംചൊല്ലലിനും എന്റെ പേര് നിർദേശിച്ചത് മനോരമ ടീച്ചറാണ്.

ഒഴിവുള്ള നേരത്തും ഉച്ചസമയത്തും ടീച്ചർ എന്നെ കവിതയും ലളിതഗാനവും പഠിപ്പിച്ചുകൊണ്ടിരുന്നു.

കലോത്സവം വന്നു.

ആത്മവിശ്വാസത്തോടെ ഞാൻ രണ്ടും അവതരിപ്പിച്ചു.

കുട്ടികളും അദ്ധ്യാപകരും വിസ്മയത്തോടെ എന്റെ പരിപാടികൾ ആസ്വദിക്കുന്നത് ഞാൻ കണ്ടു.

പക്ഷേ, ഫലം പ്രഖ്യാപിച്ചപ്പോൾ ഞാൻ മൂന്നാംസ്ഥാനത്തേക്കു തള്ളപ്പെട്ടു.

"പരിപാടിയിൽ പങ്കെടുക്കുക എന്നതാണ് പ്രധാനം. ജയവും തോൽവിയും ഒന്നും കുട്ടി നോക്കണ്ട. ഇപ്പോൾ മൂന്നാം സ്ഥാനം എങ്കിൽ അടുത്ത പ്രാവശ്യം നമ്മൾ ഫസ്റ്റുതന്നെ വാങ്ങും. നിശ്ചയം" എന്നെ ചേർത്തു നിർത്തി ടീച്ചർ സമാധാനിപ്പിച്ചു.

സ്കൂളിൽ ലളിതഗാനത്തിനും പദ്യംചൊല്ലലിനും ഫസ്റ്റു വാങ്ങിയത് സിദ്ധാർത്ഥ് ആണ്.

മനുസാറിന്റെ മകനാണ് സിദ്ധാർത്ഥ്.

ക്ലാസിലെ മിടുക്കനായ കുട്ടി.

അവൻ ലളിതഗാനം പാടിയപ്പോൾ താളവും ശ്രുതിയും തെറ്റിച്ചിരുന്നു.

കവിതയുടെ വരികൾ മറന്നുപോയിരുന്നു.

എന്നിട്ടും..

സിദ്ധാർത്ഥ് ആണ് എന്നെയും സ്കൂൾ അസംബ്ലിയിൽ പ്രാർത്ഥനാഗാനം ചൊല്ലാൻ ക്ഷണിച്ചത്.

മനോരമ ടീച്ചർ അതിനു തന്നെ പ്രോത്സാഹിപ്പിച്ചു.

അത് എന്റെ വലിയ സ്വപ്നവും ആയിരുന്നു.

രാവിലെ സ്കൂളിൽ ബെല്ലടി മുഴങ്ങി കുട്ടികൾ അസംബ്ലിക്കു നിരന്നു കഴിഞ്ഞു. മറ്റ് കുട്ടികളോടൊപ്പം മുഖമുയർത്തി അഭിമാനത്തോടെ ഞാൻ നിന്നു.

ക്ലാസിലെ കൂട്ടുകാരുടെ കണ്ണുകളിൽ വിസ്മയം മൊട്ടിടുന്നു.

നിറഞ്ഞ പുഞ്ചിരിയോടെ ഞാൻ അവരെ നോക്കിനിന്നു.

മനസ്സിൽ അഭിമാനവും സന്തോഷവും തിരതല്ലിയ നിമിഷങ്ങൾ.

പ്രാർത്ഥനാഗാനത്തിന്റെ ഓരോ വരികളും മനസ്സിൽ ഉറപ്പിച്ചതാണ്.

തന്റെ പാട്ട് എല്ലാവർക്കും ഇഷ്ടമാകും, തീർച്ച.

പെട്ടെന്നാണ് മനുസാർ സ്റ്റാഫ് മുറിയിൽനിന്നും ഇറങ്ങി വന്നത്. പ്രാർത്ഥന ചൊല്ലുന്ന കുട്ടികൾക്ക് മൈക്ക് എടുത്തുവച്ചു കൊടുക്കുന്നതിന് ഇടയ്ക്കാണു സാറിന്റെ ശ്രദ്ധ മല്ലികയിൽ പതിഞ്ഞത്.

സാറ് മല്ലികയെ തറപ്പിച്ചൊന്നു നോക്കി.

“ഇവൾ ഏതാ? ഏതു ക്ലാസിലെയാ? മുമ്പൊന്നും പ്രയറിന് കണ്ടിട്ടില്ലല്ലോ..”

“അച്ഛാ ഇത് മല്ലിക. എന്റെ ക്ലാസിലെ കുട്ടിയാ.. ഇവൾ നന്നായി പാടുമച്ഛാ.”

സിദ്ധാർത്ഥ് മനുസാറിനോട് പറഞ്ഞു.

“എന്നാൽ ക്ലാസിനകത്തു മതി ഇവളുടെ മികച്ച പ്രകടനം. ഇവിടെ അതിനൊക്കെ വേറെ കുട്ടികളൊണ്ട്. റോഡിറമ്പില് ഇരിക്കണ സ്കൂളാണ്. മൈക്കിലൂടെ പാടേണ്ടതാണ്. തെറ്റു വരുത്തിയാൽ സമാധാനം പറയേണ്ടതു ഞാനാ.. മല്ലിക പോയി അസംബ്ലിക്ക് നില്ല്. നിന്നെ ഞാനൊന്ന് പാടിപ്പിച്ചു നോക്കട്ടെ. അതിനുശേഷം മതി അസംബ്ലിയില് പ്രയറ് ചൊല്ലല്. കേട്ടോ..”

മറ്റു കുട്ടികളും അദ്ധ്യാപകരും നോക്കിനിൽക്കേ തലതാഴ്ത്തി നിശ്ശബ്ദയായി ഞാൻ നടന്നു പോയി...

അപമാനഭാരത്താൽ എന്റെ ശിരസ്സ് കുമ്പിട്ടിരുന്നു.

സങ്കടത്താൽ എന്റെ മനസ്സ് കലങ്ങി മറിഞ്ഞിരുന്നു.

പിന്നെ ഞാൻ ക്ലാസിലും പാടിയില്ല. സ്കൂളിലും പാടിയില്ല.

മറ്റൊരു അദ്ധ്യാപകരും എന്നെ പാടാൻ നിർബ്ബന്ധിച്ചതും ഇല്ല...

അന്ന് മനോരമ ടീച്ചർ എന്നെ അരികിൽ വിളിച്ച് സാന്ത്വനിപ്പിച്ചത് ഇന്നും കാതുകളിൽ മുഴങ്ങുന്നു.

“ഈ ലോകം ഇങ്ങനെയാണു മോളേ... പാവങ്ങളെ ഒരിടത്തും തല പൊക്കാൻ സമ്മതിക്കില്ല. സ്കൂളുകളിലെ അദ്ധ്യാപകർ ഇപ്രകാരം

ആണെങ്കിൽ മറ്റിടങ്ങളിലെ കാര്യം പറയണോ? മോള് നന്നായി പഠിക്കണം. പാട്ടുകൾ പാടണം. മിടുക്കിയായി ഇരിക്കണം. കേട്ടോ.."

എന്നും വീട്ടില് മത്സര പാട്ടുകച്ചേരിയാണ്. എന്റെ വീട്ടിലെ ആസ്ഥാനഗായിക എപ്പോഴും ഞാൻ തന്നെയാണ്. അവിടെ എന്നെ മാറ്റി നിർത്താൻ ആരും ശ്രമിച്ചിരുന്നുമില്ല.

"താൻ എന്താടോ ഇത്രമാത്രം ചിന്തിച്ച് കൂട്ടുന്നത്?"

ശിവന്റെ ചോദ്യം കേട്ട് മല്ലിക ചിന്തകളിൽനിന്നും ഉണർന്നു.

ശിവൻ പുഞ്ചിരിയോടെ തുടർന്നു.

"എനിക്ക് നിന്നെ ഒത്തിരി ഇഷ്ടമായി... നിന്റെ പാട്ട് അതിലേറെ ഇഷ്ടമായി.." ശിവന്റെ വാക്കുകൾ കേട്ട മല്ലിക ചിന്തിച്ചത് ഇപ്രകാരമാണ്.

ഇയാൾ എന്തൊക്കെ ആണ് പറയുന്നത്. നേരത്തെ പാട്ട് ഇഷ്ടമായെന്നു പറഞ്ഞു. ഇപ്പോൾ എന്നെ ഇഷ്ടമാണെന്ന് പറയുന്നു.

എന്റെ സ്വഭാവശുദ്ധി പരീക്ഷിക്കാൻ വേണ്ടി പറഞ്ഞതാകുമോ? അടുക്കളയിൽ തങ്കം തേങ്ങ തിരുകുന്ന ഒച്ച കേൾക്കുന്നുണ്ട്. മാമി കറികൾ വയ്ക്കുന്ന തിരക്കിലാണ്.

ദാസണ്ണൻ എങ്ങോട്ടു പോയി? അറിയില്ല.

മല്ലിക വരാന്തയിൽനിന്നും മുറ്റത്തേയ്ക്കിറങ്ങി.

മുറ്റത്തിന്റെ അതിരു നിറയെ ചെമ്പരത്തിച്ചെടിയും അരളിയും നിരത്തി നട്ടിരുന്നു.

ഏഴ്

ചെമ്പരത്തിച്ചെടിയുടെ കൊമ്പിൽ പിടിച്ച് ഞാൻ ദൂരേയ്ക്ക് നോക്കി നിന്നു.

ശിവൻ എന്റെ സമീപത്തായി വന്നു നിന്നു.

"മല്ലികേ.."

"എന്തോ..."

"നിനക്കെന്നെ ഇഷ്ടമായില്ലെ?"

അവൾ ഒന്നും മിണ്ടിയില്ല. മല്ലികയുടെ ചിന്തകൾ ഇപ്രകാരമായിരുന്നു.

എന്താണ താൻ ഇയാളോട്ടു പറയുക. സുന്ദരനും വിദ്യാസമ്പന്നനുമായ ഒരു യുവാവ് വന്നു ഇഷ്ടമാണെന്നു പറയുമ്പോൾ എന്താണ മറുപടി പറയേണ്ടത്? എന്തിനാണ് ഇക്കാര്യത്തിൽ ഇത്രയധികം താൻ ചിന്താധീനയാകുന്നത്. മനസ്സ് എന്തു പറയുന്നുവോ അതുമാത്രം ചെയ്യുക. പറയുക.

ഇയാളെക്കാൾ നല്ല ഒരാളെ ഭർത്താവായി ഈ ജന്മം എനിക്കു കിട്ടുമോ? ഒരിക്കലുമില്ല. മുന്നിൽ വന്നു നിൽക്കുന്ന മഹാഭാഗ്യം ഇഷ്ടമല്ലെന്നും പറഞ്ഞ് തള്ളിക്കളയുന്നത് എന്തിനാണ്?

ജീവിതത്തിൽ ആദ്യമായിട്ടാണ് ഒരന്യപുരുഷനോട് മനസ്സുകൊണ്ട് ഇഷ്ടം തോന്നിയത്.

ആ വ്യക്തി മുഖത്തു നോക്കി മാന്യതയോടെ തന്റെ ഇഷ്ടം തുറന്നു പറയുകയും ചെയ്തു. ഇനിയും ദുരഭിമാനത്തിന്റെ പേരിൽ ആ ഇഷ്ടം തള്ളിക്കളയാൻ വയ്യാ.

മല്ലിക തന്റെ സമീപത്തുനിന്ന ശിവന്റെ മുഖത്തേയ്ക്കു കുറച്ചു നേരം നോക്കിനിന്നു. എന്നിട്ട് സൗമ്യതയോടെ ചോദിച്ചു.

"അണ്ണൻ കളി പറയുവാണോ?"

"അല്ല മല്ലികേ.."

"ഇപ്പോൾ ഇഷ്ടമാണെന്നു പറഞ്ഞിട്ട് പിന്നെയതു മാറ്റി പറയുമോ?"

"ഒരിക്കലുമില്ല... കുറവൻകോണത്തെ കാവിലമ്മയാണ സത്യം. നിന്നോടുള്ള എന്റെ സ്നേഹത്തിന് ഒരു നാളും ഒരു കുറവും വരില്ല.."

മല്ലികയുടെ ഇരുകരങ്ങളും കൂട്ടിപ്പിടിച്ചു സത്യം ചെയ്തുകൊടുത്തു.

"നിന്നോട് എനിക്കു പറയാനുള്ള ഒരു കാര്യം, നമ്മുടെയീ സ്നേഹം തൽക്കാലം നമ്മൾ രണ്ടാളും മാത്രം അറിഞ്ഞാൽ മതി. ഇതൊരിക്കലും മൂന്നാമത് ഒരാൾ ഇപ്പോൾ അറിയാൻ ഇടയാകരുത്. അതെനിക്ക് ഇഷ്ടമല്ല. ഇന്ന് അല്ലെങ്കിൽ നാളെ എനിക്കുറപ്പായും ജോലി കിട്ടും. അന്നു ഞാൻ നിന്റെ വീട്ടിൽ വരും. നിന്റെ അപ്പനെയും അമ്മയെയും സഹോദരങ്ങളെയും കാണും. നിന്നോടുള്ള എന്റെ ഇഷ്ടം തുറന്നു പറഞ്ഞ് പെണ്ണു ചോദിക്കും. അതുവരെ നമ്മുടെ പ്രണയം നമ്മുടെ മനസ്സിൽ മാത്രം ഇരുന്നാൽ മതി.."

മല്ലികയുടെ മനസ്സിൽ പൊടുന്നനെ ഒരായിരം സംശയങ്ങൾ മുളപൊട്ടി. അവളത് അപ്പോൾത്തന്നെ ശിവനോടു പ്രകടിപ്പിക്കുകയും ചെയ്തു.

"നമ്മൾ തമ്മിൽ പ്രണയത്തിലാണെന്ന സത്യം മൂന്നാമത് ഒരാൾ അറിഞ്ഞാൽ എന്താണു കുഴപ്പം?" ന്യായമായ ആ ചോദ്യത്തിന് ശിവൻ നൽകിയ മറുപടി ഇപ്രകാരമായിരുന്നു.

"എനിക്കത് ഇഷ്ടമല്ല. ഒന്നാമതായി വിവാഹപ്രായം എത്തിയ നിന്നെക്കാൾ പ്രായമുള്ള ഒരു സഹോദരി എനിക്കുമുണ്ട്. എന്നെ പഠിപ്പിക്കാൻ അവളും ഒത്തിരി കഷ്ടപ്പെട്ടിട്ടുണ്ട്. അപ്പനും അമ്മയ്ക്കും എന്നെ പ്രതി നൂറ് സ്വപ്നങ്ങളാണ്. നമ്മുടെ ബന്ധം ഇപ്പോൾ അവരറിയാൻ ഇടയായാൽ മല്ലികേ ഉറപ്പായും അവരെന്നെ വെറുക്കും... പഴിക്കും. അതാ കാര്യം.. അല്ലാതെ മറ്റൊന്നുമല്ല.."

ശിവൻ പറയുന്നതിലും കാതലുണ്ടെന്ന് അവൾക്കു തോന്നി.

"അണ്ണാ ഞാനായിട്ട് ആരോടും ഒന്നും പറയത്തില്ല. കാവിലമ്മയാണെ സത്യം. എന്നെ സ്നേഹിക്കുന്നവർക്ക് ഞാനായിട്ട് ഒരു സങ്കടവും ഉണ്ടാക്കില്ല.."

അവളിൽനിന്നും ആഗ്രഹിച്ചതും ആ ഉത്തരംതന്നെ ആയിരുന്നു. ഗൂഢമായ സ്മിതത്തോടെ അവൻ മല്ലികയുടെ വലതുകരം കവർന്നു. സ്വന്തം നെഞ്ചോടു ചേർത്തുപിടിച്ചു.

അപ്രതീക്ഷിതമായ ആ പ്രവൃത്തി മല്ലികയെ നടുക്കി.

അവൾ അവന്റെ പിടുത്തത്തിൽനിന്നും സ്വന്തം കൈവിടുവിച്ച് അകലേയ്ക്കു മാറിനിന്നു.

“സോറി മല്ലികേ,, നിന്നോടുള്ള ഇഷ്ടക്കൂടുതൽകൊണ്ട് ചെയ്തുപോയതാ. റിയലി സോറി..” തന്റെ അനുവാദമില്ലാതെ കൈയിൽ പിടിച്ചതില് അവൾക്ക് അമർഷമുണ്ടായി.

മല്ലിക നിശ്ശബ്ദയായി അകലേയ്ക്കു നോക്കിനിന്നതല്ലാതെ അതിന് മറുപടി ഒന്നും പറഞ്ഞില്ല. അപ്പോഴും അവളുടെ മനസ്സ് ചൂടുപിടിച്ച ചിന്തകളാൽ ആടിയുലഞ്ഞിരുന്നു. ആളെ എനിക്ക് ഒരുപാട് ഇഷ്ടമായി. പക്ഷേ, അയാൾ മുന്നോട്ടു വയ്ക്കുന്ന പ്രണയത്തിലെ നിബന്ധനകൾ മനസ്സിനെ അസ്വസ്ഥമാക്കുന്നു.

ഒരുപക്ഷേ, അറിവുള്ളവർ അവരുടെ മനസ്സിലുള്ളത്, മറ്റുള്ളവരോടു പാടി നടക്കില്ലായിരിക്കും.

ഇത്രയും വലിയ ഒരാൾ തന്നെ പ്രണയിക്കുന്നല്ലോ എന്ന ചിന്ത തന്നെ മനസ്സിനുള്ളിൽ സന്തോഷം നിറയ്ക്കുന്നു.

പക്ഷേ, ഇഷ്ടമാണെന്ന് പറഞ്ഞയുടനെ അനുവാദമില്ലാതെ എന്റെ കൈപിടിച്ച് അണ്ണന്റെ നെഞ്ചോടു ചേർത്തുവെച്ചത് ശരിയായില്ല. അണ്ണനിനി പറ്റിപ്പാണോ...? അറിയത്തില്ല. തന്നോട് ഒത്തിരി ഇഷ്ടക്കൂടുതൽ ഉള്ളതുകൊണ്ടാവില്ലേ അങ്ങനെ ചെയ്തത്. അതിന് അണ്ണനെ കുറ്റപ്പെടുത്താനാകുമോ? ഒന്നുമറിയത്തില്ല. എന്തൊരു കഷ്ടമാണിത്. പ്രണയത്തിന്റെ ആദ്യപാഠംതന്നെ സ്നേഹമാണോ അതോ ഭയമോ? അതുമല്ലെങ്കിൽ മധുരനൊമ്പരമോ?

ശരിക്കും എനിക്ക് അയാളെ ഇഷ്ടമായോ? മനസ്സു നിറഞ്ഞു സ്വീകരിക്കാനും പറ്റുന്നില്ല. നഷ്ടപ്പെടുത്താനും തോന്നുന്നില്ല.

ഇന്നലെയാണ് ആദ്യമായി കണ്ടതുതന്നെ.

പരസ്പരം മനസ്സ് തുറന്നു സംസാരിച്ചതു കൂടിയില്ല...

ഇത്ര പെട്ടെന്ന് ഒരാണിന് പെണ്ണിനോട് ഇഷ്ടം തോന്നുവോ?

എന്റെ ശബ്ദം ഒരു യുവാവിന്റെ ഹൃദയം കവരുംവിധം മാധുര്യം നിറഞ്ഞതാണോ?

എനിക്കു പഠിപ്പില്ലെന്ന് അണ്ണനറിയാം.. ഞാൻ സുന്ദരിയുമല്ല... എന്നിട്ടും...

മല്ലികയുടെ ഹൃദയം അസ്വസ്ഥമായി.

“മല്ലികേ, ഇന്നുരാത്രി എല്ലാവരും ഉറക്കമാകുമ്പോൾ നീ കിണറ്റിൻ കരയില് വരണം. നിനക്ക് എന്നോടുള്ള സ്നേഹം സത്യമുള്ളതാണെങ്കിൽ നീ വരും. ഇനി നീ വന്നില്ലെങ്കില് ഈ ജന്മം നമ്മൾ തമ്മിലൊരു കാണൽ ഉണ്ടാകില്ല. കുറവൻകോണത്തെ കാവിലമ്മയാണെ സത്യം.

നിന്നെ ഞാനൊരിക്കലും നിർബ്ബന്ധിക്കില്ല... എല്ലാം നിന്റെ ഇഷ്ടത്തിന് വിടുന്നു."

ശിവൻ മല്ലികയോട് ഇത്രയും പറഞ്ഞശേഷം വീടിന് അകത്തേയ്ക്കു കയറിപ്പോയി.

മല്ലിക അന്തംവിട്ട് അവൻ നടന്ന് അകലുന്നതും നോക്കി നിന്നു.

അണ്ണനിപ്പോ എന്താണ് എന്നോടു പറഞ്ഞിട്ട് പോയത്..

അണ്ണന് ഇങ്ങനെയൊക്കെ എന്നോടു പറയാൻ കൊള്ളാമോ?

ഇഷ്ടമുണ്ടെങ്കിൽ പോയാ മതീന്നല്ലേ പറഞ്ഞത്.

ഇഷ്ടമുണ്ട്. എന്നാൽ ഞാൻ പോകുന്നില്ല. പോയില്ലെങ്കിൽ പിന്നെ ഒരിക്കലും അണ്ണനെ കാണാനാവില്ലല്ലോ.... അതെങ്ങനെ ശരിയാകും... ഓ, വട്ടാകുന്നു.

പടിഞ്ഞാറേ മുറ്റത്തുനിന്നും തങ്കം മല്ലികയുടെ അടുത്തെത്തി. പക്ഷേ, മല്ലിക അതൊന്നും അറിഞ്ഞില്ല.

"എടീ എന്തുവായീ സ്വപ്നം കാണുന്നേ?"

തങ്കം മല്ലികയുടെ തോളത്ത് തട്ടിക്കൊണ്ടു ചോദിച്ചു.

"ഒന്നുമില്ലക്കാ.."

തങ്കത്തെ നോക്കി തല കുടഞ്ഞുകൊണ്ട് മല്ലിക പറഞ്ഞു.

"അല്ല നിന്റെ തലയ്ക്കെന്തു പറ്റീ?"

"ഓ ഒന്നുമില്ലക്കാ..."

"എന്നാ പെണ്ണേ നീ വാ... നമുക്ക് കൊറച്ച് വാഴയില വെട്ടിക്കൊണ്ടുവരാം."

"ഓ... വാഴയില വെട്ടാൻ പോണത് എവിടാ?"

"നാട്ടുകാരുടെ വെളകളും തോപ്പും ഇട്ടംപോലെ ചുറ്റും കെടക്കുവല്ലിയോടീ... അപ്പം എലയ്ക്കാണോ നമ്മക്ക് പഞ്ഞാം.. നീ വായോ..."

തങ്കമ്മക്ക പറഞ്ഞത് നേരായിരുന്നു.

കുന്നിൻ നെറുകിലെ അഞ്ചു സെന്റു പുരയിടമേ ഗോപാലൻ മാമന് സ്വന്തമായിട്ടുള്ളൂ..

ചുറ്റുമുള്ള വെളകളെല്ലാം നെല്ലിമൂട് ജങ്ഷനിലുള്ള ഏതോ മുതലാളിയുടേത് ആണെന്നു പറഞ്ഞു കേട്ടു... പക്ഷേ, ആ വെളയിലെ പണിക്കാരൻ ഗോപാലൻ മാമനാണ്. വെളയിൽ നടുന്നത് എന്തൊക്കെയാണെന്ന് തീരുമാനിക്കുന്നതും വിത്തു വകകള് തെരഞ്ഞെടുക്കുന്നതും മാമൻതന്നെ.

"അവരാ അയ്യത്ത് വിത്ത്വാരി വെറുതെ കളഞ്ഞാലും കണ്ടമാനം കായ്ച്ച വാരുമെന്നാ മാമന്റെ കൈപ്പുണ്യത്തെപ്പറ്റി മാമിയുടെ വാദം."

എന്തായാലും വെളവു പാകമാകുമ്പോൾ മുതലാളി കുന്നുകയറി വരും. മുക്കാലും കൊണ്ടുപോവുകയും ചെയ്യും.

വർക്കി മൊതലാളിക്ക് മാമനെ വലിയ വിശ്വാസമാണ്. ആ വിശ്വാസത്തിന് ഭംഗം വരാൻ ഗോപാലനും ഇന്നുവരെ ഇടവരുത്തിയിട്ടുമില്ല. സത്യത്തിനു വില കല്പിക്കുന്ന ആളാണു ഗോപാലൻ. അതു വാക്കിലുമതേ, പ്രവൃത്തിയിലുമതേ. ഒരിക്കൽ വർക്കി മൊതലാളിയുടെ അപ്പൻ വറീതു മൊതലാളീടെ കാലത്ത്, അന്ന് പടിഞ്ഞാറേവശത്തെ പൊരയിടത്തില തേൻവരിക്ക നിറയെ ചക്ക പിടിച്ചു. പ്ലാവിന്റെ അടിമുതൽ മുകളറ്റംവരെ ചെറുതും വലുതുമായ ചക്കകൾ വെളഞ്ഞുവരണ കാലം. ഒരു വൈകുന്നേരം വീടിന്റെ മുറ്റത്തിരുന്നു കളിക്കുവായിരുന്നു തങ്കമ്മക്കാൻ. അക്കാന്റെ മൂക്കില് പഴുത്ത ചക്കയുടെ മണം ഒഴുകിയെത്തി. അടുത്തുനിന്ന ദാസനോടും അവളതു പറഞ്ഞു. മുറ്റം തൂത്തുകൊണ്ടിരുന്ന അമ്മയുടെ അരികിലേക്കു മക്കൾ ഓടിയെത്തി..

"അമ്മച്ചീ ചക്കപഴുത്ത മണമടിക്കണ്.."

മകൻ പറയുന്നതുകേട്ട് മണിയമ്മ തന്റെ പതിഞ്ഞ മൂക്കു വിടർത്തി മണം പിടിച്ചു.

"നേരാണല്ലേ. വരിനെടാ.."

മണിയമ്മ മക്കളോടൊപ്പം വരിക്കപ്ലാവിന്റെ ചോട്ടിലെത്തി. ഒറ്റനോട്ടത്തിൽത്തന്നെ അവർ പ്ലാവിന്റെ നെറുകയിലെ പഴുത്ത ചക്ക കണ്ടെത്തി. കൈയിൽ കരുതിയ നീളമുള്ള ഉണങ്ങിയ വട്ടക്കമ്പിന്റെ അറ്റത്ത് മൂർച്ചയുള്ള പിച്ചാത്തി വച്ചുകെട്ടി പഴുത്തുനിന്ന വരിക്കച്ചക്കയുടെ നെട്ടുപ്പിലൂടെ പിച്ചാത്തി കേറ്റി ഒറ്റപ്പിടി. പഴുത്ത ചക്ക താഴെ.

ഉണങ്ങിയ വാഴയിലകൊണ്ട് ഞെട്ടുപ്പിൽനിന്നും ഒലിച്ചിറങ്ങിയ ചക്കയരക്ക് തുടച്ചുമാറ്റി. വലിയ ചക്ക തലയിലേറ്റി തോട്ടയുമായി മാമി വീട്ടിലേയ്ക്കു നടന്നു.

പിന്നാലെ ആഹ്ലാദത്തോടെ മക്കളും.

മൂർച്ചയുള്ള പിച്ചാത്തി എടുത്തു ചക്ക രണ്ടായി പിളർന്നു വച്ചു.

അപ്പോഴാണ് പുറത്തുപോയ മാമൻ വരാന്തയിലേയ്ക്കു കയറിവന്നത്.

മുന്നിലെ കാഴ്ച കണ്ട മാമൻ മാമിയെ കണക്കറ്റു ശകാരിക്കാൻ തുടങ്ങി.

"നീയും നിന്റെ മക്കളും തീറ്റിം തീവനേം കാണാതെ കെടക്കുവാണോ.. വല്ലോന്റെയും മൊതല് കട്ടു തിന്നാനക്കൊണ്ട് നടക്കണ് നാണംകെട്ടവള്. എന്റെ മക്കളെക്കൂടി കട്ടു തിന്നാൻ പഠിപ്പിക്കുവാണോടീ. ഒടയൻ തിന്നെന്റെ ബാക്കി വരണത് തിന്നാമതി നീയൊക്കെ..."

രണ്ടായി മുറിച്ചു വച്ച ചക്ക മാമൻ ചാക്കിൽ കെട്ടി.

ഇതു കണ്ട മാമി മാമനു നേരെ കലിതുള്ളിച്ചെന്നു.

"കഞ്ഞിവെക്കാൻ ഒരു മണി അരിയില്ല. ഉപ്പില്ല മൊളകില്ല വെശന്നു കൊടല് കരിയമ്പം പച്ചവെള്ളം മാത്രം ഏമ്പിയാ മതിയാ.."

"വല്ലോന്റെയും മൊതല് കട്ട് തിന്നാണ്ട് തീട്ടം വാരി തിന്നെടിക ളെ... അല്ല പിന്നെ..."

ഇപ്രകാരം പറഞ്ഞുകൊണ്ട് കുട്ടയും തലയിലേറ്റി മാമൻ മുതലാളി യുടെ മുന്നിലെത്തി.

"അന്തിക്കും മൂന്തിക്കും കൊട്ടയുമായി എവിടെ പോയതാ ഗോപാലാ.." വറീതു മൊതലാളി തന്റെ ചാരുകസേരയിൽ മലർന്നിരുന്നുകൊണ്ടു ചോദിച്ചു.

തലയിലെ കൊട്ട മുതലാളിയുടെ കാൽക്കൽവെച്ച് ഗോപാലൻ വി നീതനായി ഒതുങ്ങിനിന്നു.

"നല്ലപ്പം വീണ ചക്കയാ മൊതലാളി. പെരുവയറിയായ അവളും മക്കളും ഞാനറിയാതെ ചെയ്ത കമ്മട്ടമാണിത്. ഇവിടുന്നു തിന്നുകളഞ്ഞ തു മതീ ഞങ്ങക്ക്.."

മാമന്റെ നിഷ്ക്കളങ്കമായ മറുപടികേട്ട് മൊതലാളി പൊട്ടിച്ചിരിച്ചു. പിന്നെ പറഞ്ഞു:

"ഈ ചക്കയും ചൊമന്ന് നീയിങ്ങുവരെ വരേണ്ട വല്ല കാര്യോം ഒണ്ടായിരുന്നോ? എന്തായാലും എന്നെപ്രതി നീയിങ്ങുവരെ ചൊമന്നു കെട്ടി കൊണ്ടുവന്നതല്ലേ. പാതിയിങ്ങു താ. പാതികൊണ്ടുപോയി നീ നിന്റെ മക്കക്ക് കൊട്..."

"ഓ...."

അതാണെന്റെ മാമൻ. ആള് കുടിയനാ. കെട്ടിയോളെ കണ്ടമാനം തെറിയും വിളിക്കും. പക്ഷേ, മാമന്റെ ഉള്ള് തൂവെള്ളയാ. കാലം കൊറേ കടന്നുപോയി. വറീതു മൊതലാളി ചത്തു മണ്ണടിഞ്ഞു. മൊതലാളിയുടെ മക്കളിൽ വർക്കി ഒഴിച്ച് ഒള്ളതെല്ലാം വിറ്റുപോയി. ഒന്നായിക്കിടന്ന മലയിന്ന് പലരുടെ കൈകളിലാണ്. അതോടെ മാമൻ ജോലി തേടി പലയിടങ്ങളിലും കയറിയിറങ്ങി. ദാസണ്ണനും ജോലിക്ക് പോയിത്തു ടങ്ങിയതോടെ മാമി തങ്കമ്മ അക്കാന്റെ കൂടെ വീട്ടിലിരിപ്പായി. "കെട്ടു പ്രായം തെകഞ്ഞ പെങ്കൊച്ചിനെ മലയുടെ നെറുകയില് തനിച്ചിരുത്തി എങ്ങനെ പണിക്ക പോകും." മണിമാമി കാണുന്നവരോടെല്ലാം അങ്ങ നെയാണ് പറയാറ്.

"മല്ലികേ.."

"ഓ എന്തെരക്കാ...?"

"എലപിടിക്ക പെണ്ണേ..."

"ഓ. അക്കാ..."

തന്റെ നേരെ വച്ചുനീട്ടിയ ഇല വാങ്ങി അടുക്കുന്നതിന് ഇടയിൽ ഞാൻ അക്കയോടു സ്വകാര്യമായി ചോദിച്ചു.

"അക്കാ..."

"എന്താടീ?"

"നമുക്കു കൊറവന്തറയില് പോയാലോ?"

"എന്തിന്?"

"അവിടെല്ലൊരെ കാണാൻ.."

"കണ്ടിട്ട് എന്തിനാ?"

"വെറുതെ..."

"ങ്ങും.."

അകലെയുള്ള കുന്നിനുനേരെ വിരൽ ചൂണ്ടി തങ്കം പറഞ്ഞു:

"എടി പെണ്ണേ, അക്കാണുന്ന കുന്നിന്റെ നെറുകയിലാ കുവൻതറ വീട്.. അവിടെ ആ ഒരു കുടി മാത്രേയൊള്ള്. പിന്നെ പാറുവമ്മായി ഒന്നാന്തരം വാതവെപ്പകാരിയായോണ്ട് ആ മലയില് വലിയ കൊഴപ്പമൊന്നുമില്ലാതെ അവര് കഴിയണ്. പിന്നേ, അമ്മ പറയണപോലെ രാമൻ മാമൻ വലിയ കേമനൊന്നുമല്ല.."

"പിന്നെ?"

"എടീ അമ്മൂമ്മ പറഞ്ഞ് ഞാൻ കേട്ടിട്ടുണ്ട്. മാമൻ നല്ല ഒന്നാന്തരം കള്ളനായിരുന്നെന്ന്. ദേഹമനങ്ങുന്ന ഒരു പണിക്കും മാമൻ പോവൂല്ല. കണ്ടോന്റെയൊക്കെ വെളേല് കേറി മരച്ചീനീം ചക്കേം മാങ്ങേം തേങ്ങേം വാഴക്കൊലയും പറങ്കിയണ്ടിയുമൊക്കെ മോട്ടിക്കും. എന്തു മോട്ടിച്ചോണ്ടു വന്നാലും അമ്മാവിയും മക്കളുംകൂടി ഒന്നോടെ തിന്നു തീർത്തോളും. ശിവയണ്ണൻ അറിവായപ്പോഴാ മാമന്റെ കള്ളത്തരം നിന്നത്. അണ്ണന് അതൊന്നും ഒട്ടും ഇഷ്ടമല്ല.. അണ്ണൻ പഞ്ചപാവമാ.. ഇപ്പൊ വലിയും കുടിയുമൊന്നുമില്ല. ഇനിയങ്ങോട്ട് എങ്ങനെയാവുമെന്ന് പറയാനും പറ്റത്തില്ല."

"അക്കാ അതെന്താ അങ്ങനെ?"

"കൊറവൻകോണത്തെ ആണുങ്ങടെ സ്വഭാവം ഓന്തിനെപ്പോലെയാടീ.. എപ്പ വേണേലും അവര് അവരുടെ നിറവും മാറ്റും വാക്കും മാറ്റും.."

"ഒന്നു പോ വക്കാ, പൊളി പറയാതെ.."

"അല്ലെടീ.. നേരാ.. അയ്യോടീയേ നേരം കൊറച്ചായി ഇലവെട്ടാനിറങ്ങിയിട്ട്. വെക്കം വീട്ടിപ്പോവാം.."

* * * * *

രാത്രി ഉണ്ണുമ്പോഴും തങ്കത്തിനരികിൽ കിടക്കുമ്പോഴും മല്ലികയുടെ മനസ്സ് അസ്വസ്ഥമായിരുന്നു.

ഇന്നലെവരെ മനസ്സ് നിശ്ചലമായ ഒരു താമരപ്പൊയ്കയായിരുന്നു.

സ്വസ്ഥമായിരുന്നു. സമാധാനം നിറഞ്ഞതായിരുന്നു.

പായ കണ്ടാൽ മതിയായിരുന്നു ബോധം കെട്ടുകിടന്ന് ഉറങ്ങാൻ.

ഇന്ന് മനസ്സ് അലയടിക്കുന്ന ആഴിയായി.

ഉറക്കവും പോയി.

സമയം എത്രയായിക്കാണും? അറിയില്ല.

വരാന്തയിൽനിന്നും മാമന്റെയും മാമിയുടെയും കൂർക്കംവലി ഉയർന്നു കേൾക്കാം.

അക്കയും ഗാഢനിദ്രയിലാണ്.

ജീവിതം കഷ്ടതകൾ നിറഞ്ഞതാണ്. രക്ഷപ്പെടാൻ ദൈവം പല വഴികളും തുറന്നുതരും.

കപടമായ അഭിമാനം നടിച്ച് മുഖം തിരിച്ചു നിൽക്കാം.

കുറച്ചുനാൾ കഴിയുമ്പോൾ എവിടെ നിന്നെങ്കിലും ഒരുത്തൻ തന്നെ കെട്ടാൻ വരും. അവൻ സ്വഭാവവൈകൃതങ്ങൾ ഉള്ളവനാകും. അവന്റെ ഏഴെട്ടുമക്കളെ പട്ടിയെപ്പോലെ പെറ്റുകൂട്ടേണ്ടിവരും. കുടിയനായ ഭർത്താവിനെയും മക്കളേയും വേല ചെയ്തു പോറ്റേണ്ടി വരും.

ശിവയണ്ണനെ കെട്ടിയാലോ?

അണ്ണന് കുടിയില്ല, വലിയില്ല. സമാധാനപൂർണ്ണമായ കുടുംബജീവിതം. ഉദ്യോഗസ്ഥന്റെ ഭാര്യാപദം അലങ്കരിക്കാം. ആളുകളുടെ ബഹുമാനവും ആദരവും കിട്ടും. ബുദ്ധിയുള്ള നല്ല മക്കളുടെ അമ്മയാകാം. സുഖജീവിതം നയിക്കാം.

തന്റെ സ്നേഹം ആത്മാർത്ഥമാണോ? അല്ലയോ? അതാണ് അണ്ണന്റെ സംശയം. എന്റെ സ്നേഹം സത്യമാണെന്ന് അണ്ണനെ ബോദ്ധ്യപ്പെടുത്തണം. അതിന് എന്തിനാണ് ഞാനിത്രമാത്രം ഉൽക്കണ്ഠപ്പെടുന്നത്.

മല്ലിക പതിയെ പായയിൽ എണീറ്റ് ഇരുന്നു.

ഓലപ്പുരയ്ക്കകത്തേയ്ക്ക് അരിച്ചിറങ്ങുന്ന ഓണനിലാവ്.

അവൾ മുറി കടന്ന് വരാന്തയിലിറങ്ങി.

അവിടെനിന്നും സാവധാനം മുറ്റത്തിറങ്ങി. ധൃതിയിൽ കിണറ്റിൻ കരയിലേയ്ക്കു നടന്നു.

ശിവൻ കിണറ്റിൻകരയിൽ ഇരിപ്പുണ്ട്.

മല്ലികയെ കണ്ടതും ശിവൻ ഇരിപ്പിടം വിട്ടെണീറ്റു.

“ഞാൻ കരുതി താൻ വരില്ലെന്ന്..”

മല്ലിക അതിന് സമാധാനം ഒന്നും പറഞ്ഞില്ല.

“നീ... വാ..”

മല്ലികയുടെ കൈയിൽ പിടിച്ച് നിലാവിന്റെ വെളിച്ചത്തിൽ അവർ മുന്നോട്ടു നടന്നു. ആ നടത്തം അവസാനിച്ചത് മലഞ്ചെരുവിലെ പുൽമേട്ടിലാണ്.

ഓണനിലാവിന്റെ വെളിച്ചത്തിൽ രാവിന് ഭംഗികൂടി.

“മല്ലികേ..”

ശിവന്റെ പ്രേമസാന്ദ്രമായ ആ വിളിയിൽ മല്ലികയുടെ മനസ്സ് ആർദ്രമായി.

"എന്തോ.."

"എന്തേ മൗനം..."

ഇരുളിൽ അവളുടെ ഭയവും പരിഭ്രമവും അലിഞ്ഞിറങ്ങി. നേരിയ വിറയലോടെ അവൾ പറഞ്ഞു:

"കാണണം എന്നു പറഞ്ഞു. എന്താ കാര്യം? എനിക്കു പോണം."

"ധൃതി കൂട്ടല്ലേ. എനിക്കിന്നു പുലരുംവരെ നിന്നോട് സംസാരിച്ചിരിക്കണം."

"എന്ത്?"

മല്ലികയുടെ ശബ്ദം നേർത്തിരുന്നു.

അവളെ സ്വന്തം ശരീരത്തോട് അടുപ്പിച്ചു. പതിയെ അവളുടെ ചെവിയിൽ അവൻ മന്ത്രിച്ചു.

"മല്ലികേ നമ്മൾ പരസ്പരം പ്രണയിക്കുന്നു. ഈ നിമിഷംമുതൽ നീ എന്റേതാണ്. ഞാൻ നിന്റേതു മാത്രം. നമ്മളിനി ഭാര്യയും ഭർത്താവുമാണ്. മറകളില്ലാത്ത സ്നേഹമാണ് നമ്മുടേത്.."

ശിവൻ ഷർട്ടിന്റെ പോക്കറ്റിൽ കരുതിയ മുല്ലപ്പൂമാല കൈയിലെടുത്തു. അവൻ പൂമണം ആസ്വദിച്ചു. പിന്നെ മല്ലികയുടെ മുടിയിഴകളിൽ പൂമാല തിരുകിവച്ചു.

നിലാവെളിച്ചത്തിൽ ശിവൻ മല്ലികയെ കൺനിറയെ കാണുകയായിരുന്നു.

പിങ്ക് വർണ്ണത്തിലുള്ള പാവാടയും ഉടുപ്പും.

പുൽത്തകിടിയിലേയ്ക്കു വീണു കിടക്കുന്ന നീണ്ട മുടി.

ശിവൻ മല്ലികയുടെ കുനിഞ്ഞ മുഖം ഇരു കൈകളാൽ മെല്ലെ ഉയർത്തി.

നിലാവെളിച്ചത്തിലും ചന്തമുള്ള മുഖം.

തിളക്കമാർന്ന നീണ്ട കണ്ണുകൾ.

വിറകൊള്ളുന്ന നേർത്ത ചുണ്ടുകൾ.

ശിവൻ അവളുടെ കീഴ്ച്ചുണ്ടിൽ മൃദുവായി കടിച്ചു. പിന്നെ അമർത്തി ചുംബിച്ചു.

ആദ്യ ചുംബനത്തിന്റെ നിർവൃതിയിൽ അവൾ വികാരാർദ്രയായി.

ശിവൻ പുൽത്തകിടിയിൽ അവളെ കിടത്തി.

അവളുടെ വസ്ത്രങ്ങൾ ഓരോന്നായി അഴിച്ചുമാറ്റി.

ശിവൻ അവളുടെ ഉടലിൽ കരിനാഗമായി പടർന്നുകയറി.

മല്ലികയുടെ മാറിടം ഉയർന്നു താണു.

മുലക്കണ്ണുകൾ പെരുത്തു.

പൊക്കിൾ ചുഴിയിൽ പൂത്തിരി കത്തി.

ഉന്മാദലഹരിയിൽ അവൾ കൊടുങ്കാറ്റായി ആടിയുലഞ്ഞു.
ശിവൻ അവളെ വലിഞ്ഞു മുറുക്കി.
ഞെരിച്ചമർത്തി.
മല്ലികയുടെ മിഴികൾ ആർദ്രമായി.
ത്രിഫലങ്ങളിൽ തേൻ കിനിഞ്ഞു.
ആദ്യ സമാഗമത്തിന്റെ ആനന്ദലഹരിയിൽ ഇരുവരും സ്വയം മറന്നു.

കോതയമ്മായിയുടെ വീട്ടിൽനിന്നും ആർപ്പുവിളികൾ ഉയർന്നു.
ഓണക്കളികൾ അവസാനിച്ചതിന്റെ ആർപ്പുവിളി.

എട്ട്

തൈത്തെങ്ങിലിരുന്ന് ഉറക്കെ കരയുന്ന കാക്കയെ നോക്കി മണിയമ്മ പറഞ്ഞു.

"ആരാണ്ടോ വിരുന്നുകാരൊണ്ട്. അരി അടുപ്പത്തിടമ്പം ഉരിയരി കൂട്ടിയിടിൻ..."

"ഞായറാഴ്ച ആയിട്ട് ആരു വരാനാ..? അമ്മച്ചിടെ ഗണിച്ച് പറയക്കം ശരിയാവുമോ.? ഇതൊന്നും കേട്ട് നീ ചിരിക്കല്ലേ.. മല്ലികേ.."

മല്ലിക മറുത്തൊന്നും പറഞ്ഞില്ല.

"ഞാൻ പറഞ്ഞാ അച്ചിട്ടാ. അല്ലേ നിങ്ങള് കണ്ടോളിൻ.."

"അന്ധവിശ്വാസത്തിന് കൈയും കാലും വെച്ചാലത് അമ്മച്ചിയായിട്ടും."

തങ്കത്തിന്റെ കളിയാക്കൽ മണിയമ്മയെ കുപിതയാക്കി.

"അവള് പത്താംകാച്ചവരെ തൊലിച്ചെന്നും പറഞ്ഞ് കെടന്നങ്ങു തകർക്കുവാ.. അടങ്ങടി പുണ്ടച്ചി. ഒന്നടങ്ങു നീയ്. നെന്റെ പെറ്റതള്ളയല്ലെ ഞാൻ. വെവരം കെട്ടവക്ക് ഌറണതും മണക്കണതും അറിയുവോ?"

"എന്തേരെന്നേ അമ്മച്ചി നിങ്ങക്ക് ഒരു തമാശപോലും ഈ തള്ളയോടു പറയാൻ പറ്റില്ലെന്നു വച്ചാല്. അമ്മച്ചീ നിങ്ങടെ പള്ളുവിളിയിത്തിരി കടുപ്പംതന്നെ. കേട്ടോ.."

"നീ പോയി നെന്റെ വേല നോക്കടീ.."

"തങ്കമ്മക്കാ വന്നാണ് നമ്മക്ക് അടുക്കളയില് പോയി പരുവാലിക്കാമെന്ന്. നേരമിപ്പം ഉച്ചയാവും. പണിക്കു പോയവര് ഉച്ചപ്പണി

കേറുമ്പം പോക്കഞ്ഞിയാവാണ്ടയോ?" ഇങ്ങനെ പറഞ്ഞുകൊണ്ട് മല്ലിക തങ്കത്തിന്റെ കൈപിടിച്ച് അടുക്കളയിലേക്കു നടന്നു.

ഇനി ഒരങ്കത്തിനു താല്പര്യം ഇല്ലാത്ത മട്ടിൽ മണിയമ്മ കിണറ്റിൻ കരയിലേയ്ക്കു നടന്നു. കിണറിനു ചുറ്റും ചിതറിക്കിടക്കുന്ന പറങ്കിമാവിന്റെ കരിയിലകൾ. മണിയമ്മ അത് സമീപത്തെ തെങ്ങിൻചോട്ടിലേക്കു തൂത്തുകൂട്ടി. ശേഷം നടുവിന് കൈ കൊടുത്തു നിവർന്നുനിന്നു.

ചൂല് പെരയുടെ വാരിക്കീഴിൽ തിരുകിവച്ചു.

അവർ കിഴക്കേ മുറ്റത്തേയ്ക്കു നടന്നു.

"ഇരുന്നു നെരങ്ങണം തൂത്തു വാരണേൽ. നൂറുവട്ടം പറയണം. അവളാ അമ്മച്ചിയെ പഠിപ്പിക്കാന് വന്നേക്കുന്നത്. വന്നതും നിന്നതുമെല്ലാം കണക്കാ. മുടിച്ചാം കൊള്ളികളേ മുടിച്ചാം കൊള്ളികള്.. അകത്തൊള്ളവയ്ക്ക് വായ്ക്കു ചുറ്റും നാവാണങ്കി വന്നുകയറിയവക്ക് നാവേണ്ടോന്ന് വായില് വെരലിട്ട് നോക്കണം. ഓരോന്നിനെ ഒണ്ടാക്കി വച്ചേക്കുന്നു. ചേലും ചെവൃത്തയുമില്ലാതെ.."

"എന്തെ പെങ്ങളെ തനിച്ചു നിന്നൊരു വർത്തമാനം പറച്ചില്. അറുപതിലെ പിറുപിറുപ്പ് നേരത്തെ തൊടങ്ങിയാ..?"

മണിയമ്മ വായിൽ വന്ന തെറി പാതി വിഴുങ്ങി ശബ്ദം കേട്ട ഭാഗത്തേക്കു തിരിഞ്ഞു നോക്കി.

വെള്ള മുണ്ടും ജൂബ്ബയും ധരിച്ച കറുത്തുതടിച്ച മനുഷ്യനെ കണ്ട് ആദരവോടെ അവർ ഒതുങ്ങിനിന്നു.

"അയ്യോ ആരിത് ചന്തിരൻ കൊച്ചേട്ടനോ?"

"ഓ..."

"കൊച്ചേട്ടൻ വന്ന കാലേ നിക്കാതെ അകത്തോട്ടു വന്നാട്ടെ.."

മണിയമ്മ വിരുന്നുകാരനെ അകത്തേയ്ക്കു ക്ഷണിച്ചു.

വരാന്തയില് പായ വിരിച്ചുകൊണ്ട് അവർ പറഞ്ഞു.

"കൊച്ചേട്ടനിരിക്ക്..."

വരാന്തയിലെ സംസാരംകേട്ട് തങ്കവും മല്ലികയും വന്നു.

അപ്പനെക്കണ്ട മല്ലികയ്ക്കു തന്റെ സന്തോഷം നിയന്ത്രിക്കാനായില്ല. അവൾ ഒറ്റക്കുതിപ്പിന് അപ്പന് അരികിലെത്തി.

"അപ്പാ.."

"മക്കളേ..."

ചന്ദ്രൻ മകളെ ചേർത്തുപിടിച്ചു. വാത്സല്യത്തോടെ നെറുകയിൽ തലോടിക്കൊണ്ടിരുന്നു..

ചന്ദ്രൻ തങ്കത്തെ അരികിലേക്കു വിളിച്ചു. തന്റെ ജൂബ്ബയുടെ പോക്കറ്റിൽ കൈയിട്ട് വലിയൊരു കടലാസുപൊതി എടുത്തു.

അതു തങ്കത്തിനുനേരെ നീട്ടി അയാൾ പറഞ്ഞു.

"മക്കളേ ഇതു നെനക്കാ..."

തങ്കം പൊതി വാങ്ങി. നിവർത്തി നോക്കി.. കറുത്ത ഉണക്കമുന്തിരിയും അണ്ടിപ്പരിപ്പും..

"ഇതെല്ലാം എനിക്കാണാ.."

"എല്ലാവർക്കും കൂടിയാ.. നീ തന്നെ പങ്കുവെയ്ക്ക്.."

"പെങ്ങളേ അളിയനും ചെറുക്കനും എന്തിയേ?"

"പണിക്കു പോയി.. ഓണം കഴിഞ്ഞ് ഇന്നലെത്തൊട്ട് അപ്പനും മോനും പണിക്കിറങ്ങി. ഇന്ന് ഉച്ചവരെയെ ഒള്ള്..."

തങ്കം അണ്ടിപ്പരിപ്പ് പങ്കുവച്ചു. മല്ലിക കട്ടൻ ചായ ഗ്ലാസിൽ പകർന്നു.

മണിയമ്മ ധൃതിയിൽ ചായ കുടിച്ചു. അടുക്കളയിലേക്കു നടന്നു.

അടുപ്പിൽ തിളച്ചുമറിയണ കഞ്ഞിക്കലം. മണിയമ്മ മെല്ലെ കലത്തിന്റെ അടപ്പ് എടുത്തു മാറ്റി. മല്ലിക അതിശയിച്ചു. അവൾ ചോദിച്ചു.

"മാമീടെ കൈ വേവൂലെ...?"

"അടുപ്പില് എരിയണ കനല് കൈകൊണ്ട് എടുക്കണയാളാണ്. അമ്മച്ചിക്ക് ഇതൊക്കെ എന്ത് മല്ലികേ.. വെറും നിസ്സാരം."

"അതെന്താക്കാ മാമീടെ കൈ പൊള്ളാത്തത്..?"

"തഴമ്പുവീണ കൈയാണത്. ഇച്ചടൊന്നും ഏക്കില്ല.."

അരിയുടെ വേവു നോക്കിയ ശേഷം മണിയമ്മ മുറ്റത്തേയ്ക്ക് ഇറങ്ങി. കിണറ്റിൻകരയിൽ കുലച്ചുനിന്ന നാണിപ്പൂവന്റെ വലിയ കൂമ്പ് ഒടിച്ചെടുത്തു.

"മല്ലികേ.."

"എന്തോ..."

മണിയമ്മയുടെ വിളികേട്ട് മല്ലിക മുറ്റത്തേയ്ക്കു ഓടി.

"മക്കളേ അക്കയോട് ശടാന്ന് കൂമ്പരിയാൻ പറ. ചണച്ചാക്കില് തേങ്ങ ഇരിപ്പൊണ്ട്. എന്റെയക്കര ഒരു തേങ്ങ പൊതിച്ച് തിരുമ്മി വയ്ക്കു. മാമി ഇച്ചിരി മുരിങ്ങേല പറിച്ചോണ്ട് വരട്ട്."

"ഓ.. മാമീ..."

മല്ലിക വാഴക്കൂമ്പുമായി അടുക്കളയിലേക്കു നടന്നു.

മണിയമ്മയ്ക്കു നിമിഷനേരം മതി, നാവിന് രുചിയുള്ള സദ്യവട്ടം തയ്യാറാക്കാൻ.

വേണ്ട സാധനങ്ങളും കൈസഹായത്തിന് ഒരാളുംകൂടി ഉണ്ടെങ്കിൽ പറയുകയേ വേണ്ട.

ഉച്ചയോടെ പണികഴിഞ്ഞ് ഗോപാലനും ദാസനും വന്നു.

ഉച്ചയൂണ കഴിഞ്ഞു. എല്ലാവരും വരാന്തയിൽ വട്ടംകൂടിയിരുന്നു സംസാരം തുടങ്ങി.

സംസാരത്തിന് ഇടയിൽ ചന്ദ്രൻ മകളോടു പറഞ്ഞു:

"മക്കളേ നീയിവിടെ സ്ഥിര താമസമാക്കിയോടീ. വീട്ടി പോണ്ടേ.?"

"അവളിവിടെ നിക്കട്ടളിയാ.. അവിടെ വന്നാലും വെറുതെ വീട്ടിലിരിപ്പ് തന്നെയല്ലെ.."

"അളിയ, ചിന്നമ്മ നേരം വെളുത്താ പണിക്ക് പോകും. പിള്ളാരെല്ലാം പള്ളിക്കൂടത്തിലും. അടപ്പും തൊറപ്പുമില്ലാത്ത വീട്ടില് കാവലിന് ആള് വേണ്ടേ.. അതുമല്ല മാലതി സ്കൂളില് പോക്ക് മതിയാക്കി. അവക്കിനി പഠിക്കാനൊന്നും വയ്യന്ന്. അപ്പോപ്പിന്നെ രണ്ടുപേരുംകൂടി ഒന്നിച്ച് വീട്ടിലിരുന്നോളും. ചിന്നമ്മയ്ക്കു കൈ സഹായവുമായി."

"മല്ലികയെ കൂട്ടിക്കൊണ്ടുപോകാനാണ് അളിയൻ വന്നത്. അല്ലിയോ?"

"പിന്നല്ലാതെ ഒമ്പതെണ്ണത്തിന്റെ വയറ് നെറയ്ക്കണം. പിള്ളാരെ പഠിപ്പിക്കണം. തുണീം മണീം വാങ്ങണം. ആപ്പീസില് അവള് പോണോണ്ട് റേഷൻ വാങ്ങാനൊള്ളത് കിട്ടും. നമുക്ക് എന്നും കെളയല് ഇരിക്കണ. തെന്നിയും തെറിച്ചും ആഴ്ചയില് രണ്ടു മൂന്നു പണി കിട്ടും. ചിലപ്പഴ് അതുമില്ല. ആ പൊരേടം ഒള്ളതുകൊണ്ട് ഒരുവിധം കഴിഞ്ഞു കൂടുന്നു. മാവും പ്ലാവും പുളിയും എല്ലാമൊണ്ട്. തേങ്ങയും കാശുകൊടുത്തു വാങ്ങണ്ട. അവിടവിടെ പറങ്കാണ്ടിയും ഒണ്ട്..."

"ചിന്നമ്മയേയും കൂട്ടി വരാരുന്നു അളിയന്.."

"അവക്ക് ആകെ കിട്ടണ ഒഴിവുദെവസമാണ് ഇന്ന്. തുണി കഴുവക്കവും പോക്കഞ്ഞി വെപ്പും. പൊരയ്ക്കകം തളിപ്പും. അവക്ക് മൂട്ടുന്നി ഇരിക്കാന് നേരം കിട്ടില്ല. അതിന്റെയെടയില് പിള്ളാരെ മേപ്പും... ക്രിസ്മസ് അവധിക്ക് ഞങ്ങള് എല്ലാവരുംകൂടി വരാം.." ചന്ദ്രൻ ഗോപാലന് ഉറപ്പു നൽകി.

"മല്ലികയെ വെറുതെ വീട്ടിൽ നിറുത്താതെ കൈത്തൊഴില് വല്ലതും പഠിക്കാനക്കൊണ്ട് പറഞ്ഞു വിടണം.. തയ്യലോ പറക്കലോ എന്തെരെങ്കിലും ഒന്ന്.."

"രണ്ട് പെങ്കൊച്ചുങ്ങളും ഇപ്പം വെറുതെയിരിക്കവാ.. രണ്ടിനെയും ആപ്പീസില് കൊണ്ടുപോയി തള്ള തന്നെ പണി പഠിപ്പിക്കാനക്കൊണ്ട് ഇരിക്കവ.."

"അതൊക്കെ നല്ല കാര്യമാണല്ലോ.."

"മല്ലികേ വെയില് താരമ്പഴ് ഒരുങ്ങി എറങ്ങണം... നീ പോയി കുളിച്ച് ഒരുങ്ങ്.."

"ഓ..."

അപ്പന്റെ നിർദ്ദേശം കേട്ടതും മല്ലിക വീട്ടിലേക്കു പോകാനുള്ള ഒരുക്കം തുടങ്ങി. കുളികഴിഞ്ഞു മുറിയിൽ ഒരുങ്ങിക്കൊണ്ടിരുന്ന മല്ലികയുടെ അരികിലേക്കു തങ്കം വന്നു.

"മല്ലികേ.. ഇനി എന്നാടി കാണുന്നേ...?"

തങ്കം സങ്കടത്തോടെ മല്ലികയോടു ചോദിച്ചു.

"ഞാൻ വരാമക്കാ.. എനിക്കിപ്പം ഇങ്ങോട്ട് വണ്ടി കയറി വരാനൊള്ള വഴിയൊക്കെ അറിയാം.. നെല്ലിമൂട് ജങ്ഷനീന്ന് വണ്ടികയറി അയണിക്കുഴിയില് എറങ്ങണം. അത്രയെയൊള്ള്.."

തങ്കം കിഴക്കേ മുറിയിലേക്കു നടന്നു. വലിയ ട്രങ്കു പെട്ടി തുറന്നു. പുതുമ മാറാത്ത രണ്ട് പാവാടയും ഉടുപ്പും കടലാസിൽ പൊതിഞ്ഞെടുത്തു. അത് മല്ലികയുടെ കൈകളിൽ വച്ചുകൊടുത്തു.

"മല്ലികേ.. നീയിങ്ങനെ ഒരുങ്ങാതെ നടക്കരുത്. എപ്പോഴും കുളിച്ച് നല്ല വസ്ത്രങ്ങളൊക്കെ ഇട്ട് വൃത്തിയില് നടക്കണം. തലമുടി നന്നായിട്ട് സൂക്ഷിക്കണം. നമ്മടെ കൂട്ടത്തില് നിനക്കേ ഇത്രയും നീളമുള്ള മുടിയൊള്ള്. അത് എന്നും ചീകി പിന്നിയിട്ട് നടക്കണം.."

"നോക്കാം അക്കാ.. അക്കയും അണ്ണനും മാമനും മാമിയും എല്ലാം ഞങ്ങടെ വീട്ടിലോട്ടും വരണേ.."

എല്ലാവരോടും യാത്ര പറഞ്ഞ് ഇറങ്ങിയപ്പോൾ മല്ലിക വിങ്ങിപ്പൊട്ടി. അവർ നടന്നുനീങ്ങുന്നതും നോക്കി ഗോപാലനും കുടുംബവും നിന്നു.

കുറച്ചു ദിവസങ്ങളേ ഞാനിവിടെ തങ്ങിയുള്ളൂ. എന്നിട്ടും വിലപ്പെട്ടതെന്തോ ഉപേക്ഷിച്ചു പോകുന്ന പ്രതീതി.

നിലാവുള്ള രാവുകൾ.

മലമുകളിലെ പുൽമേടുകൾ.

കൈയെത്തുംദൂരെ നക്ഷത്രക്കൂട്ടങ്ങൾ.

ഓണപ്പാട്ടുകളും ആർപ്പുവിളികളും ഇപ്പോൾ കേൾക്കുന്നത് എവിടെ നിന്നാണ്.

എന്റെ പ്രാണൻ ആ മലമുകളിലാണ്.

ഇന്നു രാത്രിയും അദ്ദേഹം എന്നെ കാത്തിരിക്കും. കാത്തിരുന്നു കാണാതാകുമ്പോൾ ആ മനസ്സ് എത്രമാത്രം വേദനിക്കും. പോകും മുന്നേ ഒന്നു കാണാൻപോലും കഴിഞ്ഞില്ല.

യാത്ര പറയാനായില്ല.

ഗോപാലൻ മാമനും മാമിയും എന്നെ മനസ്സറിഞ്ഞു സ്നേഹിച്ചു.

തങ്കം അക്കയോട് ഒപ്പമായിരുന്നു ഞാൻ എപ്പോഴും.

അതുകൊണ്ടുതന്നെ ഒരു നിമിഷംപോലും ഒറ്റപ്പെടൽ അനുഭവിച്ചതേയില്ല..

മാമി വയറു നിറച്ച് ഉണ്ണാൻ തന്നു.

തേച്ചു കുളിക്കാൻ എണ്ണതന്നു.

കുളിക്കാൻ വാസനസോപ്പു തന്നു.

മാറി ഉടുക്കാൻ തുണിയും കിടക്കാൻ കീറാത്ത പായും തന്നു.

ശിവയണ്ണനോ?

എന്റെ മനസ്സ്, ശരീരം, ആത്മാവ് എല്ലാം കവർന്നെടുത്തു. അണ്ണന്റെ സ്നേഹം പിച്ചിപ്പൂവിന്റെ സുഗന്ധം പോലെയാണ്. കാണാൻ കഴിയില്ല. വേദനയോടെ അനുഭവിക്കാൻമാത്രമേ ഇനി കഴിയൂ..

“മല്ലിക കരഞ്ഞുകൊണ്ടാ പോയത്. പാവം അവൾക്കിവിടുന്നു പോണോന്നേ ണ്ടായിരുന്നില്ല...” തങ്കം അഭിപ്രായപ്പെട്ടു.

“നേരാ... മാമന് അവളെ കൊണ്ടുപോയേ അടങ്ങൂന്നുവച്ചാ നമ്മളെ ന്തു പറയാനാ..” ദാസൻ തങ്കത്തെ സമാധാനിപ്പിച്ചു.

“എല്ലാരിക്കും അവളെ ബോധിച്ചെങ്കില് നമുക്കവളെ ഇങ്ങു കൊണ്ടു വരാം. ഒരേറ്റവുമില്ലാത്ത പെങ്കൊച്ച്. മുഖായിശ്യരോം ഒണ്ട്. വയസ്സായാലും ഞങ്ങളെയവള് പൊന്നുപോലെ നോക്കും..” ഗോപാലൻ അഭിപ്രായപ്പെട്ടു.

“അവളെ എനിക്കുമിഷ്ടാ.. നിങ്ങളാലോചിക്കിനേ...”

ഗോപാലന്റെ അഭിപ്രായത്തോട് യോജിച്ചുകൊണ്ട് അപ്പോൾ മണിയമ്മ പറഞ്ഞു...

“വെള്ളാരങ്കല്ലുമലയിൽ അവതരിച്ച് ചൂല്യം കൊയ്ത്തിരുമ്പും ധരിച്ച അയിണിക്കുഴിയില് ആറ്റിൻവക്കത്തു വീട്ടിൽ തുലാരാശിയിൽ പിറന്ന കുറത്തിയമ്മേ.. ശ്രീ ഭഗവതി ദേവി വണങ്ങിടുന്നേൻ.. അടിയനെന്നും തുണയായി കാവിലായി കൂടെ ഉണ്ടാകവേണം. ഏന്റെ അയിണിക്കുഴി ഭഗവതീ..”

മല്ലിക പായയിൽ എണീറ്റിരുന്നു. ഭക്തിയോടെ പ്രാർത്ഥിച്ചു. പ്രാർത്ഥനകൾക്ക് ഒടുവിൽ കിടക്കവിട്ടവൾ വീടിന്റെ ഉമ്മറത്തേക്കു നടന്നു.

കുളിർമ്മയുള്ള ഒരിളം തെന്നൽ അവളെ തലോടി കടന്നുപോയി.

അകലെ കാട്ടാറിന്റെ മുരൾച്ച കാതോർത്തവൻ നിന്നു. മലവെള്ളപ്പാച്ചിലാണ്.

താഴ്‌വരയിൽ രാത്രി പെയ്ത ശക്തമായ മഴയെക്കുറിച്ച് അവൾക്ക് ഓർമ്മ വന്നു.

കിഴക്കൻ മലയില് ഉരുൾപൊട്ടല് ഉണ്ടായിട്ടുണ്ട്. നിശ്ചയം. കാട്ടാറ് കലിതുള്ളി പായുകയാണ്.

പൊടുന്നനെ മേഘങ്ങളിൽനിന്നും ഊർന്നിറങ്ങിയ കോടൽമഞ്ഞ് താഴ്‌വര ആകെ മൂടി.

അവൾക്കുമുന്നിൽ പച്ച പുതച്ച താഴ്‌വര പൊടുന്നനെ അപ്രത്യക്ഷമായി.

വാരിക്കീഴ വച്ച പാത്രങ്ങളിൽ മഴവെള്ളം നിറഞ്ഞിരുന്നു.

മല്ലിക മുറ്റത്തേക്ക് ഇറങ്ങി.

തണുത്ത വെള്ളം കോരി മുഖം കഴുകി.

ഒരു കവിൾ വെള്ളം വായിൽക്കൊണ്ട് കുലുക്കി നീട്ടിത്തുപ്പി.

കുനിഞ്ഞ് പാവാടത്തുമ്പുകൊണ്ട് മുഖം അമർത്തിത്തുടച്ചു.

പതിയെ അടുക്കളയിലേക്കു നടന്നു.

കറിക്ക് അരിഞ്ഞുകൊണ്ടിരുന്ന ചിന്നമ്മ മകളെ അടിമുടി ഒന്നുഴിഞ്ഞു നോക്കി.

പെണ്ണാകെ മാറിയിരിക്കുന്നു..

തുള്ളിച്ചാടി ഓടി നടന്ന പെണ്ണിന് ഒരു മന്ദത. വല്ലായ്മ. ഉണങ്ങി ഒതുങ്ങിയിരുന്നവൾ വല്ലാതെ തടിച്ചുരുണ്ടപോലെ.

വെറും തോന്നലാണോ? അങ്ങനെ ആയിരുന്നാല് മതിയായിരുന്നു.

ഒരു ദീർഘനിശ്വാസത്തോടെ അവർ ജോലി തുടർന്നു.

മല്ലിക ചില്ലുഗ്ലാസിൽ കാപ്പി പകർന്ന് ഊതിയൂതി കുടിക്കാൻ തുടങ്ങി.

ഉണങ്ങി ഞെരിഞ്ഞ വിറക് അടുപ്പിലിരുന്ന് ആളിക്കത്തി കാപ്പിക്ക് രുചിയേറിയപോലെ.

ആസ്വദിച്ച് അവൾ ഓരോ കവിൾ കാപ്പിയും നുണഞ്ഞിറക്കി.

പൊടുന്നനെ അടിവയറ്റിൽനിന്നും നെഞ്ചിലേക്ക് ഒരു ഉരുണ്ടുകയറ്റം പോലെ.

വല്ലാത്ത അസ്വസ്ഥത.

കാപ്പി ഗ്ലാസ് അടുപ്പിന്റെ തിട്ടയിൽ വച്ചു.

അതിവേഗം അവൾ മുറ്റത്തേക്ക് ഓടിയിറങ്ങി.

കുടിച്ച ചൂടുകാപ്പി അപ്പടി പുറത്തേക്ക്.

എന്താ തനിക്ക് പറ്റിയത്?

കുറച്ചു ദിവസങ്ങളായി ഇതുപോലെ അസ്വസ്ഥതകൾ തുടങ്ങിയിട്ട്..

എന്തെങ്കിലും തിന്നുമ്പോഴും കുടിക്കുമ്പോഴും മനം പുരട്ടൽ, ഓക്കാനം, ഛർദ്ദി.

അമ്മയോടു പറഞ്ഞാലോ..

മല്ലിക വാ കഴുകി. സാവധാനം അമ്മയുടെ അരികിലെത്തി.

"എന്താടീ.?"

"ആ അറിയത്തില്ല. ക്ഷീണം, ഛർദ്ദി."

"നീ കുളിച്ചിട്ട് എത്ര നാളായി?"

"അത്.."

മല്ലിക ഓർത്തെടുക്കാൻ ശ്രമിച്ചു.

"ഓണത്തിന് കൊറവൻകോണത്തുപോയി വന്നതിൽപ്പിന്നെ കുളിച്ചിട്ടില്ല."

"പെണ്ണേ ചതിച്ചോ.. എന്തോന്ന് പറയണത് നീ?"

'നേരാ.. എന്തായമ്മേ?"

മല്ലിക നിഷ്കളങ്കതയോടെ അമ്മയെ നോക്കി.

ചിന്നമ്മ അരിഞ്ഞുകൊണ്ടിരുന്ന കായും ഇരുമ്പും താഴെയിട്ടു. അവർ ചാടിയെണീറ്റു.

"നേരു പറയെടീ.. ആരാടീ ഇതിനു കാരണക്കാരൻ?"

"ഏതിന്?"

"നെനക്ക് വയറ്റിലൊണ്ടാക്കി തന്നത് ദാസനാ?"

മല്ലിക ഒന്നും മിണ്ടിയില്ല. അവൾ അമ്പരപ്പോടെ അമ്മയെ നോക്കി.

"അമ്മാ..."

അമ്മ പറഞ്ഞത് നേരാണോ..

അടിവയറ്റിൽ കനം കൂടുന്നതിനു കാരണം അപ്പോൾ അതാണ്.

പതിനാറാം വയസ്സില് താൻ ഗർഭിണിയായി..

ഈ വിവരം അപ്പനറിഞ്ഞാൽ.. സഹോദരങ്ങളും നാട്ടുകാരും അറിഞ്ഞാല്? അബദ്ധം പറ്റിപ്പോയല്ലോ കാവിലമ്മേ..

ഇനിയിപ്പോ എന്തോ ചെയ്യും.

മല്ലിക അടുപ്പിന്റെ മൂലയിൽ താടിക്കു കൈയും കൊടുത്തിരുന്നു.

ചിന്നമ്മ ധൃതിയില് വേലകള് തീർത്തു. പണിക്കു പോകാനൊരുങ്ങിയിറങ്ങി. ചിന്നമ്മയ്ക്കു പിന്നാലെ ചന്ദ്രനും പണിക്കു പോകാനായി പുറപ്പെട്ടു.

മല്ലികയുടെ അഞ്ച് സഹോദരങ്ങളും സ്കൂളിലേയ്ക്കും പോയി..

പതിവുപോലെ അരിയും മരച്ചീനിയും മീനുമായി ചന്ദ്രൻ വൈകുന്നേരം പണി കഴിഞ്ഞു വന്നു.

മല്ലിക ചോറും കറിയും വച്ചു.

ചിന്നമ്മ വേലകഴിഞ്ഞു വന്നു. കുളിച്ചു.

മല്ലിക അത്താഴം വിളമ്പാൻ ഒമ്പതു പാത്രങ്ങൾ കഴുകി നിരത്തി വച്ചു.

അതിൽ വലിയ വെള്ള പിഞ്ഞാണി അപ്പന്റെ പാത്രമാണ്.

അതിനു ചുറ്റും എട്ട് അലുമിനീയം പാത്രങ്ങളും.

ചിന്നമ്മ അതിലേക്കു ചോറും കറികളും വിളമ്പി.

തന്റെ ഓരോ മക്കളുടെയും വയറു നിറയേണ്ട ആഹാരത്തിന്റെ അളവ് കൃത്യമായി ആ അമ്മയ്ക്ക് അറിയാം.

ആഹാരം കഴിച്ചുകഴിഞ്ഞു. ആൺമക്കളെല്ലാം ഒരു മുറിയിൽ കയറി. നിരത്തി പായ വിരിച്ചു നിരന്നു കിടന്നു. പെൺമക്കളെല്ലാം മറ്റൊരു മുറിയിലേക്കു നടന്നു.

ചിന്നമ്മ അടുക്കള <u>ത്തു</u>വാരി പായ വിരിച്ചു. അവിടെക്കിടന്നു.

"എന്നേ..."

ചിന്നമ്മ ഭർത്താവിനെ വിളിച്ചു.

"എന്തെടീ?"

"എനിക്ക് നിങ്ങളോട് ഒരു കാര്യം പറയാനൊണ്ട്..."

"എന്ത് കാര്യം.?"

"അതു കേട്ട് കഴിയമ്പം നിങ്ങള് കെടന്നങ്ങ് തുള്ളല്ല്."

"കാര്യം പറയടീ..."

"മല്ലികയ്ക്ക് വയറ്റിലൊണ്ട്.."

"എന്തോന്ന്?"

"മല്ലിക വയറ്റിലാണെന്ന്..."

"എന്റെ കുഞ്ഞിനെപ്പറ്റി അനാവശ്യം പറഞ്ഞാലെണ്ടല്ല്. അടിച്ചു നെന്റെ കവാലം പൊളിക്കും പുണ്ടച്ചി മോളേ.. പോക്രിത്തരം പറയ ണതിനും ഒരതിരില്ലേ?" ചന്ദ്രൻ പായയിൽനിന്നും ചാടി എണീറ്റു. അരികിൽ കിടന്ന ഭാര്യയുടെ മുടിക്കുത്തിന് ചുറ്റിപ്പിടിച്ചു.

"നിങ്ങള് വിടീനെന്നേ മുടീന്ന്.. ഒന്നും നുണയല്ല. എല്ലാം നേരാണ്." ചന്ദ്രൻ മുടിക്കെട്ടിൽനിന്നു പിടുത്തം വിട്ടു.

"ദാസാണോ കൊച്ചിനെ പെഴപ്പിച്ചത്.?"

"അതായിരുന്നെങ്കി എത്ര നന്നായിരുന്നു.. ഇതിന്റെ കാരണക്കാരൻ ദാസനല്ല.."

"പിന്നെ?'

"മണിയമ്മ നാത്തൂന്റെ ആങ്ങളയുടെ മോനാ. ശിവൻ."

"രാമന്റെ മോനാ..?"

"ഓ... അവൻ നല്ല പടുത്തക്കാരനാണെന്നാ പെണ്ണ് പറഞ്ഞത്. ഇനി കുടിയനാണോ.. പെട്ടപ്പനാണോന്നൊക്കെ കണ്ടറിയാം. ഇനിയിപ്പം നമ്മള് എന്തെരു ചെയ്യുമെന്നേ?" ചന്ദ്രൻ ശാന്തനായി. അയാൾ പറഞ്ഞു.

"എനിക്കൊന്നും അറിഞ്ഞൂടെ... പെണ്ണ് വയറ്റിലൊണ്ടാക്കിയെങ്കി ല് പെറട്ട്. മാസം ഏഴ കഴിഞ്ഞെങ്കി എങ്ങനെ അവന്റെ വീട്ടില് കൊണ്ടു ചെന്നാക്കും. തൊടക്കത്തില് അറിഞ്ഞിരുന്നേല് അളിയനെ വിവരം അറിയിച്ചിട്ട് എന്തെങ്കിലുമൊക്കെ ചെയ്യാമായിരുന്നു. ഇയിനിപ്പം അവള് പെറട്ട്. തള്ളേം പിള്ളയേയും ഒരുമിച്ച് അവിടെ കൊണ്ടുചെന്നാക്കാം. നീ സമാധാനപ്പെട്. എല്ലാം തറേക്കൂടെ തന്നല്ലെ നടക്കണത്." മല്ലിക യെക്കുറിച്ചുള്ള ആ മാതാപിതാക്കളുടെ വേവലാതി അവിടെ അവസാനി ച്ചു. എങ്കിലും ചിന്നമ്മയ്ക്കും ചന്ദ്രനും അന്ന് ഉറക്കം വരാത്ത രാത്രിയായി രുന്നു.

വൃശ്ചികമാസത്തെ ചിത്തിര നാളിൽ മല്ലിക ഒരു പെൺകുഞ്ഞിനു ജന്മം നൽകി.

പെഴച്ചുപെറ്റ പെണ്ണിനെയും കുഞ്ഞിനെയും വീട്ടിലുള്ളവർ വെറുത്തു തുടങ്ങിയിരുന്നു. എങ്കിലും ഒരുമാസം ചിന്നമ്മ മല്ലികയ്ക്കു പ്രസവശുശ്രൂഷ കൾ ചെയ്തു. കുഞ്ഞിനെ എണ്ണതേപ്പിച്ചു കുളിപ്പിച്ചു.

ഒരു മാസം കഴിഞ്ഞതോടെ മല്ലിക സ്വന്തം കാര്യങ്ങളും കുഞ്ഞിന്റെ കാര്യങ്ങളും സ്വയം ചെയ്തു തുടങ്ങി.

എന്നും പാളയിൽ കിടത്തി കാര സോപ്പിട്ട് അവൾ കുഞ്ഞിനെ കുളിപ്പിച്ചു. പഴന്തുണികൾകൊണ്ട് കുഞ്ഞിനെ തുടച്ചെടുത്തു.

കീറത്തുണികൾകൊണ്ട് കുഞ്ഞിനെ പൊതിഞ്ഞുവച്ചു.

കുഞ്ഞിന് ഇടാൻ കുഞ്ഞുടുപ്പുകൾ ആരും അവൾക്ക് വാങ്ങിക്കൊടുത്തില്ല. ശിവന്റെ മകൾക്ക് മുത്ത് എന്ന് പേരിട്ടു.

കുഞ്ഞിന് ഇടാൻ ഉടുപ്പില്ല.

കുളിപ്പിക്കാൻ വാസനസോപ്പില്ല.

തേച്ചു കുളിക്കാൻ വെളിച്ചെണ്ണയില്ല.

കിടത്തി ഉറക്കാൻ കീറാത്തൊരു പായുമില്ല.

ഇല്ലായ്മയിലും വല്ലായ്മയിലും കുഞ്ഞു വളർന്നു.

ആറു മാസങ്ങൾ വളരെ വേഗം കടന്നുപോയി.

ഒരു നാൾ ചിന്നമ്മയോടു മകൾ പറഞ്ഞു.

"അമ്മാ... മോളുടെ ദേഹത്തെല്ലാം കൊതു കടിച്ചു. തിണർക്കുന്നു. കൊച്ചിന് ഇടാൻ രണ്ട് കുഞ്ഞുടുപ്പ് എങ്കിലും വാങ്ങിത്തായോ.." മല്ലികയുടെ ആവശ്യം കേട്ട് ചിന്നമ്മ പൊട്ടിത്തെറിച്ചു.

"സൗകര്യമില്ലെടീ.. നിന്റെ കൊച്ചിനു വേണ്ടത് നീ വാങ്ങിക്കൊടുക്ക്.. വല്ലവന്റേയും കൊച്ചിനു ചെലവിനു കൊടുക്കാമെന്ന് ഞാൻ നേർച്ചയൊന്നും നേർന്നിട്ടില്ല. നീ പെഴച്ചു പെറ്റു. അതും തീറ്റപ്പെരുവമായി വരുത്. ഞാനും നിന്റേയപ്പനും വേല ചെയ്തു നെനക്കും നിന്റെ കൊച്ചിനും ഇനി ചെലവിനു തരണമെന്നു പറഞ്ഞാല് പറ്റത്തില്ല.."

"ഞാനെന്തു വേണമെന്നാ അമ്മ പറയണത്..? വേലയ്ക്കു പോകണോ?"

"നീ വേലയ്ക്കു പോവാൻ ഞങ്ങള് പറയണില്ല. നീ ഒരു കാര്യം ചെയ്യ്. കൊച്ചിനേം കൊണ്ട് കൊറവന്തറയില് പോ.. കൊച്ചൊണ്ടായി ആറുമാസം കഴിഞ്ഞു. ഇന്നുവരെ ഞങ്ങള് നിന്നെ നോക്കി. അവനെന്താ നിന്നെ ഒന്നു തിരിഞ്ഞുപോലും നോക്കാത്തെ. സ്നേഹമൊള്ളവനാണേൽ ഒരിക്കലെങ്കിലും അവൻ നിന്നെ കാണാൻ വരുമായിരുന്നു. എന്റെ സംശയം അവൻ വേറെ പെണ്ണുകെട്ടിപ്പോയോ എന്നാ. തോന്നിയവാസം കാണിച്ചാല് ഇതു പോലെയൊക്കെ അനുപവിക്കേണ്ടി വരും..

കൈപ്പുണ്ണിന് കണ്ണാടിയെന്തിനെടീ... നീ അനുഭവിക്കാൻ കെടക്കണതേയൊള്ള്... നീയിനി നെന്റെ പാടായി. പോതിച്ച കണക്ക് ചെയ്യ്.."

അമ്മയുടെ ഓരോ ശാപവാക്കുകളും മല്ലികയുടെ നെഞ്ചില് വേദനയുടെ വേവ് പടർത്തി.

അമ്മ പറയുന്നതിലും സത്യമുണ്ട്.

ശിവയണ്ണൻ എന്റെ അവസ്ഥകൾ അറിഞ്ഞുകാണുമോ?

ഇല്ലായിരിക്കും. എന്റെ കാര്യങ്ങൾ എങ്ങനെ അറിയാനാണ്.

അന്ന് കണ്ടു പിരിഞ്ഞ ശേഷം കാണാനുള്ള ഒരു അവസരവും ഉണ്ടായില്ല.

എന്നായാലും ജോലി കിട്ടിക്കഴിഞ്ഞാൽ അദ്ദേഹം എന്നെ തേടി വരും. ഉറപ്പ് തന്നതാണ്.

ഇനി എന്നെ തിരക്കി വന്നില്ലെങ്കിൽ... അമ്മ പറഞ്ഞതുപോലെ ജോലി കിട്ടി. അണ്ണൻ വേറെ പെണ്ണുകെട്ടിപ്പോയാൽ ഞാനെന്തു ചെയ്യും?

കുറച്ചു നാളുകൂടി കാക്കാം.

തൽക്കാലം അമ്മയുടെ കുത്തുവാക്കുകൾ കേട്ടേ പറ്റൂ.

ഞാൻ പെറ്റ കുഞ്ഞിനെ ഞാൻതന്നെ വളർത്തും.

എന്റെ കുഞ്ഞിന് തേച്ചു കുളിക്കാൻ എണ്ണ വേണം. വാസനസോപ്പു വേണം. ഇടാൻ കുഞ്ഞുടുപ്പുകൾ വേണം.

കിടത്താൻ വൃത്തിയുള്ള പായ വേണം. നല്ല ആഹാരം വേണം. അതിന് ഞാൻ വേലയ്ക്കിറങ്ങിയേ മതിയാവൂ.

ഗോപാലൻ മാമൻ കഴിഞ്ഞ ഓണത്തിനു വാങ്ങിത്തന്ന തുണികളേ ഇന്നും തനിക്കൊള്ളൂ.

അപ്പനും അമ്മയും എന്നും പണിക്കു പോകുന്നൊണ്ട്.

എല്ലാവർക്കും വയറു നെറച്ച് മൂന്നുനേരം തിന്നാൻ തരുന്നുണ്ട്.

ഇളയതുങ്ങളെ പഠിപ്പിക്കുന്നുണ്ട്.

അപ്പനും അമ്മയും മാറി മാറി ഉടുക്കാൻ തുണികള് വാങ്ങിക്കുട്ടുന്നുണ്ട്.

പള്ളിക്കൂടത്തി പോണ ഇളയതുങ്ങൾക്കും മാറിമാറിയിടാൻ തുണികളുണ്ട്.

എങ്ങും പോകാതെ വീട്ടിലിരിക്കണ എനിക്കും കുഞ്ഞിനും തുണി എന്തിന്?

പെറ്റെണീറ്റിട്ടും തങ്കംഅക്ക തന്ന പഴയ പാവാടയും ഉടുപ്പും തന്നാ എന്റെ വേഷം.

ദേഹം അനങ്ങുന്ന ഒരു പണിക്കും ഇന്നുവരെ പോയിട്ടില്ല.

ഇനി അദ്ധ്വാനിക്കാതെ ജീവിക്കാനും ആവില്ല.

ശിവയണ്ണൻ വന്നു കൂട്ടിക്കൊണ്ടു പോകുംവരെ എനിക്കും കുഞ്ഞിനും ജീവിക്കണം.

അതിനു കാശു വേണം.

എന്തു ജോലി തനിക്കറിയാം.

ഒന്നും അറിയില്ല.

കൂലിപ്പണിക്കു പോകാം.

പണിക്കു പോയാൽ കുഞ്ഞിനെ ആര് നോക്കും.?

മാലതി അനിയത്തിയാണ്.

ഏഴിൽ തോറ്റ ശേഷം പഠിത്തം നിർത്തി മാലതി കളിച്ച നടക്കു വാണ്.

അവള് കൊച്ചിനെ നോക്കട്ടെ. അതെങ്ങനെ നടക്കും.

ഇന്നുവരെ അവൾ എന്റെ കുഞ്ഞിനെ എടുത്തിട്ടില്ല.

ദൂരെനിന്ന് നോക്കും അടുത്തേക്കു വരില്ല.

അങ്ങനെ ഉള്ളവൾ എങ്ങനെ കുഞ്ഞിനെ നോക്കും?

വിവരം അമ്മയോടു പറഞ്ഞപ്പോൾ അവരുടെ പ്രതികരണം ഇങ്ങനെ ആയിരുന്നു:

"അതൊക്കെ ഞാനവളെ പറഞ്ഞു പഠിപ്പിച്ചോളാം.."

കുഞ്ഞിനെ പോറ്റാൻ വേണ്ടി പതിനേഴാം വയസ്സില് മല്ലിക പണിക്കിറങ്ങി. കല്ലും മണ്ണും, ചാണകവും ചുവന്നു. പാടത്ത് പണിക്കിറങ്ങി ഞാറു നടാനും കള പറിക്കാനും പഠിച്ചു. മലകളിലും വെളകൾക്കിടയിലും കാടെടുക്കാൻ പോയി. രാവിലെമുതൽ വൈകിട്ടുവരെ പണി. വൈകുന്നേരം വേലക്കാശെല്ലാം ചിന്നമ്മ എണ്ണി വാങ്ങും. വേല ചെയ്തു ദേഹം നൊന്തു. ക്ഷീണം കൂടി. വെയിലു കൊണ്ടു. ശരീരം കൂടുതൽ കറുത്തു. എന്നാലും മടിയില്ലാതെ മല്ലിക പണിക്കു പോയ്ക്കൊണ്ടിരുന്നു. ദിവസങ്ങൾ കടന്നുപോയി. മുത്തു തറയിൽ നൂൽബന്ധമില്ലാതെ ഇഴഞ്ഞു നടന്നു. അവൾ ഇടയ്ക്കിടയ്ക്ക് അഴുക്കു പറ്റിയ കൈവിരൽ നുണഞ്ഞു. അടുത്ത് ആരെയും കാണായ്കയാൽ ഉറക്കെ കരഞ്ഞു. കരഞ്ഞു തളർന്ന കുഞ്ഞ് മയക്കത്തിലാണ്ടു.. സമയം ഇഴഞ്ഞു നീങ്ങി. എട്ടുകാലികൾ വല നെയ്യുന്ന മേൽക്കൂര.

ഓല പൊടിഞ്ഞ സുഷിരങ്ങളിലൂടെ അരിച്ചിറങ്ങിയ വെളിച്ചം ഇരുണ്ട മുറിയിൽ പ്രകാശം പരത്തിക്കൊണ്ടിരുന്നു.

പല്ലിയും പാറ്റയും പഴുതാരയും തേളും മൂട്ടയും വിഹരിക്കുന്ന മൺചുമരുകൾ.

ചാണകപ്പൊറ്റയിളകിയ മൺതറയിൽ വരിവച്ചു നീങ്ങുന്ന ഉറുമ്പിൻ കൂട്ടങ്ങൾ.

പകലിന്റെ നിശ്ശബ്ദതയിൽ വാരിയിലൂടെ ഓടി നടക്കുന്ന കാട്ടെലികൾ.

ഓട്ടത്തിനിടയിൽ ഒരെലി ഉറങ്ങിക്കിടക്കുന്ന കുഞ്ഞിനു മുകളിലേയ്ക്കുവീണു.

കുഞ്ഞ് ഞെട്ടിയുണർന്നു.

ഭയപ്പാടോടെ ചുറ്റും നോക്കി. അടുത്ത് ആളെ കാണായ്കയാൽ ഉറക്കെ കരഞ്ഞു.

കുഞ്ഞ് പെടുത്തു, ജുറി.

തറയിൽ ചിതറിക്കിടന്ന തീട്ടത്തിലവൾ കൈകാലിട്ടടിച്ചു.

പിന്നെ അതിലൂടെ ഇഴഞ്ഞു നീങ്ങി.

മലം പറ്റിയ കൈവിരലുണ്ടു.

തീട്ടം കൈകൊണ്ടു തറയിൽ തളിച്ചു.

തീട്ടത്തിലേക്കു പറന്നെത്തിയ മണിയനീച്ചയെ അവൾ കൗതുകത്തോടെ നോക്കിയിരുന്നു.

മുറിയിലേക്ക് ഇഴഞ്ഞുവന്ന ചെറിയ നമ്പൂരിയട്ടയെ തൊട്ടു.

അട്ട ചുരുണ്ടുകൂടി.

കുഞ്ഞ് അട്ടയെ കൈയിലെടുത്തു വായിലിട്ടു ചവച്ചുതുടങ്ങി.

മോണ തട്ടി അട്ടയുടെ തൊലി പൊട്ടി.

ചലം പറ്റിയ കുഞ്ഞിന്റെ വായ പൊട്ടി അടർന്നു.

അകലെനിന്നേ മല്ലിക കുഞ്ഞിന്റെ കരച്ചിൽ കേട്ടു.

കുഞ്ഞിന്റെ നിർത്താതെയുള്ള കരച്ചിൽ കേട്ട് മല്ലിക വീട്ടിലേക്ക് ഓടിക്കയറി.

അവിടത്തെ കാഴ്ച കണ്ട് അവൾ നടുങ്ങി തരിച്ചു നിന്നുപോയി. ഒരിക്കലും ഒരമ്മ കണ്ടാൽ സഹിക്കാൻ പറ്റാത്ത കാഴ്ച. അതു നോക്കി നിൽക്കേ അവൾക്കു കരച്ചിൽ വന്നു. കുഞ്ഞിന്റെ വായിലെ പാതി ചത്ത അട്ടയെ അവൾ കൈവിരൽകൊണ്ട് തോണ്ടിയെടുത്തു കളഞ്ഞു.

അവൾ കുഞ്ഞിനെ കോരി എടുത്തു. മുറ്റത്തേയ്ക്കു നടന്നു.

വരാന്തയിൽ കമഴ്ത്തിവച്ചിരുന്ന വലിയ പാളയിൽ കുഞ്ഞിനെ കിടത്തി.

ചരുവവുമായി കിണറ്റിൻകരയിലേക്ക് ഓടി.

ധൃതിപിടിച്ചു വെള്ളം കോരി.

എല്ലായിടത്തും സോപ്പു തെരഞ്ഞു നടന്നു.

എവിടെയും സോപ്പു കാണായ്കയാൽ മല്ലിക പൊട്ടിക്കരഞ്ഞു പോയി.

ഒടുവിൽ അമ്മയുടെ തടിപ്പെട്ടി തുറക്കാൻ അവൾ തീരുമാനിച്ചു.

അമ്മയുടെ ആ വലിയ തടിപ്പെട്ടി തുറക്കാൻ അവിടെ ആർക്കും അനുവാദം ഇല്ലായിരുന്നു.

അമ്മയുടെ തുണികളും പൗഡറും ചീപ്പും കണ്ണാടിയും സമ്പാദ്യവും എല്ലാം ആ പെട്ടിക്കകത്തായിരുന്നു സൂക്ഷിച്ചിരുന്നത്.

മൺഭിത്തിയുടെ ചെറിയ വിടവിലാണ് അമ്മ പെട്ടി പൂട്ടി താക്കോൽ വയ്ക്കുന്നത്.

മല്ലിക പലപ്പോഴും അതിനു ദൃക്സാക്ഷിയുമാണ്.

അമ്മ തുണി കഴുകി കുളിച്ചതിന്റെ ബാക്കി സോപ്പിലാണ്

മക്കളുടെ കുളിയും തുണികഴുകലുമെല്ലാം.

അമ്മയ്ക്ക് അമ്മയുടെ കാര്യങ്ങളും കഴിഞ്ഞിട്ടേ മക്കളുടെ കാര്യങ്ങളിൽ ശ്രദ്ധയുള്ളൂ..

അവൾ താക്കോലെടുത്തു പെട്ടി തുറന്നു. അതിൽ അമ്മയുടെയും അപ്പന്റെയും വൃത്തിയുള്ള തുണികൾ മടക്കി അടുക്കിവച്ചിരുന്നു.

അതിന്റെ ഒരു വശത്തായി കാരസോപ്പുകൾ രണ്ടെണ്ണം അടുക്കി വച്ചിരിക്കുന്നു. മണമുള്ള ഹെയർ ഓയിലും മണമുള്ള രണ്ടു സോപ്പുകൾ പൗഡർ, ചീപ്പ്, കണ്ണാടി, കൺമഷി..

ഈശ്വരാ ഇതൊക്കെ എന്തിനാ അമ്മ വാങ്ങി സൂക്ഷിച്ചു വച്ചേക്കുന്നത്. ഒരിക്കൽപ്പോലും ഇതൊന്നും അമ്മ എനിക്കോ അനിയത്തിമാർക്കോ ഉപയോഗിക്കാൻ തന്നിട്ടില്ല. എന്തിനു പൊടിക്കുഞ്ഞിന് കണ്ണെഴുതാൻ ഇത്തിരി കൺമഷി പോലും തരില്ല.

രണ്ടു മണസോപ്പിൽ ഒന്ന് എടുക്കുകതന്നെ.

സോപ്പ് കൈയിലെടുത്തശേഷം പെട്ടി പൂട്ടി.

താക്കോൽ യഥാസ്ഥാനത്തു തിരികെ വച്ചു തിരിഞ്ഞതും കുറ്റം ചെയ്തതു കണ്ടുപിടിച്ച പൊലീസുകാരന്റെ മുഖഭാവത്തോടെ മുന്നിൽ മാലതി തുറിച്ചു നോക്കിനിൽക്കുന്നു.

"എടീ.. കള്ളീ അപ്പോ ഇതാണ് ആരുമില്ലാത്തപ്പോ നെന്റെ കൈയിലിരിപ്പ് അല്ലെ..? അമ്മയിങ്ങു വരട്ടടീ നിന്റെ കള്ളത്തരം ഇന്നത്തെടം കൊണ്ടു പൊളിക്കും ഞാൻ.."

"നീ പോയി പറയെടീ.. മാറ് മുന്നീന്ന്.." മല്ലിക മാലതിയെ തള്ളിമാറ്റി കുഞ്ഞിന് അരികിലേക്കു നടന്നു. അവൾ കുഞ്ഞിനെ കുളിപ്പിച്ചെടുത്തു.

അവളുടെ ദേഹം തുടച്ചെടുക്കാൻ ഒരു പഴന്തുണിക്കായി മല്ലിക പരതി.

ഒന്നും കാണാതാകയാൽ മുറ്റത്ത് കഴുകി ഇട്ടിരുന്ന സ്വന്തം തോർത്തെടുത്ത് കുഞ്ഞിന്റെ ദേഹം തുടച്ചെടുത്ത്, കുഞ്ഞിന്റെ പൊള്ളിയടർന്ന വായിൽ തേയ്ക്കാൻ വെളിച്ചെണ്ണയ്ക്കായി അവൾ അടുക്കളയിലേയ്ക്കു നടന്നു.

ചെറിയ കുപ്പിയിലെ വെളിച്ചെണ്ണയിൽ വിരൽമുക്കി കുഞ്ഞിന്റെ വായിൽ തേച്ചു പിടിപ്പിച്ചു.

കുപ്പിയിലെ അടപ്പിലേക്കു വെളിച്ചെണ്ണ പകർന്നു കുഞ്ഞിന്റെ വായിലേക്ക് എണ്ണ ഇറ്റിച്ചുകൊടുത്തു.

കുഞ്ഞ് എണ്ണ കുടിച്ചിറക്കി.

"എന്തോന്നാടീ അക്കാ നീ കാട്ടിക്കൂട്ടണത്. കൊച്ചിന് ഉപ്പിട്ട കഞ്ഞിവെള്ളമോ ചോറോ കൊടുത്തു വയറടച്ചിടാനൊള്ളതിന്. അവള് വെളിച്ചെണ്ണ കൊടുത്തു കൊച്ചിനെ കനപ്പിക്കാൻ നോക്കണാ.. നീയാളു കൊല്ലാമല്ലോടീ.."

"നിർത്തെടീ.. നീ കൊച്ചിനെ തനിച്ചാക്കിയിട്ട് എവിടെ പോയിരുന്നെടീ...?"

"വിലാസിനി ചേച്ചീടെ വീട്ടില് പോയി.."

"എന്തിന്..?"

"കളിക്കാൻ പോയി.."

"എപ്പോഴാ നീ പോയേ..?"

"രാവിലെ പോയി.."

"എന്നും ഞാൻ പണികഴിഞ്ഞു വരുമ്പോ കുഞ്ഞിനെ കുളിപ്പിച്ച് കിടത്തുന്നത് അപ്പഴാരാ?"

"അതമ്മച്ചിയാ.."

"അമ്മയോ..?"

"ആ.. അമ്മ വന്നിട്ടല്ലേ നീ എന്നും പണി കഴിഞ്ഞ് വരുന്നത്. നെന്റെ കുഞ്ഞെന്നും പെട്ടപ്പലിലും തീട്ടത്തിലും കെടന്ന് ഉരുണ്ട് മറിഞ്ഞ് അവടെ കെടക്കും." അമ്മ അതിനെ കാരസോപ്പിട്ട് കുളിപ്പിച്ച് ചോറും കൊട്ടുത്തിടും.."

"അപ്പോ നീ കാലത്ത് കുഞ്ഞിനൊന്നും തിന്നാൻ കൊടുക്കാറില്ലേ?"

"പിന്നെ എനിക്കതല്ലേ പണീ.. ഞാനെന്തു കൊടുക്കാനാ.. എന്നും രാവിലെ ഞാൻ കളിക്കാൻ പോകും. വൈകിട്ട് വരും.."

"ഇതൊരു മനുഷ്യക്കുഞ്ഞ് അല്ലെടീ..? ഇതിന് വിശപ്പും ദാഹവുമൊക്കെ ഇല്ലേ.. നീ കുഞ്ഞിനെ നോക്കുമെന്ന് കരുതിയല്ലേ ഞാൻ എന്നും വേലയ്ക്ക് പോണത്. അപ്പോ ഇത്ര നാളും നീയെന്റെ കുഞ്ഞിനെ പട്ടിണിക്കിടുവായിരുന്നോ..? പാവം കിട്ടുമെടീ നിനക്കിതിന്... നോക്കിക്കോ വെള്ളമെറക്കാനാവാതെ നീയും അനുഭവിക്കുമെടീ.."

"പിന്നെ..? നീ പെഴച്ച പെറ്റ കൊച്ചൊണ്ടാക്കീന്നും പറഞ്ഞ് എനിക്കു കളിക്കാൻ പോണ്ടേ..? നിനക്കത്ര ദെണ്ണമുണ്ടേൽ നീ തന്നെ നിന്റെ പുള്ളയെ നോക്കിയിരിക്കടീ.. എന്നെ കൊണ്ടൊന്നും വയ്യ.."

മാലതി ചീറി.

നിസ്സഹായതയോടെ മല്ലിക കുഞ്ഞുമായി അടുക്കളയിലേയ്ക്ക് നടന്നു.

കുഞ്ഞിന് ചോറെടുത്ത്, അതിൽ ഒരു നുള്ള് ഉപ്പിട്ട് കുറച്ച് വെളിച്ചെണ്ണയും ഒഴിച്ച് ഞെവിടി വാരിക്കൊടുത്തു. ആർത്തിയോടെ കുഞ്ഞ് ഭക്ഷണം കഴിച്ചു. നിറകണ്ണുകളോടെ അവൾ കുഞ്ഞിന് ആഹാരം കൊടുത്തുകൊണ്ടിരുന്നു.

വയറു നിറഞ്ഞപ്പോൾ കുഞ്ഞിന്റെ തളർച്ച മാറി.

അവൾ അമ്മയെ നോക്കി പുഞ്ചിരിച്ചു.

നിഷ്കളങ്കതയോടെ തന്നെ നോക്കി പുഞ്ചിരി തൂകുന്ന കുഞ്ഞിനെ അവൾ നെഞ്ചോടു ചേർത്തു.

"എന്റെ പൊന്നേ... പൊന്നു മോളേ.."

മല്ലിക കുഞ്ഞിന്റെ കണ്ണുകളിലേക്ക് ഉറ്റു നോക്കി വിളിച്ചു.

കുഞ്ഞ് പിഞ്ചിളം ചുണ്ടുകൾ കോട്ടി അവ്യക്തമായ ശബ്ദങ്ങൾ പുറപ്പെടുവിച്ചു. കൈകൾകൊണ്ട് അമ്മയുടെ മുഖം ചേർത്തു പിടിച്ചു.

"എന്നോട് പൊറുക്കെന്റെ മോളേ.."

മല്ലിക കുഞ്ഞിന്റെ കാതിൽ മന്ത്രിച്ചു.

"കൊച്ചിനെ താലോലിച്ചത് മതീടീ.. രാത്രി പെരെക്കെടന്ന് ഒറങ്ങാനക്കൊണ്ടൊള്ളതാ.. തീട്ടം നാറീട്ട് പെരയ്ക്കകത്തോട്ടു കേറാൻ വയ്യ. അതിനെ അവിടെയെങ്ങാനും കെടത്തീട്ട് തീട്ടം കോരിക്കളയടീ.."

മാലതി ഇപ്രകാരം വിളിച്ചു പറഞ്ഞുകൊണ്ട് മുറ്റത്തേയ്ക്കു നടന്നു.

മല്ലിക കുഞ്ഞിനെ കീറത്തുണിയിൽ പുൽപ്പായയിൽ തോർത്ത് വിരിച്ചശേഷം കിടത്തി. പറമ്പിലേയ്ക്കു നടന്നു.

പറമ്പിൽ തഴച്ചുവളർന്നുകിടന്ന പെരുവണത്തിന്റെ ഇല പറിച്ചെടുത്ത് കുഞ്ഞിന്റെ മലം കോരി പറമ്പിന്റെ മൂലയിൽ കൊണ്ടുകളഞ്ഞു. മുറ്റത്ത് കുട്ടയിൽ ഇരുന്ന ചാണകംകൊണ്ട് കുഞ്ഞിന്റെ മലവും മൂത്രവും വീണ തറ വൃത്തിയിൽ തളിച്ചെടുത്തു.

അപ്പോഴും മല്ലികയുടെ മനസ്സ് അസ്വസ്ഥമായിരുന്നു

നാലുമാസമാകുന്നു പണിക്കു പോയിത്തുടങ്ങിയിട്ട്

തന്റെ കുഞ്ഞിനെ നന്നായി നോക്കാൻ കഴിഞ്ഞോ?

നേരത്തെ സമയത്തും കാലത്തും കുഞ്ഞിനെ നോക്കാൻ കഴിഞ്ഞിരുന്നു.

ഇപ്പോഴോ..?

രാവിലെ ധൃതിപിടിച്ചു പണിക്ക് ഓടുമ്പോൾ കുഞ്ഞ് ഉറക്കത്തിലാവും.

പ്രഭാതംമുതൽ വൈകുന്നേരംവരെ പിഞ്ചുകുഞ്ഞിന് വെള്ളവും ആഹാരവും കൊടുക്കാതെ...

കാവിലമ്മേ ഓർക്കാൻകൂടി വയ്യ. എന്റെ തേവരേ ഈ കൊടിയ പാപം ഞാൻ എവിടെ കൊണ്ടുപോയി തീർക്കും.

കുഞ്ഞും മെലിഞ്ഞ് ഉണങ്ങി.

വയറുന്തി കൈകാലുകൾ തേമ്പി.

കണ്ണുകളിലെ തിളക്കംമാത്രം ഉണ്ടതിന്.

കുഞ്ഞിനിടാൻ കുഞ്ഞുടുപ്പു വാങ്ങിയോ? ഇല്ല.

കുഞ്ഞിനെ കുളിപ്പിക്കാൻ വാസനസോപ്പ് കിട്ടിയോ? ഇല്ല.

തേച്ചു കുളിപ്പിക്കാൻ എണ്ണ കിട്ടിയോ... ഇല്ല.

പുത്തൻ പായ വാങ്ങിയോ?

ഒന്നും വാങ്ങിയില്ല.

അമ്മയുടെ കണക്കുപറച്ചിൽ മാത്രം ഇല്ലാതായി.

രാത്രി തനിക്കും കുഞ്ഞിനും വയറു നിറച്ച് ആഹാരം കിട്ടുന്നുണ്ട്.

"ഇന്ന് നീ നേരത്തെ എത്തിയോ..?" വരാന്തയിലേക്കു വന്നു കയറിയ ചിന്നമ്മ ചോദിച്ചു.

മല്ലിക അമ്മയുടെ മുഖത്തേക്കു നോക്കാതെയാണ് അതിനു മറുപടി പറഞ്ഞത്.

"ഓ... ഇന്ന് ഉച്ചപ്പണിയായിരുന്നു. അതാ.."

"ഇന്ന് റേഷൻകടേ പോണം, അരീം, മണ്ണെണ്ണയും പഞ്ചാരേം വന്നിട്ടൊണ്ട്. കൊറച്ച് പലവ്യഞ്ജന സാതനങ്ങളും വാങ്ങവേണം. നിന്റെ കൈയില് കാശുവല്ലതും ഇരിപ്പൊണ്ടോ..?"

അമ്മയുടെ ചോദ്യം കേട്ടപ്പോൾ മല്ലികയ്ക്ക് അരിശം അടക്കാൻ കഴിഞ്ഞില്ല.

"ഇന്നലെവരെ ഞാൻ വേല ചെയ്ത പൈസ മുഴുവൻ കണക്കു പറഞ്ഞ് അമ്മ വാങ്ങിച്ചില്ലെ. അതെല്ലാം തീർന്നോ.?"

"പത്തുപതിനൊന്നു വയറു പൊലരാൻ ചിലവില്ലയോ..? ഉപ്പുതൊട്ട് കർപ്പൂരംവരെ വാങ്ങ വേണം. ഒരു കുടുംബം പുലരാനുക്കൊണ്ടു കാശു വേണ്ടയോ..? നീ നിന്റെ പിത്തലാട്ടവും കൊണ്ടിരിക്കാതെ ഇന്നു വേല ചെയ്ത കിട്ടിയ കാശെടുക്കു പെണ്ണേ.. കട അടയ്ക്കുംമുമ്പ് പോയി സാധനങ്ങള് വാങ്ങട്ട്.."

"എന്റെ കൈയില് കാശില്ല."

"അതെന്താടീ.. ഇന്ന് വേല ചെയ്ത കൂലി കിട്ടില്ലായോ? എന്നാപ്പിന്നെ നാളെ കാശ് കിട്ടിയിട്ട് എല്ലാം കൂടി ഒത്തുവാങ്ങാം.."

"അതിന് നാളെ മുതല് ഞാൻ പണിക്ക് പോണില്ല."

"അതെന്താ നീ പണിക്കു പോകാത്തെ?"

"എന്തിനാ ഞാൻ വേലയ്ക്കു പോണത്?"

"അതു ഞാൻ പറഞ്ഞുതരണോ നിനക്ക്? നിന്റെയും നിന്റെ പുള്ളേടേം വയറടയ്ക്കാൻ.."

"അമ്മ മൂന്നു നേരവും എന്റെ കുഞ്ഞിന് ഉരുട്ടിവായില് വെച്ചുകൊടുത്തോണ്ടിരിക്കുവല്ലേ.. എന്നെക്കൊണ്ട് അമ്മ കൂടുതലൊന്നും പറയിക്കരുത്. ഇന്ന് ഉച്ചപ്പണി ആയോണ്ട് ഞാനിന്ന് എന്റെ കുഞ്ഞിന്റെ അവസ്ഥ കാണാന് ഇടയായി.."

"അതിന് നിനക്കും നെന്റെ കുഞ്ഞിനും ഇവിടെ എന്തിന്റെ കൊറവാടീ.."

"ഞങ്ങൾക്കിവിടെ കുറവുകളെ ഒള്ള്... എന്റെ കുഞ്ഞിവിടെ പട്ടിണികിടക്കുവല്ലേ. ഏഴു മാസമായി. കുഞ്ഞ് ഇങ്ങനെയാണോ ഇരിക്കേണ്ടത്.? ഏഴു മക്കളെ പെറ്റു വളർത്തിയ അമ്മയ്ക്ക് എങ്ങനെ തോന്നിയമ്മേ. ഈ പൊടിക്കയെ പട്ടിണിക്കിടാൻ.?"

"തന്തപോല്ലം തിരിഞ്ഞുനോക്കാത്ത ഇങ്ങനെ ഒരു കുഞ്ഞ് എന്തിനാടീ നെനക്ക് എരണം കെട്ടവളേ.. അങ്ങനെയെങ്കില്ലം ഇതു ചത്തു തൊലയുന്നെങ്കില് ആയിക്കോട്ടെന്നും ഞാനും കരുതിയെടീ.."

മല്ലികയുടെ ആത്മനിയന്ത്രണം വിട്ടുപോയി. അവൾ അമ്മയ്ക്കു നേരെ വിരൽ ചൂണ്ടി പാഞ്ഞു ചെന്നു.

"മതി... നിർത്തിക്കോ നിങ്ങള്... അമ്മ എന്നല്ല നിങ്ങളെ വിളിക്കേണ്ടത്. അതിനുള്ള ഒരു യോഗ്യതയും നിങ്ങൾക്കില്ല. മനുഷ്യമൃഗമെന്ന് കേട്ടിട്ടെയൊള്ള്. കരുണയില്ലാത്ത ദുഷ്ട പിശാചാണ് നിങ്ങള്.."

"നിർത്തടീ അധികപ്രസംഗീ.. ആരോടാടീ നീ വിരൽചൂണ്ടി സംസാരിക്കുന്നത്. അവക്ക് പെറാനിടം കൊടുത്തു. കണ്ടവനെ പിടിച്ചു പെഴച്ചു പെറ്റ അരുവാണിച്ചീ.. മൂക്ക് മുട്ടെ തിന്ന് എല്ലിനെടെ കേറിയപ്പം അവക്കു കുത്തണ്. എടീ മാനം ചാടീ പൂ... മോളെ. ഇന്നു രാത്രിക്കൂടി നീയിവിടെ കെടന്നോ... നാളെ നേരം വെളുക്കമ്പം എറങ്ങിക്കോണം എന്റെ അടച്ചിതിനകത്തുന്ന്. ഇനി നീയും ഞാനും തമ്മില് ഒരു ബന്ധോമില്ല.. പനേം പട്ട് പാട്ടോം ഒഴിഞ്ഞ്." ചിന്നമ്മ ഇപ്രകാരം പറഞ്ഞ് തുണികളും എടുത്ത് കിണറ്റിൻ കരയിലേക്കു നടന്നു. മല്ലിക സങ്കടം സഹിക്കാനാവാതെ മുറ്റത്തിരുന്നു തേങ്ങിക്കരഞ്ഞു.

അന്നു രാത്രി മല്ലിക ഉണ്ടില്ല.. ഉറങ്ങിയില്ല.

അപ്പൻ നിശ്ശബ്ദനാണ്.

അമ്മയും തന്നെ തള്ളിക്കളഞ്ഞു.

വീടു വിട്ടു പോകാതെ നിവൃത്തിയില്ല.

ഭാവിയെക്കുറിച്ച് ഓർത്തപ്പോൾ അവൾക്ക് ഭയം തോന്നി.

ശിവയണ്ണൻ പൊറുക്കണം.

മറ്റൊരു നിവൃത്തിയുമില്ല..

നിങ്ങള് വിളിക്കാൻ വരുമെന്ന് കരുതി ഒരാണ്ടു കാത്തിരുന്നു.

ഇനിയതിന് ആവില്ല.

നാളെത്തന്നെ ഞാൻ കുഞ്ഞുമായി അവിടേക്കു വരും.

കുളവന്തറയാണ് ഇനി ഏക ആശ്രയം.

ചിന്തകൾ എവിടെയോ മുറിഞ്ഞുപോയി.

ഉറക്കം അവളുടെ മിഴികളെ പൊതിഞ്ഞു.

നേരം നന്നേ പുലർന്ന ശേഷമാണ് മല്ലിക ഉണർന്നത്.

മല്ലിക ധൃതിയിൽ പ്രഭാതകൃത്യങ്ങൾ കഴിച്ചുവന്നു.

മാലതി അടുക്കളയിൽ ഇരുന്നു പഴങ്കഞ്ഞി കുടിക്കുന്നു..

"അമ്മ എന്തിയേ.."

"അവര് പണിക്ക് പോയി.."

"പിള്ളാരോ?"

"അവര് പള്ളിക്കൂടത്തില് പോയി.. നീയിന്ന് കളിക്കാനൊന്നും പോണില്ലേ?"

അതിനവൾ മറുപടിയൊന്നും പറഞ്ഞില്ല.

മാലതി പഴങ്കഞ്ഞി കുടിച്ച പാത്രം കഴുകി, മുറ്റത്തു വച്ചു.

പിന്നെ ധൃതിയിൽ വിലാസിനിയുടെ വീട്ടിലേക്ക് ഓടിപ്പോയി.

മല്ലിക അമ്മയുടെ തടിപ്പെട്ടി ഒരിക്കൽക്കൂടി തുറന്നു.

പെട്ടിയിൽനിന്നും രണ്ടു ജോഡി വസ്ത്രം എടുത്തു.

വസ്ത്രത്തിന് അടിയിലെ പേപ്പർ പൊതി അവൾ കൈയിലെടുത്തു.

തുറന്നുനോക്കിയ അവൾ അത്ഭുതപ്പെട്ടുപോയി.

താൻ ജോലി ചെയ്തുണ്ടാക്കിയ പണം അമ്മ പൊതിഞ്ഞു സൂക്ഷിച്ചു വച്ചിരിക്കുന്നു.

എണ്ണി നോക്കാൻ നേരമില്ല.

പാതി പണം അവൾ കൈയിലെടുത്തു. ബാക്കി കടലാസിൽ പൊതിഞ്ഞ് തിരികെ വച്ചു.

അമ്മയുടെ വസ്ത്രങ്ങൾ അവൾ ധരിച്ചു. ഓറഞ്ചിൽ ചുവന്ന വട്ടമുള്ള സാരി.

വൃത്തിയുള്ള വെള്ള തോർത്തിൽ കുഞ്ഞിനെ പൊതിഞ്ഞെടുത്തു. കൈലിത്തുണിയിൽ തന്റെ പഴയവസ്ത്രങ്ങളും പണവും അമ്മയുടെ പുത്തൻ വസ്ത്രങ്ങളും പൊതിഞ്ഞെടുത്തു. മല്ലിക ധൃതിയിൽ അയിണിക്കുഴിയിലെ ബസ് സ്റ്റോപ്പിനെ ലക്ഷ്യമാക്കി നടന്നു.

ഒൻപത്

നെല്ലിമൂട് ബസ്സ്റ്റാൻഡിൽ ബസ് നിർത്തി. അവൾ കുഞ്ഞുമായി ബസിൽനിന്നും ഇറങ്ങി.

അല്പദൂരം നടന്നപ്പോൾ അവൾക്ക് തലചുറ്റുന്നപോലെ തോന്നി.

മല്ലിക ചുറ്റിലും നോക്കി.

സമീപത്തു കണ്ട ചായക്കടയെ ലക്ഷ്യമാക്കി അവൾ നടന്നു.

തലേന്നു രാത്രിയിലും ഇന്നു രാവിലെയും ഒന്നും കഴിച്ചിട്ടില്ല.

കടയിൽ അപ്പോൾ തിരക്ക് കുറവായിരുന്നു. അവൾ കടയിലേക്കു നോക്കിനിന്നു.

കടക്കാരൻ മല്ലികയോടായി പറഞ്ഞു.

"കടയ്ക്ക് അകത്തു കയറി ഇരിക്കു കൊച്ചേ.. നിനക്ക് കഴിക്കാനെന്താ വേണ്ടത്..? ദോശയൊണ്ട്. അപ്പമൊണ്ട്. പുട്ടുമൊണ്ട് എന്തെരു വേണം?"

"ചേട്ടാ നാലപ്പവും ഒരു ചായയും താ.."

"കറിയെന്തു വേണം..? കടലക്കറിയും മുട്ടക്കറിയുമൊണ്ട്.."

"പഞ്ചാരയിട്ടു തന്നാ മതി.. കുഞ്ഞിനുംകൂടി കൊടുക്കാനാ.."

"കുഞ്ഞിന് കൊടുക്കാൻ പാലുംവെള്ളം തരട്ടെ?"

"ഓ തണുപ്പിച്ച് തരണേ.."

ആർത്തിയോടെ മല്ലിക ആഹാരം കഴിച്ചു. കുഞ്ഞിനും കൊടുത്തു. കടക്കാരന് കാശ് കൊടുത്തു മടങ്ങാൻ ഒരുങ്ങവേ അയാൾ ചോദിച്ചു:

"നീ എവിടുന്നു വരുവാ.. മുന്നേ ഇവിടെങ്ങും കണ്ടിട്ടില്ല. അതോണ്ട് ചോദിച്ചതാ.."

"ഞാൻ അയിണിക്കുഴീന്ന് വരുവാ,."

"ഇവിടെ ഏത് വീട്ടില് പോകാൻ വന്നതാ..?"

മല്ലിക ഒരു നിമിഷം നിശ്ശബ്ദയായി.

ഗോപാലൻ മാമന്റെ വീട്ടിലേക്ക് എന്നു പറഞ്ഞാലോ?

അതു വേണ്ട.

ഈ യാത്ര ഭർത്താവിന്റെ വീട്ടിലേക്കാണ്.

ഇനി ആരോടും ഒന്നും മറച്ചുപിടിച്ചിട്ട് തനിക്ക് ഒന്നും നേടാനില്ല.

എല്ലാം എല്ലാവരും അറിയേണ്ട സമയമായി.

"കുറവന്തറയിലേക്കു പോണു.."

"ഓ... നമ്മുടെ ശിവൻ സാറിന്റെ വീട്ടിലേക്കോ?"

"അതെ..."

"കുഞ്ഞിനെയുംകൊണ്ട് തനിച്ചാണോ വിരുന്നുവന്നത്?"

കൊച്ചിന്റെ അച്ഛനെന്തിയേ.?"

"ഞാൻ അവിടുത്തെ ബന്ധുവല്ല. വീട്ടുകാരി തന്നെയാണ്. എന്റെ ഭർത്താവിന്റെ വീടാണത്."

"അതിന് ശിവൻ സാറ് കെട്ടിയിട്ടില്ല. പിന്നെ അയാളുടെ അനിയൻ പത്തില് പഠിക്കുന്നതേ ഒള്ള്. കല്യാണപ്രായം ആയതുമില്ല."

"കൊച്ചുണ്ടാവാൻ കെട്ടുകഴിയണം എന്നില്ല. ഞാൻ ശിവന്റെ ഭാര്യയാണ്. ഇതയാളുടെ കുഞ്ഞും.."

കടക്കാരൻ അവിശ്വാസ്യതയോടെ മല്ലികയെയും കുഞ്ഞിനെയും മാറിമാറി നോക്കി...

"നേരാണാ കൊച്ചേ.."

"കുറവൻകോണത്തെ കാവിലമ്മയാണേ സത്യം.." മല്ലിക തറപ്പിച്ചു പറഞ്ഞു.

"കൊച്ചിന് ഇടാൻ ഒരു ഉടുപ്പ് പോലുമില്ലേ?"

മല്ലിക മൗനം പാലിച്ചതല്ലാതെ അതിനു മറുപടിയൊന്നും പറഞ്ഞില്ല.

"നീ വാ കൊച്ചേ.." കടയോടു ചേർന്ന തയ്യൽക്കടയിലേക്കു കടക്കാരൻ മല്ലികയെ കൂട്ടിക്കൊണ്ടു പോയി.

കടയിൽ ചട്ടയും മുണ്ടും ധരിച്ച് ഒരു തയ്യൽക്കാരി ഇരുന്നു തയ്ക്കുന്നു. വെളുത്തു തടിച്ച സുന്ദരി.

കടയ്ക്കു മുന്നിൽ പല പ്രായത്തിലെ കുട്ടികൾക്ക് ഇടാനുള്ള കുഞ്ഞുടുപ്പുകളും ഫ്രോക്കുകളും നിരത്തി തൂക്കിയിട്ടിരുന്നു.

യോഹന്നാന്റെ കൂടെ അപരിചിതയായ പെണ്ണിനെയും കൊച്ചിനെയും കണ്ട ഏലിയാമ്മ ചിരിയോടെ ചോദിച്ചു:

"അച്ചായോ... ഏതായീ കൊച്ചും തള്ളേം?"

"നമ്മടെ ശിവൻ സാറിന്റെ കൊച്ചും ഭാര്യയുമാ.."

"കളി പറയാതെ അച്ചായാ.."

"ആന്നെടീ... നീയി പൊടിക്കൊച്ചിന്റെ മൊകത്തു നോക്ക്..
എന്നിട്ടു പറ.."

"നേരാണല്ലോ കർത്താവെ.. സാറിനെ അതേപടി വാർത്തുവച്ചേക്കുവല്ലിയോ.."

"നീയീ കുഞ്ഞിനിടാൻ ഒരു ഉടുപ്പ് കൊടുക്ക്.."

ഓറഞ്ച് നിറത്തിൽ കറുത്ത കുഞ്ഞു പൂക്കളുള്ള ഫ്രോക്ക് ഏലിയാമ്മ കുഞ്ഞിന് ഇട്ടുകൊടുത്തു.

"മോക്കിടാൻ രണ്ട് ഉടുപ്പുകൂടി വേണം.."

"കുഞ്ഞുങ്ങടെ ഉടുപ്പു മാത്രമല്ല കേട്ടോ.. വലിയവർക്കുവേണ്ട കൈലിയും ബ്ലൗസും അടിപ്പാവാടയും ബാഡിയുമൊക്കെ ഇവിടെ വാങ്ങാൻ കിട്ടും. നിന്റെ കൈയില് കാശില്ലെങ്കില് കടം തരാം. കൈയില് കാശുണ്ടാകുമ്പം കൊണ്ടു തന്നാല് മതി.."

"കൊച്ചേ.. നിന്റെ ഉടുപ്പ് അള്ളാള്ളാന്നു കെടുക്കുവല്ലിയോ... ഒന്നടിച്ചിട്ടാൽ അതു പാകത്തിനായാനെ."

മല്ലിക തുണിക്കെട്ടഴിച്ചു. അമ്മയുടെ പുത്തനുടുപ്പ് എടുത്തു ഏലിയാമ്മയെ ഏല്പിച്ചുകൊണ്ടു പറഞ്ഞു:

"ചേടത്തീ.. ഈ ഉടുപ്പൊന്ന് പാകത്തിന് അടിച്ചു തരുമോ..?"

"പിന്നെന്താ..? ഇതു തയ്ച്ചു തരുമ്പോ ഇത് ഇട്ടുംകൊണ്ട് നീയിപ്പോ ഇട്ടേക്കുന്നത് ഊരിത്തരണം.. അതുടി പരുവത്തിന് അടിച്ചു തരാം.."

"കാശ് ഒത്തിരി ആകുമോ ചേട്ടത്തി.."

"ഇതു അടിച്ചു തരുന്നതിന് നീയെനിക്ക് കാശൊന്നും തരണ്ട കേട്ടോ.."

"ഓ.."

ഏലിയാമ്മ ചേടത്തിയോടു യാത്ര പറഞ്ഞിറങ്ങവേ അവർ വലിയ ഒരു തുണിസഞ്ചി സമ്മാനിച്ചു.

അതിൽ തുണികൾ കുത്തി നിറച്ചു തോളിൽ തൂക്കിയിട്ട് അവൾ കുറവൻതറയിലേയ്ക്കുള്ള യാത്ര തുടർന്നു.

ടാറിട്ട റോഡിനപ്പുറം മണ്ണിന്റെ മണമുള്ള മൺപാതയിലൂടെ നടന്നു. ചെറിയ ഊടുവഴികളിലൂടെ വയലേലയിൽ എത്തിച്ചേർന്നു.

കൈതക്കാടു നിറഞ്ഞ തോട്ടിനരികിൽകൂടി തെളിഞ്ഞ വഴിയേ അവൾ നടന്നു.

താഴേ വയലേലകളിൽ സ്ത്രീകൾ പണി ചെയ്യുന്നു. കൂട്ടത്തിൽ ഞാറ്റുപാട്ടുപാടുന്ന പെൺകുട്ടി.

പാട്ട് ഇഷ്ടപ്പെടുന്ന മല്ലിക ഒരു നിമിഷം മണ്ണിന്റെ മണമുള്ള ഞാറ്റുപാട്ട് കേട്ട് സ്വയം മറന്നുനിന്നു.

താരികം താരാ തകതിമി താരികം താരാ..
താരികം താരാ... തകതിമി താരികം താരാ..
പുഞ്ചക്കണ്ടം പൂട്ടിയൊരുക്കീ.
പുഞ്ചക്കണ്ടത്തി വിത്തുവിതച്ചേ
പുഞ്ചക്കണ്ടത്തീ വിത്തു വിതച്ചപ്പോ
പുഞ്ചക്കണ്ടത്തീ വിത്തു മുളച്ചേ
പുഞ്ചക്കണ്ടത്തീ വിത്തു മുളച്ചപ്പോ
പെണ്ണാളുകൾ കള പറിച്ചേ
പുഞ്ചക്കണ്ടത്തീ നെല്ലു വിളഞ്ഞേ
താരികം താരാ... തക തിമി താരികം താരാ..
താരികം താരാ... തക തിമി താരികം താരാ..
കതിരു കൊത്താൻ തത്ത വന്നേ
കിളിയെയാട്ടാൻ കുറത്തി വന്നേ
കിളിയെ കണ്ടു കുറത്തി പാടിയേ
താരികം താരാ തക തിമി താരികം താരാ..
താരികം താരാ തകതിമി താരികം താരാ.

പാട്ടു കേട്ടു വരമ്പിൽ നിക്കണ പെൺകൊടിയോടു ഞാറു നട്ടുകൊണ്ടിരുന്ന പാട്ടുകാരി ചോദിച്ചു.

"നീയേതാടീ കൊച്ചേ..?

എവിടേയ്ക്കു പോണ്..?"

"കൊറവന്തറയിലേക്ക് ഇതു തന്നെയല്ലേ അങ്ങോട്ടുള്ള വഴി.

"...."

"ആണ്..."

"അവിടെ ആരെ കാണാനാ?"

ആ ചോദ്യത്തിനു മുന്നിൽ മല്ലിക മൗനം പൂണ്ടുനിന്നു.

"ഈ ഏലേടെ അങ്ങേ അറ്റത്ത് വലിയൊരു കൊളമുണ്ട്. കൊളത്തിന്റെ മറുവശത്ത് മലേലോട്ട് ഒരു കല്ലുകെട്ടു വഴി കെടപ്പൊണ്ട്. ആ കുന്നിന്റെ നെറുകിലെവിടാ കുറവന്തറ വീട്.."

"ഓ..." മല്ലിക അവർ പറഞ്ഞ വഴിയേ നടന്നുനീങ്ങി.

ഫലവൃക്ഷങ്ങൾ ഇടതിങ്ങി വളരുന്ന മലമുകളിലെ വീട്ടുമുറ്റത്ത് അവൾ നിന്നു.

മൺചുമരുള്ള ഒതുക്കമുള്ള ഓല കെട്ടിയ വീട്.

താൻ വഴിതെറ്റി കുന്നുമ്പുറത്തു വീട്ടുമുറ്റത്ത് എത്തിയോ എന്നവൾ ഒരുനിമിഷം ശങ്കിച്ചുനിന്നു.

"അകത്ത് ആളുണ്ടോ?"

വരാന്തയ്ക്കകത്തേയ്ക്ക് എത്തിനോക്കിക്കൊണ്ടു മല്ലിക വിളിച്ചു ചോദിച്ചു.

"ആരാ?"

മുറിക്കകത്തുനിന്നും ഒരു സ്ത്രീശബ്ദം ഉയർന്നു.

പെട്ടെന്ന് മുറിയിൽനിന്നും വരാന്തയിലേക്ക് വെളുത്ത സുന്ദരിയായ ഒരു സ്ത്രീ ഇറങ്ങിവന്നു. മുടിയിഴകളിൽ നരവീണ സ്ത്രീ പുഞ്ചിരിയോടെ ചോദിച്ചു.

"ആരാ? എവിടുന്നാ..?'

"ഞാൻ മല്ലിക.. അയിണിക്കുഴീന്നാ വരുന്നേ..."

"മുറ്റത്തുതന്നെ നിക്കാതെ കുഞ്ഞിനെയുംകൊണ്ട് അകത്തേക്കു കയറി വാ.." സ്ത്രീ ക്ഷണിച്ചു.

മല്ലിക വലതുകാൽ വച്ച് വരാന്തയിലേക്കു കയറി.

സ്ത്രീ മുറിക്കകത്തേയ്ക്കു കയറി തഴപ്പായുമായി വരാന്തയിലേക്ക് ഇറങ്ങി വന്നു.

വരാന്തയിൽ പായ വിരിച്ചിട്ടു കൊണ്ടു പറഞ്ഞു.

"ഇരിക്ക്.."

മല്ലിക തോളിൽ തൂക്കിയിട്ട തുണിസഞ്ചി പായുടെ ഒരു വശത്തായിട്ടു വച്ചു.

തോളിൽ കിടന്ന വെള്ള തോർത്ത് പായയിൽ വിരിച്ചു.

കുഞ്ഞിനെ അതിൽ കിടത്തി.

കുഞ്ഞിന് അരികിലായി മല്ലിക ഇരുന്നു.

"ഇവിടേക്ക് തനിച്ചു കൈക്കുഞ്ഞുമായി വന്നതെന്തിനാ..?

നിന്റെ അപ്പനും അമ്മയും ആര്? ഇനി വീടു മാറി വന്നതാണോ..?"

ചോദ്യങ്ങളുടെ പേമാരിയിൽ മല്ലിക വീണ്ടും മൗനത്തിന്റെ മേലാപ്പ് അണിഞ്ഞു നിശ്ശബ്ദയായിനിന്നു.

നിമിഷങ്ങൾ ഇഴഞ്ഞു നീങ്ങി.

"കൊച്ചേ.. എന്തേ നീ ഒന്നും മിണ്ടാത്തത്?"

ചോദ്യങ്ങൾക്കുത്തരമായി അവൾ വൃദ്ധയോട് ഒരു മറുചോദ്യം ഉന്നയിച്ചു.

"ഇവിടുത്തെ പാറുവമ്മയാണോ.?"

"ആണല്ലോ.. ഞാനാണ് പാറു.."

ഒരു നിമിഷം മല്ലികയുടെ എല്ലാ ധൈര്യവും ചോർന്നുപോയി.

കുറവന്തറ വീടും മൊത്തത്തിൽ തിരിയുന്ന പ്രതീതി.

കണ്ണുകളിൽ ഇരുൾ പരക്കുന്നു.

മല്ലിക ഇരുന്ന ഇരുപ്പിൽ ഒരു വശത്തേക്ക് ചരിഞ്ഞു വീണു പോയി..

"അയ്യോ... കൊച്ചേ... കണ്ണു തൊറക്ക്.. എന്താ പറ്റിയേ നെനക്ക്..?" പാറു മല്ലികയെ കുലുക്കി വിളിച്ചു.

പാറു അടുക്കളയിലേക്ക് ഓടി. കുടത്തിൽനിന്നും മൊന്തയിലേക്കു തണുത്ത വെള്ളം ചരിച്ചൊഴിച്ച്.

വെള്ളം മുഖത്ത് ശക്തിയിൽ പതിച്ചതും മല്ലിക പതിയെ മിഴികൾ തുറന്നു.

അവൾ സാവധാനം പായയിൽ എണീറ്റിരുന്നു.

പാറു അടുക്കളയിലേക്കു നടന്നു. വലിയ മൺപാത്രത്തിൽ ചോറും, ചോറിന് മുകളിൽ ചേമ്പും ചേനയും മരക്കിഴങ്ങും ഉടച്ചു വേവിച്ച എരിശ്ശേരിയും ഒഴിച്ചിരുന്നു.

"തിന്ന്..."

പാത്രം മല്ലികയുടെ മുന്നിൽ വച്ചശേഷം അവർ വീണ്ടും അടുക്കളയിലേക്കു നടന്നു.

വലിയ അലുമിനിയം ഗ്ലാസിൽ ഉപ്പിട്ട കഞ്ഞിവെള്ളവുമായി മടങ്ങി വന്നു.

ഗ്ലാസ് മല്ലികയുടെ സമീപത്തു വച്ചശേഷം പാറുവും അവൾക്ക് അഭിമുഖമായി ഇരുന്നു..

"കുഞ്ഞേ നീ ആരെ കാണാനാ വന്നത്?"

"ശിവയണ്ണനെ കാണാൻ.."

"നിനക്കവനെ എങ്ങനെയറിയാം?"

"ഗോപാലൻ മാമന്റെ വീട്ടില് വച്ച് പരിചയപ്പെട്ടു. ഓണത്തിന് വന്നപ്പോ.."

"ഈ കുഞ്ഞ്..?"

"എന്റെയാ.."

"ഇതിന്റെ തന്തയാരാ..?"

"ശിവയണ്ണൻ.."

മല്ലികയുടെ ശബ്ദം താണു.

പാറു അമ്പരപ്പ് വിട്ടുമാറാതെ ഉറങ്ങിക്കിടന്ന കുഞ്ഞിനെ തന്നെ ഉറ്റുനോക്കിയിരുന്നു.

മല്ലിക ചോറ് കഴിക്കാതെ ഇളക്കി ഇളക്കി ഇരുന്നു.

അവളുടെ കണ്ണുകളിൽനിന്നും മിഴിനീർ ഇറ്റിറ്റു ചോറിൽ വീണുകൊണ്ടിരുന്നു.

"കണ്ണീര് തൊടച്ചിട്ട് ചോറ് തിന്ന് നീ.."

മല്ലിക സാരിയുടെ തുമ്പുകൊണ്ട് മിഴിനീരൊപ്പി... ഭക്ഷണം കഴിക്കൽ തുടർന്നു..

മല്ലിക ആഹാരം കഴിച്ചു കൈകഴുകി വന്നു. അതുവരെ മിണ്ടാതിരുന്ന പാറു മല്ലികയോടു തുടർന്നു ചോദ്യങ്ങൾ ചോദിക്കാൻ തുടങ്ങി.

"ഞങ്ങള് അറിയാതെ അവനൊരു പെണ്ണും കൊച്ചുമോ..?

ഞാനിത് വിശ്വസിക്കില്ല. പെണ്ണേ അന്തിയാകും മുന്നേ കൊച്ചിനെയും എടുത്തോണ്ട് വന്നവഴിയേ പോ.." പാറു മുന്നറിയിപ്പ് നൽകി.

"അണ്ണനെ കണ്ടിട്ടേ ഞാൻ പോകൂ.."

മല്ലികയുടെ ശബ്ദം ഉറച്ചതായിരുന്നു.

"നെനക്ക് ചോദിക്കാനും പറയാനുമൊന്നും വീട്ടില് ആരുമില്ലേ.? അതോ അവരൊക്കെ ചത്തു കെട്ടുപോയോ..? കൈക്കുഞ്ഞുമായി അവകാശം സ്ഥാപിക്കാൻ വന്നിരിക്കുന്നു. നാണമില്ലേ നിനക്ക്?"

പാറുവിന്റെ അധിക്ഷേപങ്ങൾക്കു മുന്നിൽ മല്ലിക മൗനം ദീക്ഷിച്ചു.

പടി കടന്നു വന്ന ശിവൻ ക്ഷണിക്കാതെ കടന്നുവന്ന അതിഥിയെ കണ്ടു ഞെട്ടിത്തരിച്ചുനിന്നു.

"മല്ലികേ.. നീയിവിടെ?"

ശിവൻ അമ്പരപ്പോടെ ചോദിച്ചു.

"വരേണ്ടി വന്നു." ശാന്തതയോടെ അവൾ പറഞ്ഞു.

"എന്തിന്..?"

മല്ലിക ഉറങ്ങുന്ന കുഞ്ഞിനെ ചൂണ്ടിക്കാട്ടി ഇപ്രകാരം പറഞ്ഞു തുടങ്ങി.

"ഇത് നമ്മുടെ കുഞ്ഞാണ്.."

"ഇത് നിന്റെ കുഞ്ഞായിരിക്കും... എന്റെ കുഞ്ഞാണിത് എന്നതിന് എന്താടി ഉറപ്പ്? നിന്റെ കൈയില് തെളിവുണ്ടോ..?

ശിവന്റെ വാക്കുകൾ കേട്ട് മല്ലികയുടെ നെഞ്ചിൽ തീയാളി..

കണ്ണിൽ അപമാനത്തിന്റെ തീയെരിഞ്ഞു.

പെട്ടെന്നവൾ നിസ്സഹായതയോടെ ശിവനെ നോക്കിനിന്നു.

ഇതിൽപ്പരം ഒരപമാനം പെണ്ണിനു വേറെ എന്തുണ്ട്?

ഇങ്ങനെ ഒരു ഗതികേട് ജീവിതത്തിൽ സംഭവിക്കുമെന്ന് സ്വപ്നത്തിൽപ്പോലും കരുതിയതല്ല.

പ്രാണനായി കരുതിയവൻ അപരിചിതനായി അഭിനയിക്കുന്നു.

അവൻ ഉയിരിൽ കുത്തി രസിക്കുന്നു.

ഈ നിമിഷം വരെ ഇവന്റെ വാക്കിന് വില കൊടുത്തു. മര്യാദ പാലിച്ചു. എല്ലാ അപമാനങ്ങളും സഹിച്ചതും ഇവനു വേണ്ടി മാത്രം..

ഇനിയും വാ മൂടി ഇരുന്നിട്ടു കാര്യമില്ല..

അപമാനങ്ങൾ കേട്ടിരിക്കേണ്ട കാര്യവുമില്ല..

ഇനിയും വാമൂടി ഇരുന്നാൽ തന്നെ ഈ പകൽമാന്യൻ അപഹസിച്ചു കൊല്ലും. അല്ലെങ്കിൽ പടിയിറക്കിവിടും. അതു പാടില്ല.

"നിങ്ങൾ മാന്യനെന്നു കരുതി വിശ്വസിച്ചു. ഈ നിമിഷം നിങ്ങൾ അതല്ലെന്നു തെളിയിച്ചു. ഇതിൽ എന്റെ തെറ്റ് എന്താണ്? അപ്പനു പിറന്നാൽ അപ്പടിയിരിക്കുമെന്ന് പഴമൊഴി. ആരും അറിയാതെ നിങ്ങൾ

എനിക്കുണ്ടാക്കി തന്ന സമ്മാനത്തിന് നിങ്ങടെ അതേ ഛായയാണ്. നിങ്ങളുടേതെന്ന് എനിക്കുറപ്പുള്ളതുകൊണ്ടാ കുഞ്ഞുമായി ഞാനീ വീട്ടിലേക്കു തന്നെ കയറി വന്നത്. ഇനിയും സംശയം തീരുന്നില്ലെങ്കിൽ നാട്ടിലെ കാര്യവിവരങ്ങൾ ഒള്ളൊരെക്കൂടി ഇങ്ങോട്ടു വിളിക്കാം. അവരുകൂടി എല്ലാം അറിഞ്ഞോട്ടെ. ഞാൻ പറഞ്ഞാലല്ലേ നിങ്ങൾക്ക് വിശ്വാസം വരാത്തത്. നാട്ടുകാര് പറഞ്ഞാല് വിശ്വസിക്കുമല്ലോ..?"

മല്ലികയുടെ ന്യായവാദങ്ങൾക്കു മുന്നിൽ ശിവന്റെ നാവടഞ്ഞു. സംശയങ്ങളും തീർന്നു.

പാറു മകനെ ദൂരേക്കു മാറ്റി നിർത്തി സ്വകാര്യം പറഞ്ഞു.

"പെണ്ണൊരുമ്പെട്ടാൽ ബ്രഹ്മനും തടുക്കാനാവില്ല. നീ കാരണം അവക്കടെ മനസ്സ് നൊന്തിട്ടുണ്ടെങ്കില് അവക്കടെ ശാപവും കണ്ണീരും നമ്മക്കടെ കുടുംബത്തിന്റെ അസ്ഥിവാരം ഇളക്കും. അതുകൊണ്ട് നീ എന്നോട് നേരുപറ. അവള് പറഞ്ഞതെല്ലാം നേരാണാ..? നിനക്കവളെ നേരത്തെ അറിയാവോ...?

"അമ്മാ... ഞാൻ സത്യം പറയാം.. ഞങ്ങൾ തമ്മിൽ ഇഷ്ടത്തിലായിരുന്നു."

പാറു ഉറങ്ങിക്കിടന്ന കുഞ്ഞിനെ വാരിയെടുത്തു മുറ്റത്തേക്ക് ഇറങ്ങി.

അവരാ കുഞ്ഞിന്റെ മുഖത്തേക്ക് ഏറെ നേരം ഉറ്റുനോക്കിയിരുന്നു.

"അവളു പറഞ്ഞതു നേരാ.. കുഞ്ഞിന് നിന്റെ മൊകച്ഛായയാ.. അവളിനി നാട്ടുകാരെക്കൂടി അറിയിച്ച് കുടുംബത്തിന്റെ പേര് കളയണ്ട. രണ്ടു പെൺകൊച്ചുങ്ങളെ ഇറക്കിവിടാനൊള്ള വീടാ.. നടക്കാൻ പാടില്ലാത്തതു നടന്നു. കുടുംബക്കാരെ വെറുപ്പിക്കാനും പറ്റില്ല. അപ്പനേയും അപ്പച്ചിയേയും നമ്മളു നോക്കണ്ടേ. ഗോപാലൻ കൊച്ചേട്ടന്റെ സ്വന്തം പെങ്ങടെ മോളാണിത്. പറഞ്ഞു വരുമ്പം നമ്മക്ക് വേണ്ടപ്പെട്ടവളാണ് ഈ കൊച്ച്.."

പാറു കുഞ്ഞുമായി മല്ലികയുടെ അരികിലേക്കു നടന്നു.

"മല്ലികേ.. കുഞ്ഞിന്റെ പേരെന്ത്..?"

"മുത്ത്.."

"കൊള്ളാം ശിവന്റെ മകള് മുത്ത്.."

മുറ്റം കടന്നു വരാന്തയിലേക്കു ജയനും ജാനുവും പുസ്തകക്കെട്ടുകളുമായി കടന്നുവന്നു.

അപരിചിതയായ ചെറുപ്പക്കാരിയെയും അവളുടെ കൈയിലിരിക്കുന്ന കുഞ്ഞിനെയും അവർ മാറി മാറി നോക്കിനിന്നു.

അടുത്ത നിമിഷം മുറിക്കകത്തു കടന്നു.

പുസ്തകക്കെട്ട് മുറിക്കകത്തു വച്ചശേഷം ഇരുവരും ധൃതിയിൽ അടുക്കളയിലേക്കു നടന്നു.

കൈയിൽ കിട്ടിയ മൺപാത്രം കഴുകി എടുത്തു.

അതിൽ ചോറും കറിയും വിളമ്പി തീറ്റയും തുടങ്ങി..

"ശിവാ.. നിനക്ക് വെശപ്പും ദാഹവുമൊന്നുമില്ലെ...?"

"അമ്മ വെളമ്പ്..."

മുറ്റത്തുനിന്ന കൊണ്ടു ശിവൻ അമ്മയോടു വിളിച്ചു പറഞ്ഞു.

മകന് ചോറു വിളമ്പാൻ അടുക്കളയിലേക്കു ചെന്ന അമ്മയോട് ജാനു അടക്കത്തിൽ ചോദിച്ചു:

"ഏതാണമ്മേ ആ ചേച്ചീ..?"

"ശിവന്റെ പെണ്ണാ.."

"അപ്പഴാ കൊച്ചോ..?"

"അവൾടെ കൊച്ചാ..."

"എവെടെയൊള്ളതാ?"

"അയിണിക്കുഴില്... നമ്മടെ കോവാലൻ കൊച്ചേട്ടന്റെ പെങ്ങടെ മോളാ..."

"അവരുടെ പേരെന്താ.?"

"മല്ലിക.."

"കൊച്ചിന്റെ പേരോ.?"

"മുത്ത്.."

"മുത്ത്... ശിവന്റെ മകള് മുത്ത്. അതുകൊള്ളാം.."

"അപ്പനും നളിനി അക്കയും അറിഞ്ഞോ ഇവര് വന്നത്.."

"ഇല്ല... അറിഞ്ഞാലിപ്പഴ് എന്താ..?"

"ഓ... ഒന്നുമില്ലേ? മിണ്ടാതിരുന്നു തിന്ന് കൊച്ചേ.."

പാറു ചോറുപാത്രവുമായി മുറ്റത്തേക്ക് ഇറങ്ങിച്ചെന്നു.

ശിവൻ മുറ്റത്ത് ഇരുന്നു ചോറുണ്ടു.

ഉണ്ടു കഴിഞ്ഞ ശിവൻ മുറിയിൽ കയറി ഷർട്ടിട്ടു.

മല്ലികയെ കണ്ട ഭാവം നടിക്കാതെ അവൾക്ക് മുന്നിലൂടെ മുറ്റം കടന്ന് വഴിയേ നടന്നുപോയി.

നിറഞ്ഞ കണ്ണുകൾ തുടച്ച്, അവൻ നടന്നു പോകുന്നതും നോക്കി മല്ലിക ഇരുന്നു. അവളുടെ മനസ്സ് കലുഷിതമായി..

അന്ന് ശിവയണ്ണന് തന്നോടുണ്ടായിരുന്ന ഇഷ്ടം വെറുമൊരു കൗതുകം മാത്രമായിരുന്നു..

മനസ്സറിഞ്ഞ് സ്നേഹിക്കുന്നവർ ഇപ്രകാരം അവഗണിക്കുമോ..? ഇല്ല... അവർ ദുഃഖത്തിലും സന്തോഷത്തിലും ഒന്നിച്ചു നിൽക്കും.. അഥവാ ഒരു തെറ്റു പറ്റിയാൽ ക്ഷമ പറഞ്ഞ് കൂടെ നിർത്തും.. ഇത് തന്നെ കണ്ട പ്പോൾത്തന്നെ അനിഷ്ടം പുറത്തു കാട്ടി... അപമാനിച്ചു.

നിലാവുള്ള ആ രാവുകളിൽ പ്രേമാർദ്രമായി തനിക്കു തന്ന വാഗ്ദാന ങ്ങൾ എല്ലാം വെറുതെയായിരുന്നു.

താൻ അയാൾക്കുവേണ്ടി എന്ത് ത്യാഗവും സഹിക്കാൻ സന്നദ്ധ യായിരുന്നു. അന്നും അതേ.. ഇന്നും അതേ...എന്നിട്ടും...

"നീ എന്താ ആലോചിച്ച് ഇരിക്കുന്നത്..?

"ഒന്നുമില്ല.."

"തുണി മാറുന്നില്ലേ..? പൊറം കഴുകി തുണി മാറിവാ.. നീ കൊച്ചിനെ ഇങ്ങു തന്നേര്.."

പാറു മല്ലികയുടെ കൈയിൽനിന്നും കുഞ്ഞിനെ വാങ്ങി.

മല്ലിക തുണിസഞ്ചിയിൽനിന്നും മാറി ഉടുക്കാനുള്ള തുണിയും എടുത്തു കിണറ്റിൻ കരയിലേക്കു നടന്നു.

"കെണറ്റിൻകരയില് ചെറ്റ കെട്ടിയ മറയൊണ്ട്. ചരുവവും സോപ്പും തോർത്തുമെല്ലാം അവിടെത്തന്നെ ഒണ്ട്. പോയി കുളിച്ച് ഇട്ട തുണീം കഴുകിയേച്ചും വാ.."

കുഞ്ഞുമായി മുറ്റത്തേക്കിറങ്ങിയ പാറു ഉറക്കെ വിളിച്ചു പറഞ്ഞു.

വൈകുന്നേരമായി.

പണി കഴിഞ്ഞു നളിനി വന്നു.

പായയിൽ കൈകാലിട്ടടിച്ചു കളിക്കുന്ന കുഞ്ഞിനെ കണ്ട് അവൾ അത്ഭുതപ്പെട്ടു.

അടുക്കളയിൽ അത്താഴത്തിന് ഒരുങ്ങുന്ന അമ്മയോട് നളിനി ചോദിച്ചു.

"അമ്മേ... ഈ കൊച്ചേതാ..?"

അടുക്കളയിൽനിന്നും വരാന്തയിലേക്ക് എത്തിനോക്കിയ പാറു മക ളോടു പറഞ്ഞു:

"നീ തന്നെ പറ. ഇതാരുടെ കൊച്ചാണെന്ന്?"

"അമ്മയെപ്പോലെ.. പക്ഷേങ്കി അമ്മച്ചീടെ വെളുപ്പില്ല.

അമ്മയുടെ മുഖവും അപ്പന്റെ കറുപ്പും.."

"നീ പറഞ്ഞത് നേരാടീ.."

"എന്നാലും അമ്മയ്ക്കു പറഞ്ഞൂടായോ.. ഇതാരുടെ കൊച്ചാ..?"

"ചേച്ചി ഇതു നമ്മുടെ വല്യണ്ണന്റെ കൊച്ചാ.." ജാനു കുഞ്ഞിന് അരികിൽ ഇരുന്നുകൊണ്ടു പറഞ്ഞു.

"നേരാണല്ലേ. വലിയണ്ണന്റെ അതേ മൂക്ക്, കണ്ണ്, അതേ കമ്പിമുടി. ഹോ ചുണ്ടും കവിളും എല്ലാം അണ്ണനെപ്പോലെതന്നെ. ഇവൾ വലുതാകു മ്പോ ശരിക്കും അണ്ണൻ തന്നെ. അമ്മാ... ഈ കുഞ്ഞിന്റെ തള്ളയെന്തി യേ..?"

"കുളിക്കാൻ പോയി.."

പാറു അടുക്കളയിൽനിന്നും കുഞ്ഞിന് സമീപത്തായി വന്നിരുന്നു.

"ജാനു നീയാ കൺമഷിയും പൗഡറുമിങ്ങ് എടുക്കടീ.."

"എന്തിനാ.."

"നീയാ കൊച്ചിന്റെ മുഖം നോക്ക്. ഒണ്ടായിട്ട് അതിനു കണ്ണെഴുതിയിട്ടില്ല.."

"എടികളേ നിങ്ങള് ആദ്യമാ കൊച്ചിന്റെ ഉടുപ്പൊക്കെ അങ്ങു അഴിച്ചുകള. എന്നിട്ട് ഇച്ചിരി വെള്ളം കൊണ്ടുവന്ന് അതിന്റെ പൊറം ഒന്നു കഴുകിയെടുക്കിനേ.. എന്നിട്ട് കണ്ണെഴുതേ... പൊട്ടുകുത്തേ എന്തൊരു വേണോന്നുവെച്ചാ ചെയ്യ്.."

പാറു പറഞ്ഞുതീരുംമുന്നേ ജാനു പാത്രവുമായി വെള്ളം കോരാൻ കിണറ്റിൻ കരയിലേക്ക് ഓടി.

നളിനി കുഞ്ഞിന്റെ ഉടുപ്പ് ഊരി മാറ്റി. കുഞ്ഞിനെയും എടുത്തു മുറ്റത്തേക്കു നടന്നു.

പാറു കുഞ്ഞിനെ എണ്ണ തേച്ചു കുളിപ്പിച്ചെടുത്തു.

ജാനു മുറിയിൽനിന്നും തഴകൊണ്ടു മെടഞ്ഞെടുത്ത ഒരു കൊച്ചു വട്ടിയുമായി ഇറങ്ങിവന്നു. നളിനി തീപ്പെട്ടിക്കൊള്ളിയിൽ കൺമഷി പുരട്ടി കുഞ്ഞിന് നീട്ടി വാലിട്ട് കണ്ണെഴുതി.

നെറ്റിയിൽ കരികൊണ്ടു വലിയ വട്ടപ്പൊട്ടും തൊട്ടു.

"നളിനീ നീയാ കുഞ്ഞിന്റെ കവിളിലുംകൂടി കരികൊണ്ട് ഒരു കുത്തിട്.."

"അതെന്തിനാണമ്മേ?"

"ജാനുവേ.. കുഞ്ഞിന് കവിളില് കുത്തിടുന്നത് കണ്ണു തട്ടാതിരിക്കാനാ."

"അതല്ലമ്മേ... കുഞ്ഞായി അതിന് ഒരു വയസ്സും ആകാറായി. ഇത്ര കാലമായിട്ട് ഇവരവിടെ എന്തു ചെയ്യുവായിരുന്നു? ഇവർക്ക് ചോദിക്കാനും പറയാനുമൊന്നും ആരും ഇല്ലിയോ?"

"ആർക്കറിയാമെടീ... വല്ലവന്മാരും വല്ലെടത്തും വന്നുനിന്ന് കൈയ്യും കലാശവും കാണിക്കും. എവളെപ്പോലുള്ള പൊട്ടിപ്പെണ്ണുങ്ങള് അവന്മാരുടെ പൊറകെ പോവും. അങ്ങനെ പോണവളുമാർക്കാ ഇങ്ങനത്തെ പറ്റീര് പറ്റുന്നേ. ഇവൻ എന്തുപറഞ്ഞാ പറ്റിച്ചെതെന്നു നമുക്കറിഞ്ഞുകൂടല്ലോ.. ഇവൻ ചെല്ലുമെന്നും കരുതി അവളിരുന്നു, കാത്തുകാത്തിരുന്നു മടുത്തപ്പോൾ അവനെത്തേടി കുഞ്ഞുമായി അവൾ വന്നു..."

"എന്നാലും രണ്ടു പെങ്ങമ്മാരൊള്ള അണ്ണന് ഒരു പാവപ്പെട്ട പെണ്ണിനെ പറഞ്ഞു പറ്റിച്ച് വയറ്റിലൊണ്ടാക്കിക്കൊടുക്കാൻ എങ്ങനെ കഴിഞ്ഞമ്മേ.?"

"അവൻ നല്ലവനാണ്. വലിയ പഠിത്തക്കാരനാണ്, വെവരമൊള്ള വനാണെന്നൊക്കെ നമ്മള് കരുതി. ഒണ്ടാക്കിയ മകനാണെങ്കിലും പറ യാതിരിക്കാൻ വയ്യ. ഇത് ചെറ്റത്തരമായിപ്പോയി. അവന് വകതിരിവ് ഇല്ലാതായിപ്പോയി. ഒന്നും അറിയാത്തപോലെ അവൻ ചോറും തിന്നിട്ട് എറങ്ങിയൊരു പോക്ക്... രാത്രിയാവുമ്പം കേറി വരും.. ഇന്നിങ്ങ് വരട്ടെ യവൻ.."

"അപ്പനെവിടെ പോയി?"

"അവര് ഗോവിന്ദനാശാന്റെ വീട്ടി പോയതാ... കാവില് പോയി ആശാനെ സഹായിച്ചാ അവരിക്കടെ ചായേടെ വക കിട്ടും... വെറുതെ പെരേക്കേറിയിരുന്നാ ആരെങ്കിലും അഞ്ചു പൈസ കൊടുക്കുമോ?"

"അപ്പനീ വെവരമറിയമ്പം എന്തോ പറയോയെന്തോ?"

"എന്തെര് പറയാനാ?"

സന്ധ്യയോടെയാണ് രാമൻ വീട്ടിലെത്തിയത്.

വിവരങ്ങൾ അറിഞ്ഞ ആ വൃദ്ധൻ കുറേ ഏറെ നേരം നിശ്ശബ്ദനായി ഇരുന്നു.

പിന്നീട് ഭാര്യയോടു ചോദിച്ചു:

"അവനെന്തിയേടി?"

"നെല്ലിമൂട് ജംഗ്ഷനില് കൂട്ടുകാരോടൊപ്പം കറങ്ങിത്തിരിഞ്ഞ് നി പ്പോണ്ടാവും.. രാത്രി ഇരുട്ടത്തു തപ്പിത്തടഞ്ഞു വന്നു കോളായിപ്പോയി അവന്.."

ജയനും ജാനുവും ചിമ്മിണിവിളക്കിന്റെ നരച്ച വെട്ടത്തിലിരുന്നു ഗൃ ഹപാഠങ്ങൾ ചെയ്തു തുടങ്ങി.

മല്ലിക കുഞ്ഞിനെ പായയിൽ കിടത്തിയിട്ട് അടുക്കളയിലേക്കു നടന്നു.

രാമൻ കുഞ്ഞിന് സമീപത്തായി ഇരുന്നു.

കൈകാലിളക്കി കളിക്കുന്ന കുഞ്ഞിനെ അയാൾ ഇമവെട്ടാതെ നോക്കിയിരുന്നു.

നെഞ്ചിൽ നുരഞ്ഞുപൊന്തുന്ന വാത്സല്യത്തള്ളലിൽ വൃദ്ധൻ മുന്നോ ട്ടാഞ്ഞു.

പതിയെ കുഞ്ഞിനെ കോരിയെടുത്തു. നെഞ്ചോടു ചേർത്തു കുഞ്ഞിന്റെ നെറ്റിയിൽ മൃദുവായി ഉമ്മവച്ചു.

കുഞ്ഞ് വൃദ്ധന്റെ മിഴികളിലേക്കു നോക്കി. കുഞ്ഞിളംചുണ്ടുകളിൽ പുഞ്ചിരി വിടർന്നു.

അവാച്യമായ ആനന്ദലഹരിയിൽ വൃദ്ധൻ സ്വയം മറന്നു.

"മക്കളേ... അപ്പൂപ്പന്റെ മുത്തേ... എവിടെയായിരുന്നെടീ നീയിത്ര നാളും.." വൃദ്ധൻ കുഞ്ഞിനെ കൊഞ്ചിച്ചു.

ജയനും ജാനുവും അപ്പനെത്തന്നെ നോക്കിയിരുന്നു.

അപ്പന്റെ മനസ്സിന്റെ ആർദ്രത അവരെ വിസ്മയപ്പെടുത്തി..

അമ്മയെ മാത്രം കണ്ടറിഞ്ഞ കുഞ്ഞ് അപരിചിതമുഖങ്ങളെ വിസ്മയത്തോടെ നോക്കിക്കിടന്നു.

പിന്നെ ചുണ്ടു പിളർത്തി. കുഞ്ഞുകണ്ണുകൾ നിറഞ്ഞൊഴുകി.

വൃദ്ധൻ വാത്സല്യപൂർവ്വം കുഞ്ഞിനെ മുഖത്തോടു ചേർത്തു.

“കരയല്ലെ എന്റെ പൊന്നക്കരേ.. ചക്കര വാവേ.. കരയല്ലേ.. എടിയേ.. കൊച്ചിന്റെ തള്ളയെവിടേടീ.. കുഞ്ഞു കരയുന്നെടീ.. അവക്ക് വെശക്കുന്നെന്നു തോന്നുന്നു.. കൊച്ചിന് വെശക്കുമ്പം എന്താ കൊടുക്കുന്നേ?”

വൃദ്ധൻ അടുക്കളയിലേക്കു നോക്കി ഉറക്കെ വിളിച്ചു പറഞ്ഞു.

“കൊച്ചിന് കൊടുക്കാൻ കഞ്ഞിയേ ഒള്ള്. വേറൊന്നും ഇരുപ്പുകേലാ..”

പാറു അടുക്കളയിൽനിന്നു വിളിച്ചു പറഞ്ഞു.

നളിനി അടുക്കളയിൽനിന്നും കഞ്ഞിയുമായി കുഞ്ഞിന് അരികിലേക്കു വന്നു.

“മുഴുക്ക് റേഷനരി വേവിച്ചതാണോടീ പൊടിക്കുഞ്ഞിന് കൊടുക്കുന്നത്.”

“ഇവിടെ ഒള്ളതല്ലേ കൊടുക്കാൻ പറ്റൂ.. അപ്പൻ നോക്കിയാട്ടെ ഇതാ കുഞ്ഞിന് കൊടുക്കാൻ പോണത്.” തേങ്ങാപ്പാലിൽ ഉപ്പിട്ടു ഞെവിടിയ ചോറ് അപ്പന്റെ മുന്നിൽ വച്ചശേഷം നളിനി കുഞ്ഞിനെ എടുത്തു. അവൾക്ക് ശ്രദ്ധയോടെ ആഹാരം കൊടുക്കാൻ തുടങ്ങി.

വയറു നിറഞ്ഞ കുഞ്ഞ് പായയിൽ കിടന്ന് കളിയും ചിരിയും തുടർന്നു..

കൗതുകത്തോടെ എല്ലാവരും അത് നോക്കിയിരുന്നു.

മുറ്റത്തെ ഇരുളിൽനിന്നും ശിവൻ വരാന്തയിലേക്കു കയറി വന്നു.

ഷർട്ട് ഊരി വരാന്തയിൽ നീളത്തിൽ കെട്ടിയിട്ട അയയിൽ തൂക്കി.

വീണ്ടും മുറ്റത്തെ ഇരുളിലേക്ക് ഇറങ്ങിപ്പോയി.

“ശിവാ..” രാമൻ മകനെ വിളിച്ചു.

“എന്താണപ്പാ..”

“നീ മുറ്റത്തെറങ്ങി ഇരുട്ടത്ത് നിക്കണതെന്തിന്.? കേറി നാലിക്കൊപ്പം ഇവിടെ വന്നിരിക്കെടാ... നിന്നോട് എനിക്ക് കൊറച്ചു കാര്യങ്ങള് പറയാനൊണ്ട്..”

ശിവൻ അകത്തേക്കു കയറിവന്നു.

വിളക്കിന്റെ വിളറിയ വെളിച്ചത്തിൽ മല്ലിക അവനെത്തന്നെ നോക്കിയിരുന്നു.

അവന്റെ ദീനതയേറിയ മുഖഭാവം അവളിൽ അളവില്ലാത്ത നോവു ണർത്തി.

രണ്ടുവർഷം മുന്നേ കണ്ട ശിവനല്ല ഇപ്പോൾ തന്റെ മുന്നിൽ ഇരിക്കു ന്നതെന്ന് അവൾക്കു തോന്നി.

താടിയും മീശയും നീട്ടിവളർത്തിയ വികൃതവേഷം..

പഴയ ഊർജസ്വലത നഷ്ടമായിരിക്കുന്നു.

തന്റെ സ്വകാര്യതകൾ വീട്ടുകാർ അറിഞ്ഞതിലുള്ള ജാള്യതയും ആ മുഖത്തു പ്രകടമായിരുന്നു.

എല്ലാവരുടെയും മുന്നിൽ തലകുമ്പിട്ട് അയാൾ ഇരുന്നു.

"ശിവ.. നിന്റെ ഇഷ്ടംപോലെ നിന്നെ ഞങ്ങള് പഠിപ്പിച്ച്. പഠിത്തം കഴിഞ്ഞിട്ടും പണിക്കൊന്നും വിടാതെ നിന്നെ ഞങ്ങല് തീറ്റിപ്പോറ്റി... ഇനി ഞങ്ങളു വേല ചെയ്തു നീ തിന്നാമെന്ന് കരുതണ്ട. നിനക്കിപ്പോൾ പെണ്ണായി. കൊച്ചായി. ഒരു കുടുംബോമായി. പെണ്ണിനെയും കുഞ്ഞിനെ യും നോക്കേണ്ടത് നിന്റെ കടമയാണ്. എന്തു പണിക്കു പോയാലും വേ ണ്ടില്ല. നിന്റെ കുടുംബത്തെ നീ പോറ്റിക്കോണം.."

"അപ്പാ നിങ്ങൾക്കറിഞ്ഞൂടെ എനിക്കൊരു വേലയും അറിയത്തി ല്ലെന്ന്."

"എല്ലാവരും ജനിക്കുമ്പോഴേ എല്ലാ പണികളും വയറ്റീന്ന് പഠിച്ചോ ണ്ടല്ല വരുന്നത്.."

"ഒരു സർക്കാർ ജോലി പ്രതീക്ഷിച്ചിരിക്കുന്ന എനിക്കു കൂലിവേല യ്ക്കു പോവാൻ പറ്റത്തില്ല."

"ശിവോ വായടയ്ക്കടാ.. ഇനി നീ ഒരക്ഷരം മറുത്തു പറഞ്ഞു പോകരുത്. അതിന് ഒരു യോഗ്യതയും നിനക്കില്ല.."

അപ്പന്റെ അന്ത്യശാസനം മകനെ നിശ്ശബ്ദനാക്കി.

ശിവൻ ചിന്താധീനനായി.

ഇന്നലെവരെ തന്റെ വാക്കുകൾക്ക് വില കല്പിച്ച അപ്പൻ ഇന്ന് തന്നെ പുച്ഛിച്ചു തള്ളുന്നു.

കുടുംബജീവിതത്തെക്കുറിച്ച് ചിന്തിച്ചിട്ടുപോലുമില്ലാത്ത താനിപ്പോൾ തീർത്തും പ്രതിസന്ധിഘട്ടത്തിൽ പെട്ടിരിക്കുന്നു.

ട്യൂട്ടോറിയലിൽ പോയിക്കിട്ടുന്ന തുച്ഛമായ വേതനംകൊണ്ട് എങ്ങനെ കുടുംബം നോക്കാനാണ്.

വിദ്യാസമ്പന്നനായ താനെങ്ങനെ മൺവെട്ടിപ്പണിക്കിറങ്ങും?

എന്നാൽ മല്ലിക ചിന്തിച്ചത് ഇപ്രകാരമാണ്.

സന്തോഷകരമായ കുടുംബജീവിതം എന്റെ സ്വപ്നമാണ്.

ഭർത്താവും കുഞ്ഞും ഒരുമിച്ചുള്ള ജീവിതം തന്റെ കനവാണ്. ആ സ്വപ്ന സാക്ഷാത്ക്കാരത്തിനായി എന്തും സഹിക്കാൻ ഞാൻ തയ്യാറുമാണ്.

ഇന്നലെവരെ ഭാവിയെക്കുറിച്ച് ആശങ്കകൾ മാത്രമായിരുന്നു ഉണ്ടായിരുന്നത്.

ഇന്ന് ഭർത്താവായി. അദ്ദേഹത്തിന്റെ വീട്ടുകാരായി.

ഈ സന്ദർഭത്തിൽ ഒരു നല്ല ഭാര്യയാകേണ്ടത് തന്റെ കടമയാണ്.

ഭർത്താവിന് താങ്ങും തണലും ആശ്വാസവും ആക വേണം.

അദ്ദേഹത്തിനു ദേഹം അനങ്ങി പണി ചെയ്തു ശീലമില്ല എന്നത് സത്യമാണ്. എന്നാൽ താനോ..?

"അണ്ണന് പണിക്കൊന്നും പോയി ശീലമില്ലാത്തതല്ലേ..?

ഞാൻ പണിക്കു പോയി കുടുംബം നോക്കാം.."

മല്ലികയുടെ വാക്കുകൾ ശിവന് ആശ്വാസമായി.

"കിഴക്കേ മുറി നിങ്ങക്ക് ജീവിക്കാനായി തരുന്നു. നാളെമുതൽ അടുക്കളയിൽ രണ്ട് അടുപ്പ് ഞാൻ കൂട്ടിത്തരും. മുറ്റത്തെ ചായ്പിൽ കലങ്ങളും കറിച്ചട്ടികളും ഇരിപ്പൊണ്ട്. ആവശ്യത്തിന് എടുത്ത് കഞ്ഞീം കറീം വച്ച് കുടിച്ചോണം." രാമൻ ശിവനോട് പറഞ്ഞു.

കുറവന്ത കുടുംബം തനിക്കു നൽകുന്ന എല്ലാ ഔദാര്യങ്ങളും വിലമതിക്കാനാവാത്ത അമൂല്യ വരപ്രസാദങ്ങൾ ആയി മല്ലിക കരുതി.

കുടുംബം പോറ്റാൻ കുറവനെ വീട്ടിലിരുത്തി കുറത്തി പണിക്കിറങ്ങുന്ന പതിവ് കുറവന്തറയിൽ നാടാടെയല്ല. കുറവൻകോണത്തും അല്ല. ആയതിനാൽ പെണ്ണുങ്ങളാരും ശിവനെ കുറ്റപ്പെടുത്തിയുമില്ല.

ആ ഇടയ്ക്കാണ് പട്ടണത്തിൽ കശുവണ്ടി ഫാക്ടറി നടത്തുന്ന കെ കെ മുതലാളി നെല്ലിമൂട് ജംഗ്ഷനിലും ഫാക്ടറി തുടങ്ങിയത്.

പാറുവും നളിനിയും മല്ലികയും ആപ്പീസിൽ പോയിത്തുടങ്ങി.

ആഴ്ചയിൽ ആറു ദിവസവും മുടങ്ങാതെ ജോലി.

ആറിന്റെ അന്നു ശനിയാഴ്ച ശമ്പളദിനം.

ഞായറാഴ്ച അവധി.

മല്ലിക കുടുംബത്തിനു വേണ്ടി ഉറക്കമില്ലാതെ പണി ചെയ്തു.

മല്ലിക അതിരാവിലെ ഉണരും.

ചോറും കറികളും വയ്ക്കും.

ജോലിക്കു പോകും.

ശിവനും രാമനും കുഞ്ഞിനെ നോക്കി വീട്ടിലിരിക്കും.

മല്ലിക വലതുകാൽ വച്ചു കുടുംബത്തു കടന്നുവന്നപ്പോൾ മെച്ചപ്പെട്ടത് ശിവന്റെ ജീവിതമായിരുന്നു.

സ്നേഹത്തോടെ മൂന്നുനേരം അവന് വച്ചുവിളമ്പി.

അവന് മാറിയുടുക്കാൻ വസ്ത്രങ്ങൾ വാങ്ങി.

കൂടാതെ എണ്ണ, സോപ്പ്, ചീപ്പ്, കണ്ണാടി, ബ്ലെയിഡ്, എല്ലാം വാങ്ങി വച്ചു.

അവന്റെ മുടിവെട്ടി, താടി എടുപ്പിച്ചു, പൊടി മീശ വപ്പിച്ചു.

സ്വന്തം അദ്ധ്വാനത്തിലൂടെ ഭാര്യ ഭർത്താവിനെ സംരക്ഷിച്ചു. പരിചരിച്ചു. സ്നേഹിച്ചു.

സിഗററ്റിനും ബീഡിക്കും അദ്ദേഹം വിഷമിക്കരുത് എന്നു കരുതി ഭർത്താവിന്റെ പോക്കറ്റിൽ ചെറിയ തുകകൾ വച്ചുകൊടുത്തു.

കൂടെ താമസിച്ചപ്പോഴാണ് മല്ലിക ശിവനെ അടുത്തറിഞ്ഞു തുടങ്ങിയത്. അവന്റെ ദുശ്ശീലങ്ങൾ അറിഞ്ഞത്.

ശിവൻ ചീട്ടുകളിക്കാനും മദ്യപിക്കാനും ശീലിച്ചിരിക്കുന്നു.

അതിനായി തന്റെ ചെറിയ ചെറിയ സമ്പാദ്യങ്ങൾ മോഷ്ടിക്കുന്നു. എല്ലാറ്റിനും മല്ലിക നിശ്ശബ്ദത പാലിച്ചു.

മരുമകൾ പരാതികൾ കൂടാതെ മകനെയും കുഞ്ഞിനെയും സംരക്ഷിക്കുന്നു.

അതു കണ്ട വൃദ്ധദമ്പതികളുടെ ഉള്ളം കുളിർത്തു.

ആയിടയ്ക്കാണു ശിവൻ സ്വന്തമായി ബീഡി തെറുക്കാൻ തുടങ്ങിയത്.

ചുക്കിനൊപ്പം കഞ്ചാവും പൊടിച്ചുചേർത്തു ചുരുട്ടി വലിക്കുന്നതു കണ്ടപ്പോൾ ആദ്യം മല്ലിക അമ്പരന്നു.

പിന്നെ അവൾ സങ്കടപ്പെട്ടു.

കഞ്ചാവും വലിച്ചു കിറുങ്ങിയാൽ ശിവൻ ആകെ മാറും.

ബോധം മറഞ്ഞ അവൻ ചിലപ്പോൾ കാട്ടാളനു തുല്യമാകും.

കാട്ടാളത്തത്തിന്റെ വൈകൃതങ്ങൾ കാട്ടിത്തുടങ്ങും.

കാലുറയ്ക്കാതെ മേഘങ്ങൾക്കിടയിൽ ഒഴുകി നടക്കും.

ചിലപ്പോൾ അവൻ കാമദേവനാകും.

മറ്റു ചിലപ്പോൾ ചെകുത്താനാകും.

ദിവസങ്ങൾ കഴിയുംതോറും ശിവനോട് ഒത്തുള്ള മല്ലികയുടെ ജീവിതം ദുരിതപൂർണ്ണമായി.

കുടുംബകലഹം പതിവായി..

മുറിക്കകത്തു വഴക്കും അടികൊണ്ടുള്ള മല്ലികയുടെ നിലവിളിയും വീട്ടിലുള്ളവരുടെ മനസ്സമാധാനം കെടുത്തിക്കൊണ്ടിരുന്നു.

അടികൊണ്ടു വീർത്ത കൺപോളകളും കവിളും ചുണ്ടും പകൽവെളിച്ചത്തിൽ വീട്ടുകാരും നാട്ടുകാരും കാണാതിരിക്കാൻ അവൾ പാടുപെട്ടു.

രാത്രിയിൽ പതിവായി മുറിയുടെ മൂലയിൽ ചോറുകലങ്ങൾ പൊട്ടിത്തകരുന്നത് പതിവായി.

അന്നും മുറം നിറയെ വാരിക്കൂട്ടിയ മണ്ണുപറ്റിയ ചോറും, പൊട്ടിയ മൺകലത്തുണ്ടുകളുമായി ആരും കാണാതെ ഇരുട്ടിൻ മറവിൽ മുറ്റത്തെ ഒരു കോണിലേക്ക് അവൾ നടന്നു..

“മല്ലികേ..”

വിളികേട്ട മല്ലിക ഞെട്ടിത്തരിച്ച തിരിഞ്ഞുനോക്കി. മുന്നിൽ അപ്പൻ.

"അപ്പാ.."

മരുമകളുടെ ഹൃദയം തകർന്ന നിൽപ്പും ദീനതയും വൃദ്ധന്റെ ഹൃദയത്തെ നൊമ്പരപ്പെടുത്തി. അയാൾ മല്ലികയോടു പറഞ്ഞു.

"എന്റെ മകനാണേലും അവനൊരു വെറുവാക്കില്ല പിടിച്ചോന. അവന്റെ അടിയും ഇടിയും കൊണ്ട് അവനുതന്നെ വേല ചെയ്തു തിന്നാനും കൊടുക്കണം. നീ ഈ ജീവിതം മടുത്തെങ്കിൽ കുഞ്ഞിനെയും കൊണ്ട് മറ്റ് എങ്ങോട്ടെങ്കിലും പോ... അവിടെ നിനക്കൊരു കെട്ടിയോന്റെ കൊറവേ ഉണ്ടാകൂ.. സമാധാനം കിട്ടും.. എന്തിനാ കുഞ്ഞേ നിനക്ക് ഇങ്ങനെയൊരു കെട്ടിയോൻ?"

പാറു വരാന്തയിൽനിന്നും മുറ്റത്തേക്ക് ഇറങ്ങി വന്നു..

വിളക്കിന്റെ മങ്ങിയ പ്രഭയിൽ മല്ലികയുടെ നീരുവച്ച വീങ്ങിയ മുഖം വ്യക്തമായി.

ആ കാഴ്ച അവരുടെ ഉള്ളു പൊള്ളിച്ചു.

മകന്റെ ക്രൂരത ആ അമ്മയ്ക്കുപോലും സഹിക്കാനായില്ല.

"നിന്റെ ഒള്ള ജീവനുംകൊണ്ട് എങ്ങോട്ടെങ്കിലും പോയി സമാധാനപ്പെട്ട് ജീവിക്കു എന്റെ കൊച്ചേ.. എരണംകെട്ടവന്റെ തല്ലുകൊണ്ടു ചാകാൻ കെടക്കാതെ.. ഈ കാടത്തം കാണിച്ച അവന് ഒരു കാലത്തും കൊണം പിടിക്കത്തില്ല. നീ നോക്കിക്കോ..."

പാറു തലയിൽ കൈവച്ച മകനെ പ്രാകി.

"അമ്മേ അണ്ണനെ പ്രാകല്ലെ. ഞാനൊരുപാട് ആശിച്ചുകിട്ടിയ ജീവിതമാണിത്. എന്നെയവർ തല്ലുകയോ കൊല്ലുകയോ എന്തോ വേണേലും ചെയ്തോട്ടെ. എന്തൊക്കെ സഹിക്കേണ്ടി വന്നാലും അണ്ണനെ വിട്ടു ഞാനെങ്ങോട്ടും പോവില്ല."

"നീയായി നിന്റെ പാടായി. കൺമുന്നിലിട്ടു തല്ലിച്ചതയ്ക്കുന്നതു കണ്ടു നിക്കാൻ വയ്യാത്തോണ്ടു പറയുവാ.. നേരമൊന്നു വെളുക്കട്ട്. അവനെ എനിക്കൊന്നു കാണണം. പൊലയാടി മോന്റെ കോനാംപീച്ചകള് തീർക്കുന്നുണ്ട് ഞാൻ.. നല്ല രണ്ടടിടെ കൊറവുണ്ടവന്."

രാമൻ മകനെ ശാസിച്ചുകൊണ്ട് പെരയ്ക്കകത്തേയ്ക്കു കയറിപ്പോയി.

"അവൻ ഉറങ്ങിയോ?"

"ഇല്ല.."

"അവൻ വല്ലതും തിന്നാരുന്നോ?"

"തിന്നു.."

"നീയോ.?"

"ഇല്ല..."

"ഇന്ന് എന്തിനാണിവൻ കഞ്ഞിക്കലം പൊട്ടിച്ചത്?"

“എന്നെയങ്ങു ഒടുക്കത്തെ സംശയമാണമ്മേ.. ഞാൻ തല ഉയർത്തി ആരെയും നോക്കാൻ പാടില്ല. ആണുങ്ങളാരോടും സംസാരിക്കാൻ പാടില്ല. ഏത് ആണിനോടു സംസാരിച്ചാലും അവരെല്ലാം എന്റെ കാമുകൻമാരാണെന്നാ പറയണത്. എനിക്കിവിടെ അപ്പനോടും ജയനോടും മിണ്ടിക്കൂടാ.. അവരെ നോക്കിക്കൂടാ.. അവരും എന്റെ കാമുകന്മാരാണെന്നു പറഞ്ഞാ..” മുഴുവിക്കാനാകാതെ മല്ലിക കരഞ്ഞു.

“കണ്ണില് കണ്ടതെല്ലാം വലിച്ചുകേറ്റി അവനു മുഴുവട്ടായതാടീ.. നീ അതൊന്നും കാര്യമാക്കണ്ട.. നീ പോയി കൈകഴുകി വാ.. നമുക്ക് അത്താഴമുണ്ണാം. പിന്നെ നാളെമുതൽ നീയും കുഞ്ഞും അടുക്കളയിൽ ഇരുന്നു ചോറു തിന്നിട്ടേ എല്ലാം വാരിക്കെട്ടി മുറിയിലോട്ടു കൊണ്ടുപോയി വയ്ക്കാവൂ.. അല്ലാതെ അവനെ ഊട്ടി ഉറക്കീട്ട് സമാധാനമായി നിനക്കു വല്ലതും കഴിക്കാമെന്നു വിചാരിച്ചാൽ ഒന്നും നടക്കത്തില്ല. പിന്നെ അവൻ കുടിച്ച് ലക്കം കെട്ടാണ് വരുന്നതെങ്കില് നീ ഇന്നു മുതല് വരാന്തയില് പാവിരിച്ച് എന്റെ അടുത്തു കിടന്നോണം.. കേട്ടോ..”

“ഓ..”

സ്വാർത്ഥനായ മകന്റെ ക്രൂരമായ നിലപാട് വൃദ്ധമാതാപിതാക്കളെ അമർഷം കൊള്ളിച്ചു.

സ്നേഹവും സഹനതയുംകൊണ്ട് ഭർത്താവിന്റെ മനസ്സിനെ മാറ്റി എടുക്കുമെന്ന് മല്ലികയും ദൃഢപ്രതിജ്ഞ ചെയ്തു.

വർഷങ്ങൾ കടന്നുപോയി..

നരച്ചുകമ്മിയ പകലുകളും പേ പിടിച്ച രാത്രികളും കടന്നുപോയി.

തന്റെ മനോനില തകരാതിരിക്കാൻ മല്ലിക കാവിലമ്മയെ മനമുരുകി പ്രാർത്ഥിച്ചു. ലഹരിക്ക് അടിമയായ ശിവന്റെ വികലമായ ചിന്തകളും കാമവും ലക്ഷ്യമില്ലാത്ത ജീവിതവും മല്ലികയുടെ ജീവിതത്തെ നരകതുല്യമാക്കി...

അനുഭവങ്ങളുടെ വേവിൽ മല്ലികയുടെ മനം തളർന്നു.

മനസ്സു പിടഞ്ഞു.

പ്രണയം പടിയിറങ്ങി.

ആഗ്രഹങ്ങളെല്ലാം അവൾ മനസ്സിൽ കുഴിച്ചുമൂടി.

നിദ്രാവിഹീനങ്ങളായ രാവുകൾ.

കഠിനമായ അദ്ധ്വാനം.

നരകതുല്യമായ ജീവിതം.

മല്ലിക മുത്തിനെ താലോലിക്കാൻ മറന്നു..

മുലയൂട്ടാൻ മറന്നു.. കരുണ കാട്ടാൻ മറന്നു.

“പെൺമക്കള് പൊൻമക്കളാ... കുടുംബത്തെ വിളക്കാ. ഇപ്പോൾ അവനും അവളും വെറുക്കണ ഇക്കുഞ്ഞു മാത്രമേ കാണൂ അവസാന

നാളിൽ കണ്ണടയ്ക്കാൻ നേരം ഇറ്റു വെള്ളം വീഴ്ത്തി കൊടുക്കാന്. കണ്ണീപ്പീള തൊടച്ച് കളയാനും ഈച്ചയടിക്കാനും ഉറുമ്പരിക്കാതെ നോക്കാനും.. ചാവാതെ കെടക്കണവൾക്കു കാണാം. അല്ലേൾ കണ്ടോളിൻ.."

രാമൻ പാറുവിനോടു പറഞ്ഞു.

"അവക്കു അപ്പനും അമ്മയും എന്തിനാ.. ഈ അപ്പൂപ്പനും അമ്മൂമ്മയും ഇല്ലിയോ..? കൊച്ചച്ഛനും അപ്പച്ചിമാരുമില്ലിയോ.."

മുത്ത് കൊച്ചരിപ്പല്ലുകാട്ടി അവരെ നോക്കി ചിരിച്ചു.

അവരുടെ സ്നേഹത്തണലിൽ അവൾ പിച്ചവച്ചു നടന്നു.

ഓടി നടന്നു വളർന്നു..

നളിനിക്കു സംബന്ധക്കൂട്ടർ വന്നു.

പെണ്ണിന്റെ അദ്ധ്വാനം കണ്ടു വന്ന ആലോചന.

അപ്പനും അമ്മയും കല്യാണം ഉറപ്പിച്ചു.

വീട്ടുമുറ്റത്ത് പന്തല് ഉയർന്നു.

വേണ്ടപ്പെട്ടവർ മാത്രം ഒത്തു ചേർന്നൊരു കല്യാണം.

നളിനി മുണ്ടും നേര്യതും ചുറ്റി.

മുല്ലപ്പൂ ചൂടി.

കണ്ണെഴുതി പൊട്ടു തൊട്ടു.

പന്തലിൽ നിലവിളക്കു തെളിഞ്ഞു.

നിറപറ വെച്ചു. പറയിൽ പൂങ്കുല വച്ചു.

സുകുമാരൻ നളിനിയുടെ കഴുത്തിൽ താലി ചാർത്തി.

എല്ലാവരും സദ്യയുണ്ടു വയറു നിറഞ്ഞു.

മനം നിറഞ്ഞ സുകുമാരൻ മുറുക്കാൻ തിന്നു ചുണ്ടുചുവപ്പിച്ചു.

നളിനിയുടെ കരം ഗ്രഹിച്ചു യാത്രയായി.

വേനലും മഴയും കടന്നുപോയി.

ആണ്ടു രണ്ടു കഴിഞ്ഞു.

നളിനി പെറ്റു.. വയറൊഴിഞ്ഞു.

പാളയിൽ പെൺപൂവ് കൈകാലിളക്കി കരഞ്ഞു.

കുമാരി എന്നു പെൺകുഞ്ഞിന് പേരിട്ടു.

കുമാരിക്കു ചോറു കൊടുത്തു. കാതുകുത്തി.

സുകുമാരൻ ദീനം വന്നു കെടപ്പിലായി

കുമാരിക്കു വയസ്സു മൂന്നു തികഞ്ഞു

സുകുമാരൻ ഭൂമി വിട്ടു യാത്രയായി.

നളിനി നെഞ്ചുപൊട്ടി കരഞ്ഞു.

അപ്പനും അമ്മയും സഹോദരങ്ങളും കൂടെ കരഞ്ഞു.

പതിനെട്ടു തികഞ്ഞ നളിനി വിധവയായി.

അവൾ മട തേവി..

തേവി.. തേവി.. പാള കീറി

പൊത്തയും കരടിയും അയിരയും കൊഞ്ചും ഞണ്ടും മുള്ളിയും മാനത്തുകണ്ണിയും വരാലും കല്ലനക്കിയും എരളും നെടുമീനും മടയിൽ പുളച്ചു,

ജാനുവും നളിനിയും തഴ കീറി.

പായും വട്ടിയും മെടഞ്ഞു.

കുമാരിയും കൈതപ്പൂചൂടി. കുഞ്ഞരിപ്പല്ലുകാട്ടി ചിരിച്ചു.

അപ്പൂപ്പന്റെ തോളിൽ കുമാരിയിരുന്നു.

അപ്പൂപ്പന്റെ കൈ പിടിച്ചു മുത്തു നടന്നു.

അപ്പൂപ്പന്റെ കണ്ണിലൂടെ ഇരുവരും കുറവൻതറ കണ്ടു. കുറവൻ കോണം കണ്ടു. ലോകം കണ്ടു. അപ്പൂപ്പന്റെ വാക്കിലൂടെ അവർ സർവ്വതും അറിഞ്ഞു. രാരക്കത്തിന് മലകയറി ആളുകൾ വരാതായി.

കുറവന്തറയിൽ പകലും രാത്രിയും തിരിച്ചുവന്നു.

കുറവന്തറയിൽ കുടി കുറഞ്ഞു. കാലങ്ങൾ കടന്നുപോയി.

മഴ കുറഞ്ഞു. വേനലായി.

മലയുണങ്ങി.

മരമുണങ്ങി. ഒരു നാൾ രാമൻ തളർന്നു വീണു. കുടിയില്ല. തീറ്റിയില്ല...

രാമന്റെ തൊണ്ടവരണ്ടുണങ്ങി.

മോക്ഷം തായോ.. ദൈവങ്ങളേ..

നരകിപ്പിച്ചതു മതിയേ..

അപ്പൂപ്പൻ മലദൈവങ്ങളെ വിളിച്ച് അപേക്ഷിച്ചു.

മരണക്കിടക്കയിൽ വൃദ്ധൻ കിടന്നു.

"മല്ലികേ.. വന്നിറ്റു വെള്ളം തായോ.. തൊണ്ടവരളുന്നെടീ.."

മല്ലിക വന്നു. വെള്ളമിറ്റിച്ചു. വൃദ്ധന് ദാഹം മാറിയില്ല.

പാറുവും നളിനിയും ജാനുവും വന്നു. വെള്ളം കൊടുത്തു. രാമന്റെ തൊണ്ട നനഞ്ഞില്ല.

കുമാരി വന്നു വെള്ളം കൊടുത്തു.

മുത്ത് കാരുണ്യത്തോടെ വൃദ്ധനെ തലോടി.

വൃദ്ധന്റെ ദാഹം മാറി. വിശപ്പും ക്ഷീണവും മാറി.

അപ്പൂപ്പനു മോക്ഷപ്രാപ്തിയായി. നളിനിയും ജാനുവും നിലവിളിച്ചു. മല്ലിക വാവിട്ടലറിക്കരഞ്ഞു.

പാറുവും മക്കളും കൂടെ കരഞ്ഞു.

കുറവന്തറയിൽ വെട്ടം കെട്ട് ഇരുൾ മൂടി.

മുത്ത് പുത്തൻ തിരി തെറുത്തു. വിളക്കുവച്ചു.

അന്ധകാരം വെളിച്ചത്തിനു വഴിമാറിക്കൊടുത്തു.

മലയിൽ വെളിച്ചം ജ്വലിച്ചു നിന്നു. മഴ വന്നു. മല തണുത്തു.

മല വീണ്ടും മരതകപ്പച്ചയായി.

ആട്ടിൻകൂട്ടിൽ ആടുകൾ തുള്ളിച്ചാടി നടന്നു.

കറവപ്പശുക്കൾ പാൽ ചുരന്നു.

കുറവന്തറയിൽ അടുപ്പു പുകഞ്ഞു.

മല കയറി ബാലൻ വന്നു.

ബാലൻ സുകുമാരന്റെ ഏക സഹോദരൻ.

"നളിനിയെയും കുഞ്ഞിനെയും ഞാൻ വേല ചെയ്തു പോറ്റിക്കൊള്ളാം.. അവളെ എനിക്കു കെട്ടിച്ചുതായോ.."

ബാലൻ ശിവനോടായി പറഞ്ഞു.

"പെങ്ങൾ വിധവ അല്ലാതാകുന്നു. അവൾക്കു ഭർത്താവ് ഉണ്ടാകുന്നു. ഇതിൽപ്പരം ആനന്ദം മറ്റെന്തുണ്ട്.."

ആങ്ങളയുടെ വാക്കുകൾ കേട്ട് നളിനി സന്തോഷിച്ചു.

അമ്മയും കൂടപ്പിറപ്പുകളും സന്തോഷിച്ചു.

അടുത്ത ബന്ധുക്കളുടെ സാന്നിദ്ധ്യത്തിൽ ബാലൻ നളിനിയുടെ കഴുത്തിൽ താലി ചാർത്തി.

ബാലൻ കുറവന്തറയിൽ താമസവുമായി.

ബാലൻ ഒരു പണിക്കും പോയില്ല.

അയാൾ തിന്നും കുടിച്ചും ഉറങ്ങിയും കഴിഞ്ഞു.

നളിനി ഇടികല്ലിൽ മുറുക്കാൻ ഇടിച്ചുകൂട്ടി.

കുമാരിക്ക് അച്ഛനുണ്ടായി. കൂടപ്പിറപ്പുകൾ ഉണ്ടായി.

ജാനു മട തേവി വറ്റിച്ചു.

മടയിലെ മീനെല്ലാം വാരിക്കൂട്ടി.

ചെമ്പഴുക്കാ പെറുക്കി അവൾ മുറുക്കി ചുണ്ടു ചുമപ്പിച്ചു.

പാറു തഴ കീറി പായും വട്ടിയും മെടഞ്ഞുകൂട്ടി.

കുമാരിയും മുത്തുവും അമ്മൂമ്മയ്ക്കു കൂട്ടിനു പോയി.

തെച്ചിക്കാടുകൾ പൂത്തുലഞ്ഞു.

തെച്ചിപ്പഴങ്ങൾ ചുവന്നു തുടുത്തു.

തെച്ചിപ്പഴം തിന്ന് നാവിൽ മധുരം കിനിഞ്ഞു.

മലഞ്ചെരുവിൽ തേനീച്ചക്കൂട്ടം പെരുകി വന്നു.

പാറു തേനറകൾ പുല്ലുറപ്പു കത്തിയാൽ വെട്ടിക്കൂട്ടി.

വട്ടക്രാമലയില പാളയിൽ നിരത്തി തേനറകൾ കൂട്ടിക്കെട്ടി.

ഉപ്പുകുമ്മിളും അരിക്കുമ്മിളും മലഞ്ചെരുവിൽ പട്ടുവാരി.

കുമ്മിളു പറിച്ചുപറിച്ചു പാറുവിന്റെ കൈ കടഞ്ഞു.

കുറവന്തറയിൽ ജാനുവിന് കല്യാണാലോചന വന്നു.

പടിഞ്ഞാറൻ മലയിലെ വലിയ കുടുംബത്തുന്ന് വന്ന ആലോചന. ചെക്കന് കിടക്കാൻ പൊരയുണ്ട്, ബന്ധുബലമുണ്ട്.

തിന്മാനും കുടിപ്പാനും മൊതലുണ്ട്.
"സ്ത്രീധനം വേണ്ട. സ്ത്രീ തന്നെ ധനമല്ലെ.."
ശിവന്റെ ചങ്ങാതി ചന്തു പറഞ്ഞു.
"അവരിക്ക് പെണ്ണിനെക്കണ്ടു ബോധിച്ചാൽ ഉടനേ കല്യാണം."
പാറു മനം നൊന്ത് ഉള്ളുരുകി പ്രാർത്ഥിച്ചു.
ഒരു ഗതീം പരഗതീമില്ലെ. കല്യാണം എങ്ങനെ നടക്കും.
അന്നു രാത്രി പാറു ഉറങ്ങിയില്ല..
രാരക്കത്തിന്റെ മൂളൽ കേട്ടു മുത്ത് കണ്ണു തുറന്നു.
കുമാരി നല്ല ഉറക്കത്തിലാണ്.
പാറു വെള്ള മുണ്ടുടുത്തു. മുറുക്കിത്തുപ്പി.
അന്നുരാത്രി പാറു ഉറങ്ങിയില്ല. കുറവന്തറ ഉറങ്ങിയില്ല.
മല്ലികയുടെ ആട്ടിൻകൂട്ടം കാലിത്തൊഴുത്തുമൊഴിഞ്ഞു.
പാറു കൈകൾ കൂപ്പി മരുമകളോടു പറഞ്ഞു:
"മകളേ, നീ കൊറവന്തറയുടെ പുണ്യം. മുടക്കങ്ങളില്ലാതെ ഏൻ പിള്ളയുടെ കല്ലിയാണം കഴിഞ്ഞു. നിനക്ക് സർവ്വ മംഗളം.."
മലയിൽ അയിണിച്ചക്കകൾ പഴുത്തു വാരി.
ജയൻ അയിണിമരത്തിന്റെ കൊമ്പിൽ കയറി.
മഞ്ഞ മുള തോട്ടയാക്കി.
മല്ലികയും പാറുവും ചണച്ചാക്കിൽ പഴുത്ത ചക്കകൾ
നിലത്തു വീണു ചിതറാതെ പിടിച്ചെടുത്തു.
പഴുത്ത അയിണിച്ചക്ക കുമാരിയും മുത്തുവും മത്സരിച്ചു തിന്നു.
വിളഞ്ഞ ചക്കകൾ ചണച്ചാക്കിൽ വാരിക്കൂട്ടി. ചാമ്പലിൽ പൂഴ്ത്തി വച്ചു.
മല്ലിക അയിണിക്കുരു മൺചട്ടിയിൽ വറുത്തു തട്ടി.
പാതി തണുത്ത അയിണിക്കുരുവിന് മോളിലൂടെ മുളനാഴിയുരുണ്ടു.
തൊലി കളഞ്ഞ അയിണിക്കുരുക്കൾക്ക് എന്തൊരു സ്വാദ്..

പത്ത്

അപ്പനും അമ്മയും മുത്തിന് അണ്ണനും ചേച്ചിയുമായി.

ശിവനും മല്ലികയും മകളെ തിരുത്തിയതുമില്ല.

അണ്ണനെ അവൾക്കു ഭയമായിരുന്നു.

ചേച്ചിക്ക് അവൾ വേണ്ടാത്തവളായി.

അപ്പനും അമ്മയും ജീവിച്ചിരിക്കെ മുത്ത് അനാഥയായി.

അമ്മൂമ്മ അവളെ സ്കൂളിൽ ചേർത്തു.

അവൾ അക്ഷരങ്ങളെ സ്നേഹിച്ചു.

ഈശ്വരനെ മനസ്സിൽ പ്രതിഷ്ഠിച്ചു.

എല്ലാവർക്കും നന്മവരാനായി പ്രാർത്ഥിച്ചു. അവളുടെ പ്രാർത്ഥന ഫലിച്ചു. മനുഷ്യജീവിതം പ്രവചനാതീതമാണ്.

ശിവൻ നെല്ലിമൂട് ഹൈസ്കൂളിൽ മലയാളം അദ്ധ്യാപകനായി.

നിയമന ഉത്തരവ് കിട്ടി.

ശിവന്റെ കാത്തിരിപ്പിന് അവസാനമായി.

മല്ലികയുടെ പ്രാർത്ഥനയുടെ ഫലം.

വേനലിലെ കുളിർമഴപോലെ.

നരകജീവിതത്തിൽനിന്നും മല്ലികയ്ക്കു മോചനമായി.

അമ്മയുടെ അനുഗ്രഹാശിസ്സോടെ അയാൾ ജോലിയിൽ പ്രവേശിച്ചു. കാലം മാറ്റങ്ങൾക്കു വഴിയൊരുക്കുംപോലെ ശിവൻ രൂപത്തിലും ഭാവത്തിലും അടിമുടി മാറുകയായി. കുട്ടികൾക്ക് മാതൃക ആകേണ്ടവൻ അദ്ധ്യാപകൻ.

ആ തിരിച്ചറിവിൽ സ്വന്തം സ്വഭാവത്തിലെ വൈകൃതങ്ങൾ മാറ്റാൻ അയാൾ ആദ്യം ശ്രമിച്ചു.

കഠിനപ്രയത്നത്തിലൂടെ സ്വന്തം വ്യക്തിത്വം വീണ്ടെടുക്കാനുള്ള ശ്രമം. അതിനായി ലഹരിവസ്തുക്കളുടെ ഉപയോഗം അയാൾ പാടേ ഉപേക്ഷിച്ചു..

കാട്ടാളനിൽനിന്നും മനുഷ്യനിലേക്കുള്ള പ്രയാണം.

സമൂഹത്തെ വഴിതെറ്റിക്കുന്ന മദ്യത്തിനും മയക്കുമരുന്നിനും എതിരെ ശക്തമായി പ്രതികരിക്കാൻ അയാൾ തീരുമാനിച്ചു. നെല്ലിമൂട് ജംഗ്ഷനിൽ പ്രബുദ്ധരായ പിന്നോക്കസമുദായത്തിലെ യുവജനങ്ങളെ സംഘടിപ്പിച്ചു. സ്വന്തം സമുദായത്തിന്റെ ഉന്നമനത്തിലൂടെ നാടിന്റെ വികസനത്തിനും സാംസ്കാരിക ഉന്നതിക്കും വേണ്ടി ചങ്ങാതിക്കൂട്ടം എന്ന പേരിൽ ഒരു യുവജനസംഘം അയാൾ രൂപീകരിച്ചു.

ദാസൻ ആ സംഘത്തിന്റെ സെക്രട്ടറിയായി.

ചന്തു പ്രസിഡന്റും സതീശൻ ട്രഷററുമായി.

പുലയസമുദായത്തിലെ ബി എ ക്കാരനായിരുന്നു സതീശൻ. അപ്പനും അമ്മയും സഹോദരങ്ങളും പാടത്തും പറമ്പിലും പണിയെടുത്തു ജീവിക്കുന്ന കുടുംബം.

"നമ്മുടെ ഈ സംഘടനയ്ക്കു വ്യക്തമായ അജണ്ടയുണ്ട്. പിന്നോക്ക സമുദായങ്ങളുടെ ഉന്നമനമാണ് ഇതിന്റെ ലക്ഷ്യം. നമ്മുടെ കുട്ടികളിൽ നിരവധി പേര് സ്കൂളിൽനിന്നും കൊഴിഞ്ഞുപോയിട്ടുണ്ട്. അത്തരക്കാരെ കണ്ടെത്തണം. അവരെ തിരിച്ച് സ്കൂളിൽ എത്തിക്കണം. കൂടാതെ നമ്മുടെ കുട്ടികൾ പഠന പിന്നോക്കാവസ്ഥ നേരിടുന്നുണ്ട്. പഠിക്കാൻ ബുദ്ധിമുട്ടുള്ള വിഷയങ്ങൾക്ക് സൗജന്യമായി ട്യൂഷൻ നൽകി അത്തരക്കാരെ നമ്മൾ മുന്നോട്ടു കൊണ്ടുവരേണ്ടതുണ്ട്. നമ്മുടെ ആളുകൾക്ക് എന്തു പ്രശ്നങ്ങൾ നേരിട്ടാലും അവരെ സഹായിക്കാൻ നമ്മൾ ഒറ്റക്കെട്ടായി നിൽക്കേണ്ടതുണ്ട്. നമ്മുടെ ആളുകളുടെ ഇടയിൽ മദ്യപാനവും മയക്കുമരുന്നിന്റെ ഉപയോഗവും വളരെ കൂടുതലാണ്. നമ്മൾ വീടുകൾ തോറും കയറി ഇറങ്ങി ബോധവൽക്കരണം നടത്തേണ്ടത് അത്യാവശ്യമാണ്..."

"ശിവൻ സാറേ ഇതൊക്കെ നടക്കണ കാര്യങ്ങളാണോ.?"

"നമുക്ക് ഒന്നു ശ്രമിച്ചുനോക്കാം സതീശാ.. ചിലപ്പോൾ നടന്നാലോ.? എല്ലാ കാര്യങ്ങളും നമുക്ക് പോസിറ്റീവ് ആയിത്തന്നെ എടുക്കാം.. വൈകുന്നേരങ്ങളിലും ഒഴിവുദിവസങ്ങളിലും ഞാൻ നിങ്ങളോടൊപ്പം ഉണ്ടാകും.."

"നമ്മളുടെ ഇടയിൽ കൂലിവേലയ്ക്കു പോകുന്നവരുണ്ട്. സംഘടനാപ്രവർത്തനത്തിന്റെ പേരിൽ ആരുംതന്നെ ജോലികളും മെനക്കെടേണ്ടാ... ഒഴിവ് സമയങ്ങളിലുള്ള സേവനമായിട്ട് മാത്രം കരുതിയാൽ മതി.."

"അതു ശിവൻ പറഞ്ഞതു നേരാണ്."

ദാസനും ശിവന്റെ അഭിപ്രായത്തോടു യോജിച്ചു.

"അങ്ങനെ എങ്കിൽ നമുക്കിന്ന് കുട്ടപ്പണ്ണന്റെ വീട്ടില് പോയാലോ.."

"പോകാം.. ഇന്ന് ഞായറാഴ്ച ആയോണ്ട് എല്ലാവരും പെരയില് കാണും."

ഓല മേഞ്ഞ നാലുകാലിപ്പുരയാണ് കുട്ടപ്പന്റേത്. നാലുവശവും ഓല കൊണ്ടു മറച്ചിരുന്നു.

കാട്ടുകമ്പുകൾ വച്ചുകെട്ടി പഴന്തുണി വിരിച്ച് കെട്ടിയ കതക്.

മുറ്റത്തെ സംസാരം കേട്ട് കുടിലിന് ഉള്ളിൽനിന്നും കറുത്തുമെലിഞ്ഞ സ്ത്രീ ഇറങ്ങി വന്നു. കൈലിയും ബ്ലൗസുമാണ് വേഷം.

"പൊടിച്ചിയക്കാ.. അണ്ണനെന്തിയേ..?"

സതീശൻ സ്ത്രീയോട് ചോദിച്ചു.

"അകത്തൊണ്ട്.."

"എന്നോ... എന്നോ... പൊറത്തോട്ട് എറങ്ങി വരീനെ. പിള്ളാരന്മാര് നിങ്ങളെ കാണാനക്കൊണ്ടു വന്നു നിക്കണ്..."

പൊടിച്ചിയക്ക പെരയ്ക്കകത്തേയ്ക്കു നോക്കി ഉറക്കെ വിളിച്ചു പറഞ്ഞു.

കുട്ടപ്പൻ പെരയ്ക്കകത്തുനിന്നും പുറത്തേയ്ക്ക് ഇറങ്ങി വന്നു.

കറുത്ത പൊക്കം കുറഞ്ഞ കുറിയ മനുഷ്യൻ. കൈലിയാണു വേഷം.

മുന്നിൽ നിൽക്കുന്ന ആളുകളെ കണ്ടതും അയാൾ പുഞ്ചിരിക്കാൻ ശ്രമിച്ചു.

"എന്താ... എല്ലാരുംകൂടി..? വിശേഷിച്ച് എന്തെങ്കിലുമൊണ്ടാ..?"

"കൊച്ചുങ്ങടെ രണ്ടിന്റെയും പഠിത്ത കാര്യങ്ങൾ തിരക്കാനായി വന്നതാ. മൂത്തവൻ എട്ടിലായില്ലയോ? ഇളയവൻ അഞ്ചിലും..." ചന്തു പറഞ്ഞു.

"അവന്മാരുടെ പഠിത്ത കാര്യങ്ങള് തെരക്കാനാണങ്കില് പള്ളിക്കൂടത്തില് പോയി തെരക്കിയാ പോരെ? ഇവിടെ വരുന്നതെന്തിന്. പൊടിച്ചിക്കും എനിക്കും വായിക്കാനും എഴുതാനും അറിയത്തില്ല..."

"അണ്ണനെന്തൊരു വർത്തമാനമാ ഇപ്പറയണത്? മക്കളെ പള്ളിക്കൂടത്തീല് പഠിക്കാനാണെന്നും പറഞ്ഞ് പറഞ്ഞുവിട്ടാല് മാത്രം മതിയാ? അവര് പഠിക്കുന്നുണ്ടോ ഇല്ലിയോ എന്നൊക്കെ തെരക്കണ്ടയോ.."

"അങ്കം പുങ്കമില്ലാത്ത ഞങ്ങളാണാ അറിവൊള്ള സാറന്മാരോട് പഠിത്തകാര്യങ്ങളും തെരക്കി ചെല്ലുണത്? പിന്നെ എവൻമാര് പാച്ചിട്ട് എനിക്കെന്തോ കിട്ടാനാ?അവനൊക്കെ വേണോങ്കി പഠിക്കട്ട്.."

"നിങ്ങക്കൊന്നും വേറെ പണിയില്ലേ കൊച്ചുങ്ങളെ. നല്ല കാര്യങ്ങള് പറഞ്ഞാലൊന്നും അവരിക്ക് തിരിയത്തില്ല. അവരിക്ക് വേല ചെയ്യ വേണം. മൂക്കുമുട്ടെ കുടിക്ക വേണം. ചെറുക്കാന്മാര് പഠിച്ചാലെന്ത്? പഠി

ച്ചില്ലെങ്കിലെന്ത്? ഉടുത്താലെന്ത്..? തിന്നില്ലെങ്കിലെന്ത്..? നേരമിരുട്ടിയാ വേല ചെയ്ത കിട്ടണ കാശുകൊടുത്ത് മൂക്കമുട്ടെ കുടിക്കും. കുടിച്ച മറിഞ്ഞു നാലുകാലേ വന്നങ്ങു തൊടങ്ങും. പള്ളു വിളിം, അടിം ബഹളോം ചെറുക്കന്മാര് രണ്ടും ഇരുട്ടുമ്പോഴെ വല്ലതും കുടിച്ചിട്ട് എന്റെ ആങ്ങളേടെ വീട്ടിപ്പോകും. അവര് ഏവരെ പേടിച്ച് അവടാ കെടത്തോം ഒറക്കവുമെല്ലാം.. പിന്നെയവര് എന്ത് പഠിക്കാനാ.."

പൊടിച്ചിക്കയുടെ സംസാരം കുട്ടപ്പണ്ണന് പിടിച്ചില്ല. അയാളുടെ പ്രതികരണം ഇപ്രകാരമായിരുന്നു:

"എന്റെ കുടീം, വലീം നിറുത്താനക്കൊണ്ട് ഒരുത്തനും ഒരുത്തിയും നോക്കണ്ട. ഒരുത്തന്റെയും കാശ് കൊടുത്തല്ല ഞാൻ കുടിക്കണത്. ഒരുത്തനും എന്നെ ഉപദേശിച്ചങ്ങ് ഒണ്ടാക്കിക്കളയാമെന്നും കരുതണ്ട.."

"അണ്ണാ ഉപദേശിക്കാന് ഞാനല്ലാ. എന്നിരുന്നാലും പറയാതെ വയ്യ. കുടിയും വലിയും നശിപ്പിക്കണത് നിങ്ങടെ ജീവിതം മാത്രമല്ല. നിങ്ങടെ മക്കടെ ജീവിതം കൂടിയാണ്. നിങ്ങടെ കുടുംബത്തെ സമാധാനവും സന്തോഷവും ഒരുമയും അതില്ലാതാക്കി. മക്കടെ ഭാവിയെ കരുതിയെങ്കിലും അണ്ണനീ ദുശ്ശീലം ഒഴിവാക്കാൻ നോക്കണം.."

"ഒന്നു പോടാ പുല്ലേ.. ഇപ്പറയണ നീയും ഞാനും ജയദേവനങ്ങത്തെടെ വാറ്റുകുഴീല് പോയി മെനക്കെട്ടു കെടന്ന് എത്രമാത്രം കുടിച്ചേക്കുന്നു. ആ അവനായിപ്പം കൊണവതികാരോം കൊണ്ടുവന്നേക്കുന്നത്.."

"അണ്ണൻ പറഞ്ഞതു നേരാ.. എന്റെ ജീവിതത്തിൽ എനിക്കൊരു തെറ്റുപറ്റി. തെറ്റുകൾ തിരുത്തപ്പെടാൻ ഒള്ളതാണ്. ഒരു ജോലിക്കായി ഒരുപാടു ഞാൻ കൊതിച്ചു. കാത്തിരുന്നു. ജോലി കിട്ടാതായപ്പോൾ സങ്കടവും നിരാശയുമായി. സങ്കടം മാറാൻ കുടിയും വലിയും തുടങ്ങി. ഞാൻ മദ്യത്തിലും കഞ്ചാവിലുമെല്ലാം ലഹരി കണ്ടെത്തി. ബോധമില്ലാത്തപ്പോൾ കെട്ടിയോളെ തല്ലി. വേണ്ടാതീനങ്ങൾ ഒത്തിരികാട്ടി.. ഇപ്പോൾ സർവ തെറ്റുകളും തിരുത്തണമെന്ന് തോന്നി. ഞാൻ മാറിയപ്പോൾ എനിക്കു ചുറ്റുമുള്ളവരെക്കൂടി മാറ്റണമെന്ന് തോന്നി. അണ്ണാ ഇപ്പം ഞാൻ അനുഭവിക്കുന്ന സന്തോഷവും സമാധാനവും എത്രയാണെന്ന് പറഞ്ഞാൽ നിങ്ങൾക്ക് മനസ്സിലാവില്ല. എന്റെ കുഞ്ഞുപോലും ഭയന്ന് എന്റെയരികില് വരില്ലായിരുന്നു...

അണ്ണാ നമ്മൾ ലഹരി കണ്ടെത്തേണ്ടത് മദ്യത്തിലല്ല. നമ്മുടെ ജീവിതത്തിലാണ്... ഇപ്പം നിങ്ങടെ നല്ല സമയം. കുടിച്ചും വലിച്ചും കരളും ശ്വാസകോശവും വാടിപ്പോയാൽ പിന്നെ പറഞ്ഞിട്ടു കാര്യമില്ല കേട്ടോ.. അപ്പോൾ നിങ്ങള് വെറുക്കണ ഈ പാവം അക്കയും ആൺകൊച്ചുങ്ങളും മാത്രേ കാണൂ.. നിങ്ങൾക്കിറ്റു വെള്ളം തരാനും നോക്കാനും. അണ്ണൻ സമാധാനത്തിലൊന്ന് ചിന്തിച്ച് നോക്ക്, അണ്ണന്റെ ആയുസ്സിനും ആരോഗ്യ

ത്തിനും വേണ്ടിയാ ഞാനിപ്പറയുന്നത്. മക്കളുടെ നല്ല ഭാവിക്കുവേണ്ടി കുടുംബത്ത് സന്തോഷവും സമാധാനവും ഉണ്ടാവാൻ വേണ്ടി അണ്ണൻ ശ്രമിച്ച് നോക്ക്.."

"അണ്ണാ അനിയും അരുണുമെല്ലാം വളർന്നുവരുവല്ലേ. അവര് അണ്ണനെ കണ്ടല്ലേ പഠിക്കുന്നത്.."

"അതു പിന്നെ എന്തൊരു വർത്താനമാടാ ദാസ നീ പറയണത്.. അപ്പനു പെറന്നാ അപ്പടിയിരിക്കണമെന്നാ.. എടാ നമ്മടെ മൊറ്റത്ത് ഒരോരുത്തന്മാര് കെടന്ന് വാറ്റുന്നത്. എന്നിട്ട് കുടിക്കരുതെന്ന് പറഞ്ഞാ ല് എവിടത്തെ ഞായമെടാ.. നെന്നെക്കൊണ്ടാക്കെ പറ്റുമെങ്കില് ആദ്യം പോയി നെന്റെ മുറ്റത്തൊള്ള വാറ്റ് നിറുത്തീട്ട് വാ... എന്നിട്ട് നാട്ടുകാരെ നന്നാക്കാനിറങ്ങ്.."

ശിവന്റെ നേതൃത്വത്തിൽ ചങ്ങാതിക്കൂട്ടം അന്ന് കൊറവൻകോണ ത്ത് കുറേ വീടുകളിലുംകൂടി കയറിയിറങ്ങി.

പല വീട്ടുകാരും സഹർഷം അവരെ സ്വീകരിച്ചു. ഉപദേശങ്ങൾ ശ്ര വിച്ചു. ഒപ്പം നടക്കാമെന്ന് വാക്കും കൊടുത്തു.

കുറച്ചുപേർ വിയോജിപ്പും പ്രകടിപ്പിച്ചു.

അടുത്ത ദിവസം വൈകുന്നേരം നെല്ലിമൂട് ജംഗ്ഷനിൽ കൂടിയ ചങ്ങാതിക്കൂട്ടം സംഘാടകർ ചർച്ചയ്ക്കു വച്ചത് കുട്ടപ്പന്റെ നിർദ്ദേശമായി രുന്നു.

"കൊറവൻകോണത്ത് വാറ്റു തൊടങ്ങിയിട്ട് നാളുകൊറെയായി. അതൊക്കെ ഇന്നാട്ടിലെ നിയമപാലകർക്കും ജനപ്രതിനിധികൾക്കും അറിയാം. അവരുടെ എല്ലാം മൗനാനുവാദത്തോടെ നടക്കണ തോന്നി യവാസമാണിത്. ഈ വാറ്റ് നിർത്താന് നമ്മള് കൊറച്ചുപേര് ശ്രമിച്ചാല ക്കൊണ്ട് എന്തു ചെയ്യാൻ പറ്റും.."

"സതീശാ.. നീ പറഞ്ഞതാണ സത്യം. ആ വാറ്റുകേന്ദ്രം ജയദേവൻ മൊതലാളീടെ ആണെന്ന് എല്ലാവർക്കും അറിയാം.. അതു പരസ്യമായ രഹസ്യവുമാണ്. ഈ നാടു ഭരിക്കുന്നും അവരുടെ ആളുകളാണ്. ഇന്നാട്ടി ലെ മേലാന്മാരും അവർക്കു കുടപിടിക്കേ ഒള്ള്.." കാര്യങ്ങൾ കേട്ടിരുന്ന ഗോവിന്ദനാശാൻ പറഞ്ഞു.

".... കൊറവൻ കോണത്തിന്റെ ശാപം ആ വാറ്റു കേന്ദ്രം ആണെങ്കിൽ അതു നിർത്തലാക്കുകതന്നെ വേണം. നമ്മുടെ ആണുങ്ങളെ എല്ലാം അവര് കുടിപ്പിച്ച് മയക്കിക്കിടത്തിയത് മതി. നമ്മടെ ചിന്തകളെ മരവി പ്പിച്ച്, അവര് നമ്മുടെ നാവിന് കൂച്ചുവിലങ്ങിട്ടു. നമ്മുടെ നാടിന്റെ ആത്മാ വിനെ തകർത്തു.. ഒരു ദേശം മുഴുവനും കുടിപ്പിച്ചു കെടുത്തുകാനു വെച്ചാ.. അവര് നമ്മടെ ആളുകളെ കൊണ്ടു വാറ്റുന്നു.. നമ്മുടെ ഇനിവരുന്ന തലമു റയെയെങ്കിലും ഈ മഹാവിപത്തുക്കളിൽനിന്നും നമുക്ക് രക്ഷിക്കണം.

അതിനായി നമ്മള് സംഘടിക്കണം. നമ്മുടെ ഇനി വരുന്ന തലമുറയ്ക്ക നല്ല വിദ്യാഭ്യാസം കൊടുക്കണം.."

"ശിവാ.. നീ പറയുന്നതെല്ലാം സത്യമാണ്. ഈ അന്യായം അവസാനിപ്പിക്കുകതന്നെ വേണം. അതിന് കൂട്ടുനിൽക്കുന്നവരെ നിയമത്തിന് മുന്നില് കൊണ്ടുവരണം. പക്ഷേങ്കില് നീയ് ഈ കേസുകെട്ടുകളിലൊന്നും ഇടപെടരുത്. ഒരു ജോലി കിട്ടാൻ വേണ്ടി അനുഭവിച്ച പെടാപ്പാട് നിനക്കറിയാലോ.."

"ദാസണ്ണൻ പറഞ്ഞത് നേരാ.. സാറ് അണിയറയിൽ ഇരുന്ന് നിർദേശങ്ങൾ തന്നാൽ മതീ.. രംഗത്തുനിന്നു കളിക്കാൻ ജോലിയും കൂലിയുമില്ലാത്ത ഞങ്ങളൊണ്ട്. വാറ്റ് നിറുത്താനക്കൊണ്ട് കഴിഞ്ഞില്ലെങ്കിലും കുടിക്കണതിൽനിന്നും കുറച്ചുപേരെയെങ്കിലും തടയാനായാൽ അത്രയും ആയില്ലേ..."

"നാളത്തന്നെ ഞാൻ മെമ്പറോടും പഞ്ചായത്തു പ്രസിഡന്റിനോടും ഇക്കാര്യം പറയാം. അതിനുശേഷം പോലീസ് സ്റ്റേഷനില് നാട്ടുകാരുടെ എല്ലാം ഒപ്പ് സമാഹരിച്ച് ഒരു പരാതിയും കൊടുക്കാം. കൂട്ടമായിട്ട് പരാതിപ്പെട്ടാൽ അവർക്ക് ഒഴിഞ്ഞുമാറാനാകില്ല. എന്തായാലും നമ്മളീ വലിയ ദൗത്യത്തിന് മുന്നിട്ടറങ്ങുവാ.. കൊടുക്കുന്ന പരാതികളുടെ കോപ്പികൾ നമ്മൾ സൂക്ഷിച്ച് വയ്ക്കുകയും വേണം.."

"സാറ് പറഞ്ഞാൽ മതി.. അതുപോലെ ഞങ്ങള് ചെയ്യാം."

"എന്നാല് അടുത്ത ദിവസം തന്നെ ഒപ്പ് ശേഖരണം നടത്തിനെ വൈകാതെ പരാതി കേൾക്കാം.. എന്നാല് പിന്നെ പിരിയുകയല്ലേ.."

"സാറേ അങ്ങനെയാകട്ടെ.. എന്നാല് നാളെ കാണാം.." അന്നത്തെ ചർച്ച അവസാനിച്ചു. എല്ലാവരും വീടുകളിലേക്കു മടങ്ങി..

ദാസും സംഘവും രാവിലെ പത്തരയോടെ നെല്ലിമൂട് പോലീസ് സ്റ്റേഷനിൽ എത്തിച്ചേർന്നു.

കോൺസ്റ്റബിൾ സത്യൻനായരെ കണ്ടു. പരാതി കൈമാറി അയാൾ പരാതി വായിച്ചുനോക്കി.

"എസ് ഐ ശിവദാസമേനോൻ സാറ് അകത്തുണ്ട്. പരാതി സാറിന്റെ കൈയിൽ കൊടുത്ത് നേരിട്ട് കാര്യം പറഞ്ഞാട്ടെ." ദാസും സംഘവും എസ് ഐ സാർ ഇരിക്കുന്ന മുറിക്കകത്തു കടന്നു ചെന്നു.

"നമസ്കാരം സാർ.." ഗേവിന്ദനാശാൻ എസ് ഐ യെ നോക്കി തൊഴുതു.

"നമസ്കാരം.. എന്താ പ്രശ്നം..?"

"ചെറുപ്പക്കാരനായ എസ് ഐ മുഖത്ത് മന്ദസ്മിതം തൂകി ചോദിച്ചു.

"സാർ ഞങ്ങൾ കൊറവൻകോണത്തെ സ്ഥിരം താമസക്കാരാണ്. അവിടെ കൊറേ കാലങ്ങളായി വാറ്റു തൊടങ്ങിയിട്ട്. സ്ഥലത്തെ സർവ

ആണുങ്ങളും കുടിയന്മാരായി തീർന്നു. ചാരായം വാറ്റ് എന്നു നിർത്തുന്നുവോ അന്നേ അവിടുത്തെ ആളുകള് രക്ഷപ്പെട്ടു.. സാർ ഞങ്ങള് നാട്ടുകാരുടെ അപേക്ഷയാണ്. കൊറവൻകോണത്തെ വാറ്റ് എന്നേയ്ക്കുമായി നിർത്തിത്തരണം..”

ദാസൻ പരാതി എസ് ഐ ക്കു കൈമാറി.

എസ് ഐ തികഞ്ഞ ഗൗരവത്തോടെ പറഞ്ഞു.

“ഞാൻ വിശദമായി അന്വേഷിക്കാം. വേണ്ടതു ചെയ്യാം. നിങ്ങളെപ്പോലെ പ്രതികരണശേഷിയുള്ള നാട്ടുകാരാണ് നാടിനാവശ്യം. ആരും വിഷമിക്കേണ്ട. സമാധാനമായിട്ട് പൊയ്ക്കോളൂ.. നിങ്ങളുടെ എല്ലാ പ്രശ്നങ്ങൾക്കും ഉടൻ പരിഹാരം ഉണ്ടാകുന്നതാണ്..”

എസ് ഐ ശിവദാസൻ സാറിന്റെ മറുപടി എല്ലാവരിലും ശുഭപ്രതീക്ഷ വളർത്തി.

എന്നാൽ പരാതി കൊടുത്തു ഒരാഴ്ച കഴിഞ്ഞിട്ടും അന്വേഷണമോ മറ്റു നടപടിക്രമങ്ങളോ ഉണ്ടായില്ല.

പഞ്ചായത്തു പ്രസിഡന്റ് സണ്ണി കുര്യനും മെമ്പർ രാജൻപിള്ളയും എസ് ഐ ശിവദാസമേനോന് അഭിമുഖമായി ഇരുന്നു.

“സാറെ വിവരങ്ങളെല്ലാം ഞങ്ങളറിഞ്ഞു. ഇത് മുളയിലേ നുള്ളണം. അവിടെ മൂന്നുനാല് ഡിഗ്രിക്കാരന്മാര് ഒണ്ട്. ഒരുത്തനിപ്പം നെല്ലിമൂട് ഹൈസ്കൂളിലെ വാധ്യാരാ.. പേര് ശിവൻ. അവനാണ് ഇവരുടെ എല്ലാം നേതാവ്. അവൻ ആത്മവിശ്വാസം കൊടുത്തിട്ടാ മറ്റുള്ളവന്മാര് പരാതിയുമായി വന്നത്. കണ്ണടച്ചു തുറക്കുംമുന്നേ സ്വന്തം ആളുകളെ നന്നാക്കി കളയാമെന്നാ അവന്റെ ഒക്കെ വിചാരം. തല പൊക്കാനുള്ള അവസരം കൊടുക്കരുത്. തലയ്ക്കടിച്ച് ഇരുത്തണം. എസ് ഐ സാറിന് അറിയാലോ.. ജയദേവൻ മുതലാളി നമ്മുടെ ആരാദ്ധ്യനേതാവാണ്. അദ്ദേഹം കക്ഷി രാഷ്ട്രീയങ്ങൾക്ക് അപ്പുറം ബന്ധങ്ങൾക്ക് വലിയ വില കല്പിക്കുന്ന ആളാണ്. അദ്ദേഹത്തിന്റെ സൽപ്പേരിന് കളങ്കം ചാർത്താതെ നിലനിർത്തേണ്ടത് ഈ നാടിന്റെ ആവശ്യമാണ്..”

“ജയദേവൻ സാറിന്റെ സൽപ്പേരിന് കോട്ടം തട്ടാതെ ഞാൻ നോക്കിക്കൊള്ളാം.. പ്രസിഡന്റ് വിഷമിക്കാതെ..”

എസ് ഐ ശിവദാസമേനോൻ സണ്ണി കുര്യന് വാക്കു കൊടുത്തു.

“സാറിന്റെ ഈയൊരു വാക്കുമതി.. ഇപ്പഴാ ഞങ്ങൾക്ക് സമാധാനമായത്..”

മെമ്പർ രാജൻപിള്ള ആശ്വാസത്തോടെ വിശ്വസിച്ചു.

“കാട്ടുമൂലയില് കെടക്കണ ഈ ശിവൻ വിചാരിച്ചാല് എന്താക്കാന നമ്മുടെ സാറിനെ. ജയദേവൻ സാറിന്റെ രോമത്തില് തൊടാനൊക്കു കേലല്ലോ... സാറിന്റെ സാമ്രാജ്യം വളരെ വലുതാണ്. അദ്ദേഹത്തെ സം

രക്ഷിച്ച നിലനിറുത്തേണ്ടത് നമ്മുടെ ഓരോരുത്തരുടെയും ഉത്തരവാദിത്വമാണ്. എന്റെ ശമ്പളത്തിന്റെ മൂന്നിരട്ടിയാണ് മാസാമാസം അദ്ദേഹം എനിക്കു തരുന്ന കിമ്പളം.."

"ഈ നാടിന്റെ സർവ്വവികസനത്തിനും വലിയ വലിയ തുകകൾ അദ്ദേഹം അനുവദിച്ചു തരുന്നത് എന്തുകൊണ്ടാ... നമ്മൾ അദ്ദേഹത്തിന്റെ ചില അനീതികൾക്കുനേരെ കണ്ണടയ്ക്കുന്നതുകൊണ്ടാ. അതുകൊണ്ട് ഒരു കാരണവശാലും ആ ചാരായവാറ്റ് തടയാൻ പറ്റുകേല. മാത്രവുമല്ല ആർക്കും ശല്യമില്ലാതെയാണ് വാറ്റുന്നതും. വർഷങ്ങളായി ആളൊഴിഞ്ഞ മലയടിവാരത്ത് നൂറുകണക്കിന് ജോലിക്കാര് താമസിച്ച് പണി ചെയ്യുന്നു. ജോലിക്കാരിൽ അധികവും അന്നാട്ടുകാരാണ്. അവരെല്ലാം മൊതലാളിക്കുവേണ്ടി കൊല്ലാനും ചാവാനും തയ്യാറുമാ.."

"അല്ല മെമ്പറെ ഈ ശിവൻ ആള് എങ്ങനാ..?"

"അവൻ ഇടയ്ക്കുവച്ചു മഹാ തല്ലിപ്പൊളിയായിരുന്നു. അവനെയും കുടിപ്പിച്ചു പഠിപ്പിച്ചത് മുതലാളീടെ ആളുകളാ.. ജോലി കിട്ടിക്കഴിഞ്ഞപ്പോഴാ അവൻ ഡീസന്റായത്... പിന്നെ അന്നാട്ടുകാർക്ക് മൊതലാളി പാതിക്കാശിനാ സാധനം വിൽക്കുന്നത്. ജനിച്ചുവീഴണ കൊച്ചുങ്ങടെ വായില് തേനിന് പകരം വാറ്റുചാരായമാ അപ്പന്മാര് തേച്ചു കൊടുക്കണത്. അന്നാട്ടിലെ ഒരുവിധപ്പെട്ട ആണും പെണ്ണും മത്സരിച്ച് ചാരായം മോന്തും.."

"സാറേ ശരിക്കും പറഞ്ഞാല് അന്നാട്ടുകാരൊന്നും പള്ളിക്കൂടത്തിന്റെ പടി കാണാത്തവരാ.. എഴുത്തും വായനയും അറിയാത്ത തനികാടന്മാര്. എല്ലാവനും മൊതലാളിടെ കൊടിപിടിക്കണവരാ.. കഞ്ചാവും കറുപ്പും മൊതലാളി അവന്മാർക്ക് ഫ്രീയായിട്ടാ കൊടുക്കുന്നത്. ആ മലയായ മലമുഴുവൻ മുതലാളി കഞ്ചാവ് നട്ടേക്കുവാ.."

"സാറിന് ഇവിടെ മാത്രമല്ല പ്രസിഡന്റേ കഞ്ചാവ് തോട്ടവും വാറ്റുമുള്ളത്. അങ്ങ് കിഴക്കൻ കാടുകളിലെ ആദിവാസി ഊരുകളോടു ചേർന്ന് ഏക്കറുകണക്കിന് കിടപ്പോണ്ട്. ആനുകൂല്യങ്ങൾ അധികം കൊടുത്തു കൊടുത്തു അപ്പാവങ്ങളെ കാട്ടുവാസികളാക്കി. കാട്ടിനകത്ത് ഒതുക്കി. പുറംലോകവുമായി അവർക്ക് ഒരു ബന്ധവുമില്ല. കാട്ടിൽ കിടക്കുന്ന മൃഗങ്ങളും ഊരുകളിൽ കുടുങ്ങിയ ആദിവാസികളും ഒരുപോലെയാണ് അവർക്ക്. അവിടം വിട്ടൊരു ലോകമില്ല.

കാട്ടിനുള്ളില് അവർക്ക് എത്ര ഏക്കർ ഭൂമി ഉണ്ട് എന്ന് ഒരു കാട്ടുവാസികൾക്കും കൃത്യമായിട്ട് അറിയില്ല. എന്നാൽ ജയദേവൻ സാറിന് അതെല്ലാം നിശ്ചയമുണ്ട്. അവരുടെ ഏക്കറു കണക്കിന് ഭൂമിയുടെ അവകാശി ഇന്ന് ജയദേവൻ സാറ് മാത്രമാണ്..."

"അങ്ങനെയൊക്കെ ഇക്കാലത്തും നടക്കുമോ..?"

'മെമ്പർക്ക് ഇത്രയ്ക്കു സംശയമോ..? ഇവിടെ ഇങ്ങനെയൊക്കെ നട

ക്കുന്നില്ലേ. അവിടെ ഇത്രയുംകൂടി ശ്രമം വേണ്ട. ആരെങ്കിലും മുതലാളി ക്കുനേരെ ചോദ്യം ഉയർത്തിയാൽ ഒന്നുകിൽ അവനെ കൊന്നുകളയും. അല്ലെങ്കിൽ അവന്റെ ബുദ്ധിയെ കറുപ്പു തീറ്റിച്ച് മരവിപ്പിക്കും. ഇവിടെയും ആ തന്ത്രമാണ് ഞാനും സ്വീകരിക്കാൻ പോകുന്നത്.."

"ശിവനിട്ട് ഒരു പണികൊടുക്കാൻ എസ് ഐ സാറിന് പറ്റുമോ?"

"മെമ്പർക്ക് എന്താ വേണ്ടത്. അവനെ വളയ്ക്കണോ..? ഒടിക്ക ണോ.?"

"അവനെ കൊല്ലണം. അവന്റെ കുടുംബം കുളം തോണ്ടണം.."

"ശിവൻ കല്യാണം കഴിഞ്ഞവനാണോ?"

"അതെ. ഒരു പൊടീക്ക പെൺകൊച്ച് ഉണ്ട്. അവനൊരു സഹോ ദരനും രണ്ടു സഹോദരിമാരും ഉണ്ട്. പെങ്ങളുമാരെ രണ്ടും കെട്ടിച്ചയച്ചു. അവന്റെ അനിയൻ ജയൻ. അവൻ പഠിത്തമൊക്കെ കഴിഞ്ഞ് ജോലി നോക്കുന്നുണ്ട്. ഇപ്പോ നെല്ലിമൂട് ജങ്ഷനിൽ ഒരു ചായ്പ്പ് അടിച്ചുകൂട്ടി യിട്ടുണ്ട്. അവിടെ കൊച്ചുങ്ങക്ക് അക്ഷരം പഠിപ്പിക്കുവാ അവൻ. രാത്രി അവിടാ അവന്മാര് കമ്മറ്റി കൂടുന്നതും.."

"തൽക്കാലം നമ്മൾ നിശ്ശബ്ദരായിട്ട് ഇരിക്കുന്നു. പരാതി തന്ന സ്ഥിതിക്ക് അത് അന്വേഷിക്കാനായിട്ട് അവന്മാര് വരികതന്നെ ചെയ്യും. പിന്നെ വേണ്ടത് ഞാൻ ചെയ്തോളാം.."

"ഇവിടെ നിയമപാലകനായ സാറിന്റെ നിയമം നടപ്പിലാക്കാം.

അവർക്ക് എന്തു സംഭവിച്ചാലും ചോദിക്കാനും പറയാനും ഞങ്ങളാ രും വരില്ല. മാത്രമല്ല അവിടെയുള്ള ഒരുത്തനും വരാതിരിക്കാനുള്ള മുൻക രുതലുകളും ഞങ്ങളെടുത്തിട്ടുണ്ട്. ഞങ്ങളുടെ മുതലാളിക്ക് ഒരു പേരുദോ ഷവും ഉണ്ടാക്കരുത്. ഞങ്ങൾക്ക് അത്രയെയൊള്ളു..."

എല്ലാവരുടെ മനസ്സിലും ആശങ്ക നിറച്ചുകൊണ്ട് ഒരാഴ്ച കടന്നുപോയി.

അന്നൊരു വെള്ളിയാഴ്ച ആയിരുന്നു.

സന്ധ്യയോടെ ദാസനും ഗോവിന്ദനാശാനും സതീശനെയുംകൂട്ടി കുറവന്തറയിൽ എത്തിച്ചേർന്നു.

ശിവൻ മുറ്റത്ത് പായ വിരിച്ചു. എല്ലാവരും പായിൽ നിരന്നിരുന്നു.

"ശിവാ.. പരാതികൊടുത്തിട്ട് ആഴ്ച രണ്ടു കഴിഞ്ഞു. പരാതിയിൻ മേൽ ഒരന്വേഷണവും ഇതുവരെ ആയിട്ടും വന്നിട്ടില്ല. എല്ലാവരും നിശ്ശ ബ്ദരാണ്. ഇനിയിപ്പോൾ നമ്മളെന്തു ചെയ്യും?"

ഗോവിന്ദനാശാന്റെ മുഖത്തെ ആശങ്ക മറ്റുള്ളവരുടെ മുഖത്തു പ്രതി ഫലിച്ചു.

"നമ്മളെക്കൊണ്ട് ഒന്നും ചെയ്യാനാകില്ല. ഉദ്യോഗസ്ഥന്മാരും നി യമങ്ങളും അവരെയേ സംരക്ഷിക്കൂ.. നമ്മൾക്കുവേണ്ടി സംസാരിക്കാൻ ഇവിടെ നമ്മൾ മാത്രമേ ഒള്ളു. അവർക്ക് ആർക്കും നമ്മുടെ സങ്കടങ്ങളും

വേദനകളും അറിയേണ്ട കാര്യമില്ല. അവർക്കെല്ലാം അവരുടെ സങ്കടങ്ങളും അവർക്ക് മുകളിലുള്ളവരുടെ സങ്കടങ്ങളുമേ സങ്കടങ്ങളായിട്ടുള്ളൂ.. അവർ മുകളിലുള്ളവരെമാത്രം നോക്കി ജീവിക്കുന്നു... അതാണു കാര്യം.."

"ശിവാ.. നമുക്ക് നാട്ടുകാരെ എല്ലാം വിളിച്ചുകൂട്ടിയാലോ.. എന്നിട്ട് അവരെല്ലാം ഇരുട്ടടി അടിച്ച് ഇവിടെനിന്ന് ഓടിച്ചു കളയണം."

"ഇനി അതൊന്നും നടക്കുമെന്ന് തോന്നുന്നില്ല ദാസണ്ണാ... ചാരായം വാറ്റുന്നിടത്ത് ഒരുകൂട്ടം തടിമാടന്മാരെ ഇറക്കിയിട്ടുണ്ടെന്നാണ് അറിഞ്ഞത്. അവര് എന്തിനും പോരുന്നവർ ആണെന്നു പറയുന്നു. നേരെ ചൊവ്വേ എഴുന്നേറ്റുനിക്കാൻ ശേഷിയില്ലാത്ത നമ്മടെ ആളുകളെ അവന്മാര് കൊത്തിനുറുക്കി കുഴിച്ചുമൂടും. അതോണ്ട് തൽക്കാലം മിണ്ടാതിരിക്കുന്നതാ ബുദ്ധി.."

"സതീശൻ പറഞ്ഞത് നേരാ.. നമ്മടെ മെമ്പറും പരിവാരങ്ങളും കഴിഞ്ഞ ദിവസങ്ങളില് കുറവൻകോണത്തു കണ്ടിരുന്നു. നമ്മുടെ ആളുകളുടെ കുടികളിലെല്ലാം അവര് കയറി ഇറങ്ങുന്നുണ്ട്. നമ്മള് കൊറച്ചുപേര് ജയദേവൻ മൊതലാളിക്ക് എതിരു നിക്കുവാണ്. നമ്മള് ഇന്നാടിനെ നശിപ്പിക്കുവാണ്. അതുകൊണ്ട് അവന്മാരെയും കുടുംബത്തെയും ഒറ്റപ്പെടുത്തണം എന്നുമാണ് നമ്മുടെ ആളുകളോട് അവർ പറഞ്ഞുനടക്കുന്നത്. നമ്മുടെ ആളുകളോ ഇത്തരം പ്രചാരണങ്ങൾ അതുപോലങ്ങു വിശ്വസിച്ചു. ഇപ്പം അവര് നമ്മളെ സംശയത്തോടെ നോക്കുന്നു. കുറ്റപ്പെടുത്തുന്നു. നമ്മളെ ഒറ്റപ്പെടുത്തുന്നു.."

"സത്യം പറയുന്നവരെ നാടും നാട്ടാരും നിയമങ്ങളും ഒറ്റപ്പെടുത്തുന്നു. അവർ അനീതിക്ക് കൂട്ടുനിൽക്കുമ്പോൾ നമുക്ക് എന്തു ചെയ്യാനാകും? ഇവിടെയാണ് നമ്മളെപ്പോലുള്ളവർ നിസ്സഹായരാവുന്നത്. ഒറ്റപ്പെടുന്നത്. നീതിബോധം നമ്മുടെയെല്ലാം നെഞ്ചില് ഉള്ളതുകൊണ്ടാണ് നമ്മൾ അനീതിക്കെതിരെ പ്രതികരിച്ചത്. നമ്മൾ മിണ്ടിത്തുടങ്ങിയപ്പോൾ ത്തന്നെ അവർ നമ്മുടെ വായ അടപ്പിക്കാൻ നോക്കുന്നു. ഓരോ ദലിതനും ഇവിടെ അതിജീവനത്തിനായിട്ട് പൊരുതുകയാണ്. ജാതീയത ഒരു സാമൂഹികതിന്മയാണ്. വിശാലമായ മനസ്സും സമഭാവനയുംകൊണ്ട് അതില്ലാതാക്കാമെന്ന് എല്ലാ നവോത്ഥാന നായകന്മാരും പറഞ്ഞു പഠിപ്പിക്കുന്നു. അതെല്ലാം പാഠപുസ്തകങ്ങളിൽ മാത്രം. പ്രായോഗിക തലത്തിൽ അവർ എപ്പോഴും ഇങ്ങനെ തന്നെയാണ്."

"ശിവാ.. എന്തൊരു അനീതിയാണിത്.."

ദാസൻ രോഷംകൊണ്ടു തുള്ളിപ്പോയി.

"ദാസാ, ശരിയായ അറിവാണ് ജ്ഞാനം. ഈ പ്രപഞ്ചമെന്നു പറയുന്നതുതന്നെ ഏകമായ ചൈതന്യമാണ്. മനുഷ്യനും മനുഷ്യനും തമ്മിൽ യാതൊരു വ്യത്യാസവുമില്ല. അതുതന്നെയാണ് ശരിയായ അറിവും.."

"തുല്യ നിയമം.. തുല്യ നീതി.. അതാണീ സമൂഹത്തില് നടപ്പാക്കേണ്ടത്. അതല്ലാത്ത എല്ലാ ഭരണവും ഫ്യൂഡൽ ഭരണമാണ്. നീതിയുക്തമായ ഒരു ഭരണത്തിനായി നമ്മളെ പോലെയുള്ള ദളിതര് ഇനിയും എത്ര യുഗങ്ങള് കാത്തിരിക്കണം. ശിവൻസാറേ..." ഒരു നിമിഷം ശിവൻ നിശ്ശബ്ദനായിരുന്നു. പിന്നെ പറഞ്ഞു:

"അറിയില്ല കുഞ്ഞേ. അതിജീവനത്തിനായി നാം പൊരുതിക്കൊണ്ടേ ഇരിക്കണം. തുല്യനീതിയും തുല്യനിയമവും നമുക്കു കിട്ടുന്ന നാൾവരെ അതു തുടരണം.."

"ശിവ.. നമ്മുടെ ആളുകളെ നമ്മളിൽനിന്നവർ അകറ്റുന്നു. അതാണ് എനിക്ക് സഹിക്കാനാവാത്തത്."

"അണ്ണാ അത് പണ്ടേ ഒള്ളതല്ലേ. നമ്മുടെ ആളുകള് സംഘടിക്കുവാൻ മേലാൻമാര് സമ്മതിക്കുമോ..? അവരതിന് ഒരിക്കലും സമ്മതിക്കില്ല. നമ്മള് ഒന്നാകാതെ തമ്മിലടിച്ചുകെടക്കണതാണ് അവർക്കും ഗുണം. എന്നാലല്ലേ അവർക്ക് അവരുടെ കാര്യങ്ങൾ നടത്താൻ നമ്മടെയാളുകളെ കിട്ടൂ. പാടത്തും പറമ്പിലും പണിയെടുക്കാൻ, കൊടിപിടിക്കാൻ, പോസ്റ്ററൊട്ടിക്കാൻ, അടികൊള്ളാൻ ചാരായം വാറ്റാൻ, കഞ്ചാവ് കൃഷിക്ക് കാവല് കെടക്കാൻ എല്ലാറ്റിനും നമ്മടെ ആളുകള് വേണ്ടേ അവർക്ക്. നമ്മുടെ രാജ്യത്തെ ഹിന്ദുക്കൾക്ക് കൊണം പിടിക്കാത്തതും നമ്മൾക്കിടയിലെ അയിത്തം തന്നാ... എന്നത് ഇല്ലാതാവുന്നുവോ അന്നേ നമ്മുടെ നാടിനു കൊണം പിടിക്കൂ.."

"എല്ലാം കേട്ടിരുന്ന ഗോവിന്ദൻ ആശാൻ വിഷണ്ണനായി താടിക്ക് കൈയും കൊടുത്ത് ഇരുന്നു പറഞ്ഞു.

"എല്ലാം നേരാ.. കാവിലമ്മേ എനിക്ക് ചിന്തിച്ചിട്ട് ഒരന്തവും കിട്ടുന്നില്ല.."

"നാളെ ശനിയാഴ്ചയാണ്. രാവിലെ ഞാനും സതീശനുംകൂടി പൊലീസ് സ്റ്റേഷൻ വരെ ഒന്നുപോയി നോക്കിയാലോ.."

"അങ്ങനെയെങ്കിൽ നാളെ നിങ്ങള് തനിച്ചുപോകണ്ട. ഞാനും കൂടെ വരാം.."

"ആശാന് രാവിലെ കാവില് പോണ്ടെ..?"

"പോണം. അതു മെനക്കെടാനാവില്ല. നിങ്ങള് പത്തുമണി കഴിഞ്ഞല്ലേ പോവൂ. അപ്പോഴെയ്ക്കും ഞാനെത്തിക്കോളാം.."

"ആശാനെ നമുക്ക് എത്രത്തോളം ആളെക്കൂട്ടാൻ പറ്റുമോ അത്രയും പോരെ കൂടെക്കൂട്ടി വേണം പോകാൻ.."

"നോക്കാം ശിവാ.. എന്നാലിനി ഞങ്ങള് ഇറങ്ങുവാ... രാത്രിയില് യാത്രയില്ല ശിവാ.."

"എന്നാലങ്ങനെ ആവട്ടെ ആശാനെ. സതീശാ.. ദാസാ.. നാളെ കാണാം.."

ഓലച്ചൂട്ടിന്റെ ഇത്തിരി വെളിച്ചത്തിൽ ആ മൂവർസംഘം നടന്നു നീങ്ങുന്നതും നോക്കി ശിവൻ നിന്നു..

ശിവൻ മരിച്ചു..

അല്ല ശിവനെ കൊന്നു.

ആരോടും യാത്ര പറയാതെ കാലയവനികയ്ക്കുള്ളിൽ ശിവൻ മറഞ്ഞു.

ആ വാർത്ത അറിഞ്ഞു പാറു തണുത്തുറഞ്ഞു.

മല്ലിക ഞെട്ടറ്റ മലർപോലെ മണ്ണിൽ വീണു കിടന്നു പൊട്ടിക്കരഞ്ഞു.

നാടിന് സാന്ത്വനമാകും എന്നു കരുതിയവന്റെ വേർപാട് നാട്ടാർക്കും വേദനയായി.

"കുറവൻകോണത്തിന് ഓർക്കാനും ആദരിക്കാനും യോഗ്യതയുള്ള ഒറ്റ ഒരുത്തനെ ജനിച്ചിട്ടുള്ളൂ. നമ്മുടെ ശിവൻ. അവൻ മരിച്ചിട്ടില്ല. മരിക്കുമില്ല. നമ്മടെയെല്ലാം മനസ്സിനുള്ളില് അവനെന്നും ജീവിക്കും, തീർച്ച..." ആശാൻ വിതുമ്പലോടെ പറഞ്ഞു.

"ഞാൻ കണ്ടതാ ആശാനേ.. ആ തന്തയില്ലാത്ത എസ് ഐ എന്റെ ശിവനെ തൊഴിച്ചു തൊഴിച്ചു കൊല്ലുന്നത്. എന്റെ കൊക്കിനു ജീവനുണ്ടേൽ വിടില്ല ഞാനാ തായോളിയെ. എന്റെ ശിവാ.. എനിക്കിതു സംശയിക്കാനാവണില്ലടാ.. എനിക്കു നോക്കിനിക്കാനേ പറ്റിയൊള്ള്.. രക്ഷിക്കാനായില്ലെടാ.. എന്റെ ശിവാ... കൂട്ടത്തില് നല്ലവനെ നോക്കി കൊണ്ടുപോയല്ലോ പൊന്നുദൈവങ്ങളേ.."

ദാസൻ മുറ്റത്തിരുന്ന് ഉറക്കെ വിലപിച്ചുകൊണ്ടിരുന്നു..

ശവസംസ്കാരച്ചടങ്ങുകൾ കഴിഞ്ഞു.

സ്വപ്നങ്ങൾ ബാക്കിയാക്കി പ്രിയപ്പെട്ടവൻ യാത്രയായി.

നടുക്കം മാറാതെ മല്ലിക പകച്ചുനിന്നു.

തീരാത്ത വേദനകൾ. അവയ്ക്കിടയിൽ സന്തോഷത്തിന്റെ മരുപ്പച്ചകൾ.

എരിയുന്ന തീയിലെ പൊലിയുന്ന ജീവിതം..

ശിവന്റെ മരണം. പോസ്റ്റുമോർട്ടം റിപ്പോർട്ടു വന്നു.

എല്ലാവരും കുറവന്തറയിൽ എത്തിച്ചേർന്നു.

സതീശൻ റിപ്പോർട്ട് ഉറക്കെ വായിച്ചു.

"ചോദ്യംചെയ്യലിന് ഇടയിൽ ഹൃദയാഘാതംമൂലം മരണം സംഭവിച്ചു... അപ്പോൾ പൊലീസ് മർദനംമൂലമല്ലെ സാറ് മരിച്ചത്...?"

"ആശാനെ ഇതങ്ങനെ വെറുതെ വിട്ടാല് പറ്റത്തില്ല. ശിവൻ സാറിനെ തൊഴിച്ചു കൊന്നതാ.. ഞാനും ദാസണ്ണനും അതിനു സാക്ഷികളാണ്.."

"വായടച്ച് മിണ്ടാതിരിക്കെനെടാ നീയൊക്കെ... നീയും ഞാനും ഇവനും പറയുന്നതൊക്കെ ഇവിടെ വേറെ ആര് കേൾക്കും..? സാക്ഷി പറയാൻ പോണ നമ്മടെ ഗതി ഇതിലും മോശമായിരിക്കും. ആയുസ്സ റാതെ ചാവണ്ടങ്കിൽ എല്ലാവനും ഇതോടെ എല്ലാം നിറുത്തിക്കോ... ഇവിടെ രാഷ്ട്രീയക്കാരും മേലാളർമാരും ഉദ്യോഗസ്ഥരും എല്ലാം ഒറ്റ കൈയൊ.. എല്ലാം സഹിക്കുകയെ നിവർത്തിയൊള്ള്... പ്രതികരിച്ചാ... നിന്റേയും എന്റേയും ജീവനവര് എടുക്കും.. ഓർത്തോ.." ഗോവിന്ദനാശാൻ ഇരുവർക്കും താക്കീതു നൽകി. കുറവൻകോണത്തെ മനുഷ്യർ പരസ്പരം സംസാരിക്കാതെ ആയി.

മറ്റുള്ളവരുടെ ചോദ്യങ്ങൾക്കു മുന്നിൽ തലകുമ്പിട്ടു വായടച്ചു നടന്നു.

കുറവൻകോണം ചുട്ടുപൊള്ളി.

രാവിലെ യോഹന്നാന്റെ കടയിൽ തിരക്കൊഴിഞ്ഞ സമയം.

ഗോവിന്ദനാശാനും ദാസനും ജയനെയും കൂട്ടി കടയ്ക്കുള്ളിലേയ്ക്കു കട ന്നിരുന്നു.

"അച്ചായാ ചായ.."

ദാസൻ വിളിച്ചു പറഞ്ഞു.

ചായക്കു വേണ്ടി ചെറിയൊരു കാത്തിരിപ്പ്.

അപ്പോഴാണ് മെമ്പർ രാജൻപിള്ള കടയ്ക്കകത്തേയ്ക്കു കയറി വന്നത്.

മെമ്പറെ കണ്ടതും യോഹന്നാൻ

"ആരിത്... മെമ്പറോ..? ഇപ്പോ ഈ വഴിയൊന്നും ഇറങ്ങാറില്ലേ..?"

"ഒന്നും പറയണ്ട. മെമ്പറായതിൽ പിന്നെ നിന്നു തിരിയാൻ സമയ മില്ല...." മെമ്പർ ബഞ്ചിൽ ഇരിപ്പുറപ്പിച്ചശേഷം പറഞ്ഞു.

"യോന്നച്ചായാ.. ഒരു ചായ. അല്ല ദാസനും ജയനുമൊക്കെ ഇവിടെ ഇരിപ്പുണ്ടായിരുന്നോ..? ആശാനെ എന്തുണ്ട് വിശേഷങ്ങൾ.."

"എന്തു വിശേഷം.. ഇങ്ങനെ പോകുന്നു.."

"നമ്മുടെ കുറവൻകോണത്ത് പുത്തൻ വിശേഷങ്ങൾ വരാൻ പോകു ന്നതെയൊള്ള്.. ഒന്നാമതായി റോഡ് വികസനം. കുറവൻകോണത്തെ ഓരോ വീട്ടുമുറ്റത്തും ഇനി വണ്ടി കയറും. ഓലപ്പുരകളെല്ലാം ഓട്ടു പുര കളാവും. വീടിന് കരണ്ടും വെളിച്ചവും, കക്കൂസ്, കിണർ, കിണറില്ലാ ത്തവർക്ക് കുടിവെള്ളം പൈപ്പ് ലൈൻ വഴി. നെല്ലിമൂടു വന്നു തിരിഞ്ഞു പോണ വണ്ടികളെല്ലാം കുറവൻകോണത്ത് പടിഞ്ഞാറെ കോങ്കലുവരെ ഇനി മുതൽ കാണും.."

"അതൊരു നല്ലകാര്യമാണല്ലോ... മെമ്പറേ.. നമ്മുടെ പഞ്ചായത്തി ല് ഇത്രയധികം ഫണ്ടുണ്ടോ..?"

"ഇത് പഞ്ചായത്തുവക ഫണ്ടിൽനിന്നൊന്നുമല്ല.."

"പിന്നെ..?"

"ജയദേവൻ മുതലാളിക്ക് കുറവൻകോണത്തെ ജനങ്ങളോടുള്ള ആത്മാർത്ഥ സ്നേഹം. കോടികളാ അദ്ദേഹം ഇന്നാടിന്റെ വികസന ത്തിനായി മാറ്റി വച്ചേക്കുന്നത്. കുറവൻകോണത്തെ ഓരോ വ്യക്തികളും തിരിച്ചറിയണം ജയദേവൻ മുതലാളിയുടെ സ്നേഹം. അദ്ദേഹം നമ്മുടെ കൺകണ്ട ദൈവമാണ്. അതൊക്കെ കാട്ടുവാസികൾക്ക് തെരിയുമോ.?"

ആശാനും ദാസനും ജയനും പെട്ടെന്ന നിശ്ശബ്ദരായി.

ദൈവം ആര്..?

തേവര് ആര്..?

മനുഷ്യര് ആര്..?

തേവര് മനുഷ്യമനസ്സിലെ സങ്കല്പത്തില് ജീവിക്കുന്നു.

തേവരെ സൃഷ്ടിച്ചതും വളർത്തുന്നതും ദൈവങ്ങൾ.

തേവരെ തളർത്തുന്നവരും ദൈവങ്ങൾ.

തേവരുടെ കണ്ണും കാതും വായും മനസ്സും ദൈവങ്ങളാകുന്നു.

അവരാകുന്നു നാടിന്റെ ദൈവങ്ങൾ.

രാജ്യത്തിന്റെ ദൈവങ്ങൾ.

അവർ തേവരെ വിറ്റു കുബേരന്മാരായി.

തേവര് വെറും കൽബിംബങ്ങളായി. നിശ്ചലരായി.

പ്രതികരണശേഷി ഇല്ലാത്തവർ.

ദൈവങ്ങൾ, തേവര്, തേവരുടെ മക്കൾ മനുഷ്യര്.

ദൈവങ്ങളെ ചാരി തേവര് ജീവിക്കുന്നു.

തേവരുടെ മക്കൾ

അവർ മനസ്സിൽ കരുണ, അനുകമ്പ, ഭയം, ഭക്തി, വിനയം, നിഷ്കളങ്കത, സമഭാവന, വിശാലമനസ്കത, എല്ലാം വച്ച് പുലർത്തുന്നു. എന്നിട്ടും എവിടെയാണ് പിഴച്ചത്.

തേവരുടെ മക്കളും ദൈവങ്ങളും ഒന്ന്...

തേവരുടെ മക്കൾ പ്രതികരിച്ചാൽ കൊന്നൊടുക്കുന്ന ദൈവങ്ങൾ.

ദൈവങ്ങൾക്കുമുന്നിൽ തേവരും തേവരുടെ മക്കളും ഒരുപോലെ.

ഇരുവരും ദൈവങ്ങടെ പ്രസാദത്തിനായി, ദയയ്ക്കായി, പുഞ്ചിരിക്കായി പ്രാർത്ഥിക്കുന്നവർ. തേവര് ആരെ കാക്കും.

തന്നെ ചമയ്ച്ച് വളർത്തുന്നവരെയോ..?

അതോ തന്റെ മക്കളെന്നും പറഞ്ഞു നടക്കണ കഴിവുകെട്ടവരെയോ?

കാവും, കാവിലമ്മയും തേവരുടെ മക്കൾക്ക് സ്വന്തം.

കാളിക്കൂളി പിശാചുക്കളും, ചാമുണ്ഡികലിയും അവർക്ക് മാത്രം സ്വന്തം.

എന്നിട്ടും നിവർന്നുനിൽക്കാൻ ആവാത്തത് എന്ത്?

മേലോട്ട് മാത്രം നോക്കി ഇരിക്കുന്ന ദൈവങ്ങൾ.

ലാഭക്കൊതിയരായ ദൈവങ്ങൾ.

അവർ തേവരുടെ മക്കളുടെ ദുഃഖം കാണുന്നത് എങ്ങനെ?

താഴോട്ടു നോക്കാൻ ദൈവങ്ങൾക്കു നേരമില്ല.

കച്ചവടക്കണ്ണുള്ള ദൈവങ്ങൾ.

ഇപ്പോൾ താഴോട്ടു നോക്കി.

തേവരുടെ മകന്റെ ജീവന്റെ വിലയ്ക്കു വികസനം എന്നു പേരുമിട്ടു.

ദൈവങ്ങൾ മന്ത്രമുരുവിട്ടു.

മാന്ത്രികശക്തികൊണ്ടു തേവരുടെ മക്കളുടെ കണ്ണുകൾ കൂട്ടിക്കെട്ടി.

കൺകെട്ടുവേലയോ?

മന്ത്രമോ... മായയോ..?

കുറവൻകോണത്തുകാർ വികസനം സ്വപ്നം കണ്ടു. അവർ ശിവനെ മറന്നു. ദൈവത്തെ വാഴ്ത്തിപ്പാടി.

“ജയോ..”

“എന്താ മെമ്പറേ..?”

“എസ് ഐ സാറിന് മല്ലികയെ ഒന്നു കാണണംപോലും. നാളെ രാവിലെ പത്തുമണിയോടെ അവളോടു സ്റ്റേഷനിലെത്താൻ പറയണം..”

“എന്തിനാ.. ചേട്ടത്തിയെ എസ് ഐ കാണുന്നത്...? ആ പാവത്തി നെഞ്ചടി കൊന്നു തിന്നാനാണോ..?”

“നീയെന്തിനാടാ എന്നോടു ചാടിക്കടിക്കാൻ വരണത്..? ഞാന് വല്ലതും അറിഞ്ഞതാണോ..? സാറ് പറഞ്ഞത് ഞാൻ വന്നുപറഞ്ഞു. എന്തൊക്കെ വന്നാലും അനുഭവിച്ചാലും നീയൊന്നും പഠിക്കുകേലാന്നു വച്ചാ വലിയ കഷ്ടം തന്നാ.. അവളോടു സ്റ്റേഷൻ വരെ പോകാൻ പറ. അല്ലെല് അങ്ങാര് നിന്റെയൊക്കെ കുടുംബത്തുവന്നു നെരങ്ങീട്ടു പോകും. പറഞ്ഞില്ലെന്നു വേണ്ട. ജയദേവൻ സാറ് എന്തോ സാമ്പത്തിക സഹായം കുടുംബത്തിന് തരാമെന്നു പറഞ്ഞിട്ടൊണ്ട്. അതിന്റെ കാര്യം പറയാനാവും ചെല്ലാൻ പറഞ്ഞത്..”

“അണ്ണന്റെ ജീവന്റെ വിലയാണോ അത്..?”

“അതിനെപ്പറ്റിയൊന്നും എനിക്കറിയത്തില്ല. അതൊക്കെ നേരിട്ട് പോയി അറിഞ്ഞാട്ടെ... ഞാൻ പോണ്...” ചായ കുടിച്ചശേഷം മെമ്പർ അവിടെ നിന്നുപോയി.

പതിനൊന്ന്

എസ് ഐ ശിവദാസൻ മേനോൻ.

തന്റെ വൈധവ്യത്തിന് ഉത്തരവാദി. അവൻ തന്നെ കാണണമെന്ന് ശഠിക്കുന്നു.

ശിവന്റെ ജീവന്റെ വില തരാൻ പോലും.

എന്തിന്?

ആ പണം കൊണ്ടു വേണമോ ഞാനും എന്റെ കുഞ്ഞും ഇനിയുള്ള കാലം കഴിയാൻ.

കുറവൻകോണത്തു കാവിലമ്മേ...

നേരു ചൊല്ലിത്തായോ..

ഞാൻ ആത്മാഭിമാനമുള്ളവളാണ്. അദ്ധ്വാനിച്ച് കുടുംബം പോറ്റാനുള്ള ആരോഗ്യമുണ്ട്. മനസ്സുമുണ്ട്.

എന്നാലും എന്റെ ശിവണ്ണന്റെ പ്രാണൻ എടുത്തവനെ ഒന്നു നേരിൽ കാണണം. അവന്റെ ക്രൂരതയോടു പ്രതിഷേധിക്കണം.

എന്റെ പ്രതിഷേധം ഞാൻ എങ്ങനെ പ്രകടമാക്കും?

എന്റെ പ്രണയസർവ്വസ്വത്തെ പച്ചക്കു കൊന്നത്തിന്നുന്നവനാണ് അവൻ.

അധികാരം കൊണ്ടു കാടത്തം കാട്ടിയ നീചൻ.

അവന്റെ കാൽക്കീഴിൽ പ്രാണനായി പിടയുന്നു. യാചിക്കുന്നു.

എന്റെ പ്രിയപ്പെട്ടവൻ..

ജീവനുള്ള സാക്ഷികളുണ്ട്. തെളിവുകളുണ്ട്.

ചോദ്യംചെയ്യാനും ശിക്ഷിക്കാനും ആളില്ല.

നിയമങ്ങൾ എല്ലാം പാവപ്പെട്ടവന് അനുകൂലമെന്ന് എഴുതിവച്ചിട്ടുണ്ട് പോലും...

എന്നാൽ യാഥാർത്ഥ്യമോ?

എന്തൊരു നശിച്ച ലോകമാണിത്?

എന്തൊരു നിയമലംഘനമാണിത്.

ഒരിടത്തുതന്നെ രണ്ടു നീതി.. രണ്ടു നിയമം.

രണ്ടുതരം മനുഷ്യർ. രണ്ടു മനസ്സ്. രണ്ട് ലോകം.

കാവിലമ്മേ... നേരു ചൊല്ലിത്തായോ..

എന്റെ ജീവിതം തകർത്തവനെ നേരിൽ കാണണം.

അവനോടു പ്രതികാരം ചെയ്യേണ്ടതും ഞാൻ തന്നെയാണ്.

“അമ്മേ... അമ്മേ..” മല്ലിക ഉറക്കെ വിളിച്ചു.

“എന്താ..” പാറു വിളികേട്ടു.

“അപ്പന്റെ പഴയ കൊച്ചിരുമ്പ് എന്തിയേ?”

മല്ലിക പാറുവിന്റെ മുറുക്കാൻവട്ടിയിൽ പരതുന്നതിന് ഇടയിൽ വിളിച്ചു ചോദിച്ചു.

“മൂർച്ചയില്ലാത്ത ആ കത്തി എന്തിനാ നെനക്കിപ്പോ...?”

“അമ്മേ എനിക്ക് കുറച്ചു കൂർത്തൊരു കത്തിവേണം.. ഇരുതലയ്ക്കും മൂർച്ചയേറിയ കത്തി. ഇന്നു തന്നെ വേണം..”

മല്ലികയുടെ ആഗ്രഹനിവൃത്തിക്കായി പാറു കുറവൻകോണത്തെ ആലയിലേക്ക് ഓടി. കൊല്ലൻ ബാബു ഉച്ചമയക്കത്തിലാണ്.

“കുഞ്ഞേ... ബാബുക്കുഞ്ഞേ.. എണീക്ക്...”

പാറു ബാബുവിനെ കുലുക്കി വിളിച്ചു.

ബാബു കണ്ണു തുറന്നു. മുന്നിൽ പാറു അക്കൻ.

“എന്തെരക്കാ... ചോറു തിന്നിട്ട് വെറുതെ ഒന്നു കിടന്നതാ... ക്ഷീണം കൊണ്ട് അറിയാതെ കണ്ണടഞ്ഞുപോയി..”

ബാബു എണീറ്റു.

“കുഞ്ഞേ എനിക്കൊരു കത്തിവേണം. നല്ല നീളമുള്ളത്. ഇരു തലയ്ക്കും മൂർച്ചയുള്ളത്. പച്ചിരുമ്പു കൊണ്ടുള്ളതു വേണ്ട. ഉരുക്കിന്റേതു മതി. ഇരുമ്പ് കൈപ്പിടിയുള്ളത്..”

“നാളത്തേക്കിനു മതിയോ..?”

“പോരാ... ഇന്നുതന്നെ വേണം. കത്തിയുംകൊണ്ടേ ഞാനിന്ന് പോവത്തൊള്ള്..”

“കൊറച്ചു നേരം വേണം..”

“കൊഴപ്പമില്ല കുഞ്ഞേ... സാവധാനം നീ ഒണ്ടാക്കിത്തന്നാ മതി.. എനിക്കൊരു ധൃതിയുമില്ല..”

ഇപ്രകാരം പറഞ്ഞുകൊണ്ട് പാറു ആലയുടെ സമീപത്തു കിടന്ന പരന്ന കല്ലിന്മേൽ ഇരുപ്പുറപ്പിച്ചു.

ബാബു കത്തി ഉണ്ടാക്കാൻ തുടങ്ങി..

പണിക്ക് ആവശ്യമായ ഇരുമ്പ് ഉലയുടെ സഹായത്തോടെ കനലിൽ ചുട്ടുപഴുപ്പിച്ചു. ഇരുമ്പിന്റെ കാഠിന്യം കൂട്ടാനായി അത് വെള്ളത്തില് വച്ചു. പിന്നെ അടകല്ലിൽ വച്ച് ചുറ്റിക കൊണ്ടടിച്ചു കത്തിയാക്കി... കത്തിക്കു മൂർച്ച കൂടി. നേർത്ത ഇരുമ്പുറയിലാക്കി പാറുവിന് നല്കി.

പാറു കത്തിയുടെ മൂർച്ച പരിശോധിച്ചുകൊണ്ടു ചോദിച്ചു:

"എത്രയായി..?"

"നൂറ്.."

പാറു ബാബു പറഞ്ഞ കാശ് നൽകി. കത്തി വാങ്ങി. അവൻ കത്തിയുമായി ധൃതിയിൽ വീട്ടിലേക്കു മടങ്ങി.

മല്ലിക വെളുപ്പിന് ഉണർന്നു.

ചോറും കറിയും ഒരുക്കിവച്ചു.

കുളിച്ചു.

രാമന്റെ കുഴിമാടത്തിന് അരികിൽനിന്നും തൊഴുതു പ്രാർത്ഥിച്ചു.

"അതിരാവിലെ നീ എങ്ങോട്ടാ?"

പാറു മല്ലികയോടു ചോദിച്ചു.

"കാവില് പോണം. തൊഴണം.. അമ്മ ആ കത്തി തന്നില്ല.."

പാറു മുറിക്കകത്തേക്കു പോയി. കത്തിയുമായി മടങ്ങി വന്നു.

മല്ലിക കത്തി വാങ്ങി. മൂർച്ച നോക്കി.

"കൊള്ളാം..."

കത്തി ഇടുപ്പിൽ തിരുകിവച്ചു. അവൾ പാറുവിനെ നോക്കി മന്ദഹസിച്ചു.

"അമ്മ ഞാൻ മടങ്ങിവരുംവരെ മുത്തിനെ പൊന്നുപോലെ നോക്കണം... അവളുടെ അച്ഛനെ നോക്കിയപോലെ.."

"നീ കാവില് തൊഴാനല്ലേ പോണത്. അല്ലാണ്ട് ദേശംവിട്ടു പോകുവൊന്നും അല്ലല്ലോ..?"

"അമ്മ എന്നെ അനുഗ്രഹിക്കണം.."

മല്ലിക പാറുവിന്റെ പാദങ്ങൾ തൊട്ടുവണങ്ങി.

"നല്ലതു മാത്രം വരട്ടെ.."

പാറു മരുമകളെ കെട്ടിപ്പിടിച്ചു പൊട്ടിക്കരഞ്ഞു.

"കാവില് പോയ ശേഷം പോലീസ് സ്റ്റേഷൻ വരെ ഒന്നു പോണം. ജയദേവനങ്ങുത്തെയും എസ് ഐ അദ്ദേഹവും എന്നെ കാണണം എന്നു പറഞ്ഞു.."

"അവരെ കാണാൻ നീ തനിച്ചാണോ പോണത്?"

"അതേ.. അവർക്കെന്നെ തനിച്ചാണ കാണേണ്ടത്.."

"എന്റെ കാവിലമ്മേ... എന്റെ കുഞ്ഞിനെ കാത്തോണേ.." പാറു തേങ്ങി.

ഉറച്ച കാൽവെയ്പോടെ മല്ലിക കുന്നിറങ്ങി പോയി..

പാറു അവൾ നടന്നകലുന്നതും നോക്കി നിശ്ചലയായി നിന്നു.

കുറവന്തറയിലെ കുന്നിനുമീതേ പറവകൾ വട്ടമിട്ടു പറന്നു.

കൊടുങ്കാറ്റോ?

പാറു വീടിന് ചുറ്റിലും പാഞ്ഞു നടന്നു.

മരങ്ങളെല്ലാം നിശ്ചലം. ഒരിലപോലും അനങ്ങുന്നില്ല.

പേമാരിയോ? എവിടെയും ഒരു തുള്ളി വെള്ളമില്ല...

എന്താണിത്?

കൈതപ്പൂവിന്റെ മണം നിറഞ്ഞുനിൽക്കുന്ന തോട്ടിറമ്പിലെ ഇളം കാറ്റ് തഴുകുന്ന കുറവന്തറ നിശ്ചലമായി.

തുമ്പയും മുക്കുറ്റിയും തെറ്റിയും പുഞ്ചിരി തൂകുന്ന കുറവന്തറ.

അലങ്കാരങ്ങളില്ലാതെ നിന്നു.

കുറവന്തറയുടെ ചൈതന്യം വറ്റിവരണ്ടു.

മല്ലിക കുറവൻകോണത്തെ കാവിലെത്തി.

ഏറെനേരം അമ്മയുടെ മുന്നിൽ പ്രാർത്ഥിച്ചുനിന്നു.

പത്തുമണിയോടെ മല്ലിക നെല്ലിമൂട് പോലീസ് സ്റ്റേഷനിൽ എത്തി.

കോൺസ്റ്റബിൾ സത്യൻ മല്ലികയെ എതിരേറ്റു.

"ശിവരാമന്റെ ഭാര്യയല്ലെ നീ.."

"അതെ.."

"നിന്റെ പേരെന്ത്?"

"മല്ലിക."

"എസ് ഐ സാറ് അകത്തുണ്ട്. വന്നാട്ടെ.."

കോൺസ്റ്റബിൾ സത്യൻപിള്ള അവളെ എസ് ഐയുടെ മുന്നിലേക്കു നയിച്ചു.

"സർ ഇത് മല്ലിക... മരിച്ചുപോയ ശിവന്റെ വൈഫ്..."

"ഓ വരൂ.. ഇരിക്കൂ..." നിറപുഞ്ചിരിയോടെ എസ് ഐ മല്ലികയെ വരവേറ്റു. മുന്നിലെ കസേരയിലേക്കു വിരൽചൂണ്ടി അയാൾ ആജ്ഞാപിച്ചു.

ഭയഭക്തിബഹുമാനത്തോടെ മല്ലിക എസ് ഐ സാറിനു മുന്നിൽ പതുങ്ങി ഒതുങ്ങിനിന്നു.

"നിന്നോട് ഇരിക്കാനല്ലെ പറഞ്ഞത്. ഇരിക്കടീ.." അയാളുടെ ഒച്ച ഉയർന്നു.

മല്ലിക ഇരുന്നു. അനുസരണയോടെ.

"നീ എത്രവരെ പഠിച്ചു?"

"ഒമ്പതുവരെ..."

"എത്ര മക്കളുണ്ട്.."

"ഒന്ന്..."

"അതിന് വയസ്സെത്ര.?"

"അഞ്ച്..."

"സത്യാ... ജയദേവൻ സാറ് എപ്പോഴാ വരുമെന്ന് പറഞ്ഞത്.."

"സാറ് പത്തരയോടെ എത്തുമെന്നാ പറഞ്ഞത്.."

"എന്നാല് ഞാൻ പറഞ്ഞിട്ടിനി ആരെ ആയാലും അകത്തു കടത്തി വിട്ടാൽ മതി.. ലോക്കൽ കേസുകൾ വന്നാൽ നിങ്ങളങ്ങു കൈകാര്യം ചെയ്തേരെ.."

"ശരി സാർ.. ഞാൻ പുറത്തുണ്ടാകും.."

"ഒ കെ സത്യൻ.."

സത്യൻ മുറിയിൽനിന്നു പുറത്തേക്കു നടന്നു.

"നീ ജോലിക്ക് പോകുന്നുണ്ടോ?"

"ഇല്ല.."

"നിന്റെ കുഞ്ഞിനെ നല്ല രീതിയിൽ വളർത്തണ്ടെ?"

"വേണം.."

"അതിന് പണം വേണ്ടേ... ശിവൻ ജോലിക്ക് കയറീട്ട് മാസങ്ങളെ ആയോള്.. അയാടെ ജോലിയൊന്നും നിനക്കിനി കിട്ടാൻ പോണില്ല. അതിനുള്ള വിദ്യാഭ്യാസവും നിനക്കില്ല. പെൻഷൻ കിട്ടാനുള്ള സാദ്ധ്യത വളരെ കുറവാണ്. അസാദ്ധ്യമായത് സാദ്ധ്യമാക്കി തരുന്നവനാണ് ജയ ദേവൻ സാറ്. സാറ് വിചാരിച്ചാൽ ഈ ഭൂമി മലയാളത്തില് എന്താ നട ക്കാത്തത്.? പക്ഷേ, നീ നല്ലതുപോലൊന്നു മനസ്സു വയ്ക്കണം. എന്നാലേ കാര്യങ്ങളെല്ലാം പെട്ടെന്നു പെട്ടെന്നു നടക്കു... നിനക്ക് ഞാൻ പറഞ്ഞു വന്ന കാര്യം മനസ്സിലായോ?"

മല്ലിക ഒന്നും മിണ്ടിയില്ല. അവൾ കസേരയിൽ ഒതുങ്ങിക്കൂടി ഇരുന്നു..

ശിവദാസമേനോൻ കസേരയിൽനിന്നും എണീറ്റു. ഗൂഢസ്മിത ത്തോടെ മുറിയുടെ വാതിൽ ഭദ്രമായി അടച്ചു.

മറ്റൊരു വാതിൽ തുറന്നു. അയാൾ മല്ലികയെ അകത്തെ മുറിയിലേ ക്കു ക്ഷണിച്ചു.

പൊടുന്നനെ മല്ലികയുടെ മുഖഭാവം മാറി.

അവളുടെ ചുണ്ടുകളിൽ വശ്യമായ ഒരു മന്ദഹാസം വിടർന്നു..

കൺകോണുകളിൽ പൂത്തിരി കത്തി.

ചൈതന്യമുള്ള മുഖത്ത് വല്ലാത്തൊരു ജ്വലനം.

ശിവദാസമേനോന്റെ ഹൃദയത്തിൽ ആഹ്ലാദം തിരതല്ലി.

ബലപ്രയോഗം വേണ്ടിവരുമെന്നു കരുതിയതാണ്.

എന്നാലിവൾ മിടുക്കിയാണ്.

മല്ലികയുടെ ശരീരമാകെ അയാൾ മിഴികളാൽ ഒന്നുഴിഞ്ഞു നോക്കി.

'കൊള്ളാം...' എന്ന ഭാവത്തിൽ തലകുലുക്കി.

ഒത്ത തടിയുള്ള വെളുത്ത സുന്ദരൻ, നല്ല ഉയരം.

ശവം തീനിപ്പക്ഷിയുടെ ചിരിക്കുന്ന കണ്ണുകൾ.

അവൻ ചുണ്ടുകൾകൊണ്ട് വൈകൃതങ്ങളായ ഗോഷ്ടികൾ കാട്ടുന്നു.

മനസ്സേ സ്വസ്ഥമാകൂ.. ശാന്തമാകൂ..

മല്ലിക മനസ്സിനെ ശാസിച്ചു.

പക്ഷേ, കഴിയുന്നില്ല.

ഇനി തനിക്കൊരു ജീവിതമില്ല. തന്റെ ജീവിതം തകർത്തവനാണ് മുന്നിൽ. തന്റെ ശിവയണ്ണന്റെ പ്രാണനെടുത്തവൻ. അവൻ എന്റെ കുടുംബത്തോട് അനീതി കാട്ടി. എന്റെ കൂട്ടുകാരെ വഞ്ചിച്ചു.

ഇപ്പോൾ എന്റെ മാനം തകർക്കാൻ തയ്യാറെടുക്കുന്നു.

എന്തൊക്കെ കാമക്കൂത്തുകളാണ് അവൻ എന്റെ മുന്നിൽ ആടുന്നത്.

അവൻ തകർത്താടട്ടെ അവന്റെ അവസാനത്തെ ആട്ടം.

ഞാനും നല്ലൊരു നടിയാണ്.

ആടുകതന്നെ ഇവനു മുന്നിൽ പുതിയ പ്രതികാരമുറകൾ.

ശിവദാസമേനോൻ മല്ലികയുടെ മാറിൽ പറ്റിക്കിടന്ന സാരി പതിയെ മാറ്റി. ബ്ലൗസിനുള്ളിൽ ഉയർന്നു നിൽക്കുന്ന മനോഹരങ്ങളായ മാറിടങ്ങൾ. താഴെ പരന്ന വയറ്. ഭംഗിയുള്ള കറുത്ത പൊക്കിൾക്കുഴി.

അയാൾ അവളെ ശരീരത്തോട് അടുപ്പിച്ചു നിർത്തി.

ആ ഒരു നിമിഷം അയാൾ വികാരം കൊണ്ടു തുള്ളിപ്പോയി..

"പൊന്നേ നീയെന്തു സുന്ദരിയാ.."

മേനോൻ മല്ലികയുടെ കാതിൽ മൃദുവായി മൊഴിഞ്ഞു.

പിന്നെ വന്യതയോടെ അവളിൽ പടർന്നുകയറി.

ഭംഗിയുള്ള നെറ്റിയിൽനിന്നും ചുണ്ടുകളിലേക്ക്.

അവിടെനിന്ന് മുലത്തടങ്ങളിലൂടെ നാഭിക്കുഴിയിലും പിന്നെ താഴേയ്ക്കും അയാളുടെ ചുണ്ടുകൾ അലഞ്ഞുനടന്നു.

മല്ലികയുടെ കണ്ണുകൾ ജ്വലിച്ചു. കൂർത്ത കത്തികൊണ്ട് അയാളുടെ ശ്വാസനാളം തകർക്കാൻ അവൾക്ക് ആ ഒരു നിമിഷം മതിയായിരുന്നു.

അവളുടെ കാൽക്കീഴിൽ അവന്റെ ശരീരം പിടഞ്ഞു പിടഞ്ഞു നിശ്ചലമായി.

മല്ലിക കിടക്കവിട്ട് എണീറ്റു വസ്ത്രം ധരിച്ചു.

നിണത്തിൽക്കുതിർന്ന ശിവദാസമേനോന്റെ ചേതസ്സറ്റ ശരീരം മുറിയിലെ ബാത്ത്റൂമിനകത്താക്കി. നിണമണിഞ്ഞ കത്തി തുടച്ചെടുത്തു. വീണ്ടും പഴയ പടി അത് ഇടുപ്പിൽ തിരുകി വച്ചു.

മുറിക്കു പുറത്തു കടന്നു.

വാതിലടച്ചു. എല്ലാം ഭദ്രം.

എസ് ഐയുടെ മുറിയിൽ കടന്നിരുന്നു.

പഴയ പടി കസേരയിൽ വന്ന് ഒതുങ്ങിയിരുന്നു.

കോൺസ്റ്റബിൾ സത്യൻപിള്ള അടഞ്ഞ വാതിലിൽ തട്ടി വിളിച്ചു.

"സാറേ.. ജയദേവനങ്ങത്തെ വന്നിരിക്കുന്നു. എസ് ഐ സാറേ വാതില് തൊറക്ക്.."

അടഞ്ഞ വാതിൽ സത്യൻപിള്ള പുറത്തുനിന്നും പതുക്കെതള്ളി നോക്കി. വാതിൽ മലർക്കെ തുറന്നു.

മല്ലിക കസേരയിൽനിന്നും സാവധാനം എണീറ്റു നിന്നു.

"അല്ല ശിവദാസൻ സാറെന്തിയേ..?"

സത്യൻപിള്ള എസ് ഐയുടെ മുറിയിലേക്കു കടന്നു ചെന്നു. അവിടമാകെ നോക്കിയ ശേഷം മല്ലികയോടു ചോദിച്ചു.

"സാറ് കുറച്ചു നേരത്തെ പുറത്തേക്കു പോയല്ലോ.."

"എന്നിട്ട് ഞാൻ കണ്ടില്ലല്ലോ.."

"തർക്കം വേണ്ട സത്യാ. എസ് ഐ സാറ് പുറത്തേക്ക് പോയിട്ട് സാവധാനം വന്നോട്ടെ.."

എസ് ഐയുടെ മുറിയിലേക്ക് അധികാരത്തോടെ കടന്നുവന്ന മനുഷ്യനെ മല്ലിക നിർന്നിമേഷയായി നോക്കിനിന്നു..

"ജയദേവൻ സാർ അങ്ങ് ഇരുന്നാലും.."

സത്യൻപിള്ള തൊഴുകൈയോടെ നിർദേശിച്ചു.

"സാർ ഇതാണു മല്ലിക. മരിച്ചുപോയ ശിവന്റെ ഭാര്യ.."

"ഓ.. നമസ്കാരം മല്ലികേ.."

ജയദേവൻ മല്ലികയെ നോക്കി തൊഴുതുനിന്നു.

"ജയദേവൻ സാറ് ഇവളുമായി സംസാരിച്ചിരിക്ക്. ഞാൻ എസ് ഐ സാറുമായി പെട്ടെന്നു മടങ്ങിയെത്താം.."

"ആയിക്കോട്ടെ. എന്തായാലും താൻ മേനോനെയുംകൂട്ടി ഒരു മണിക്കൂർ കഴിഞ്ഞു വന്നാൽ മതി. ധൃതിവേണ്ട.."

"ആയിക്കോട്ടെ.." സത്യൻപിള്ള ദൈവത്തെ കുമ്പിട്ടു വണങ്ങി മുറിവിട്ടു പുറത്തേക്കു നടന്നു.

"മല്ലിക ഇരിക്കു.."

ദൈവം ആവശ്യപ്പെട്ടു.

മല്ലിക ജയദേവനങ്ങുത്തെ എന്ന മനുഷ്യദൈവത്തെ ആദ്യമായി കാണുകയായിരുന്നു.

"ഞാനാണ് ജയദേവൻ. ഇന്നാടിന്റെ ദേവാധിദേവൻ.."

മല്ലിക തലകുമ്പിട്ടു ജയദേവനെ വണങ്ങിനിന്നു.

"നിന്റെ ഭർത്താവൊരു വിവരംകെട്ടവനായിരുന്നു. അഹങ്കാരി. അവന് ചോദ്യംചെയ്യാനേ അറിയൂ.. നിന്ദിക്കാനേ അറിയൂ.. അതോണ്ട് അവന്റെ ജീവൻ എനിക്കെടുക്കേണ്ടി വന്നു.. പക്ഷേ, നീ മിടുക്കിയാ.. മിടുമിടുക്കി.. നിനക്ക് ആളും തരവുമറിഞ്ഞ് കുമ്പിട്ടു വണങ്ങാനറിയാം.. എനിക്കു നിന്നെയങ്ങു നന്നേ ബോധിച്ചെടീ.. ഇരുണ്ട പെണ്ണുടലിനും കാട്ടുഞാറയ്ക്കും ഒരേ മധുരമാടീ.."

അയാൾ മല്ലികയുടെ സമീപത്തേയ്ക്കു നടന്നു.

തൊഴുതു വണങ്ങിനിന്ന അവളുടെ കാതിൽ മന്ത്രിച്ചു.

"ദേവനും ഭക്തയ്ക്കുമിടയിൽ മറകളില്ല. ഭക്തിയോടെ നീ എന്നിൽ സർവ്വതും സമർപ്പിക്ക. നിന്നിൽ ഞാൻ സംപ്രീതനായി ഇഷ്ടവരങ്ങൾ നൽകും."

മല്ലിക മിഴികൾ പൂട്ടി കാവിലമ്മയെ ധ്യാനിച്ചു.

സർവേശ്വരിയായ കാവിലമ്മയുടെ രൂപം അവളുടെ മനതാരിൽ തെളിഞ്ഞു.

മേഘങ്ങളിൽനിന്നും ഊർന്നിറങ്ങിയ കോടമഞ്ഞ് അവളെ മൂടി..

അവൾ കോടമഞ്ഞിനെ വകഞ്ഞുമാറ്റി.

അവൾക്കു മുന്നിൽ കാവും പച്ചപുതച്ച താഴ്‌വരകളും പ്രത്യക്ഷമായി.

നിലാവ് പൂത്ത വാനിൻചോട്ടിലെ ഇരുൾ പുതച്ച ചെറുകാവ്.

മാടനും മറുതയും നാഗദൈവങ്ങളും കാവിലമ്മയ്ക്കു കൂട്ട്.

വിശ്വാസികൾക്ക് വേരുറച്ച ആദിയുമിവിടം.

ഉള്ളറിഞ്ഞ ആവലാതികളുടെ അന്ത്യവും ഇവിടം.

പൊൻതിരി തെളിയുന്ന കൽവിളക്കുകളേ..

അവളുടെ ചിത്തം കാവിലമ്മയെ ആവാഹിച്ചുകൊണ്ടിരുന്നു.

ദൈവം അവൾക്കുമുന്നിൽ മോഹനവാഗ്ദാനങ്ങൾ ചൊരിഞ്ഞു.

ആർത്തു വിളിച്ച് ഉറഞ്ഞു തുള്ളി.

മല്ലികയുടെ മനസ്സിൽ പ്രതികാരാഗ്നി ജ്വലിച്ചുയർന്നു.

മിഴികളിൽ കനലെരിഞ്ഞു.

രൗദ്രഭാവമുള്ള കാവിലമ്മയെ അവൾ സ്വന്തം ശരീരത്തിലേക്ക് ആവാഹിച്ചു.

കാർമേഘനിറവും ജ്വലിക്കുന്ന മുക്കണ്ണുകളുമുള്ള അമ്മദൈവത്തെ തുറിച്ചു നോക്കി. ഭീകരമായി ആർത്ത് അട്ടഹസിച്ചു.

അണ്ഡകടാഹം കിടുങ്ങി.

ദൈവത്തിന്റെ ഉള്ളം നടുങ്ങി..

കാളി ദുഷ്ടസംഹാരിയായി. എന്നിട്ടും കോപം ശമിക്കാതെ ശത്രുവിന്റെ മാറു പിളർന്ന് ചുടുനിണം കോരിക്കുടിച്ചു.

തേവരുടെ മക്കൾ തേവരുടെ സഹായത്താൽ ദൈവത്തെ കൊന്നു..

തേവരും തേവരുടെ മക്കളും ഒന്നായി.

മനുഷ്യനും മനുഷ്യനും തുല്യരാണെന്ന തിരിച്ചറിയലിൽ

ദൈവങ്ങൾ നടുങ്ങി..

ദേശങ്ങൾ നടുങ്ങി..

തേവരുടെ നടകൾ കിടുങ്ങി..

ശിവൻ തേവരുടെ മടിയിൽ ഇരുന്ന് ആർത്തു ചിരിച്ചു.

ശിവന്റെ ചിരിയിൽ മല്ലികയുടെ കോപതാപങ്ങൾ അടങ്ങി..

അവൾ ശാന്തത കൈക്കൊണ്ടു.

ശത്രുസംഹാരലഹരിയിൽ അവൾ സ്വയം മറന്നു.

സ്വന്തം ജീവൻ കാവിലമ്മയുടെ തൃപ്പാദങ്ങളിൽ നേദിച്ചു.

മരണത്തിലും അവളുടെ ആത്മാവ് ഭക്തിസാന്ദ്രമായി..

അവളുടെ ചുണ്ടുകൾ തേവരെ നോക്കി പുഞ്ചിരി തൂകി..

തേവര് സങ്കടത്താൽ മിഴികൾ പൂട്ടി പൊട്ടിക്കരഞ്ഞു.

ദൈവങ്ങൾ ഭയന്നു നിശ്ചലരായി..

തേവരുടെ മടിയിലിരുന്നു ശിവനും മല്ലികയും ഉറക്കെ വിളിച്ചു പറഞ്ഞുകൊണ്ടിരുന്നു.

ഞങ്ങൾ തേവരുടെ മക്കൾ..

ഞങ്ങളും മനുഷ്യർ.. ഈ ഭൂമിയുടെ അവകാശികൾ.

മതങ്ങൾ തുലയട്ടെ..

ദൈവങ്ങൾ ഇല്ലാതാകട്ടെ.

അയിത്തം നശിക്കട്ടെ..

മനുഷ്യന്റെ മനസ്സ് വിശാലമാകട്ടെ.

മനുഷ്യമനസ്സുകൾ സ്നേഹത്താൽ സമ്പന്നമാവട്ടെ.

ഭൂമിയിൽ പുതിയൊരു സ്വർഗ്ഗം ഉണ്ടാകട്ടെ..."

www.ingramcontent.com/pod-product-compliance
Lightning Source LLC
LaVergne TN
LVHW090330051026
849518LV00005B/1925